चिकन सूप फॉर द सोल इंडियन विमेन

*हृदयाला हात घालणाऱ्या आणि स्त्रीत्वाला
जागवणाऱ्या कथा*

लेखक

जॅक कॅनफिल्ड । मार्क व्हिक्टर हॅन्सन । रीमा मोडगीळ

अनुवाद

विनीता जोगळेकर

मेहता पब्लिशिंग हाऊस

CHICKEN SOUP FOR THE SOUL INDIAN WOMEN by
JACK CANFIELD, MARK VICTOR HANSEN & REEMA MOUDGIL

First Published in the English Language in India by Westland Ltd.
Marathi Language Translation

Translated into Marathi Language by Vinita Joglekar

चिकन सूप फॉर द सोल इंडियन विमेन / अनुवादित कथा

अनुवाद : विनिता जोगळेकर

Email : author@mehtapublishinghouse.com

प्रकाशक : सुनील अनिल मेहता, मेहता पब्लिशिंग हाऊस,
१९४१ सदाशिव पेठ, माडीवाले कॉलनी, पुणे - ४११०३०.

मुद्रक : ट्रिनिटी ॲकॅडमी फॉर कॉर्पोरेट ट्रेनिंग लिमिटेड

मुखपृष्ठ : फाल्गुन ग्राफिक्स

प्रकाशनकाल : जानेवारी, २०१३ / पुनर्मुद्रण : सप्टेंबर, २०१४

किंमत : ₹ २९०

P Book ISBN 9788184984507

प्रस्तावना

जागतिक महिला दिनाच्या दिवशी मी 'चिकन सूप फॉर द सोल : इंडियन वुमेन'साठी प्रस्तावना लिहिते आहे, हा एक योगायोग आहे. स्त्री दिग्दर्शिका 'कॅथरिन बिग्लो'– हजारो योजनं दूर ऑस्करमध्ये ज्यांनी महान यश संपादन केलं– त्यांचं मला आज स्मरण होतंय. अशाच इतरही अनेक स्त्रिया– ज्यांनी तुलनेनं छोट्या व्यासपीठावर यश मिळवलं, आयुष्यात परिवर्तन घडवून आपली समज वाढवली आणि ज्यांची दखलही घेतली गेली नाही– अशांचंही मला आज स्मरण करावंसं वाटतंय.

पत्रकारितेच्या क्षेत्रातल्या माझ्या पहिल्या गुरू– त्यांचा आज जन्मदिवस आहे– त्यांनी प्रथम मला लिहायला उद्युक्त केलं. वर्तमानपत्रात संपादन करताना पाळायची कडक पथ्यं– जी ९०च्या दशकात पाळली जात– त्यांनीच मला शिकवली. मला मेहनत करायला लावली, नवीन गोष्टी शिकायला लावल्या. माझा पहिला ई-मेल अकाउंट उघडून दिला. कार्यालयीन राजकारणापासून मला वाचवलं, त्यांनी सुरू करून दिलेला माझा प्रवास आजही अव्याहत चालूच आहे. या मधल्या काळात म्हणजे तेव्हापासून आत्तापर्यंत त्यांनी दोन मुलांना दत्तक घेऊन त्यांचं संगोपन केलं, घसरणाऱ्या व्यवसायात अविरत काम करून पुन्हा जम बसवला. कौटुंबिक ताकद वाढवली आणि आपली विनोदबुद्धीही जागी ठेवली. मला आठवतंय त्यांची मुलगी फक्त दोन वर्षांची होती तरी त्या कपड्यापेक्षा पुस्तकंच जास्त खरेदी करायच्या. काही काळ आमचा संपर्क नव्हता, पण नुकत्याच झालेल्या माझ्या पेंटिंग्जच्या प्रदर्शनाला त्या उपस्थित होत्या आणि माझं सगळ्यात मोठं पेंटिंग त्यांनीच खरेदी केलं. दुसऱ्याला आधार देण्याच्या त्यांच्या कृतीत कोणताही भोंगळपणा नसतो. त्यांचे प्रयत्न प्रामाणिक असतात. एकदा हातात घेतलेला हात त्या कधीही सोडत नाहीत.

बहुतांश स्त्रियांच्या बाबतीत हे खरं आहे. नाती विवाहबंधन, आयुष्य यातून त्यांना सहजासहजी सुटका करून घेता येत नाही. माझ्या अशा अनेक मैत्रिणी आहेत ज्या गेल्या पंचवीस वर्षांत एखाद्याच वेळेस भेटल्यात. ह्या सगळ्याचा मार्ग कशाच्या तरी दिशेनं जातो, कोणा व्यक्तीपाशी तरी जातो. प्रत्येकाच्या येण्या-

जाण्या, राहण्यामागे काही ना काही कारण असतचं. काही तरी घेणं, काही तरी देणं, काही तरी शिकवणं, काहीतरी तुमच्याकडून शिकणं...

तुमच्या बाबतीत घडणाऱ्या या प्रत्येक गोष्टीचा एकच हेतू असतो, तुमच्यातली खरी शक्ती दाखवून देण्याचा.

अठराव्या वर्षी जेव्हा एखादा मुलगा तुमचा हृदयभंग करतो– ते त्यापलीकडेही आयुष्य असतं हे तुम्ही शिकावं म्हणून– तेव्हाच तुमची समज वाढते, त्यामुळे जिच्याकडे लक्षही न देता त्यानं अव्हेरणं त्या मुलीपेक्षा आणखी सुज्ञ मुलीत तुमचं रूपांतर होतं. अपयशी ठरलेला विवाह तुम्हाला त्या चाकोरीबाहेरचा मार्ग दाखवतो. ती चाकोरी बहुतेक वेळा सर्वांसाठी आणि तुमच्यासाठीसुद्धा आदर्श मानलेली असते. ती चाकोरी म्हणजे एक समीकरण असतं. त्यातली 'क्ष' ही संख्या तुम्ही आहात. समीकरणात तुमचे आई-वडील, नातेवाईक, शेजारी-पाजारी, मुलं-बाळं; सर्वांची बेरीज असते. सर्व काही तुम्ही सम संख्या आहात का विषम, तुमची बेरीज होते की होत नाही यावर अवलंबून असते. पण तुम्ही म्हणजे केवळ एक संख्या नसता; तुम्ही 'तुम्ही' असता.

तरीही कधीकधी हा प्रश्न फिरून येतोच 'का? मीच का?' त्याचं स्पष्ट असं काही उत्तर नाही. विश्वाच्या पटलावर त्यासाठी कसलेही संकेत लिहिलेले तुम्हाला मिळणार नाहीत. एक दिवस हे प्रश्नही थांबलेले आढळतील, कारण तुम्ही त्या प्रश्नांपासून दूर गेलेल्या असाल, मग आरशातलं प्रतिबिंब न्याहाळलंत तर वाटेल 'ही मीच आहे का? न ओळखता येण्याइतका बदल कधी झाला माझ्यात? कोणी केली ही किमया?'

दिल्लीतील माझ्या एका मैत्रिणीनं अतिरेक्यांच्या हल्ल्यात तिचा नवरा गमावला, पण तिनं कधीही स्वत:ची कीव केली नाही. ती आपल्या आई-वडिलांना, बाळाला नीट सांभाळते, मित्रमैत्रिणींच्या हाकेला धावून जाते. थकली-भागली असली, दुखावली गेली असली किंवा रागावली असली तरी सर्वप्रथम ती आनंदी राहायचा प्रयत्न करते. कटुता कधीच बाळगत नाही.

तर सारांश हाच की तुम्हाला समजावं, की स्त्रीच्या संमतीशिवाय तिला कोणतीही गोष्ट मोडू शकत नाही. उडायचं की व्यथेत बुडायचं? पर्याय तिनं निवडायचा. स्त्री अनेक गोष्टी जगते. पराभव, यातना, अपयशाच्या गोष्टींनं तिची कारकीर्द धोक्यात येऊ शकते. आयुष्य, नातेसंबंध, तिनं किंवा तिच्या जिवलगांनी सोसलेल्या आजाराच्याही त्या गोष्टी असू शकतात. गोष्टी पोटच्या पोरांच्या किंवा अपत्यहीन असल्याच्याही असतात, पण माझ्यावर संकटं येतात तेव्हा त्या फोन करून अशा गोष्टी सांगतात ज्या मला माझ्या आयुष्यात आजवर जाणवलेल्या नसतात.

वयानं माझ्याहून खूप मोठ्या असलेल्या माझ्या शेजारीण बाई - माझ्यासाठी केक बनवतात, माझं मांजर, माझं मूल, माझं घर, माझ्या दारावरची सजावट या सगळ्याचं कौतुक करून माझं मनोधैर्य उंचावतात. माझ्या काळज्या कमी करतात. एक दिवस मला त्यांच्यासारखं व्हायचंय, वयाच्या सत्तरीतही जगण्यावर भरभरून प्रेम करायचंय, ताज्या फुलांनी घर सजवायचंय. दाराबाहेर रोज सकाळी पाकळ्यांनी भरलेल्या पात्रात दिवा लावून ठेवायचाय!

माझं आयुष्य घडवण्यासाठी, माझं कर्तृत्व बहरण्यासाठी अनेक माउलींचे हात लागलेत. माझ्या जखमा त्यांनी पुसल्या, माझ्याबरोबर त्यांनी इतरांशी वाद घातले, मला काही नवीन करण्याची संधी मिळावी, म्हणून त्या विशेष झटल्या. माझ्या दुःखानं त्या दुःखी झाल्या, चित्रपट पाहताना माझ्याबरोबर त्या हसत, अश्रू गाळत होत्या, माझी सुखं आणि दुःखं त्यांनी वाटून घेतली, माझा संघर्ष आणि मिळणारं यश जवळून अनुभवताना त्यांची तीच निरपेक्ष वृत्ती होती. आज त्यांच्याविषयी कृतज्ञता व्यक्त करण्याची संधी मला मिळतेय.

असे जिवलग मित्र मिळण्यापासून जे अद्यापही वंचित आहेत अशांना हे पुस्तक मला अर्पण करायचंय. प्रत्येक गोष्टीचा काही तरी हेतू असतो हे एव्हाना तुम्ही जाणलंच असेल. सर्वप्रथम नवीन जीव जन्माला येताना यातना असतातच. स्त्री म्हणून तुम्ही वेगवेगळ्या भूमिका बजावत असता. तुम्ही संशोधन करता, काहीतरी मिळवता, काहीतरी जपून ठेवता, काही गमावता, काहीतरी बनता, ह्या सर्व 'काहीतरी' कथा तुम्हाला यात सापडतील. या सगळ्या कथांचं सूत्र समान आहे. या कथेतल्या स्त्रियांनी उंच उडण्याचाच पर्याय शोधलाय. आता पाळी तुमची आहे. निवडीचा हक्कही तुमचाच! कारण हे तुमचं आयुष्य आहे आणि त्याचं सारथ्य इतर कोणालाच नव्हे, तर तुमचं तुम्हालाच करायचं आहे.

रीमा मोडगीळ

सहा

अनुक्रमणिका

२. स्वप्नांविषयी

३. हेतुपूर्ण जीवन

४. प्रेमाच्या गावा जावे

५. आपत्तीपलीकडे

Please contact us at **Mehta Publishing House,** Pune 411030.

© +91 020-24476924 / 24460313 / Mob. No. 9545000513

Email : production@mehtapublishinghouse.com

Website : www.mehtapublishinghouse.com

- *या पुस्तकातील लेखकाची मते, घटना, वर्णने ही त्या लेखकाची असून त्याच्याशी प्रकाशक सहमत असतीलच असे नाही.*

१

जीवनातले धडे

जे माझ्या वाट्याला येतं त्याचा मी जास्तीतजास्त फायदा करून घेते आणि जे (वाट्याला) येत नाही त्यासाठी कमीतकमी खंत करते.

– सारा टीस्डेल

लाल सायकल

मला सायकल चालविता यायला लागली त्यावेळी मी साधारण नऊ वर्षांची असेन. घराजवळच्या दाट सावली असलेल्या एका गल्लीत मी रोज दुपारी सायकल घेऊन जात असे. दोन चाकांवर तोल सांभाळण्याची कला मी आत्मसात केली आणि समजा पडलेच चालवताना, तर अजिबात रडायचं नाही असं माझं मीच ठरवलं, मग मोठ्यांसारखी सफाईनं सायकल चालवता येऊ लागल्यावर माझं मलाच कौतुक वाटलं. बहिणीकडून माझ्याकडे वारसा हक्कानं आलेल्या सायकलशी माझी अगदी थोड्याच दिवसांत घट्ट दोस्ती झाली. मित्र-मैत्रिणींच्या घरी जायचं असो की आईनं सांगितलेली छोटी मोठी कामं असोत मी अगदी सररास सायकल वापरू लागले.

पुढल्याच वर्षी सरकारी वैद्यकीय अधिकारी म्हणून माझ्या वडिलांची एका छोट्या गावात बदली झाली. त्या छोट्या गावात शाळेची चांगली सोय नसल्यानं आम्हा तिघा मुलांना घेऊन आईनं आधीच्या ठिकाणीच राहायचं आणि वडिलांनी त्या गावात कामावर रुजू व्हायचं ठरलं; असा निर्णय घेणं त्यांना जरा अवघडच गेलं असणार; पण त्यांनी त्याचा फारसा बाऊ केला नाही. नाही म्हटलं तरी आत्तापर्यंतच्या पंधरा वर्षांच्या वैवाहिक आयुष्यात असं एकमेकांपासून दूर राहण्याचा हा पहिलाच प्रसंग होता.

अर्थात याला काही व्यावहारिक बाजू होत्या. आता साहजिकच वडिलांच्या वाटणीची कामं आणि जबाबदाऱ्या अचानकपणे आईवर येऊन पडल्या– त्यासाठी तिला थोडं नियोजन करणं आवश्यक होतं. माझ्या पाच वर्षांच्या बहिणीला रोज शाळेत सोडणं आणि बाजारहाट करणं तिला भागच होतं. बँकेत जाणं, आमच्यापैकी कोणाला ना कोणाला तरी आजारी पडल्यावर डॉक्टरकडे नेणं– दोन तीन मुलं असलेल्या कुटुंबात हे आलटून पालटून चालूच असतं– आमच्या मित्र-मैत्रिणींच्या वाढदिवसांच्या पार्ट्यांना आम्हाला नेणं आणि त्याच बरोबरीनं लग्नाकार्यासारख्या कौटुंबिक कार्यक्रमांना हजेरी लावणं!

'मी माझी स्कूटर तुझ्यासाठी येथेच ठेवून जाईन,' माझ्या बाबांनी आईला सांगितलं.

स्कूटरमुळे नक्कीच थोडी सोय होणार होती, कारण त्यावेळी देहरादूनमध्ये सार्वजनिक वाहतुकीची सोय अजिबातच चांगली नव्हती. स्थानिक टॅक्सीवाले फारसे नव्हते आणि बस वाहतूकही तुरळकच होती. तीनचाकी ऑटोरिक्षा किंवा सात सीटर्स- त्यांना 'विक्रम' का म्हणत कोण जाणे?- पण हे पर्याय फारसे चालण्यासारखे नव्हते. स्कूटर हाच पर्याय होता; पण ऐंशीच्या दशकात भारतात अशा छोट्या शहरात स्कूटर चालवणाऱ्या स्त्रिया अगदी हाताच्या बोटावर मोजता येतील इतक्याच असतील. स्कूटरवरून जाणं म्हणजे 'अवघ्या स्त्री वर्गाचं एकांड्या शिलेदाराप्रमाणे प्रतिनिधित्व करणं' हे आई जाणून होती, पण तिला त्याची पर्वा नव्हती.

'ज्याची गरज आहे ते केलंच पाहिजे' ही तिची भावना होती.

ही तिची सगळी भूमिका लक्षात घेतली तरी त्यात एक अडचण होतीच.

माझ्या आईला सायकलही चालवता येत नव्हती. दोन चाकांवर तोल कसा सांभाळायचा हेच माहीत नसेल तर ती स्कूटर कशी चालवणार?

'हात्तिच्या, मी शिकेन की' तिनं जाहीर करून टाकलं. या मूळ प्रश्नाकडे वळताना कदाचित आमच्याइतकीच आतून तीही आश्चर्यचकित झाली असावी. साधारण पस्तिशीच्या आसपासच्या तिच्या वयाच्या स्त्रियांप्रमाणेच लग्न झाल्या दिवसापासून आजतागायत ती साडीच नेसत आली होती आणि सायकल शिकण्यासाठी साडी अगदीच अडचणीची होती.

'तू मला मदत करशील?' आईनं मला विचारलं आणि मीही आनंदानं तयार झाले. रोज संध्याकाळी आमचं शिक्षण सुरू झालं. ती तोल सांभाळण्याची झटापट करत असताना मी मागून सायकल धरून धावत असे. पायात साडी फडफडणाऱ्या एका सुरेखशा बाईला, उंच, बेढब दहा-बारा वर्षांची मुलगी सूचना देतेय आणि दोघी मिळून त्या नाठाळ सायकलीवर ताबा मिळवायचा प्रयत्न करतायत अशा दृश्यानं अनेकांच्या नजरा खेचून घेतल्या असतील. आई आणि मुलीच्या पारंपरिक भूमिकांची अदलाबदल असूनसुद्धा तिला त्याची कधीच तमा वाटली नाही. मला वाटतं त्याची लाज वाटण्याचं माझंही वय नव्हतं. अनेक दिवस आमचं हे चालूच होतं. कधी कधी मालकीण बाईंची- माझ्यापेक्षा थोडी मोठी असलेली केसांना घट्ट रिबिनी बांधलेली- कामवाली मुलगी पिंकी आमच्या मदतीला येत असे. ती फार मनापासून आम्हाला मदत करत असे. दोन्ही पेडल्सवर पाय ठेवून न पडता ते मारण्याची नवखी कसरत करताकरता आईला ते जमलं की आम्ही दोघी आरडाओरडा करून तिला प्रोत्साहन देत असू.

तिला ते सहजासहजी जमलं नाही; पण तिनं ते जमवलं, ही तर फक्त पहिली पायरी होती. अजून तिला 'स्कूटर' नामक मोठ्या शत्रूवर ताबा मिळवायचा होता. तिच्याकडे वेळही फारसा नव्हता. माझं शिकवून झालं होतं. आता जे काही होतं

ते माझ्या वडिलांनीच शिकवायचं होतं. वडिलांकडे नव्या कामावर रुजू होण्यासाठी फक्त काही दिवसांचाच अवधी होता, मग पुन्हा एकदा धैर्यानं आईनं त्या दोन चाकी घोड्याला लगाम कसायचा चंग बांधला. गिअर्स कसे बदलायचे आणि त्याचवेळी हळूहळू वेग कसा वाढवायचा ते तिनं एकाचवेळी शिकायला सुरुवात केली.

'व्वा! अर्धी लढाई तर तू जिंकलीस.' बाबा म्हणाले, कारण तोल सांभाळणं तिला येतच होतं.

आता तीच स्कूटरची स्वामिनी झाली होती.

ती आता पूर्णपणे स्वावलंबी होती. जगात पहिली काही वर्षं रक्षण करायला तिचे वडील होते, मग मोठ्या भावानं काही काळ ती भूमिका केली आणि पाठोपाठ खंद्या रक्षणकर्त्याची भूमिका नवऱ्यानं निभावली होती आणि आता वयाच्या पस्तिशीला- जी करायची तिला सवय नव्हती- ती भूमिका तिच्या वाट्याला आली होती. माझे वडील तिथे नसताना तिनं मुलांच्या सोईकरता स्कूटरचा अगदी पुरेपूर वापर केला. बाईमाणूस स्कूटर चालवताना पाहायची सवय नसल्यानं जेव्हा ती स्कूटर घेऊन बाहेर पडायची तेव्हा लोक आ वासून बघत असत; पण ती तिकडे मुळीच लक्ष द्यायची नाही. मग आमच्या गावातही हळूहळू तरुण मुली स्कूटर चालवताना रस्त्यात दिसायला लागल्या. स्वातंत्र्याची चव घेण्याची मजा त्यांना कळू लागली. चाळिशीतल्या आमच्या रुबाबदार मालकीण बाईंनीही मग गाडी चालवायला सुरुवात केली.

आईच्या कधी हे लक्षात आलं होतं का मला माहीत नाही; पण तिच्या स्कूटरनं आम्हा मुलांना मोलाचे धडे दिले.

आपण आपल्या मुलांच्या भल्यासाठी काही करत असलो तर इतरेजनांच्या टीका टिप्पणीची पालकांनी कधीच चिंता करू नये हे तिनं आम्हाला शिकवलं. तुम्ही करताय ती गोष्ट खरोखरच करण्याची आवश्यकता असेल तर जग काय म्हणेल याची चिंता करू नका हा धडा तिनं आम्हाला दिला.

एखादी गोष्ट नव्यानं सुरू करून तुम्हीच इतरांना आदर्श घालून द्या.

पुरुषांच्या बरोबरीनं बायकाही सर्व काही करू शकतात. एखादी नवी गोष्ट शिकण्यासाठी आता आपलं वय राहिलेलं नाही हे चुकूनही मनात आणू नका. त्याचा पिच्छा पुरवलात की ती आपोआपच तुम्हाला वश होईल. एवढंच की त्याला थोडा अधिक वेळ लागू शकेल. हे सगळं आम्ही तिच्याकडून शिकलो.

आणि ह्या सगळ्याची सुरुवात त्या माझ्या जिवाभावाच्या लाल सायकलमुळे झाली. माझी मीच ती चालवायला शिकले याचं, आजही मागे वळून बघताना मला कौतुक वाटतं, पण त्याहीपेक्षा माझी आई स्वत:च ती चालवायला शिकली याचा मला जास्त अभिमान वाटतो.

– पारुल शर्मा

स्पष्ट बोलण्याचं धाडस

मी मूळची पलक्कडच्या एका दक्षिणी कुटुंबातली. सगळा भूतकाळ मागे ठेवून उज्ज्वल भविष्याच्या आशेनं आमचं कुटुंब पलक्कडहून बाहेर पडलं.

मी आणि माझ्या बहिणी खूप चांगल्या संस्कारात वाढलो, घडलो; पण तेव्हा आम्हाला गंजिफाच्या खेळाचा खूप नाद लागला होता. त्या खेळात आम्ही इतक्या भांडत असू की आम्हाला बाजूला घेऊन, आमचं म्हणणं नीट समजून घेऊन, आमच्यातली भांडणं शक्य तितक्या गोडीगुलाबीनं सोडवणं म्हणजे आईला एक दिव्यच वाटायचं. त्यावेळी जी जीवनमूल्यं, जे संस्कार आमच्यावर आपोआप होत होते त्याविषयी आम्हीच काय पण कदाचित आईसुद्धा अनभिज्ञच होती. परिस्थितीचं योग्य ते भान ठेवणं आणि योग्यायोग्य यातील फरक, याची पायाभरणी त्या मुरलेल्या संस्कारातूनच होत होती. एखादी गोष्ट तुमच्याशी संबंधित असेल किंवा दुसरा कोणी त्याच्याशी संबंधित असेल, पण 'तुम्ही नेहमीच सत्याची बाजू घ्या' ही आईनं दिलेली शिकवण! मी आजतागायत त्याच पालन करत आलेय. माझे वडील काहीसे अबोल आणि अंतर्मुख होते. फार क्वचित प्रसंगी ते आपलं मत व्यक्त करायचे.

'डिफेन्स इस्टेट्स सर्व्हिस'मध्ये माझे वडील काम करत. त्यांची सरकारी नोकरी होती. त्या काळात त्यांना कमी पगार होता, पण नोकरीतलं पद खूपच मानाचं होतं. या नोकरीत मिळणारं आमच्या दृष्टीनं चांगलं बक्षीस म्हणजे दरवर्षी नवीन ठिकाणी होणारी बदली. आम्ही बहिणी या होणाऱ्या बदलीनं अगदी आनंदानं हुरळून जात असू आणि बदलीची अगदी उत्सुकतेनं वाट बघत असू. आईच्या पोटात मात्र त्यावेळी गोळा उठे. इतर कोणाहीपेक्षा आमच्या शाळा सारख्या बदलत असत. यात अनपेक्षितपणे उद्‌भवणाऱ्या गोष्टींची झळ आम्हाला बसत असे, पण खरं म्हणाल तर याचा आम्हाला बऱ्याचदा फायदाच होत असे. आम्ही अधिक मोकळ्या होत गेलो, स्नेहभावना वाढली आणि आम्ही पुष्कळशा स्वावलंबीही झालो.

त्या काळातली एक घटना माझ्या मनात कायमची घर करून बसली आहे. तो प्रसंग, प्रत्यक्षात घडला त्या दिवसापासून अगदी आजपर्यंत माझा मार्गदर्शक, माझी प्रेरणा बनून राहिला आहे. त्यावेळी आम्ही मध्यप्रदेशातील एका छोट्या गावात- जबलपूरमध्ये- राहत होतो. तिथे फारशा चांगल्या शाळा नव्हत्या; अर्थातच आम्ही जिथे शिकत होतो ती शाळाही त्याला अपवाद नव्हती. भारत-पाकिस्तान क्रिकेट मॅच टी.व्ही.वरून प्रक्षेपित होणार असली की, शिक्षक बरेचदा शाळेतच यायचे नाहीत. बऱ्याचशा विषयांना कायमचा असा कोणी शिक्षकच नव्हता. शाळेत अनेकदा अर्धवेळ काम करणारे किंवा काही विशिष्ट कारणासाठी नेमलेले शिक्षक असायचे, ते केवळ पैशासाठी काम करत; पण कामात लक्ष घालत नसत.

असेच आम्हाला केमिस्ट्री शिकवणारे एक शिक्षक होते. मी तेव्हा अकरावीच्या वर्गात होते. ते शिक्षक म्हणजे कॉलेजमधून नुकतीच पदवी घेऊन बाहेर पडलेला एक तरुण होता. अगदी रुबाबदार पण उद्धट! नेमलेला अभ्यासक्रम पुरा करण्याचे आपले बेत आणि योजना वर्गातल्या विद्यार्थी-विद्यार्थिनींना सांगून, पहिल्या काही दिवसांत त्यांनी आमच्यावर इंप्रेशन पाडायचा प्रयत्न केला, मग हळूहळू त्यांच्या वागण्यात बदल झाला आणि त्यांच्या भरकटणाऱ्या नजरेनं आम्हाला सावध केलं. ते आम्हाला शिकवत असलेली प्रत्येक गोष्ट अत्यंत हुशारीनं स्त्री-पुरुषांशी जोडून टाकायचे, मला ते अजिबात सहन होत नसे. त्यांचे हे प्रताप मुख्याध्यापकांच्या कानावर घालण्याचं धाडस ना मुलींच्यात होतं ना मुलांच्यात! कारण आधीच आमचा पोर्शन इतरांपेक्षा रेंगाळला होता आणि वर्षही संपत आलं होतं.

एक दिवस तर त्यांनी अगदी हद्दच गाठली. एका तासाला इलेक्ट्रोलेसिसच्या घडामोडी समजावून सांगताना त्यांनी बॅटरीचं ऋण टोक म्हणजे स्त्री आणि धन टोक म्हणजे पुरुष असाच संबंध जोडून टाकला! मग काय? हे प्रकरण त्यांना फारच आवडू लागलं. आणि इलेक्ट्रोलेसिस समजावून सांगताना ते असलीच अनेक उदाहरणे देऊ लागले. मग मीही त्या विषयातून माझं मन काढून घेतलं आणि त्यांचं व्याख्यान ऐकणं सोडूनच दिलं. हे त्यांचं असं सुरू असताना मागच्या बाकावर बसून एखादं कॉमिक वाचणं सहज शक्य व्हायचं.

एक दिवस वर्गात माझा काहीच सहभाग नसल्याचं त्यांच्या लक्षात आलं. सुनीतानं– माझ्या मैत्रिणीनं– एकदोनदा ढोसल्यावर मी अगदी निर्विकारपणे उभी राहिले. त्यांनी मला काहीतरी प्रश्न विचारला होता आणि मला तो ऐकूच आला नव्हता. नेहमीप्रमाणेच तो इलेक्ट्रोलेसिसच्या धन आणि ऋण भारांच्या विद्युतकणांच्या हालचालींविषयीच होता.

'मला उत्तर माहीत नाही' असं मी सांगितल्यावर, 'मी शिकवत असताना तुझं लक्ष का नव्हतं?' असं त्यांनी विचारलं.

'कारण तुम्ही काही तरी लैंगिक गोष्टी सांगत आहात. मला केमिस्ट्री शिकायची आहे. या दोन विषयांची अशी सांगड मला नको आहे. तुम्ही शिकवता तिकडे लक्ष देण्यापेक्षा ह्याचा घरीच अभ्यास करावा असं मला वाटलं.'

शिक्षक संतापाने काळे निळे झाले. शरमेनं लाल झाले. सगळा वर्ग अगदी स्तब्ध झाला. माझं म्हणाल तर स्वत:च्याच या धाडसीपणामुळे मला अगदी मरणाची भीती वाटली. माझे पाय थरथरू लागले. मी अगदी एखाद्या वीरांगनेचा आविर्भाव केला होता; पण पर्यायानं त्याची फळं आता मला एकटीलाच भोगावी लागणार होती.

त्यापुढे जे घडलं ते याहून वाईट होतं. शिक्षकांनी मुख्याध्यापकांकडे तक्रार केली. मला ऑफिसमध्ये बोलावण्यात आलं. मुख्याध्यापकांनी मला शिक्षकांची माफी मागण्यास सांगितलं. घडलेल्या प्रसंगातला माझा दृष्टिकोन काय होता ते मी मुख्याध्यापकांना सांगण्याचा प्रयत्न केला. मला सहानुभूती दाखवण्याऐवजी मी मुकाट्यानं 'मोठ्यांचा आदर राखलाच पाहिजे' अशी त्यांची अपेक्षा त्यांनी व्यक्त केली. माझा त्याला ठाम नकार होता; परिणामत: मुख्याध्यापकांनी माझ्या वडिलांना फोन करून 'तुमची मुलगी फार उपद्रवी आणि उध्दट आहे' असं सांगितलं, मी ऑफिसबाहेर, रागानं धुमसत 'पुढे काय होणार' याच विचारात उभी होते. शाळेतून माझी हकालपट्टी होणार, की माझ्या मूर्खपणाबद्दल माझे वडील मला रागावणार? मला काहीच कळेना.

वेळ जाता जाईना. अर्ध्या तासानं माझे वडील आले. ते फारच चिंतातुर दिसत होते. साध्यासुध्या चेष्टेपेक्षा हा काही तरी गंभीर मामला आहे हे त्यांना कळून चुकलं असणार, कारण यापूर्वी मुख्याध्यापकांनी ऑफिसमध्ये बोलावल्याचं हे असं फर्मान कधीच काढलं नव्हतं. काही वेळानं मला आत बोलावण्यात आलं– घडलेला किस्सा मुख्याध्यापकांनी वडिलांच्या कानावर घातला. वडिलांनी माझ्याकडे एक दृष्टिक्षेप टाकला. त्यांच्या डोळ्यात हसू दडलं होतं, पण मुद्रा तशीच करारी दिसत होती.

'सर, मला वाटतं शिक्षकांची नेमणूक करताना तुम्ही दक्षता बाळगायला हवी. माझ्या मुलीनं क्षमा मागण्याचं काहीच कारण मला दिसत नाही. मी तर म्हणेन की तिनं योग्यच गोष्ट केली आहे.' माझ्या वडिलांनी मुख्याध्यापकांना शांतपणे सांगितलं.

तत्क्षणी, परस्पर विश्वासाची एक आगळी भावना माझ्यात आणि वडिलांच्यात दृढ झाली. माझी स्वत:वरील विश्वासाची जाणीव काळाबरोबर अधिकाधिक पक्की होत गेली. सहजपणानं त्यांनी मला जवळ घेतलंय अशी त्यांची वृत्ती नव्हती हे मला जाणवलं; पण ते इतके कणखर होते की आणीबाणीच्या प्रसंगात मी खुशाल त्यांच्यावर विसंबू शकत होते.

नंतर काय काय घडलं ते मला ठाऊक नाही; पण त्या शिक्षकांना काढून टाकण्यात आल्याचं आम्हाला कळलं आणि दुसरे अधिक योग्यतेचे नवीन शिक्षक आम्हाला शिकवणार असल्याचं लक्षात आलं.

जर त्या दिवशी माझे वडील माझ्या पाठीशी उभे राहीले नसते तर आज जी मी काही आहे तशी झाले असते का? आज मी एक अशी व्यक्ती आहे जी नेहमी खऱ्याच्याच बाजूने उभी राहिल आणि कटु सत्य सांगायला जराही कचरणार नाही; त्याचे खरे बीज या प्रसंगात दडलेले आहे.

– हरिणी प्रकाश

छोटी कृती, मोठी भरारी

मी कंपनीत नुकतीच कॉर्पोरेट ट्रेनर (प्रशिक्षक) म्हणून रुजू झाले होते. त्या नवख्यांच्या गर्दीत आणि अपरिचित वातावरणात अगदीच एकाकी पडले होते.

फारसं काही न घडता दुसरा आठवडा पार पडला. त्या आठवड्यात शेवटी एक दिवस अचानक माझा एक सहकारी माझ्यापाशी येऊन म्हणाला, 'हॅलो, माझं नाव नवीन. कसं चाललंय तुमचं काम? तुम्हाला अजून एकटं वाटतंय का? मग आमच्या ग्रुपबरोबर दुपारी जेवायला चला.' मी अगदी तात्काळ होकार देऊन त्यांच्या ग्रुपमध्ये सामील झाले.

एक दिवस माझ्या प्रशिक्षण-वर्गासाठी मी पॉवर पॉइंट प्रेझेंटेशनचं एक मोड्यूल खूप परिश्रमपूर्वक तयार केलं.

'काय चाललंय? मी बघू का काय केलंय ते?' नवीननं येऊन मला विचारलं.

'हे छानच झालंय; पण हे आणखी चांगलं करायला मी मदत करू का तुम्हाला?' ते पाहिल्यावर नवीननं विचारलं.

हळूहळू माझ्या असं लक्षात आलं की नवीनमध्ये एक मनापासून काम करणारा, गुणी पण कठोर शिस्तीचा शिक्षक दडलाय. एक अतिशय गुंतागुंतीचं सॉफ्टवेअर आम्ही परस्परांच्या सहकार्यानं तयार केलं, माझ्यातली सुप्त नवनिर्मितिक्षमता त्याच्या उत्तेजनामुळे बाहेर आली. हे सगळं त्यानं केलं ते केवळ माझं काम चांगलं होण्यासाठी. जुनंच, नेहमीचंच काम पण ते करण्याचे नवे मार्ग मला सापडले. जणू नव्याने निर्माण झालेला आत्मविश्वास आणि कामाचा आनंद ह्याचं प्रतिबिंबच माझ्या कामात पडलं होतं!

काही दिवसांनी मला एका शाळेसाठी एक प्रशिक्षण कार्यक्रम घ्यायचा होता. नवीननं नेहमीप्रमाणे माझ्या पॉवर पॉइंट प्रेझेंटेशनवरून एक नजर फिरवली. मॉड्यूल बनवताना काही गोष्टी सुटून गेल्या नाहीत ना किंवा कुठे काही बारीक सारीक दुरुस्त्या हव्या आहेत का ते पाहिलं. मी घेतलेला तो प्रशिक्षण कार्यक्रम

अतिशय यशस्वी झाला, इतका की अनेकांनी त्याला मनापासून दाद दिली. त्यावर बरेच दिवस चर्चा होत राहिली. मला मनातून माहीत होतं की या यशाचा खरा धनी नवीन आहे.

त्यानंतर थोड्याच दिवसांत 'ॲपेक्स रिअल्टी कॅन्क्लेव्ह २००८' या परिषदेचं सूत्रसंचालन करण्याची मला संधी मिळाली. या परिषदेसाठी जगभरातून अनेक उच्चपदस्थ आर्किटेक्ट्स एकत्र येणार होते. परिषदेनं तर मी केलेल्या उत्तम सूत्रसंचालनाबद्दल आणि एकूणच परिषदेच्या उत्कृष्ट नियोजनाबद्दल, तसंच माझ्या पॉवर पॉइंट प्रेझेंटेशनचं आणि मी बनवलेल्या चित्रफिती याचं सगळ्यांनी उठून उभं राहून टाळ्यांच्या गजरात खूप कौतुक केलं.

एका मान्यवरांची मला 'परिषदेत जी उत्कृष्ट फिल्म दाखवली गेली त्यात तुमचं वेगळेपण ठळकपणे दिसून आलं.' अशी त्यानंतर ईमेलही आली.

आणि अचानक माझ्या नोकरीच्या सुरुवातीचे मी एकाकी अवस्थेत काढलेले काही आठवडे डोळ्यांसमोर तरळून गेले. माझी ती एकाकी अवस्था ओळखून एका अपरिचित सहृदय व्यक्तीनं मला बोलतं करण्यासाठी, मला काही शिकवण्यासाठी देऊ केलेला आपला वेळ! त्यामुळेच केवळ माझं नाव झालं. माझं कौतुक झालं - त्याची मी कधी कल्पनाही केली नव्हती. उज्ज्वल भविष्यासाठी मग नवीननं आमची कंपनी सोडली; पण माझ्या मनात मात्र त्यानं कायमचं घर केलं. मी माझ्या ऑफिसात केवळ त्याच्यामुळेच स्थिरावले. त्या फिल्ममध्ये जो वेगळेपणा आला होता त्यानं तर माझं सगळं आयुष्यच बदलून टाकलं. सहृदयपणाच्या एखाद्या छोट्याशा कृतीतसुद्धा केवढं सामर्थ्य दडलेलं असतं याचं मला पुन्हा पुन्हा आश्चर्य वाटतं.

आपण करत असलेल्या कोणत्याही (गोष्टीला) कृतीला कधीही तुच्छ लेखू नये हे मला कळून चुकलंय. आपली एखादी छोटीशी कृतीही दुसऱ्या व्यक्तीचं आयुष्य बदलून टाकू शकते.

– ललिता मेनन

जीवनाकडे पाहण्याचा नवा दृष्टिकोन

खिडकीवर बर्फाचे कण भुरभुरत होते. त्यांच्या पलीकडे होतं उजाड माळरान आणि बर्फाच्छादित शिखरं! आश्चर्याची गोष्ट अशी की अंधारून आलेल्या या संध्याकाळच्या गारठ्यात तिला मात्र ऊब जाणवत होती. गेले कित्येक दिवस, वर्षे तिला अशी ऊब मिळाली नव्हती. मॉंट्रिअलमधला हा तिचा दुसराच हिवाळा. पहिल्या हिवाळ्यात, एअरपोर्टच्या लॉबीत एक पातळसा कोट लपेटून घेऊन आपण कुडकुडत बसलो होतो याची तिला आठवण झाली. कशाची तरी वाट पाहता पाहता आपल्या कोटाशी ती अस्वस्थपणे चाळा करत होती. प्रवासाची काहीच माहिती नसणाऱ्या एखाद्या प्रवाशाची ही बेचैन हालचाल नव्हती किंवा ही आपल्या प्रियजनांना मागे सोडून निघाल्याचीही खंत नव्हती. परत जाण्याची तिची बिलकुल इच्छा नव्हती आणि या गोष्टीचं तिच्यापाशी काही स्पष्टीकरणही नव्हतं.

खिडकीजवळच्या एका बाकावर ती आत्ता बसली होती आणि मनातल्या आनंदाच्या ऊर्मींनं ती उल्हसित झाली होती. ह्या सगळ्याची सुरुवात जिथे झाली होती तिथेच ती मनाचा हिय्या करून परत निघाली होती. तिनं परत घरी जायचं ठरवलं होतं. परतीचे दोर कापून टाकायचं ठरवल्यावर आणि मनाची कवाडं निश्चयानं बंद करून टाकल्यावर आता हा निर्णय पुन्हा घेणं जरा अवघडच होतं.

फ्रँक्विसला आता ती शेवटचं एकदा भेटणार होती. त्याच्या आणि तिच्या पहिल्या भेटीची आठवण होऊन तिला खुदकन हसू आलं. त्या मोठ्या प्रशस्त हॉलमध्ये मिणमिणता प्रकाश होता आणि बाहेर लख्खं ऊन! त्या अंधारात ती अडखळली. एका अंध व्यक्तीच्या सोबतीनं जिना चढून ती वर गेली. 'तिथं कोपऱ्यात टेबलाशी बसून तू खाऊ शकतेस.' त्यानं सांगितलं.

मग त्यानंच तिला मेन्यू वाचून दाखविला. ती अंध व्यक्ती म्हणजे फ्रँक्विस. हे रेस्टॉरंट अंध व्यक्तीच चालवतात हे तिला मागाहून कळलं. म्हणजे स्वयंपाकापासून, जेवणखाण सगळं पूर्ण अंधारातच चाललं होतं तर!

आत्ता खिडकीपाशी बसून बाहेरच्या गोठवून टाकणाऱ्या त्या स्तब्ध वातावरणाकडे बघताना आपल्या कुटुंबानं आपल्याला कसं झिडकारलं याचीच आठवण राहून राहून तिला सतावत होती; याचं कारण काय तर तिनं सर्वसामान्यांहून निराळ्या बाळाला जन्म दिला होता. हे असं अपंगत्व आपल्या आसपास कोणालाच नको होतं. या बाळाबद्दल वाटणारा तिरस्कार दुहेरी होता. एक तर ते बाळ मुलगी होती शिवाय सेरेब्रल पाल्सीमुळे तिला चालता, बघता अथवा ऐकता येणार नव्हतं. तिची करंगळी पकडून अगदी गोड हसून ते बाळ तिला खूश करण्याचा प्रयत्न करायचं, पण तिच्या डोळ्यातून मात्र आसवांच्या अखंड धारा वाहात असत.

सगळी परिस्थिती हाताळायला आपण असमर्थ आहोत हे लक्षात आल्यावर, शाननं- तिच्या नवऱ्यानं रीतसर घटस्फोटासाठी अर्ज दाखल करून टाकला. तिच्याबद्दल अनेकांना सहानुभूती वाटली; पण मदतीचा हात कोणीच देऊ केला नाही. नातेवाइकांनी तिच्याकडे पाठ फिरवली, शेवटी 'आपणच एकटं या बाळाला वाढवायचं' असं तिनं ठरवून टाकलं. तिनं बाळाचं नाव ठेवलं 'अंतरा'. जसजशी वर्षं गेली तसतशी ती अधिकाधिक एकाकी झाली. तिचं आयुष्य भरडलं जात होतं आणि बदलाची तर सुतराम शक्यता नव्हती. एके रात्री आपलं उरलेलं आयुष्य कसं घालवायचं याचा तिनं विचार केला. विचित्र कात्रीत ती सापडली होती. असं उपेक्षित आयुष्य कंठायचं की सगळे पाश सोडून टाकून नवा अध्याय सुरू करायचा? शेवटी सहा वर्षांच्या अंतराला तिनं एका संस्थेत दाखल करायचं ठरवलं आणि आपल्याला जिथं कोणी ओळखूही शकणार नाही अशा ठिकाणी निघून जाण्याचं तिनं पक्कं केलं. कदाचित नव्यानं सुरुवात करता येईल!

अंतराच्या डोळ्यात अनेक प्रश्नचिन्हं उभी असलेली तिला कळत होती; पण त्यांची उत्तरं तिला तरी कुठे ठाऊक होती? शांतपणे अंतराचं सारं सामान बॅगेत भरून, बाहेर वाट बघणाऱ्या गाडीकडे ती अंतराला घेऊन गेली.

मॉंट्रिअल हे आपल्या प्रवासातल्या मुक्कामाचं अंतिम ठिकाण ठरवून उर्वरित आयुष्य इथंच काढायचं तिनं ठरवलं होतं - अगदी कोणाच्याही मदतीशिवाय. आता इथे कशाचीच जबाबदारी तिच्यावर असणार नव्हती; पण मनात कुठे तरी आपण हे बरोबर करत नसल्याची पाल चुकचुकत होती. अंतराची तिला सारखी आठवण येत होती आणि तिच्या डोळ्यातलं पाणी संपत नव्हतं. आपल्या बाळाच्या विचारानं तिचं मन पुहा एकदा निराशेच्या खोल गर्तेत बुडून गेलं. या सगळ्याचा परिणाम तिच्या वागण्यावर दिसायला लागला. आजूबाजूच्या माणसांना ती टाळू लागली. अंधार तिचा सोबती झाला. असंच एकदा रस्त्यावरून निरुद्देश भटकताना 'नीला, नीला' अशा कोणाच्यातरी हाका तिला ऐकू आल्या. हे आपल्याच मनाचे खेळ आहेत की खरोखरच कोणी आपल्याला हाका मारतंय तिला काहीच समजेनासं

झालं. त्या आवाजाचा ससेमिरा चुकवायला ती धावत सुटली आणि तिच्या नशिबानं तिला फ्रँक्विसच्या दारात आणून उभं केलं.

अनपेक्षितपणे त्या दोघांच्यात भावबंध निर्माण झाले. त्याच्या अंधाऱ्या दुनियेत तिच्या मनाला शांती मिळू लागली. हळूहळू केवळ फ्रँक्विसच्या आग्रहाखातर, मनावरचं मळभ दूर करण्यासाठी स्वच्छ सूर्यप्रकाशात ती आता त्याला भेटू लागली. ती म्हणजे जणू आता फ्रँक्विसला प्राप्त झालेली नवी दृष्टी होती. ती त्याला तिच्या नजरेतून दिसणाऱ्या जगाचं वर्णन सांगायची. 'स्वच्छ सूर्यप्रकाशात आपल्या भोवतालचं जग चैतन्यानं सळसळत असतं का?' तो तिला विचारायचा. आजपर्यंत नीरस वाटणाऱ्या त्या वातावरणातलं सौंदर्य टिपताना तिला शब्दच सुचायचे नाहीत. अखेर एक दिवस आसपास वावरणाऱ्या माणसांच्या गोतावळ्यात तिनं स्वत:ला मोकळं करण्याचं धाडस दाखवलं. तो अनुभव अगदी विचित्र होता. जणू काही एखाद्या अंध व्यक्तीनं आयुष्यात प्रथमच उजेड पाहावा तितकाच विचित्र! पण यथावकाश तीही मोकळी होत गेली. एका अंध व्यक्तीनं तिला उजेडाचा आनंदाचा मार्ग दाखवला होता. हा किती विरोधाभास होता! आता जगापासून दूर पळून जाण्याची तिला गरजच उरली नाही.

ती अंतराला भेटायला गेली. अंतराशी तिनं संवाद साधला. अंतराचा आनंदी आवाज ऐकून तिच्या हृदयाला पाझर फुटला. डोळ्यात अश्रूंचा महासागर दाटून आला. थोड्याच दिवसांत ती अंतराला घेऊन घरी परतली. तोच तिच्या अस्तित्वाचा अनमोल ठेवा होता. अपरिचितांच्या त्या दुनियेत ती आता अंतराला कधीच सोडणार नव्हती. आता प्रकाशावर त्यांचंच अधिराज्य होतं! ही किमया घडवली होती एका समंजस मार्गदर्शकानं, एका मित्रानं! त्याच्या जगात अंधकाराचं साम्राज्य होतं; पण हृदयात होता फक्त प्रकाश!

– पूजा नायर

वाढदिवसाची अनोखी भेट

बंगलोरचं मला प्रथम दर्शन झालं तो होता रविवार. चैतन्यानं सळसळणारं भवताल दिसेल अशी माझी कल्पना होती; त्या उलट जे दिसलं ते अगदीच अळणी, उदास वाटलं. माझ्या स्वप्नाला तडा गेल्यासारखं! निराश मन:स्थितीतच मी लेडीज हॉस्टेलकडे रवाना झाले. तिथं गेल्यावर कळलं की कोणी माया नामक मुलगी माझी रूम पार्टनर असणार आहे.

हॉस्टेलमध्ये प्रवेश करताच कोरे, अपरिचित चेहरे सामोरे आले. हॉस्टेल प्रमुखानं मला माझी छोटी खोली दाखवली. खोलीतलं सामान अगदी नीटनेटकं लावलेलं दिसत होतं. एका परक्या मुलीला माया तिच्या विश्वात कसं सामावून घेईल आणि अर्थातच मीसुद्धा तिला- याची मला उत्सुकता आणि भीती होती.

मुंबईत मागे राहिलेल्या मित्रमंडळींकडे मन ओढ घेत होतं. बंगलोरला मला सोडून परत गेलेल्या आई-वडिलांच्या आठवणीनं मन बेचैन होत होतं. मी व्यवस्थित पोहोचले की नाही याची चौकशी करणारे मैत्रिणींचे फोन येऊन गेले, पण जसजशी दुपार टळून गेली तसतसे त्यांचे फोन्सही कमी होत गेले. माझ्या रूम पार्टनरचा तर कोठे पत्ताच नव्हता! दुसऱ्याच दिवशी माझा चोविसावा वाढदिवस होता. प्रथम दर्शनी हे शहर माझ्या मनातून अगदीच उतरलं होतं आणि त्यातून पुन्हा उद्या माझ्या वाढदिवशी मी इथे एकटीच असणार होते... हा विचार मनात आला अन् माझं मन एकदम निराशेच्या खोल गर्तेत बुडालं.

'वाढदिवशी मैत्रिणींच्या अखंड बडबडीमुळे माझी खोली कशी जिवंत वाटत असे. दर पाच मिनिटांनी काहीतरी चटक मटक पदार्थ आणि मिठाई आई पुरवत असे' हे विचार माझ्या मनात पुन्हा पुन्हा येऊ लागले, पण आता हे कोडकौतुक उद्या असणार नव्हतं. आई-वडील, माझे कुटुंबीय, अगदी माझ्या मैत्रिणीसुद्धा वाढदिवस साजरा करायला बरोबर असणार नव्हत्या.

उद्या तर काय कामावर हजर व्हायचं– म्हणजे पुन्हा एकदा खूप अनोळखी

माणसांनाच तोंड द्यायचं. शरीराचं मुटकुळं करून त्या एकुलत्या एक बेडवर मी पडून राहिले. एक पुस्तक आणि टेडी बेअर सोबतीला घेऊन मी पांघरूण अंगावर ओढून घेतलं. दारावरच्या खडखडाटानं मी अर्धवट झोपेतून उठून बसले. दार उघडायच्या झटापटीत त्या अर्धवट गुंगीत मी पलंगावर दोनदा आपटले. दाराबाहेर, हातात एक छानसा केक घेऊन, सुहास्य मुद्रेनं उभ्या असलेल्या मुलींचा एक मोठा घोळका मला दिसला. वाढदिवसाच्या शुभेच्छा आणि माझं नाव त्या केकवर लिहिलेलं मला दिसलं. त्या मुलींच्या हातात रंगीत फुगे आणि रिबिनीसुद्धा होत्या, इतक्यात एकीनं रंगीत कागदाचे कपटे हवेत उडवले आणि सगळ्यांनी एका सुरात 'हॅपी बर्थ डे' गाऊन माझं अभिनंदन केलं.

'मी स्वप्नात तर नाही ना? मला तर याची सुतराम कल्पना नव्हती.' मी पुटपुटले.

'अगं, असे अनपेक्षित गोड धक्के नसतील ना तर जगण्याला काहीच मजा येणार नाही. हाय! मी माया.' माझ्याच वयाच्या एका गोड मुलीनं म्हटलं. माझ्या हातात हात गुंफून तिनं मला गाढ अलिंगन दिलं. बाकीच्यांनी माझ्या तोंडाला केक फासला. ह्या सगळ्या मायाच्या मैत्रिणी होत्या; काही तर तिच्या ऑफिसातच काम करत होत्या. परत जाता जाता माझा उद्या वाढदिवस असल्याचा उल्लेख आई-वडिलांनी हॉस्टेल प्रमुखांजवळ केला होता आणि त्यांनीच मायाला ही माहिती पुरवली होती, हे माझ्या लक्षात आलं. मग केक आणून रात्री बारा वाजता मला शुभेच्छा द्यायचा त्यांनी बेत केला.

मी अगदी भारावून गेले. हा त्यांचा आपलेपणा अगदी शब्दातीत होता. हे नवखं शहर, इथले लोक त्यांच्याबद्दल फारसं काही जाणून न घेता मी माझं उगीचच नकारात्मक मत बनवलं होतं, त्याउलट ज्या मुली मला कधी भेटल्या नव्हत्या, ज्या मला ओळखतही नव्हत्या, त्यांनी माझा वाढदिवस 'अनोखा' करण्यासाठी इतके कष्ट घेतले होते. त्या दिवसापासून मी मात्र कोणाहीबद्दल अगर कशाहीविषयी आपलं मत आधीच बनवायचं नाही हा धडा शिकले, अर्थातच रूम पार्टनरशी त्यानंतर माझी घट्ट दोस्ती झाली हे वेगळं सांगायची गरजच नाही, इतकंच नव्हे तर बंगलोर शहरानंही मला खुल्या मनानं आपलंसं केलं.

– पूजा नायर

चिरंतन जीवन

तिला घेऊन ट्रॉली ऑपरेशन थिएटरकडे निघाली होती. डोळ्यातले अश्रु थोपवण्याचा तिचा निष्फळ प्रयत्न चालू होता. आयुष्य म्हणजे दैवाचा विचित्र खेळ असतो असं शुचिता आजपर्यंत फक्त ऐकूनच होती; पण आत्ता ह्या क्षणी मात्र तीच त्या दैवाची शिकार झाली होती. मागच्याच वर्षी साधारण ह्याच दिवसात 'आपल्याला दिवस राहिलेले नाहीत' हे कळल्यावर तिनं समाधानाचा सुस्कारा सोडला होता. तिच्याकडे आकृष्ट झालेल्या नजरांची तिनं टर उडवली होती 'अगं आत्ताच मूल होऊ देण्याची माझी अजून मानसिकता झालेली नाही आई!' तिनं मोठ्या मुश्किलीनं आईला समजावलं होतं. आत्ताच कुठे आपल्या लग्नाला एक वर्ष पूर्ण होतंय आणि मूल झाल्यानंतर येणाऱ्या जबाबदाऱ्या पूर्णपणे पेलण्याची ताकद आपल्यात नाही याची शुचिताला जाणीव होती.

आणि ह्यावर्षी परिस्थिती नेमकी उलटी होती. दोनच आठवड्यांपूर्वी दिवस राहिल्याचं शुभवर्तमान सांगून तिनं सगळ्यांचं तोंड गोड केलं होतं. ह्या वेळी शुचिता मनापासून बाळाची वाट पाहात होती. शुचिताच्या चित्तवृत्ती फुलून आल्या होत्या, पण आज अचानक काहीतरी बिनसलं.

दुपारच्या वेळी ती नेहमीप्रमाणे आळसावून लोळत होती. इतक्यात आपल्या शरीरात काहीतरी वेगळी हालचाल तिला जाणवली. अचानक कसला तरी लोंढा आल्याचा भास झाला. पोट हातानं सावरत ती फोनपाशी पोहोचली. तिनं आईचा नंबर फिरवला! अर्ध्या तासातच शुचिता हॉस्पिटलमध्ये पोहोचली. तिची पाण्याची पिशवी अकाली फुटली होती, आणि बाळाच्या जिवाला मोठाच धोका निर्माण झाला होता. अखेर घडू नये ते घडलंच! तिनं बाळ गमावलं. क्युरेटिंग करणं आवश्यकच होतं; पण दुःखात सुख एवढंच की दोन तीन महिन्यांनी पुन्हा दिवस राहू शकतात असा दिलासा डॉक्टरांनी दिला होता.

शुचिताच्या प्रकृतीत हळूहळू सुधारणा होत होती. सहज तिच्या मनात आलं-

न कळत्या, बालवयात आयुष्य किती सोप्पं वाटायचं. तेच आता मात्र किती तरी जिकिरीचं आणि गुंतागुंतीचं झालं आहे.

शुचितासाठी घरचं ताजं जेवण आणायला म्हणून आई घरी गेली होती. पहाडासारखा खंबीर नवरा तिच्याजवळ बसून होता; पण मनातून तोही ढासळलाच होता. अरेच्च्या! पण बाबा कुठे गेले? मला भेटायला कसे नाही आले? आश्चर्यच आहे. हा विचार तिच्या मनात येतोय न येतोय तोच तिला बाबा येताना दिसले. अतिशय कृश आणि अशक्त!

शुचितानं त्याबद्दल विचारलंही; पण अर्थातच 'छे! छे! माझी तब्येत अगदी उत्तम आहे.' असं म्हणून त्यांनी आणखी काही बोलायचं टाळलं. ऑपरेशननं आधीच अशक्त झालेल्या शुचितानंही त्याकडे फारसं लक्ष न देता विश्रांतीसाठी डोळे मिटले. तिला क्षणात गाढ झोप लागली. दोन तासांनी जाग आली तो आईचा हसरा चेहरा समोर आला.

तिची आई एक कणखर बाई होती. मनाचा तोल बिघडू न देता आजवर तिनं अनेक संकटांचा सामना केला होता. बाबांच्या तब्येतीच्या काळजीचा शुचिताला एव्हाना विसर पडला होता आणि मग उरलेला सगळा दिवस गडबडीतच गेला. दुसऱ्या दिवशी शुचिताला दवाखान्यातून सोडण्यात आलं आणि नवऱ्याबरोबर ती घरी आली. आई-बाबा घरी आपली वाट पाहात असतील अशी तिची अपेक्षा होती; पण घरात कोणीच नव्हतं. तिचा अपेक्षाभंग झाला. नक्कीच काही तरी विपरीत घडलं असणार. खूप मिनतवाऱ्या केल्यावर शुचिताच्या नवऱ्यानं खरं सांगायचं धाडस केलं. शुचिताच्या मनातली शंका खरी ठरली. बाबा हॉस्पिटलात अत्यवस्थ होते, मृत्युशी झुंज देत होते. 'मला हॉस्पिटलात घेऊन चल' म्हणून शुचितानं नवऱ्याला गळ घातली. तिथे पोहोचल्यावर शुचितानं सगळी सूत्रं आपल्या हातात घेतली. आई-बाबांच्या देखभालीची जिम्मेदारी तिनं स्वीकारली. आई तर आतून उन्मळून पडली होती.

मृत्यू चोरपावलानं पुढे सरकत होता, तरीही डॉक्टरांनी अजून आशा सोडली नव्हती. क्षणोक्षणी तिच्या मनात एकच विचार येई 'बाबा यातून बरे होतील ना? वाचतील ना?' सत्याचा सामना करण्याचं धाडस तिच्याजवळ नव्हतंच. आईला आधाराची फार गरज होती आणि शुचिता तिच्याजवळ खंबीरपणे उभी होती– कुठल्याशा दुर्दम्य इच्छाशक्तीच्या जोरावर! अखेर पंचेचाळीस दिवसांच्या वास्तव्यानंतर प्रकृतीचा धोका टळलाय असं सांगून बाबांना हॉस्पिटलमधून घरी सोडण्यात आलं. शुचिताचा तर विश्वासच बसेना. बाबा दुखण्यातून सहीसलामत बाहेर आले होते. हा मोठा चमत्कारच मानावा लागेल. तिनं बाळ गमावलं होतं, पण बाबांचा जीव बचावला होता. खरोखर परमेश्वर कुठे तरी असतोच आपल्या बरोबर सगळ्याचा

तोल सांभाळायला.

हळूहळू हिंडण्याफिरण्याइतकी शक्ती बाबांच्या अंगात आली. सगळं सुरळीत चालू झालं. सहा महिन्यांनी शुचिताला आपल्याला दिवस गेल्याचा शोध लागला. ह्यावेळी मात्र डॉक्टरांनी तिला पूर्ण विश्रांतीचा सल्ला दिला होता. आईला आता दोघा दोघांच्या तब्येतीवर लक्ष ठेवावं लागत होतं– शुचिता आणि तब्येत नाजूक झालेले शुचिताचे बाबा. एकीकडे जीवन-मृत्युशी संघर्ष करणाऱ्या जिवाला आधार द्यायचा होता तर दुसरीकडे जो जीव अजून जन्माला यायचा होता त्याच्या वाढीकडे लक्ष पुरवायचं होतं. जीवन-मृत्युचा समतोल सांभाळायची आईची कसरत खरोखरच वाखाणण्यासारखी होती.

वसंत ऋतुचं आगमन झालं. सगळीकडे मोठ्या उत्साहाचं वातावरण होतं, पण शुचिताला जरा अस्वस्थ वाटत होतं. दिवस उगवला, पण सकाळपासूनच हवेत उष्णता आणि दमटपणा होता. झाडाचं पानसुद्धा हलत नव्हतं. पक्ष्यांचं अस्तित्वच काय, पण किलबिलाटही कोठे जाणवत नहता. सकाळचा चहा पिता पिताच शुचिताला जणु कसल्यातरी अशुभाची चाहूल लागली. गोष्टी मनासारख्या नव्हत्या.

इतक्यात आतून आईची किंकाळी ऐकू आली. शुचिता धावतच आत गेली. बाबा अचानक कोसळले होते. डोळ्याचं पान लवतं न लवतं इतक्या वेगात गोष्टी घडत गेल्या. ॲम्ब्युलन्स आली आणि शुचिताचा नवरा आणि आई, बाबांना घेऊन हॉस्पिटलमध्ये गेले. धावपळीची परवानगी नसल्यामुळे शुचिता घरातच होती. संध्याकाळी तिचा नवरा तिला नेण्यासाठी आला. शेवट जवळ आल्याची भीती तिला नवऱ्याच्या डोळ्यात स्पष्ट दिसली. वेदना शुचिताला हाडापर्यंत गेलेली जाणवली. पोटात भीतीनं गोळा आला. ह्या वेळी तिचा धावा परमेश्वरानं ऐकला नाही. बाबांनी शेवटचा श्वास सोडला तेव्हा शुचिता जवळ होती. त्यानंतर आज एक महिन्यानं शुचिताची ट्रॉली पुन्हा ऑपरेशन थिएटरकडे चालली होती. ह्या वेळीही अकालीच तिची पाण्याची पिशवी फुटली होती, पण ह्यावेळी डॉक्टरांना बाळ वाचण्याची बरीच शक्यता वाटत होती, पण त्यासाठी बाळाला लवकरात लवकर बाहेर काढणं आवश्यक होतं.

आयुष्य वाटतं तितकं सोपं नाही हे शुचिताला पक्कं कळून चुकलं होतं. तिचं बाळ वाचण्याची ४०% शक्यता असल्याचं डॉक्टरांनी निदान केलं. परिस्थिती प्रतिकूल होती. आंतरिक विश्वासानं आणि धैर्यानं शुचिता देवाला 'माझं बाळ नेऊ नकोस' असं आळवत होती. पुढे काय वाढून ठेवलंय ते सोसायची ताकद मागत होती. शुचिता शांतपणे सिझेरियन ऑपरेशनला सामोरी गेली. तिला बाळाचं रडणं ऐकू आलं. अगदी सुस्पष्ट, खणखणीत आवाजातलं- आपण ह्या जगात जन्म

घेतल्याचं जाहीर करणारं! 'माझ्या राजा, तुझं मनापासून स्वागत आहे.' शुचितानं बाळाला दाद दिली, पण हिंदी चित्रपटात सांगतात तसं डॉक्टरांनी मात्र तिला मुलगा झालाय की मुलगी हे सांगितलं नाही; शेवटी न राहवून तिनं विचारलं तेव्हा कळलं की मुलगा झालाय. 'व्यवस्थित वाढ झाली नाहीये का?' ती म्हणाली. 'असं काही नाही! सगळं काही ठीक आहे.' डॉक्टरांनी हे सांगायला काही वेळ घेतला. ती मधली मिनिटे शुचिताला जीवघेणी वाटली. 'पण तो वजनानं फार कमी आहे. इन्क्युबेटरमध्ये ठेवावं लागेल.' त्यांनी पुढे स्पष्टीकरण दिलं.

गुंगीच्या औषधाच्या अमलाखाली शुचितानं डोळे मिटले, दोन आठवडे बाळ तिच्यापासून दूर होतं. आता तिला त्याच्याबरोबर राहायची परवानगी होती. नाजूक, चिमुकलं, फक्त तीन पौंड वजनाचं. त्याचा जीव वाचला होता– त्याच्या आयुष्याची दोरी बळकट होती, नव्हे तिला तशी खात्रीच होती. ह्या वेळीही एकाच्या बदल्यात परमेश्वरानं दुसऱ्याला जीवनदान दिलं होतं.

शुचिताचे बाबा आता या जगात नव्हते. उशिरा का होईना, पण आत्मा अविनाशी असतो हे सत्य शुचितानं स्वीकारलं. जगातली आव्हानं पेलायला सज्ज झालेल्या तिच्या चिमुकल्या बाळाच्या डोळ्यात शुचिताला दिसून आली, तिच्या बाबांना वाटत असलेली जीवनावरची श्रद्धा! शुचिताची आता खात्री पटलीय की आत्मा अमरच असतो!

– सोनाली ब्रह्म

परमप्रिय रोजनिशी

ही साधारण नव्वदच्या दशकाच्या आसपासची गोष्ट असेल. माझ्या वयाच्या १२/१३ वर्षांच्या सर्वसामान्य दक्षिणी मुलींप्रमाणेच माझीही अवस्था होती. मुलांच्या घोळक्यात वावरताना मी गोंधळूनच जात असे. त्यांच्याशी संवाद साधणं ही तर फारच दूरची गोष्ट होती. मुलांकडे पाहतानासुद्धा माझे हातपाय कापत आणि हृदयाची धडधड वाढत असे.

'हे असं का होतंय आपल्याला?' मला वारंवार प्रश्न पडे. त्या कुमारवयात एखाद्या मुलाशी गप्पागोष्टी करणं म्हणजे मला हिमालय चढून जाण्याचा प्रयत्न करण्याइतकं धाष्टर्याचं वाटे. एखाद्या मुलीप्रमाणे आपणही त्यांच्यात मिसळावं, सहजपणे संवाद करावा असं मला मनापासून वाटे, पण धाडसच होत नसे. कशाची तरी उणीव मला जाणवे; पण नेमकं काय ते सांगता येत नसे. आमच्या कौटुंबिक परिचयाच्या एखाद्या मुलाशी बोलताना मला मोकळेपणा वाटे; पण वर्गातल्याच अनोळखी मुलाशी किंवा एखाद्या परप्रांतीयाशी गप्पा मारणे मला जमतच नसे. वर्गातल्या मुलांना ओळख दाखवताना मी महत्प्रयासानं चेहऱ्यावर हसू आणत असे; पण माझे ओठ मात्र जसे काही शिवल्यासारखे असत. स्वत:त सुधारणा करण्यासाठी मी पुस्तकी उपाय शोधत असे. मुलांशी बोलताना 'हे मुलगे आहेत' याचं भानसुद्धा नसलेल्या, मोकळेपणानं गप्पा मारणाऱ्या मुलींचं मी बारकाईनं निरीक्षण करत असे.

लिहिणं ही सर्वस्वी वेगळीच बाब होती, पण एखाद्या पत्रमित्राला किंवा अनोळखी मुलाशी पत्रानं संवाद साधणं मला सहज साधत असे. माझ्याच वयाच्या एका पत्रमित्राजवळ माझ्यातल्या या दोषाचा मी सहज उल्लेख केला. त्यानं लिहिलं, 'ही सूर्यप्रकाशाइतकी सार्वत्रिक गोष्ट आहे. त्याच्याकडे पाठ फिरवून तुला चालणार नाही. रोजच्या आयुष्यात अशा अनेकांशी आपल्याला संवाद साधावा लागतो आणि सगळ्यात महत्त्वाचं म्हणजे एखाद्या पुरुषाबरोबर पुढे तुला आयुष्य काढायचं आहे.

आपल्यातल्या अशा उणिवांवर, भावनांवर मात केली नाहीस तर भविष्यात तुझं काय होईल?'

कदाचित ह्या शब्दांनी माझ्यावर जादू केली. काही महिने उलटले. बुजरेपणावर मात करण्यासाठी मी एक पाऊल पुढे टाकायचं ठरवलं, अर्थात इतर कोणाच्याही मदतीशिवाय एखाद्या मुलाशी प्रथम संवाद साधणं हे मला आवाक्याबाहेरचंच वाटत होतं, पण मी मनाचा अगदी निश्चयच केला होता.

मला एक युक्ती सुचली. एक दिवस शाळेतून परत आल्यावर ह्या आपल्या भीतीविषयी मी सविस्तरपणे माझ्या रोजनिशीत नोंदी केल्या. या नव्या वर्षात आपल्याला नेमक्या कोणत्या गोष्टी साध्य करायच्या आहेत त्याची एक यादीच करून ठेवली. या माझ्या वेडेपणाचा मुळापासून विचार करताना मला नेमकी कशाची भीती वाटतेय याचा उल्लेख करून ठेवला आणि समजा मी एखाद्या मुलाशी बोललेच तर वाइटात वाईट काय होईल याविषयी काही प्रश्न लिहून ठेवले. माझ्या मर्यादा, माझ्यातल्या उणिवा, माझी भीती, माझा निश्चय, माझे पुढचे बेत या सगळ्यांविषयी मी लिहीत गेले. अगदी काही काही म्हणून सोडलं नाही. माझ्यावरचं ते अव्यक्त ओझं मी खुशाल माझ्या रोजनिशीच्या स्वाधीन करून टाकलं! मग रोजनिशीजवळ मनोगत व्यक्त करण्याची मला रोजच गरज वाटू लागली. माझ्या भावना, त्यातले सगळे चढ-उतार मी व्यक्त करू लागले. माझ्यात उत्साह निर्माण करणाऱ्या माझ्या स्वगतांना माझ्या रोजनिशीत स्थान मिळालं. मला वाटलं, 'अरे वा! हे अगदी छान चाललंय की, माझा आत्मविश्वासही वाढलाय. हे असंच चालू ठेवलं पाहिजे.'

मी लिहीत राहिले. माझ्या परीने उत्तरं शोधायचा प्रयत्न चालू ठेवला. रोजच्या आयुष्यात इतर मुलांशी संवाद साधतानाचे अनुभव लिहीत गेले. एखाद्या दिवशी माझी रोजनिशी ताईतासारखी हातात धरून, माझा आत्मविश्वास वाढवण्यासाठी आरशासमोर उभी राहून मी बोलून पाहात असे.

एका वर्षानंतर आपल्या मनावरचं दडपण कमी झालंय असं मला जाणवलं आणि पुढच्याच वर्षी मुलांशी मला मोकळेपणानं बोलता येऊ लागलं. मला मुलामुलींशी असं सहजपणानं संवाद करताना पाहून आश्चर्यचकित व्हायची वेळ इतर मुलींवर आली होती. 'मला हे कसं साध्य झालं?' त्यांना प्रश्न पडला.

आता जो आत्मविश्वास माझ्याकडे आलाय तो मिळविण्यासाठी करावा लागलेला संघर्ष आठवून मला स्वत:चंच हसू आलं, पुढच्या आयुष्यात सार्वजनिक ठिकाणी वावरताना ज्या शेकडो लोकांशी मला जुळवून घ्यावं लागणार होतं, त्याची फक्त ही सुरुवात होती. त्या सगळ्या भावनांच्या कल्लोळातून मी मुक्त झाले. पुढे माझ्या नवऱ्याबरोबर माझं सहजीवन सुरू झालं.

स्वत:मध्ये सुधारणा घडवून आणण्यासाठी, स्वत:ला योग्य तऱ्हेने व्यक्त करण्यासाठी 'त्या' रोजनिशीचा मी ढालीसारखा उपयोग करून घेतला होता. आपली आपल्याला ओळख पटली की साऱ्या जगाशीच आपलं मैत्रीचं नातं जुळून येतं हे मला आता पुरतं उमगलंय.

– रेशमी जैमन

मदतीचे अनेक हात

१९९० साल चालू होतं. मी होते २४ वर्षांची एक आत्मकेंद्री, तापट बाई! मला नुकताच नववा महिना लागला होता. आत्तापर्यंत डॉक्टरांच्या सल्ल्याप्रमाणे मी व्यवस्थित विश्रांती घेतली होती; पण सतत काही ना काही करायची आवड असणाऱ्या माझ्या मनाला ही एक शिक्षाच होती.

आजाराशी प्रदीर्घ झुंज देऊन अखेर माझ्या सासूबाईंचं निधन झालं. दुःख करण्यासाठी नवऱ्याला काही अवधी द्यावा हे कळण्याइतका मला तेव्हा पोचच नव्हता. आपल्याबरोबर तो सगळा वेळ घालवत नाही हे पाहिल्यावर मी माझ्या कोषात गेले.

'माझ्या जन्माला येणाऱ्या बाळाचं मी सगळं काही नीट करू शकते, मला काही कोणाच्या मदतीची गरज नाही.' असं मी मनाशी ठरवून टाकलं. वस्तुतः असं मनाला लावून घेण्याचं काहीच कारण नव्हतं, पण मला कोणाची मदत नको हीच भावना मी गोंजारत बसले. खरं म्हणजे १५/२० दिवसांवर बाळंतपण येऊन ठेपलेलं असताना दुसऱ्यांची मदत नाकारणं ही मोठी घोडचूकच होती.

अचानक एक दिवस माझी पाण्याची पिशवी फुटली. अजून २/३ आठवडे असताना हे असं झालं म्हणून आईनं मला डॉक्टरांच्या कानावर घालायला सांगितलं. डॉक्टरांनी मला ताबडतोब हॉस्पिटलमध्ये दाखल व्हायचा सल्ला दिला. डॉक्टरांनी तपासलं की ऑफिसमध्ये जाऊन अर्धी रजा टाकीन आणि परत येईन असं मी बिनदिक्कत ठरवूनसुद्धा टाकलं.

माझा नवरा परगावी काही महत्त्वाच्या समारंभाला हजर राहण्यासाठी म्हणून निघण्याच्या अगदी गडबडीत होता. अगदी तशीच काही आणीबाणीची वेळ आली असती तर त्यानं जाणं रद्द केलं असतं; पण मला तरी तसं काही कारण दिसेना. कदाचित इतका पुढचा विचार करायचंच मी टाळत होते. आपल्या पहिल्या वहिल्या अपत्याच्या जन्माच्यावेळी आपण हजर राहून त्याचं स्वागत करावं असा खास

डोळस निर्णय नवऱ्यानं न घेतल्यानं मी थोडी खट्टू झाले.

मी त्याला सामान भरायला मदत केली आणि तो बाहेर पडल्यावर मी हॉस्पिटलमध्ये जाण्यासाठी तयार झाले, पण या मधल्या काळात मला थोडं अस्वस्थ वाटू लागलं. बाबा टॅक्सी आणण्यासाठी बाहेर पडले आणि एक वाईट बातमी घेऊन परतले. टॅक्सी आणि रिक्षावाल्यांनी लाक्षणिक संप पुकारला होता. मी वेळेत हॉस्पिटलमध्ये पोहोचण्यापेक्षासुद्धा, माझ्या नवऱ्याला गाडी वेळेवर पकडता आली असेल ना याचीच मला जास्त काळजी वाटली. जसजसा वेळ जात होता तसतशी माझी तब्येत अधिकाधिक खालावत होती. हॉस्पिटलमध्ये जाण्यासाठी कोणाची गाडी मिळू शकेल का याची चौकशी करायला आई फोनवर फोन करत होती. मी कोचावर पडून सारं ऐकत होते. एव्हाना माझा आत्मविश्वास डळमळीत होऊ लागला होता. इतका वेळ होईतोपर्यंत शेजारी-पाजारी, मित्रमंडळी ऑफिससाठी बाहेर देखील पडली होती. त्या वेळी मोबाईल फोनचा इतका सुळसुळाट झाला नव्हता, त्यामुळे कोणाला वैयक्तिक फोन करून संपर्क करणं शक्य होत नव्हतं. जवळजवळ वीस मिनिटांतनंतर आमचे शेजारी श्री. रामचंद्रन् नायर त्यांची गाडी घेऊन आले, पण पुरेसं पेट्रोल त्यात नसण्याची त्यांना भीती वाटत होती, म्हणजे हॉस्पिटलच्या वाटेवर पेट्रोलपंपावर गाडी थांबवून पेट्रोल भरणं आवश्यकच होतं.

आम्ही सगळे गाडीत स्थानापन्न झालो आणि एक किलोमीटर अंतरावरच्या अगदी जवळ असणाऱ्या पंपाच्या दिशेनं गाडी पिटाळली. काही विघ्नसंतोषी माणसं वाटेत रस्त्यावर लूटमार करत होती. आम्ही आमचा मोर्चा दुसऱ्या पंपाकडे वळवला. आमच्या रस्त्यावर अनेक राजकारणी नेत्यांची निवासस्थाने असल्यामुळे जमावानं अडथळे निर्माण करून वाहतूक बंद पाडली होती. कशीबशी तिथून सुटका करून घेत आम्ही निघालो तर हॉस्पिटलपासून साधारण १ कि.मी. अंतरावर गाडी बंद पडली. श्री. नायर हताश झाले. रस्त्यातल्या एका अनोळखी व्यक्तीला विनंती करून त्यांनी त्याची सायकल हस्तगत केली आणि पंपाच्या दिशेनं वळवली. जवळजवळ १५/२० मिनिटांनी ते परत आले तोपर्यंत मला कळा सुरू झाल्या होत्या.

टाकीत पेट्रोल भरूनसुद्धा गाडीनं सुरू व्हायला नकार दिला. आजूबाजूला उभ्या असलेल्या काही लोकांनी गाडी ढकलायची तयारी दाखवली, पण गाडी सुरू होईना. 'जवळच एक मेकॅनिक आहे तिकडे गेल्याशिवाय गाडी सुरू होणार नाही.' कोणीतरी विनोदानं म्हणालं, इतक्यात एकानं गाडीत डोकावून पाहिलं. वेदनेनं पिळवटलेला माझा चेहरा आणि अवघडलेली स्थिती त्या व्यक्तीनं नेमकी हेरली. 'अरे, हॉस्पिटलमध्ये लगेच जायला हवं' असं त्यानं म्हणताच त्या सर्वांनी इंच! इंच, यार्ड! यार्ड गाडी ढकलत ढकलत हॉस्पिटलपाशी आणली.

मी अगदी ऐनवेळी हॉस्पिटलमध्ये पोहोचले होते, कारण पोहोचल्यापासून दोन तासांच्या आत प्रसूत होऊन मला मुलगा झाला. मला धडा शिकवण्याच्या उद्देशानंच जणू सगळ्या गोष्टी घडत गेल्या. प्रत्येकाला दुसऱ्याच्या मदतीची गरज कधी ना कधी असतेच आणि अनेकांचे हात लागल्याशिवाय आपण आपले उद्दिष्ट गाठू शकत नाही हा कधीही न विसरता येण्यासारखा धडा मला मिळाला. कोणी मदत देऊ केली तर तिचा माणसानं आदरपूर्वक स्वीकार तर करावाच; पण इतरांना गरज असेल तेव्हा उदारपणे आपणही मदतीचा हात पुढे करावा हे मी शिकले. देवानं, ह्या एका सद्हेतूनंच आपल्याला पृथ्वीवर जन्माला घातलंय! त्या दिवशी 'माझ्यावर एकटीवरच ह्या प्रसंगाला तोंड द्यायची वेळ आली असती तर माझी काय अवस्था झाली असती' या विचारानंच माझ्या अंगावर काटा येतो!

– सुनीता बी.

शब्दातीत

संध्याकाळचे साडेसहा वाजले होते. मी आणि माझा नवरा नेहमीप्रमाणे सासू-सासऱ्यांना भेटून परत निघालो होतो. मस्त संध्याकाळ होती. नुकताच पाऊस पडून गेल्यानं आकाश अगदी निरभ्र होतं. मी नेहमीप्रमाणे गाडीच्या खिडकीतून बाहेर डोकावून तोंडावर येणाऱ्या सुखद वाऱ्याचा आनंद लुटत होते. शहरातली वर्दळ मागे पडली आणि हिरवी शेतं अवतीर्ण झाली. उंच उंच रबराची झाडं दिसू लागली. अचानक मोबाईलच्या थरथराटानं मी माझ्या तंद्रीतून भानावर आले. मी मोबाईलचा आवाज अगदी कमी करून ठेवला होता. नंबरावर मी एकदा नजर फिरवली. आईचा फोन होता. 'हॅलो', असं म्हणून मी पलीकडून प्रतिसादाच्या अपेक्षेनं थांबले. 'हॅलो, अगं, अचू अम्मवन अर्ध्या तासापूर्वीच निवर्तले.'

'ओह्, नेमकं आज रविवारीच' माझ्या मनात आलं.

'तशी गेले काही दिवस त्यांची तब्येत खालावतच चालली होती.' आई पुढे म्हणाली तिचा आवाज अगदी घोगरा आणि थकलेला वाटत होता.

'आजी कशी आहे?' मी विचारलं, आई म्हणली. 'ती ठीक आहे. तिनं सगळं पुष्कळच धीरानं घेतलंय.' 'सगळे धार्मिक विधी उद्याच होतील ना, तोपर्यंत आम्ही येतोच,' मी पुढं म्हटलं.

'अचू अम्मवन' म्हणजे माझ्या आजीच्या पाठचा भाऊ, आईप्रमाणेच मी ही त्यांना 'अम्मवन मामा' अशीच हाक मारत असे. लिव्हरच्या दुखण्याने, ते गेले कित्येक दिवस अगदी बेजार झाले होते. माझ्या मनातली त्यांची छबी म्हणजे कायमच एक वृद्ध, टक्कल पडलेले, चष्मा लावणारे गृहस्थ अशी होती. ते अगदी पट्टीचे पिणारे होते आणि ते जेव्हा जेव्हा मला हाक मारत तेव्हा तेव्हा त्यांचा आवाज अगदी दारू प्यायलेल्या माणसासारखाच येत असे. 'त्यांचा मुलगा त्यांच्याकडे अगदी दुर्लक्ष करतो.' अशा खमंग बातम्याही अधूनमधून आमच्या कानावर येत. माझ्या सासरच्या घराजवळच त्यांचं घर असल्यानं आम्ही अंत्यविधीसाठी हजर

राहणारच होतो; पण माझे आई-वडील, आजी, आजोबा या साऱ्यांना मात्र बराच प्रवास करून यावं लागणार होतं आणि प्रवासही अगदी जिकिरीचा होता.

अंत्यविधी वगैरे दु:खाच्या प्रसंगापासून आमच्या आई-वडिलांनी आम्हा मुलांना कायमच दूर ठेवलं होतं. अगदी माझ्या लग्नानंतरसुद्धा अशा प्रसंगाला हजेरी लावण्याची माझी ही पहिलीच वेळ होती. सकाळ झाली आणि पावसाळ्याचे दिवस असूनसुद्धा भगभगीत प्रकाश पाहून मला कसंसंच वाटलं. आपल्या जिवलग आप्ताला, जो आजपर्यंत आपल्यात होता त्याला अखेरचा भावपूर्ण निरोप देण्यासारखा प्रसंग आणि असा स्वच्छ सूर्यप्रकाश, माझ्या मनाला जरा खिन्नताच आली. आजतरी ते आपले लाल जांभळे उठावदार कपडे नकोत असं वाटून समयोचित पोषाख करण्यासाठी मी कपाट उघडलं. अखेर तासभर उत्खनन केल्यावर काळा पांढरा चुडीदार कमीज सापडवण्यात मी यशस्वी झाले.

धार्मिक विधी दुपारी होणार होते म्हणून आम्ही दुपारच्या जेवणानंतर गाडीनं निघालो. माझ्या लग्नानंतर लगेचच आम्ही अम्मवनना एकदा भेटायला गेलो होतो. कदाचित एक वर्षापूर्वी - तोच बहुधा आमचा त्यांच्याकडचा शेवटचा प्रवास असावा. मशागत केलेल्या रबराच्या मोठ्या मोठ्या झाडांच्यात एका अतिशय मोठ्या आणि टुमदार घरात त्यांचं कुटुंब राहत असे. नेहमीप्रमाणेच सगळा प्रवास छान सुखकर होता. उंच उंच झाडांच्या बुंध्यांशी सापांच्या वेटोळ्याप्रमाणे पहुडलेले रस्ते आणि त्यात मधूनच मोठ्या कष्टानं झिरपत येणारा प्रकाश! एकच गोष्ट माझ्या मनाला सतत कुरतडत होती. अम्मवन मला अगदी दर आठवड्याला न चुकता फोन करत आणि मीही मनातल्यामनात त्यांना आपण आठवणीनं फोन करायचा अशी नोंद करून ठेवत असे, पण प्रत्यक्षात मी फोन कधीच केला नाही. ते खूप आजारी आहेत, हॉस्पिटलमध्ये आहेत हेही मला माहीत होतं, तरीही ते माझ्या हातून झालं नाही, पण निसर्गानं भोवती मनाला भुरळ घालणारं असं मायाजाल पसरलं होतं की मनाला वाटणारी ही अपराधी भावना कुठल्याकुठे पळून गेली.

घराबाहेरच बाबा उभे होते. माझा हात हातात धरून त्यांनी आम्हा दोघांना आत नेलं. वाटेत आजीचे सर्वांत धाकटे भाऊ भेटले. तेही खूप थकल्यासारखे दिसत होते. मी त्यांच्याजवळ गेले. नेहमीसारखंच हसून त्यांनी विचारलं, 'बेबी, लग्न झाल्यापासून गायबच झालीस की गं! काहीच बातमी नाही तुझी. ठीक चाललंय ना सगळं?' हे त्यांचे उद्‌गार ऐकून माझं मन एकदम भूतकाळात गेलं. मला माझ्या आजोळच्या घराची आठवण झाली. त्या काळात ही आजीची सगळी भावंडं-अगदी खूप दूर राहणारीसुद्धा सगळी एकत्र जमत असत. कॉलेजात असताना मी आजी-आजोबांच्याकडे राहत असे. त्यांच्या त्या भावंडांच्या सम्मेलनात मी अगदी नाखुशीनंच हजेरी लावत असे.

मामा आजोबांनी माझ्याकडे पाहून हसून म्हटलं, 'बेबी, अधूनमधून खुशाली कळवत जावी. नुसता फोन केलास तरी चालेल, बरं वाटतं.' इतकं बोलून ते उठलेच एकदम.

माझे आजी-आजोबा मात्र येऊच शकले नाहीत. आजोबा अगदी वयोवृद्ध होते आणि आजीला दु:खाचे कढ पचवणं अवघड होतं. मी, माझी आई, माम्या, मावशी आणि कुटुंबातल्या सगळ्यांची विचारपूस केली. वातावरण अगदी धीर गंभीर झालं होतं, फक्त हळू आवाजातली कुजबुज कानावर पडत होती. शेवटी अंत्यसंस्काराचे विधी सुरू झाले. अचू अम्मवनचा मृतदेह शुभ्र वस्त्रात लपेटून ठेवला होता. त्यांचा चेहरा निद्रिस्त असल्यासारखा शांत दिसत होता. बाहेर अचानक अंधारून आलं. 'वादळ येतंय की काय?' माझ्यामागे कोणी तरी म्हणालं, 'अग्नी देऊन होईपर्यंत वादळ थांबलं तर किती बरं होईल!' अग्नीच्या ज्वाळांनी अचू अम्मवनच्या मृतदेहाला लपेटून टाकलं– ते बघणं मला असह्य झालं. माझं डोकं एकाएकी ठणकू लागलं. ताप आल्यासारखं वाटू लागलं. वादळ घोंघावत येत होतं; पण पावसाचा मात्र अगदी थेंबसुद्धा पडला नाही. अचू अम्मवननी मृत्युपूर्वी काही काळ 'मला तुझ्या घरी यायची फार इच्छा आहे' अशी इच्छा आजीजवळ बोलून दाखवली होती. आपलं सामानसुमान सगळं बांधायचं त्यांनी नोकराला फर्मावल्याचं आजीनं फोनवरूनही ऐकलं होतं.

'माझ्याकडे फार वेळ नाही. लवकरात लवकर सामान बांध. मळलेले कपडे मी तिथे गेल्यावरच धुवून टाकीन.' आई गदगदल्या स्वरात माझ्या मावशीला सांगत होती. घराच्या वाटेवर आम्ही काही तडकल्यासारखा आवाज ऐकला. अम्मवनच्या आत्म्याला सद्‌गति मिळाली. शांतपणे पावसाला सुरुवात झाली.

अम्मवनचा आत्मा स्वस्थानी पोहोचला असावा. अशा ठिकाणी की तिथून आता परतीची वाट नव्हती. त्यांच्याशी संवाद साधायची वेळ आता टळून गेली होती का नव्हती? माझ्या मनाचा गोंधळ उडाला होता. कदाचित् ती वेळ टळूनसुद्धा गेली नसेल. मागे राहिलेल्यांचेसुद्धा कदाचित् एकमेकांशी सुसंवाद राहत नाहीत. मला काय म्हणायचंय ते अम्मवनना नक्कीच कळलं असेल. त्यांनी मला कधीच क्षमा केली असेल!

– पार्वती मोहन

माझी चाचणी परीक्षा

माझा सगळ्यात धाकटा मुलगा त्यावेळी नववीत होता. तो भाषा विषयात थोडा मागे पडत होता आणि परिणामत: त्याला परीक्षेत कमी गुण मिळत होते. त्याला जरा रागावलं, ओरडलं की या अडचणीतून मार्ग सापडेल, तोही अभ्यासाकडे जरा गांभीर्यानं बघेल अशी माझी एक वेडगळ समजूत होऊन बसली होती. काही वेळा मी चक्क देवालाही आळवायला लागले होते. या सगळ्या गोष्टींचं दडपण इतकं वाढलं होतं की त्यातून सुटका होतच नव्हती.

मी त्याला शिकवणीसाठी पाठवू लागले. मी त्याच्या अभ्यासावर रात्रंदिवस नजर ठेवू लागले; पण याचा काहीच उपयोग होत नव्हता आणि मुख्याध्यापक मला वारंवार भेटायला बोलवत होते. शेवटी ७५%च्या वर गुण मिळाले नाहीत तर शाळेतून नाव कमी केलं जाईल अशी शिक्षकांकडून धमकीसुद्धा मिळाली. बऱ्याचदा त्याच्या प्रगतीपुस्तकात लाल खुणा असत. माझा मुलगा हुशार, व्यवस्थित आहे हे मला माहीत आहे. तो अगदी विविध विषयांवर आपली मतं छान मांडू शकतो. त्या मुलाच्या बाबतीत हे सगळं घडावं हे मला पचतच नव्हतं.

त्याच्या ह्या अपयशाचं कारण म्हणजे त्याला त्या विषयाची नावड असावी आणि त्यामुळेच नकळत दडपण येत असावं. एकदा उपमुख्याध्यापकांनी त्याला आपल्या ऑफिसात बोलावून घेतलं. तिथे त्याचं स्वत:वरचं नियंत्रण सुटून तो धो धो रडू लागला. अभ्यासाकडे त्याचं लक्ष का नाही हे वारंवार विचारूनसुद्धा तो त्याचं धड स्पष्टीकरण देऊ शकला नाही. माझं त्याला पुन: पुन्हा उपदेश करणं, त्याची कानउघाडणी करणं एकीकडे चालूच होतं आणि ते सगळं व्यर्थच होतं, मग मुख्याध्यापकांनी सुचवल्याप्रमाणे मी त्याला समुपदेशकाकडे घेऊन गेले. तिथे दिवसभर सल्लामसलत केल्यावर माझ्या लक्षात आलं की त्याला 'डिस्लेक्सिया' आहे, हे म्हणजे एखाद्या सिनेमा हॉलमध्ये जाऊन डिस्लेक्सियाबद्दलची फिल्म बघावी आणि मग तुम्हाला शोध लागावा की तुमचा मुलगाही डिस्लेक्सियाची

शिकार आहे असंच झालं. सुदैवानं ह्या रोगाचं मला थोडंफार ज्ञान होतं, आणि मोठेपणी खूप नाव कमावलेले, यशस्वी झालेले काही लोकसुद्धा लहानपणी याची शिकार होते हेही मी ऐकून होते, तरीही एक आई म्हणून माझी पहिली प्रतिक्रिया हीच होती की, 'माझ्याच नशिबात हे का?'

एकदोन दिवसांच्या औदासीन्यानंतर मी निग्रहानं माझे डोळे पुसले. स्वत:ची कीव करणं थांबवलं आणि मनाशी निश्चय केला की यावर मला मात करायचीच आहे. मुलाला बरोबर घेऊन परिस्थितीशी दोन हात करणं ह्याखेरीज माझ्याजवळ दुसरा कोणताच पर्याय नव्हता.

'कोणास ठाऊक? कदाचित् एखादा आइनस्टाइन अथवा एडिसन तुमच्या घरात जन्माला आला असेल.' हे त्या सेंटरमधल्या समुपदेशकाचे उद्‌गार मी माझ्या मनात पुन: पुन्हा घोळवले.

मी इंटरनेटच्या माध्यमातून या विषयीची जास्तीतजास्त माहिती गोळा करायला सुरुवात केली. मुलाला शिकवताना काही नवीन पद्धती आपल्याला हाताळायला हव्यात, इतकंच काय पण त्याच्या ह्या प्रश्नाकडे त्याच्या शिक्षकांचं लक्ष वेधण्यासाठीही त्या पद्धती शिक्षकांना समजावून सांगाव्यात याचा मला शोध लागला. शिक्षकांनी त्याला थोडी सहानुभूती दाखवावी आणि त्याच्याकडे मुळीच दुर्लक्ष करू नये म्हणून मी अगदी काकुळतीनं त्यांची विनवणी केली– त्यांनीही ते ऐकलं, ह्याबद्दल त्यांचे आभार मानावे तेवढे थोडेच आहेत.

माझ्या मनात शंकाकुशंका आणि विश्वास अशी आंदोलनं चालू होती. सगळ्यांनीच यावर एकत्रितपणे काम केलं तर ह्या स्थितीतून बाहेर पडता येईल अशी मी सारखी आशा करत होते. मुलाला मदत करण्यासाठी मिळणाऱ्या प्रत्येक संधीचा मी फायदा करून घेत होते. माझ्या या अथक परिश्रमातून इतरांचाही काही फायदा व्हावा यासाठी मी मनापासून प्रयत्न करत होते.

सॉफ्टस्किल्स प्रशिक्षक म्हणून काम करताना माझ्या वैयक्तिक अनुभवांचा मी काही वेळा उल्लेख करत असे. अशाच एका प्रशिक्षण शिबिरात माझं बोलणं ऐकून एक प्रशिक्षणार्थी माझ्यापाशी आली. माझ्या बोलण्यावरून तिचा स्वत:चा मुलगासुद्धा 'डिस्लेक्सिया'ची शिकार असावा अशी तिला शंका आली होती. या रोगाची शक्य तेवढी सगळी माहिती मी तिला दिली. तिनं पुन: पुन्हा माझे आभार मानले. आपल्या या कष्टांचा कधीतरी कोणालातरी उपयोग व्हावा असं जे माझं स्वप्न होतं ते पुरं होत असल्याची मला तत्क्षणी खात्री पटली. 'माझ्याच नशिबात हे का?' याचंसुद्धा उत्तर मला मिळालं.

मला वाटतं की आयुष्यात आपण काय काम करायचं आहे हे आपण जन्माला येतानाच ठरलेलं असतं. आपली खरी कुवत काय आहे हे त्यातूनच आपल्याला

समजतं. प्रतिकूल परिस्थितीच आपल्याला त्यातून मार्ग काढायचं सामर्थ्य देते; इतकंच नव्हे तर आपल्याला इतरांनाही मदत करायला उद्युक्त करते. एखाद्या देवदूताप्रमाणे, माझ्या मर्यादांची परिसीमा ओलांडून मी जगाकडे आता वेगळ्याच नजरेनं पाहू शकते. आपल्यात असलेल्या धैर्याच्या अमर्याद खजिन्याची जाणीव आपल्याला व्हावी यासाठी परमेश्वरानं हेतुपुरस्सर आपल्या जागा ठरवून दिलेल्या असतात, नाहीतर आपण आपल्याला त्या जागी कधीच नेऊन ठेवणार नाही.

नेहमी सकारात्मक दृष्टिकोन ठेवावा याचं मी माझ्या भाषणातून जोरदार समर्थन करत असते; पण आता मी ते प्रत्यक्ष अमलात आणायचा प्रयत्न करते. आयुष्यभराच्या या शाळेमध्ये फक्त माझ्या मुलाचे नाहीत तर माझेच हे कसोटीचे क्षण आहेत आणि त्यातून मला विशेष प्रावीण्यासह उत्तीर्ण व्हायचंय, कारण वादळ कधी येतंय अशी वाट पाहात थांबून राहायचं नसतं, तर पावसात समर्थपणे नृत्य कसं करायचं हे शिकायचं असतं हा माझा आवडता विचार आहे.

– ललिता मेनन

स्वत:साठी वेळ

एका मासिकासाठी लिखाण करण्याची माझी उमेदवारी संपवून मी अमेरिकेहून भारतात परतले, पण हे काम करता करता लिखाणाबद्दल मला जी ओढ होती ती मात्र कमी झाली. तिकडची पूर्णपणे वेगळी संस्कृती आणि माझ्या अनेक कौटुंबिक समस्या यांनी जणु माझी नवनिर्मितीची क्षमता शोषून घेतली होती. नशिबानं माझी काही पुस्तकं प्रकाशित झाली होती, त्यामुळे मला पुरेसं कामही मिळालेलं होतं, त्यातच मी मग्न होते. परत आल्यावर जवळजवळ ४/५ महिने मी फ्रीलान्सर म्हणून काम करत होते. मी मुक्तपणे परत आल्याचा आनंद उपभोगत होते, इतक्यात एका बहुराष्ट्रीय कंपनीतील 'संपादका'चं महत्त्वाचं पद माझ्याकडे आयतं चालून आलं. जोडीला गलेलठ्ठ पगार आणि मदतीला काम करणाऱ्यांचा एक मोठा ग्रुप– पण त्यात एक सकृत्दर्शनी न दिसणारी अडचण होती ती म्हणजे रात्रपाळी.

तरीही मी ते काम स्वीकारलं. आयुष्यात प्रथमच मी तारुण्यानं सळसळणाऱ्या एका तरुणांच्या गटाची मेंबर झाले होते. त्यात सर्वांना समान वागणूक होती, अमुक एक व्यक्ती वरिष्ठ असा काही प्रकार नव्हता. मी जेव्हा फ्रीलान्सर म्हणून काम करत होते तेव्हा येणाऱ्या अडचणींचा सामना मला एकटीलाच करावा लागत असे; पण इथे माझ्याबरोबर हुशार, चाणाक्ष सहकाऱ्यांचा ग्रुप होता आणि त्यांच्यामुळे भोवतालचं वातावरण हलकं फुलकं होतं. शहरातल्या एका प्रसिद्ध मॉलच्या वरच्या मजल्यावर आमचं ऑफिस होतं, त्यामुळे जेवताखाताना चकाट्या पिटणे आणि वेळी अवेळी खरेदी करणे या गोष्टी नित्याच्याच झाल्या होत्या. जेवणखाण फुकट होतं; ये-जा करायला कंपनीची गाडी होती, दर महिन्याला लठ्ठ पगार बँकेत खात्यावर जमा होत होता. आयुष्य म्हणजे गुलाब पुष्पांचा बिछानाच वाटू लागला होता!

आता वाटेवरच्या काट्यांविषयी थोडंसं... दिलेलं काम वेळेत पूर्ण करण्याची शर्यत रोजच करावी लागत असे. अंतिम मुदतीपूर्वी काम पुरं करताना आपल्या

जागेवरून इकडे तिकडे हलण्याचीही कोणाची हिंमत होत नसे, जणु सगळ्या संवदेना बधिर झालेल्या असत. वातावरण तापलेलंच असे आणि जर का अंतिम मुदत टळली तर अनेक चौकशा, लिखापढी, फोन कॉल्स या सगळयाला तोंड द्यावंच लागत असे आणि जोडीला रोजच्या रोज अचानक उद्‌भवणारी कामंही असत, त्यामुळे सर्वसाधारणपणे दिलेल्या वेळेत काम पूर्ण करण्याकडेच सर्वांचा कल असे; म्हणजे पर्यायानं काम, सतत ताण आणि अखंड काम, काम आणि काम.

मला माझं काम आवडत नव्हतं असं नाही. संपादनाचं काम चांगलंच होतं, ते करताना मला सतर्क राहावं लागत असे, होणाऱ्या खर्चाची काळजी नसे; पण त्यामुळे माझ्यातली सर्जनशीलता मागे पडत होती. मी लिखाणाकडे वळले होते. त्या नवनिर्मितीच्या आनंदापासून मात्र माझी दिवसेंदिवस फारकत होत चालली होती.

रात्रपाळीची सवय लावून घेणं सोपी गोष्ट नव्हती. आई रात्रीच्या स्वयंपाकाला सुरुवात करत असे त्यावेळी मी घराबाहेर पडत असे आणि पहाटे दूधवाला दुधाच्या बाटल्या दारात ठेवून जात असे त्याचवेळी मी घरात शिरत असे. माझा आतला आवाज या सगळ्याविषयी एक तक्रारीचा सूर लावत असे. मला त्याची पूर्ण जाणीव होत असे. तो आवाज मला जागं करत असे, 'तुला विश्रांतीची फार गरज आहे. ती वेळच्यावेळी घेतली नाहीस तर... एकदा वेळ टळून गेली की काही उपयोग नाही.'

'नाही तर...' या विचारानं खरं तर मला धडकीच भरत असे. आपल्या ६ X ६च्या छोट्याशा चौकोनात एखादा माणूस जर सलग १० तास काम करत राहिला तर कामाच्या व्यापातून विश्रांतीची गरज किती असते हे त्याच्याशिवाय कोणालाच चांगलं समजू शकणार नाही. त्या व्यक्तीनं अशा ठिकाणी जाण्याची गरज असते की जिथे शांत निसर्गाची जादूच फक्त त्याच्या मनावर फुंकर घालू शकेल, म्हणूनच शेवटी मी २००६च्या ऑगस्टमध्ये पाँडिचेरीजवळच्या ऑरोव्हिलाला जाण्याचं निश्चित केलं. ते शांत, एकाकी ठिकाण होतं. मला माझ्यातल्या लेखकाला जागं करायचं होतं. माझी सर्जनशीलता मला परत मिळवायची होती.

अर्थात एकूण सगळा बेत कसा काय जमवावा मला उमगत नव्हतं. इंटरनेटच्या माध्यमातून ज्यांच्याशी माझी मैत्री झाली होती अशा लेखक मैत्रिणी - त्यांनी मला प्रोत्साहन दिलं. मग मी उत्साहानं सगळं वेळापत्रक तयार केलं आणि ऑरोव्हिलात खोल्यांचं आरक्षण करून टाकलं. या माझ्या तिघी मैत्रिणी - त्या गृहिणीच होत्या पण संसारात इतक्या गुरफटल्या होत्या की माझ्यापेक्षासुद्धा त्यांना अशा एकांताची जास्त आवश्यकता होती. असंख्य ई-मेल्स आणि फोनाफोनी झाल्यावर आम्ही

शेवटी एकदाच्या ऑरोव्हिलाच्या विजनवासासाठी रवाना झालो.

स्वत:साठी असा काही वेळ काढणं किती गरजेचं आहे हे मला त्या एकांतवासात गेल्यावरच कळलं. गेस्ट हाऊसच्या बागेत भटकत, गप्पा मारत, लिखाण करत शांततेचा आस्वाद घेत आम्ही अगदी छान आळसात वेळ घालवला. त्या टुमदार बंगल्याच्या फरसबंद अंगणातून, छोट्या छोट्या तळ्यातून आम्ही मनमुराद भटकंती केली. आमच्यापैकी एकजण तिची दोन छोटी मुलं आणि नवरा यांना घरी सोडून आमच्याबरोबर आली होती. बंगल्यातला ऐसपैस पलंग पाहून ती उद्गारली, 'आज माझ्या पोटावर चार छोट्या छोट्या तंगड्या असणार नाहीत. मी अगदी एकटी पलंगावर आरामात झोपणार आहे.' मलासुद्धा अंथरुणाला पाठ टेकताच झोप लागली. अशी शांत, गाढ झोप मला कित्ती कित्ती दिवसांनी लागली होती! कारण कित्येक दिवसांनंतर मी अशी रात्रीची झोपले होते.

त्या एकांतवासात आम्ही पुन्हा टवटवीत झालो. सकस आरोग्यपूर्ण आहार घेऊन जणू आम्ही अंतर्बाह्य शुद्ध झालो. पाँडिचेरीच्या त्या प्रसन्न हिरवाईनं आमचं सारं औदासीन्य नष्ट झालं. हातून काही चांगलं लिखाण होत होतं. जणू आमच्या लेखण्यांना बहर आला होता! ऑरोव्हिलातील मैलोन् मैल पसरलेली लाल माती आम्ही तुडवत असू. आमच्या नजरा आकाशाकडे वळलेल्या असत आणि आमच्या काव्यप्रतिभेलाही उधाण आलेलं असे. आम्ही हसत होतो, खिदळत होतो, गाणी गात होतो. आमची गुपितं एकमेकींना सांगत होतो. थोडक्यात काय आमच्या काळज्या कधीच मागे पडल्या होत्या. आम्ही आमचा वेळ असा घालवत होतो जणू आमचं बालपण आम्ही पुन्हा एकदा उपभोगत होतो. आमचा कोणालाही हेवाच वाटला असता.

आयुष्यात प्राधान्य कशाला द्यायचं याचा त्या आठवडाभराच्या सुट्टीनं मला विचार करायला भाग पाडलं, 'मी एका बहुराष्ट्रीय कंपनीत काम करते, मला लिहायला वेळच मिळत नाही आणि मी मजेत आहे.' या चाकोरीत मी अडकून पडले होते आणि लिखाण जवळ जवळ सोडूनच दिलं होतं. माझी 'लेखिका' ही खरी ओळख कधीच मागे पडली होती आणि हळूहळू मी एक काम करणारं मशिन होत चालले होते– ते मला कधीच व्हायचं नव्हतं. पण त्या काही दिवसांत निसर्गानं त्याच्या हिरवाईनं, ताजेपणानं माझ्यातली प्रतिभा फुलवायचं काम केलं होतं. माझ्या आयुष्यातल्या मूळ उद्दिष्टाकडे मला वळायला भाग पाडलं होतं. शब्द, कल्पनाविलास याचा कदाचित मी पूर्वी फार वरवर विचार केला असेल. ते जणू माझ्या नसानसातून वाहातंच होतं असं वाटू लागलं.

सगळ्यात महत्त्वाचं गुपित हे होतं की, 'तुमचं भरकटलेलं आयुष्य मूळ मार्गावर आणायला कधीच उशीर झालेला नसतो.' आधीपासून करायची ठरवलेली

आपली निकडीची शेकडो कामं असू शकतात, पण स्वत:ला सतत जागृत ठेवण्याइतकं खडतर काम कोणतंच असू शकत नाही. एकांतात केलेली योगधारणा, कुटुंबीयांसमवेत समुद्रतीरी घालवलेला वेळ किंवा घरीच केलेलं चिंतन, ध्यानधारणा दीर्घ काळ परिणाम साधणारे चमत्कार घडवू शकतात. त्या एकांतातल्या चिंतनानं ते बहुराष्ट्रीय कंपनीतलं यांत्रिक काम सोडून देण्याचं धाडस माझ्यात उत्पन्न केलं आणि माझी प्रतिभा जागी केली. हल्ली मी रात्रीची शांत झोप घेते आणि दिवसा उजेडी माझं लेखन करते.

– राधिका मेघनाथन

कायापालट

२००८ सालातला तो शेवटचा दिवस होता. मला प्रौढत्व आल्यासारखं वाटत होतं. त्या दिवशी मी काहीशी नाखूश होते. काही महिन्यांपूर्वी मी चाळिशीत पदार्पण केलं होतं. त्या दिवशी प्रथमच एका तरुण गोड मुलीनं मला चक्क 'काकू' म्हणून हाक मारली होती. मी एकदम चक्रावलेच आणि चक्क माझ्या मागे कोणी एखादी स्थूल मध्यमवयीन स्त्री नाही ना याची खात्री करण्यासाठी मी मागेसुद्धा वळून पाहिलं. माझ्या व्यतिरिक्त तिथे आणखी कोणीच नव्हतं. मी स्वत:शीच डोळे मिचकावले, मग माझ्या लक्षात आलं, की 'काकू' हे संबोधन माझ्यासाठीच होतं.

घराच्या वाटेवर माझं विचारचक्र चालू झालं. ही जी नवी उपाधी मला मिळाली होती ती एखाद्या छोट्या मुलानं दिली असती तर कदाचित मला इतकं वाईट वाटलं नसतं; पण त्या विशीतल्या तरुणीनं 'काकू' म्हणणं म्हणजे, माझा खरा कसोटीचा क्षण होता. म्हणजे मी आता प्रौढ वाटत होते तर! घरी पोहोचताक्षणीच मी सरळ आरशात डोकावले. आपल्याला हे आधीच कसं नाही लक्षात आलं? रुपेरी बट कानशिलांमागून डोकावत होती. माझ्या नजरेतून कसं काय सुटलं हे? 'या बाहेर या' ती बट पाहून मी स्वत:शीच चरफडले. आजचा जमाना म्हणजे चाळिशीतसुद्धा तुम्ही विशीतल्याच वाटाव्यात अशी त्वचेची काळजी किंवा प्रसाधन करण्याचा. मला योग किंवा ध्यानधारणा म्हणायचं नाही आहे.

मला माझे खांदेसुद्धा उतरलेले दिसायला लागले. या सकाळच्या घटनेनंतर मी घरी परतले. मी मनाशी काहीतरी नाकबूल करत होते. मी धक्क्यातून अजूनही पुरती सावरले नव्हते. बायका दीर्घायुषी असतात असा काहीसा विचार करत होते.

दुपारच्या जेवणाची तयारी करता करता मी माझी मन:स्थिती पुन्हा ठीक करायचा खटाटोप करत होते, आणि त्याच वेळी गुपचुप मन:स्थिती आणखी बिघडू नये म्हणून प्रार्थना करत होते.

'चला, आता उद्यापासून नवी सुरुवात करायला हवी. केसांना कलप लावण्यासाठी

थोडा वेळ काढायला हवा आणि अर्थातच करायच्या गोष्टींमध्ये योगासनांचा समावेश करायला हवा.' असा एक दिलासा देणारा विचार मनात चमकून गेला आणि त्यानं माझा उद्वेग काहीसा कमी केला.

खरं म्हणजे हा सुट्टीचा मौसम मला आवडतो; विशेषत: नव्या वर्षाची पूर्व संध्याकाळ! नवरा उशिरा रात्री घरी येणार हे ठरून गेल्यासारखंच होतं; पण गेली सोळा वर्षं नव्या वर्षाचं स्वागत करायला माझा मुलगा बरोबर होता. दरवर्षी नव्या वर्षाची सुरुवात साजरी करायला आम्ही वेगवेगळे बेत आखायचो. तो पाच वर्षांचा असताना आम्ही पळत जाऊन घराचा मागचा दरवाजा सरत्या वर्षाला निरोप देण्यासाठी उघडून ठेवला आणि मग पळत पळत येऊन नव्या वर्षाच्या स्वागतासाठी घराचा पुढचा दरवाजा उघडून ठेवला. हे आठवून मला हसूच आलं. मग तो बारा वर्षांचा झाल्यावर आम्ही एक मजेदार खेळ खेळलो. जुनं सरणारं वर्ष दाखवायला त्याच्या मित्रानं वेगळाच पोषाख केला आणि लंगडत लंगडत निरोप घेतल्याचं नाटक केलं. माझं डोकं म्हणजे येणारं नवं वर्ष. त्या नव्या वर्षातल्या घडामोडी म्हणजे असंख्य फुगे फोडून त्यातून चमचमणाऱ्या गोष्टींचा माझ्या डोक्यावर झालेला वर्षाव!

मग माझ्या मनात आलं की माझा मुलगा दिवसेंदिवस मोठाच होत जाणार तेव्हा मला आता नव्या वर्षाच्या स्वागतासाठी नवा उपक्रम सुरू केला पाहिजे, इतक्यात दरवाजातून डोकावून मुलानं विचारलं, 'आई, माझी जीन्स कुठाय? मी सकाळपासून शोधतोय. मला त्यामुळे किरणकडे जायला उगीचच उशीर होतोय. तिथे आम्ही सगळे मिळून नव्या वर्षाची धमाल करणार आहोत.'

हातात सॉसपॅन तसंच ठेवून मी एकदम मागे वळले, 'म्हणजे काय? ह्या वर्षी तू दर वर्षीप्रमाणे माझ्याबरोबर मजा करणार नाहीस का?'

'अगं, एवढं काय वाटून घेतेस? मी शेजारच्याच तर घरी असणार आहे.' तो मजेत उत्तरला.

'अरे, पण आपण दरवर्षी नाही का करत मजा?' मी काहीशी अस्वस्थ होऊन म्हणाले.

'कमालच करतेस हं आई! अगं शेजारीच माझे मित्र जमून मजा करणार असताना मी घरातच थांबेन अशी कशी कल्पना केलीस तू? काही तरी खुसपट काढू नकोस हं तू.'

थोडा वेळ गेला आणि मग पुढचा दरवाजा धाडकन आपटून बंद झाला. पिल्लं उडून गेल्यावर पाखरांनी घरट्यात एकटं बसावं असंच काही तरी चमत्कारिक मला वाटायला लागलं. त्याच्या खोलीतून टी.व्ही.चा मोठा आवाज येत होता. त्याचा हा निष्काळजीपणा तर रोजचाच होता. मी एक सुस्कारा सोडून टी.व्ही. बंद करायला

त्याच्या खोलीत गेले. कार्टून नेटवर्क चालू असलेलं पाहून माझ्या चेहऱ्यावर हास्य तरळून गेलं. चला, म्हणजे त्याचं बालपण मागे पडलेलं नाही. मला त्या विचारानं चक्क हायसं वाटलं. खरं म्हणजे आता दिवसेंदिवस ते बालपण मुठीत पकडून ठेवणं अवघडच होत चाललं होतं. लांब लांब केस वाढवलेला, स्वप्नाळू डोळ्यांचा, आपल्या खोलीत दार बंद करून गिटार वाजवणारा तरुण युवक मी नजरेसमोर आणायचा प्रयत्न केला, तेवढ्यात हातात कासव घेतलेल्या त्याच्या फोटोवर माझी नजर गेली. घशात काही तरी अडकल्यासारखं झालं. मला एकदम ती संध्याकाळ आठवली. कसल्यातरी स्टँपच्या बदल्यात त्यानं आपल्या मित्राकडून एक कासव मिळवलं होतं. काही दिवसांनी जवळच्या तळ्यात त्या कासवाला सोडून देताना तो किती रडवेला झाला होता. एकीकडे योग्य ती गोष्ट करण्याचा आग्रह आणि दुसरीकडे त्या कासवाबद्दल निर्माण झालेला जिव्हाळा..! त्याची अगदी घालमेल चालली होती त्या कासवाला सोडताना.

'अरे, तुला ते प्रिय आहे एवढ्यासाठीच त्याला बांधून ठेवू नकोस. अशानं त्याच्या नैसर्गिक वाढीत अडथळाच येईल. तुला त्याच्याबद्दल खरोखरच प्रेम वाटत असेल ना तर त्याला त्याच्या मार्गानंच जाऊ दे.'

'तोसुद्धा असाच आपल्यापासून दुरावत चालला आहे का' हा प्रश्न मला पुन: पुन्हा सतावू लागला. मुलं अशी कशी एकदम झपाट्यानं बदलतात? असं मोठं होऊन त्यांनी आपल्यापासून दूर जावं का? तो आता एकदम नव्या वर्षातच भेटणार या विचारानं मला फार यातना झाल्या. बाहेर बागेत मोकळ्यावर जरा बरं वाटेल अशा विचारानं मी बागेत आले. रया गेलेल्या जुन्या झोपाळ्यावर मी बसकण मारली. माझ्या मुलासाठीच मी तो झोपाळा बागेत लावून घेतला होता, कारण शाळेत त्याला कधीच झोपाळ्यावर बसायला मिळत नसे. नेहमी आधी मुलीच पकडत झोपाळा! जसाजसा तो मोठा होत गेला तसं तसं त्याचं झोपाळ्यावर बसणं कमी होत गेलं आणि आता तर काय तो आठवणीतलाच झोपाळा झाला होता! मी कायमच घर संसारात बुडालेली असे. तेव्हा वाटे की जेव्हा निवांतपणा मिळेल तेव्हा मी मनसोक्त झोपाळ्यावर बसेन आणि खरोखरच त्या क्षणी मला तो निवांतपणा जाणवला. मला लक्षात आलं की असं एकटेपण आपल्याला खूप दिवसांपासून हवंच होतं. माझ्या वजनानं तो गंजलेला बिचारा झोपाळा कुरकुरला. क्षणभर वाटलं, आपल्या विचारांच्या तंद्रीत बुडून जायला झोपाळ्यासारखं दुसरं चांगलं ठिकाण नाही! तुमच्या विचारांबरोबर तुमचीही आंदोलनं चालू असतात. माझी ती नव्या वर्षाची संध्याकाळ माझ्या मनातल्या चित्रासारखी असणार नव्हती. माझ्या मनात सतराशे साठ विचार आले. माझा नवरा आणि मुलगा अशा त्या विशेष संध्याकाळीसुद्धा मला एकटीलाच टाकून जाणार होते. किती दुष्ट आहेत

दोघं! तेवढ्यात झोपाळ्याजवळच्या छोट्या झुडपावर वाढणाऱ्या एका छोट्याशा कोषाकडे माझं लक्ष गेलं.

काही तरी आल्हाददायक गोष्ट घडत होती. त्या कोषातून छोटासा पतंग बाहेर येण्याची धडपड करत होता. एका नव्या आयुष्याची सुरुवात होणार होती! दुपारभर एखाद्या अडकलेल्या रेकॉर्डप्रमाणे माझ्या मनात जे तेच तेच विचार येत होते, त्यातून मला बाहेर खेचून काढणारं, मन मोहून टाकणारंच दृश्य होतं ते! एक नवा जीव! बहरणाऱ्या नव्या जिवाच्या आयुष्यातली ही एक नवीन अवस्था होती. त्याच्या आयुष्यातल्या नव्या अध्यायाची सुरुवात होती. बाहेर येण्यासाठी तो एवढासा जीव धडपडत होता, ते पाहण्यात मी अगदी गुंग होऊन गेले होते.

'इतका का बरं त्याला संघर्ष करावा लागतोय?' मी माझ्या मुठी घट्ट वळल्या होत्या. आपण थोडंसं ढोसलं तर कदाचित त्याला योग्य तो मार्ग सापडेल अशा विचारानं झोपाळ्यावरून उतरून मी त्या कोषापाशी गेले. तो कोष उलगडायला आपण जर थोडीशी मदत केली तर ते फुलपाखरू त्यातून झटकन स्वतंत्र होईल असा विचार करून मी एखाद्या शूर वीराच्या थाटात पुढे सरसावले. मी खाली त्या कोषावर वाकले, इतक्यात 'आई, अगं काय करतीयेस ते?' असे शब्द कानावर आले आणि मी जागच्याजागी थबकले.

'तू अजून इथेच?' स्वयंपाकघराच्या खिडकीत माझ्या मुलाला पाहून मी म्हणाले.

'मी तुलाच शोधत होतो. मी कपडे न्यायला आलो होतो. अगं आम्ही बीचवर जातोय. किरणच्या आईचं तिथे फार्महाऊस आहे. ती म्हणाली तुमची पार्टी तिथेच करा. आम्ही तिथेच जाऊ आणि मग रात्री नाच-गाणी करून मस्त धमाल करू. दारू-सिगरेट्स असलं काहीही नेणार नाहीयेत. आई, प्लीज विश्वास ठेव. गाणं बजावणं आणि मित्रमंडळी बस्स!'

नशिबानं असली काही भीती मला वाटत नव्हती. मी माझ्या मुलाला योग्य तऱ्हेनं वाढवलं होतं. एक आई म्हणून मी त्याच्यावर योग्य ते संस्कार केल्याची मला खात्री होती, पण तो आपल्यापासून दुरावत चालल्याची भावना फार त्रासदायक होती. माझी जखम मला उघडी करायची नव्हती. मी स्वत:ला सावरले.

'आई, तू खरंच तो कोष उलगडणार होतीस? कोषातून फुलपाखरू बाहेर येणं ही त्याची एक जीवनावस्था आहे, हे तू विसरलीस की काय? ती धडपड त्यानं स्वत:च करायला हवी, मगच त्याच्या पंखात बळ येईल ना! तू त्याला हात लावू नकोस. योग्य वेळ आल्यावर ते स्वत:च उडू शकेल.' मुलगा म्हणाला.

कधी कधी आपली मुलंच आपल्याला धडा शिकवतात क्षणभर माझ्या मनात आलं.

'बेटा, तू कसा काय आत्ता घरी? तुझ्या सगळ्या मित्रांना मी किरणच्या घरी पाहिलं.' स्वयंपाकघरात येता येता माझ्या नवऱ्यानं विचारलं, 'मला वाटलं तूही तिथंच असशील.' आपला मुलगा मोठा होतोय हे त्यानं किती सहज स्वीकारलंय! मी माझ्या मनाशीच आश्चर्य करत होते. उगीच नाही पुरुषांना योद्धा असणाऱ्या मंगळाचे उपासक आणि स्त्रियांना सौंदर्यदेवता शुक्राच्या उपासक म्हणत.

'हो निघालोच होतो. पण मला काही कपडे घ्यायचे होते आणि मग असंही वाटलं की आई एकटीच आहे, तुम्ही येईपर्यंत तिला सोबत करावी म्हणून मी परत आलो.' लांब केस वाढवलेल्या त्या युवकाचे डोळे, तल्लख डोक्याइतकेच चमकदार आणि अतिशय भावुक दिसत होते आणि त्या कासवाला जीव लावणाऱ्या त्या छोट्या मुलासारखेच!

'चल पळ, आता वेळ घालवू नकोस आणि सगळे मिळून मस्त धमाल करा. एकटेपणाचं म्हणशील तर दिवसाचा काही वेळ असं एकटं असणं इतकं काही असह्य नसतं. मला सवय आहे त्याची. तुला सामान गोळा करायला मी मदत करू का?' मला माझ्या नवऱ्याच्या डोळ्यात मनावरचा ताण कमी झालेला दिसला आणि मला हसूच आलं. कासवाला तळ्यात सोडताना एखाद्या शूर वीराप्रमाणे आपल्या डोळ्यातले अश्रु परतवून लावणाऱ्या त्या छोट्या मुलाची मला या क्षणी का बरं आठवण झाली असावी?

मी एकदम तो विचार बाजूला सारला. अंतर्ज्ञानानं मला वाटलं की साता समुद्रापलीकडे किंवा जगात कोठेही तो गेला तरी त्याला आपल्या या उबदार घरट्याची ओढ कायमच वाटेल. आपले पंख पसरून तो उड्डाणाच्या तयारीत होता आणि मी आपल्या पंखातलं बळ आजमावून पाहायची अनमोल संधी त्याला देणार होते.

संध्याकाळी केव्हा तरी माझी दृष्टी अचानक त्या झोपाळ्यावर गेली आणि तिथल्या सुरवंटाची फुलपाखरू होण्याची धडपड आठवून मी बागेत पळत गेले. मी वर, खाली सगळीकडे शोधत राहिले. दोन तीन छोटी पांढरीशुभ्र फुलपाखरं उडताना दिसली. संध्याकाळ होत होती. त्यांचा दिवस संपला होता. त्या माझ्या सुरवंटाचं काय झालं होतं? ते समजून घेणं मला एकाएकी फार महत्त्वाचं वाटलं.

मला कोष फोडून बाहेर आलेलं एक केशरी फुलपाखरू शेजारच्या पानावर विसावलेलं दिसलं. त्याचं नवं आयुष्य सुरू झालं होतं. सुरवंटाचं सुरेखसं फुलपाखरू होताना मला त्यात लुडबुड करावीशी वाटणं हे किती वेडेपणाचं होतं!

खूप दिवसांपासून मी वाट पाहात असलेली ती नव्या वर्षाची पूर्व संध्याकाळ आम्ही शांततेत घालवली. माझा नवरा टी.व्ही.वर क्रिकेटची मॅच पाहात बसला होता आणि कधी नव्हे तो वेळ मिळाल्यानं मी पुस्तक घेऊन वाचत पडले होते.

कॉफी करण्यासाठी म्हणून मी उठले आणि अगदी न कळत माझी नजर आरशाकडे गेली. ती रुपेरी बट मला खिजवत होती; पण ह्यावेळी मात्र मी हसले. माझं ते शल्य कुठल्याकुठे पळून गेलं होतं. मला एकदम मोकळं आणि हलकं वाटून गेलं. मी जास्तच समजूतदार दिसत होते. मला माझ्या चाळिशीचा अभिमानच वाटला. एक संपूर्ण नवीन वर्ष, नवं जग मला साद घालत होतं. आता कामाला जाताना मुलासाठी योग्य असं पाळणाघर शोधायची धडपड करायची नव्हती. स्कूल बस सोडायला येणार नाही म्हणून धावत पळत घरी परत येण्याची गरज उरली नव्हती. पंख न हलवता उंच तरंगत राहण्याचं स्वातंत्र्य मला आणि माझ्या जिवलगांनाही होतं.

मला प्रौढत्व आलं नव्हतं तर! माझी अजून वाढ होत होती.

– के. गीतांजली

वक्रदन्त देवी

साधारण चाळीस वर्षांपूर्वीची गोष्ट आहे ही! सगळ्या शाळकरी मुलींप्रमाणे मलासुद्धा 'शाळा, शाळा' खेळायला आवडायचं. शिक्षिकेची भूमिका वठवताना आईची जुनी साडी मी नेसत असे. माझ्या खोलीतल्या भिंतीवर मी लिहीत असे. माझ्या पुढ्यातल्या खोट्या खोट्या विद्यार्थ्यांना हातातल्या छडीनं मार द्यायलासुद्धा मी कमी करत नसे; पण खरेखुरे हाडामासांचे आज्ञाधारक आणि माझ्याकडून काहीतरी नवे शिकण्याची इच्छा असलेले विद्यार्थी आपल्यासमोर असावेत असं मला मनापासून वाटे. नीट बोलतासुद्धा येण्यापूर्वी माणसाला दुसऱ्यावर अधिकार गाजवण्यातच मजा वाटत असते असं मला वाटतं.

लवकरच देवानं माझी हीसुद्धा इच्छा पूर्ण केली. हनुमी नावाची त्या गावातलीच एक बाई आमच्याकडे आईच्या मदतीला म्हणून येऊ लागली. बंगलोरमधील इतर कामवाल्यांपेक्षा तिची परिस्थिती काही वेगळी नव्हती. तिचा नवरा दारू पिऊन तिला खूप मारहाण करत असे. इतकी की मार खाऊन ती तरी काळी-निळी होत असे किंवा मारून मारून तो तरी कोसळे! तिला चार मुली आणि एक मुलगा अशी एकूण पाच मुलं होती. सगळ्यात मोठी मुलगी होती लक्ष्मी. असेल आठेक वर्षांची - काळी सावळी, तिचे पुढचे चार दात तोंडातून खूप बाहेर डोकावत असत. तिचे डोळे अगदी पाणीदार होते आणि तिच्या डोक्यात सतत उवा असत. आपल्या छोट्या एक वर्षाच्या भावाला सांभाळायला म्हणून ती तिच्या आईबरोबर आमच्याकडे येत असे. लक्ष्मी दिवसभर अगदी आईच्या मायेनं आपल्या भावाला सांभाळत असे. संध्याकाळी मी शाळेतून घरी परत येई त्यावेळी तिचा भाऊ झोपलेला असे आणि ती घरभर मुक्तपणे संचार करत असे. घरातल्या वस्तूंना हळूच हात लावून पाहणं, वर्तमानपत्रं, पुस्तकं हाताळणं किंवा आजुबाजूच्या वस्तूंना शोधक नजरेनं टिपणं! माझी खोली तिला फार प्रिय होती. माझा गृहपाठ पुरा होईपर्यंत ती माझ्या आसपास वावरत असे. 'वेड लागेल इतका अभ्यास करू नकोस' असंही बजावायला ती

कमी करत नसे.

लक्ष्मी शिकवलेलं पटापट आत्मसात करते हे माझ्या लक्षात आलं होतं, त्यामुळे शिक्षक होण्याचं माझं स्वप्न पुरं होण्याची चिन्हं दिसू लागली होती. खोलीतली भिंत म्हणजे फळा आणि लक्ष्मी माझा पहिला वहिला विद्यार्थी! मी तिला रोज मला मिळणाऱ्या खाऊची लालूच दाखवत असे आणि माझ्या शिकवण्यानं तिला बेजार करत असे. शिक्षकांची नक्कल करून शाळेत शिकवलेल्या नव्या गोष्टींचा प्रयोग मी लक्ष्मीवर करत असे. आम्हाला त्यात खूप मजा वाटे. शिकवलेल्या गोष्टी तिला चटकन समजत याचं मला फार आश्चर्य वाटे. काही दिवसातच ती लिहू-वाचू लागली. तिला खूप नवे शब्द येऊ लागले. आमच्या वर्गात आम्ही भाषा आणि गणितावर जास्त भर देत असू. माझ्याप्रमाणेच तिलाही आकड्यांशी खेळायला आवडे. शेवटी शेवटी मी शिकारी आणि ती सावज असे संबंध न राहता आम्ही अगदी घट्ट मैत्रिणी झालो.

मी शाळेतून परत येण्याची ती उत्सुकतेनं वाट पाहात असे, मग तोच तोचपणा टाळण्यासाठी आम्ही कधी कधी गाणी गात असू. तिच्या आसपास शेजाऱ्यांच्यात चालणाऱ्या मारामाऱ्यांची वर्णनं ती मला सांगत असे.

चांगल्या गोष्टींना कधी तरी शेवट असतोच, या न्यायानं एक दिवस हनुमी आणि लक्ष्मी माझ्या आयुष्यातून अचानकपणे गायब झाल्या. खूप प्रयत्न करूनही त्यांचा ठावठिकाणा आम्हाला कळू शकला नाही आणि मी माझ्या विद्यार्थ्याला आणि एका चांगल्या मैत्रिणीला गमावून बसले. काही दिवसांनी हनुमीनं लक्ष्मीला कोणाकडे तरी कामाला ठेवल्याचं आम्हाला कळलं.

मी काही दिवस फार दुःखात काढले आणि मग यथावकाश लक्ष्मीला विसरूनही गेले. मी अभ्यासात बुडाले, माझं शिक्षण पूर्ण केलं, लग्न करून लांब गुजरातमध्ये जम बसवला. अशी साधारण तीसेक वर्षं गेली असतील.

दर वर्षी मी बंगलोरला जात असे. अशीच एकदा तिकडे गेलेली असताना मी काही कामानिमित्त बँकेत गेले होते. तिथे साडी नेसलेली, काळी सावळी, चार दात पुढे असलेली एक बाई मला दिसली. ती माझीच लक्ष्मी होती नक्की! माझं बँकेतलं काम पूर्ण होईपर्यंत ती माझी वाट पाहात थांबून होती. पाणावलेल्या नजरेनं तिनं तिची कहाणी मला ऐकवली.

काही दिवस एके ठिकाणी काम केल्यानंतर तिच्या आईनं एका अपंग माणसाशी तिचं लग्न लावून दिलं होतं. तो वयानं तिच्या चौपट होता. लग्नाच्या वेळी लक्ष्मी फक्त पंधरा वर्षांची होती. रोज ठरावीक मार खाण्याची परंपरा तिच्याही बाबतीत चालूच होती, त्यातच ती जगत होती. लक्ष्मीच्या डोक्यावर सगळ्या कर्जाचा डोंगर टाकून शेवटी तिचा नवरा मेला.

मग लक्ष्मीनं तिचं आयुष्य सुरू केलं. रोजंदारीवर काम करणाऱ्या मजुरांसाठी आणि रिक्षा चालकांसाठी डबे बनवायचं काम तिनं सुरू केलं. रोज दुपारचं जेवण बनवून ते लोकांना पुरवून तिनं आपला या व्यवसायात जम बसवला आणि आज ती साठवलेले पैसे बँकेत खातं उघडून जमा करण्यासाठी आली होती. मी सहज गंमत म्हणून तिला जे काय शिकवलं होतं त्याचा उपयोग तिला तिच्या आयुष्याची गाडी योग्य त्या मार्गावर आणण्यासाठी झाला होता. लक्ष्मीनं डोळे पुसले. मला तिच्या डोळ्यात माझ्याबद्दलची कृतज्ञतेची भावना स्पष्ट दिसली. तिला आता कोणी फसवू शकणार नव्हतं, कारण तिला लिहिता-वाचता येत होतं, पैसे मोजता येत होते. लोकांनी गैरफायदा घेऊ नये म्हणून आपला व्यवहार कसा सांभाळायचा याचं ज्ञान तिला मिळालंय असं तिनं मला सांगितलं, सहेतुक किंवा कधी कधी निर्हेतुक केलेली चांगली गोष्ट कधीच वाया जात नाही, याचं प्रत्यंतर मला आलं.

एखाद्या लक्ष्मीला तिच्या स्वातंत्र्याची जाणीव करून द्यायला एखाद्या मुक्ताची गरज भासू शकते.

– मुक्ता श्रीनिवास

हॅलो डॉली

एका अमेरिकन मेडिकल ट्रान्स्क्रिप्शन कंपनीत मला प्रथमच नोकरी मिळाली होती. मी प्रशिक्षक म्हणून लागले होते. भारतातल्या कोणत्याही कॉलेजमधल्या लेक्चररसारखीच ही पोस्ट होती. बरेचसे विद्यार्थी पदवीधारक किंवा उच्चशिक्षित होते, त्यात काही मोजके स्वतंत्र व्यावसायिक उदाहरणार्थ, फार्मासिस्ट, दंतवैद्य किंवा मेडिकल लँग्वेजचे तज्ज्ञ असेही होते. त्यांना अमेरिकन इंग्लिश शिकवायचं माझं काम होतं. एक तर या लोकांचा कल इंग्रजी भाषेकडे होता आणि इंग्रजीवर त्यांचं प्रभुत्वही होतं, त्यामुळे त्यांना शिकवणं फारसं अवघड नव्हतं. ते सर्वचजण बुद्धिमान होते आणि हे शिकण्याची त्यांची मनापासूनची इच्छा होती.

त्या सर्व प्रशिक्षणार्थींमध्ये एक विद्यार्थिनी माझी विशेष लाडकी होती. तिचं नाव डॉली प्रिसिला. ती लाडकी असण्याचं कारण ती एक व्रात्य मुलगी होती, पण तिच्या त्या वरवर खोडकर वाटणाऱ्या स्वभावाच्या आत एक विलक्षण अंतर्मुख, धीरगंभीर प्रकृतीची तरुण मुलगी दडलेली होती. ती चणीनं अगदी लहानखुरी होती, पण ती अतिशय नीटनेटकी राहत असे. सुंदर म्हणता येणार नाही पण ती रेखीव होती. ती जे काही हलकंसं प्रसाधन करीत असे ते तिला खुलून दिसत असे.

डॉली जर एक सर्वसामान्य विद्यार्थिनी असती तर माझ्या इतकी ठळकपणे लक्षात राहिली नसती; पण डॉलीत नक्कीच काहीतरी विशेष गुण होता. चारचौघीत उठून दिसणारं, असामान्य आणि दुर्लक्ष करता येण्याजागं तिचं व्यक्तिमत्त्व नव्हतं, पण तिचा एक विशेष गुण म्हणजे तिला विनोदाची चांगली जाण होती. इतर विद्यार्थी आणि प्रशिक्षणार्थींच्यात वावरताना तिची विनोदबुद्धी माझ्या लक्षात येत असे. मला त्या गोष्टीचं फार अप्रुप वाटे. तिच्या मैत्रिणी पद्मजा, पार्वती, रेणु तिच्या सहवासात जोरजोरात खिदळत असत आणि मग अचानक जर प्रशिक्षक वर्गात आली तर आपल्या चेहऱ्यावरचे मिश्किल भाव लपवत डॉली अगदी गंभीर चेहरा करून बसे आणि वर 'मुलींनो, का बरं इतक्या हसताय तुम्ही? वर्गात शांतता हवी

आणि तुमचं लक्ष वर्गात हवं' असंही खुशाल म्हणत असे.

तिच्या वागण्यात लबाडी नव्हती. तिचा स्वभाव इतका गमत्या होता की एखाद्याला तिकडे डोळेझाकही करता येत नसे. दुसऱ्याची जीवघेणी चेष्टा ती कधीच करत नसे. ह्या तिच्या खोडकरपणामुळे इतरांना तिच्याविषयी आकर्षण वाटे, ती सर्वांना आपलीशी वाटत असे. जणू काही ती अजातशत्रु होती. एकदा चक्क चाचणी परीक्षेचा पेपर पाहून ती गोंधळली. सरळ माझ्यापाशी येऊन अगदी कोऱ्या चेहऱ्यानं म्हणाली, 'मॅडम, मला प्लीज तुमची मदत हवीय. मला मदत केलीत तर तुम्हाला मी चॉकलेट देईन.'

मी शिस्तिची भोक्ती असल्यामुळे मी कठोरपणे उत्तरले, 'नाही डॉली, हे तुम्ही आपापलंच केलं पाहिजे. मी जर ते करून दिलं तर ग्रेड्स मला मिळतील की तुला?'

जसंजसं ते शैक्षणिक वर्ष संपत आलं तसतशी डॉलीच्या चाहत्यांची संख्या वाढतच गेली.

माझं भाग्य असं की मीही तिच्या चाहत्यांपैकी एक होते; त्याला कारणही तसंच जबरदस्त होतं. १९९८ साल होतं. तो दिवस होता २३ डिसेंबर. मस्त थंडी पडली होती. मी कामाच्या व्यापात बुडाले होते, इतक्यात ऑफिसमधून मला बोलावल्याचा तातडीचा निरोप आला. अगदीच काही आणीबाणीची परिस्थिती उद्भवली असेल तरच आम्हाला असं ऑफिसमध्ये बोलावलं जाई, अन्यथा नाही, त्यामुळे असा निरोप आल्याबरोबर माझ्या छातीत धडधडायलाच लागलं, नाडीचे ठोके जोराजोरात पडायला लागले आणि मी ऑफिसकडे धाव घेतली. काही तरी धक्कादायक गोष्ट घडली असेल म्हणून मी मनाची तयारी करत होते, इतक्यात ऑफिसात आलेल्या माझ्या बहिणीनं वडिलांना हार्ट अॅटॅक आल्याची बातमी दिली. ते अत्यवस्थ होते आणि माझी सारखी आठवण काढत होते. डबडबलेल्या डोळ्यांनी मी परत वर्गात आले आणि माझा तास मी घेऊ शकत नसल्याचं सांगून डॉलीपाशी आले.

'मॅडम तुम्ही का रडताय?' हे विचारताना तिचेही डोळे पाण्यानं भरलेले पाहून माझं अंत:करण हेलावलं; काय झालंय ते मी तिला थोडक्यात सांगितलं. ते ऐकून ती जे काही म्हणाली ते शब्द माझ्या मनावर जणू कोरले गेलेत. 'मॅडम, रडू नका. मी तुमच्या वडिलांना बरं वाटावं म्हणून परमेश्वराजवळ प्रार्थना करीन. प्लीज माझ्याबरोबर ही प्रार्थना म्हणाल का? आणि जेव्हा जेव्हा तुमचा आत्मविश्वास डळमळेल तेव्हा ह्या प्रार्थनेचा तुमच्या मनाशी पुनरुच्चार कराल ना?'

"आपण जेव्हा परमेश्वराजवळ प्रार्थना करतो तेव्हा तो आपल्या हाकेला साद देतो. आपण हळुवार आवाजात केलेली प्रार्थना त्याच्यापर्यंत पोहोचते. आपण काय

सांगतो ते तर त्याला कळतंच, पण आपल्या मनातली भीतीही त्याला जाणवते. आपल्याला प्रत्यक्षात तो दिसत नसला तरी आपण एकटे असताना तो सदैव आपल्या पाठीशी असतो. आपण कोठेही असलो तरी आपले विचार त्याच्यापर्यंत पोहोचतातच. धीर सोडू नका आणि खंबीर राहा.'

क्षणभर का होईना पण माझ्या मनातली भीती त्या प्रार्थनेनं दूर झाली. मी अगदी भारावून गेले. गत गोष्टींचा विचार केला तर डॉलीला मी जे काही शिकवलं होतं ते अगदीच क्षुल्लक होतं, पण तिनं मला जे शिकवलं होतं ते फार उच्च होतं. आपल्याभोवती अंधकार दाटून आलाय असं वाटत असताना स्वत:वरचा विश्वास कधी ढळू द्यायचा नाही. आपलं रक्षण करायला, आपली काळजी घ्यायला परमेश्वर समर्थ असतो. त्या दिवशी त्या छोट्या देवदूतीचे ते शब्द माझ्या मनाला फार भिडले आणि त्यांनी माझ्या मनात कायमचं घर केलं.

– हीरा नवाज

जगण्याची कला

नोव्हेंबर महिना होता. त्या दिवशी अगदी जीवघेणी थंडी पडली होती. जाग येता येताच मला आठवलं, की आज मला माझं हस्तकलेचं प्रोजेक्ट शिक्षकांना दाखवायचं होतं. आमच्या हस्तकलेच्या शिक्षिका सबंध शाळेत सगळ्यात कडक, कठोर शिस्तीच्या म्हणून प्रसिद्ध होत्या. मी त्यावेळी नऊ वर्षांची असेन. सगळ्या विषयांत या हस्तकलेचा मी फार धसकाच घेतला होता. 'अवघडातली अवघड गणितं ही चुटकीसरशी सोडवते आणि या हस्तकलेला कसली घाबरते? असं माझ्या मैत्रिणींना वाटे.' अर्थात या भीतीमागे एक कारण होतं. मिस बीना या आमच्या हस्तकलेच्या शिक्षिका. या नव्या सत्रातला त्यांचा हा दुसराच तास होता; पण तोपर्यंत त्या कडक आणि रागीट आहेत आणि ज्या मुली त्यांचं ऐकत नाहीत त्यांच्याशी तर त्या फारच कठोरपणे वागतात अशा गोष्टींची चर्चा आमच्या कानावर यायला सुरुवात झाली होती.

मागच्या तासाला त्यांनी दिलेलं काम मी अजून पूर्ण केलं नव्हतं, त्यामुळे वर्गात आज माझं काय होणार हे मला समजेना. भीतीनं माझे हातपाय कापायला लागले. 'मला शाळेतच जायचं नाही.' असं म्हणत मी जोराजोरात गळा काढून रडू लागले, मग आईनं माझी समजूत काढायला सुरुवात केली. 'अगं, तुमच्या डबा खायच्या सुट्टीत मी तुझं काम पुरं करून घेऊन येईन, मग तर झालं?' मग काय? शाळेत जाण्यावाचून मला गत्यंतरच उरलं नाही.

वेळ भराभरा जावा असं मला वाटायला लागलं. प्रार्थनेच्या वेळी असेंब्ली हॉलमध्ये मला हळूहळू रडूसुद्धा फुटत होतं. मनात सारखी भीती वाटत होती की हस्तकलेच्या तासाला मला आज वर्गाबाहेर तर उभं राहावं लागणार नाही ना? शेवटी एकदाची डबा खायची सुट्टी झाली आणि मी आईला शोधायला पळत पळत वर्गाबाहेर आले. आम्हाला त्या भीतिदायक वाटणाऱ्या शिक्षिकांच्या खोलीबाहेरच ती उभी असलेली मला दिसली. हस्तकलेचं माझं पूर्ण केलेलं काम माझ्या हातात

द्यायच्या ऐवजी आई तिथे काय करत्येय? आणि इतकंच नव्हे तर मिस बीना यांच्याबरोबर तिचे हास्यविनोद चालू असलेले पाहून मी चाटच पडले. लांबून मी त्या दोघींना न्याहाळत होते हे लक्षात आल्यावर त्यांनी मला हाक मारून जवळ बोलावलं. माझ्या छातीत इतकं धडधडत होतं की आसपासच्या मुलांनाही ते ऐकू आलं असेल.

बीना मॅडम म्हणाल्या, 'कविता, तू म्हणे मला फार घाबरतेस? मी वाघ बीघ आहे असं तुला वाटतंय की काय? आणि मी तुला खाऊन टाकेन अशी भीती तुला वाटतेय, होय ना?'

एव्हाना माझ्या गालांवरून अश्रू ओघळायला लागले होते. त्या दिवशी हस्तकलेच्या तासाला बीना मॅडम माझ्याकडे बघून गालातल्यागालात हसत होत्या. अधूनमधून माझ्याजवळ येऊन त्या माझ्याशी काहीबाही बोलत होत्या. त्याचा फायदा असा झाली की माझी भीती गायब झाली आणि मला त्यांच्याबद्दल थोडा थोडा विश्वास वाटू लागला. हळूहळू त्यांच्या तासाला मी खुलू लागले आणि माझ्या प्रतिभेला कोंब फुटू लागले. थोड्याच दिवसांत त्या माझ्या लाडक्या शिक्षिका झाल्या आणि मी त्यांची लाडकी विद्यार्थिनी! पुढच्याच सत्रात त्या आम्हाला इतिहास शिकवू लागल्या. खरं म्हणजे इतिहास हा विषय माझा काही फारसा आवडता नव्हता; पण मला त्यात गोडी वाटावी म्हणून मॅडम विशेष प्रयत्न करत असत. माझ्यासाठी त्या शाळेच्या वेळापूर्वी तासभर आधी येऊन मला काही गोष्टी समजावून सांगत.

त्या वर्षी हस्तकलेच्या नैपुण्याबद्दल मला विशेष बक्षीस मिळाल्याचं कळल्यावर मी आनंदानं त्यांचे आभार मानायला गेले. 'त्या' दिवशी मी भीतीनं घाबरून जाऊन त्यांना आणि आईला दुरून न्याहाळत असताना माझ्याकडे पाहून त्यांनी आश्वासक स्मित केलं होतं तसंच हसू त्यांच्या चेहऱ्यावर मला दिसलं.

काही वर्षांनंतर एकदा असंच शाळेतील जुन्या शिक्षिकांना भेटण्याची मला अनिवार इच्छा झाली आणि माझी पावलं शाळेकडे वळली. शाळेत सर्वांत प्रथम बीना मॅडमच माझ्या दृष्टीस पडल्या. त्यांच्या नेहमीच्या सवयीनं त्यांनी माझी आपुलकीनं चौकशी केली आणि कौतुकानं माझी पाठ थोपटली. त्यांच्या डोळ्यासमोर अजूनही ती छोटी, त्यांना घाबरणारी मुलगीच होते मी! त्याच मुलीनं बाहेरच्या जगात जाऊन नाव कमावलंय आणि चांगलं काही काम करून आयुष्य सार्थकी लावलंय याचं समाधान मला त्यांच्या चेहऱ्यावर दिसलं.

बीना मॅडमनी माझी भीती घालवण्यासाठी, माझा स्वत:वरचा विश्वास वाढवण्यासाठी जर कष्ट घेतले नसते तर? खरे हाडाचे शिक्षक आपल्या विद्यार्थ्यांवर शाळेत आणि शाळेबाहेरसुद्धा प्रेम करतात, त्यांना माया लावतात. बीना मॅडमनी

माझ्यासाठी तसं केलं नसतं तर आज जगात माझा कसा निभाव लागला असता? बहुतेक वेळा शिक्षकांबद्दल, ते अतिशय कठोर शिस्तीचे असल्याचा प्रवाद असतो, पण जेव्हा विद्यार्थ्यांबद्दल त्यांना ममत्व वाटतं तेव्हा अक्षरश: चमत्कार घडून येतात. माझ्या मनावरचं भीतीचं सावट कायमचं दूर करण्यासाठी दिलासा देणारं मॅडमच्या चेहऱ्यावरचं हास्य हाच माझ्या आयुष्यातला मोठा चमत्कार होता!

– बी. कविता चंद्रशेखर

क्षुल्लक गोष्ट

आयुष्यातल्या वळणावर अचानकपणे एखादी अनोळखी व्यक्ती तुम्हाला भेटते आणि अनपेक्षितपणे तुमच्या भावविश्वाला स्पर्शून जाते, मग जे काय घडून येतं तो चमत्कार नसतो, तो असतो परमेश्वरानं तुमच्या डोक्यावरून हात फिरवून दिलेला दिलासा! सरत्या वर्षात मलाही याचं प्रत्यंतर आलं.

खऱ्याखुऱ्या आयुष्यात मी अगदी स्वप्न सुखाचाच आनंद घेत होते. चांगल्या कॉलेजातून पदवी मिळवण्याची अभिलाषा, मग कॉलेजातल्या प्रियतमाबरोबर लग्न, वीस बाविसाव्या वर्षीच काढलेली सॉफ्टवेअरची फर्म, मिळालेलं यश. मला वाटतं अशी कोणतीच गोष्ट नव्हती की जिची मजा आम्ही पंचविशीतच चाखली नव्हती. या माझ्या आदर्श चित्राला कुठे कोणाची नजर तर लागणार नाही ना अशी मला आत भीती वाटत असे.

आणि खरोखरंच तसं घडलं एक दिवस! चोरपावलानं तो दिवस माझ्या आयुष्यात आला, प्रचंड वादळात सापडावं तसं त्यानं माझ्या सगळ्या कुटुंबाला हादरे दिले. त्या एका वर्षात आमचा व्यवसाय साफ बुडाला, स्वप्नांचा चक्काचूर झाला. दुरावलेल्या नातेसंबंधांनी आमची मनं घायाळ केली. सुहृदांचा जीव वाचवताना करावी लागलेली धडपड, सर्वच पातळ्यांवर झालेलं नुकसान, आर्थिक झळ सोसताना झालेल्या यातना आणि डोक्यावरचं हरवलेलं छप्पर हे सगळं त्या एका वर्षातलंच!

ते दिवस पुन्हा येणार नव्हते. त्या परिस्थितीचे चटके सोसताना आमची सारी स्वप्नं विरून गेली, आमची जीवनेच्छाच नष्ट झाली. आम्ही जगायचंच विसरून गेलो. आयुष्याची गती बदलून गेली. आम्ही कॉर्पोरेट क्षेत्रात नोकऱ्या धरल्या. झालेले तुकडे सांधण्याचा जीवघेणा संघर्ष पुन्हा एकदा सुरू झाला. आर्थिक नुकसान बाजूला ठेवलं तरी त्या एका वर्षात डोळ्यादेखत आम्ही जे गमावलं त्याची इतर कशाशीच तुलना होऊ शकली नसती. धंद्यात प्रस्थापित झालेल्या संबंधांना

धोका निर्माण झाला होता. मी आणि माझ्या नवऱ्यानं जे प्रोजेक्ट्स इतके खतपाणी घालून वाढवले होते ते जणू काही कालबाह्य झाल्यासारखे वाटू लागले होते. आयुष्य म्हणजे फक्त अस्तित्व टिकवण्याची लढाई झाली होती.

ही सगळी स्थित्यंतरं होत असताना मी एका फर्ममध्ये नोकरी धरली. खरं म्हणजे या नोकरीतसुद्धा कामाचं दडपण होतं; पण कर्तृत्वाला वाव होता, उत्कर्षाची संधी होती, योजनाबद्ध कामे करावी लागत होती, म्हणजे एकूण काम आवडावं असं आणि आव्हानात्मकही होतं, पण मी जे काही गमावलं होतं ती पोकळी यापैकी कशानंच भरून येणार नव्हती. आयुष्यात अकाली उद्भवलेलं हे संकट ठाण मांडून बसलं होतं– हेच आता माझं आयुष्य झालं होतं. त्या एकाच घटनेनं आयुष्य कायमचं बदलून गेलं होतं.

एक दिवस संध्याकाळी चहाचा कप घेऊन मी एकटीच कोपऱ्यात बसले होते, तेवढ्यात एक तरुण, कृश प्रोजेक्ट मॅनेजर माझ्याशेजारी येऊन बसली. एक सुरेखसा सलवार कमीज तिच्या अंगावर होता. त्याला शोभणारे नाजूक दागिने तिनं गळ्यात आणि कानात घातले होते. ती सहजतेनं तरीही अदबीनं वावरत असे. दुसऱ्यांशी हसून सभ्यतेनं बोलत असे. तिच्या या स्वभावाचं मला फार कौतुक वाटत असे. तशी आमची अलीकडेच जास्त ओळख झाली होती; पण आम्हाला एकमेकींबद्दल आकर्षण वाटत असे. त्या दिवशी संध्याकाळी मी तशी जरा निवांतच होते, त्यामुळे ती शेजारी येऊन बसल्याचा मला आनंदच झाला. 'मला तुला काही सांगायचंय. खरं म्हणजे हे इतर कोणाजवळ मी बोलू शकणार नाही, पण मला ते तुला सांगावसं वाटतंय.' तिनं संभाषणाला सुरुवात केली.

असा एकदम काहीतरी कबुलीजबाब तिनं दिल्यावर मी जरा दचकलेच; पण माझे कान मात्र तिच्या बोलण्याकडे लागून राहिले. तिच्या माझ्यात काही भावबंध निर्माण झालेत आणि तिच्या काही वैयक्तिक गोष्टी तिला फक्त मलाच सांगाव्याशा वाटतायत या विचारानं मी नकळत सुखावले.

'मी आणि रमेश संबंधीच्या काही गोष्टी आहेत ह्या.'

'हं म्हणजे तुझा प्रियकर ना?' कारण तिच्या बोलण्यात मी रमेशचा उल्लेख एकदा ऐकला होता.

'हो.' तिचे डोळे एकदम आनंदानं उजळून गेले. 'रमेश आणि माझी जोडीसुद्धा तू आणि तुझ्या नवऱ्यासारखीच होती. आम्हीही कॉलेजपासून एकमेकांचे जिवलग होतो.'

'हां, तुम्हीही आता लग्न करणार आहात तर? मग काय खूश आहात ना?' काही तरी विचारायचं म्हणून मी मध्येच म्हणाले.

'हो, माझ्या आयुष्यात रमेशचं स्थान नक्कीच वेगळं आणि महत्त्वाचं आहे,

पण त्यासाठी विवाहबंधनाची गरज आहे असं मला वाटत नसे.' असं म्हणून ती हसली. 'पण त्याचं काय मत आहे?' मी सूचकपणे म्हणाले. 'तो कधीचाच तयार होता लग्नाला. अगदी आमची शिक्षणं झाली तेव्हा ताबडतोबसुद्धा.' तिनं हसत दुजोरा दिला.

'मग तुमचा साखरपुडा झालाय का?'

'कॉलेजातून बाहेर पडल्यावर नऊ वर्षांनी.'

'बापरे! तू त्याला इतकी वाट पाहायला लावलीस, कमाल आहे!' मला आश्चर्य लपवता येईना.

'हो ना. माझ्या संमतीची त्यानं बिचाऱ्यानं नऊ वर्षं वाट पाहिली. खरं म्हणजे मलाही त्याच्याच बरोबर आयुष्य काढायचं होतं, पण मी लगेचच तयार झाले नाही.'

'पण मग शेवटी तू ह्या निर्णयाला कशी आलीस?'

'एकदा पार्कमध्ये आम्ही दोघं फिरत असताना ही गोष्ट घडली. कधी कधी एखादी साधीसुधी घटनाही तुम्हाला तुमचे विचार बदलायला भाग पाडते. आम्ही दोघं त्या पार्कमध्ये हिंडत असताना एक लहान मूल खेळता खेळता पडताना आम्ही पाहिलं. आम्ही दोघेही अगदी एखाद्या प्रतिक्षिप्त क्रियेप्रमाणे त्याला वाचवायला म्हणून धावलो. आमच्या दोघांच्या अशा पुढे धावत जाण्यानं माझा आयुष्याबद्दलचा दृष्टिकोनच एकदम बदलून गेला. माझ्यातलं वात्सल्य कुठेतरी जागं झालं. तत्क्षणी आपण रमेशबरोबर संसार थाटावा, त्याच्या घराची स्वामिनी व्हावं, आपल्याला मुलं असावीत असं मला तीव्रतेनं वाटून गेलं.'

'हं. मग त्यानंतर तुमचं लग्न ठरलं असंच ना?'

'तरी लगेच नाही. आम्ही स्वत:चा फ्लॅट बुक केला, मग एकमेकांच्या घरच्यांना भेटलो. सहा महिने विचार करून आम्ही समारंभाची रूपरेषा ठरवली. कोणते धार्मिक विधी करायचे याची चर्चा केली आणि मगच सारखपुड्याची तारीख पक्की केली.'

'टीना, तुला खरं सांगते की आयुष्यात इतका आनंद मला कधीच झाला नव्हता. तो माझ्या आयुष्यातला सर्वोच्च आनंदाचा दिवस होता. मी जी स्वप्नं रंगवली होती, ती प्रत्यक्षात साकारणार होती. मी रमेशची पत्नी होणार होते. आमचं दोघांचं सहजीवन सुरू होणार होतं. आम्ही एकमेकांच्या सुखदु:खाचे वाटेकरी होणार होतो. आमच्या दोघांच्या प्रयत्नातून घर उभं राहणार होतं. दोघांचे कुटुंबीय माझे अगदी सगळे लाड पुरवत होते. मला तर कोणीतरी जादूची कांडी फिरवल्यासारखंच वाटत होतं.'

'वा! तुमचा विवाह समारंभसुद्धा असाच खास असेल बघ नक्कीच!' मी तिला खात्रीपूर्वक सांगितलं.

'नाही,' ती पुढे म्हणाली, 'साखरपुड्याच्या भोजन समारंभानंतर रमेश कामाला निघाला. वाटेत विमानतळावर जाताना त्याच्या गाडीची मोठ्या ट्रकशी टक्कर झाली आणि तो जागीच मृत्युमुखी पडला. टीना, अगं त्याची पत्नी होण्यापेक्षा दुसरी कोणतीच गोष्ट माझ्या दृष्टीनं महत्त्वाची नव्हती.' तिची नजर खाली वळली होती. डोळ्यात अश्रू नव्हते. तिचं हृदय दुःखानं विदीर्ण झालं होतं, पण ती इतक्या त्रयस्थपणे सगळं सांगत होती की मी अगदी अवाक् झाले!

कित्येकदा अशा प्रसंगात काय बोलायचं ते आपल्याला माहीत असतं, पण त्या प्रसंगाचं गांभीर्य ओळखून आपल्या तोंडून शब्दच फुटत नाहीत. काही बोलण्याची ही वेळच नव्हती. क्षणभर आपल्यासमोर फक्त अंधाराचं साम्राज्य पसरलंय असं वाटून गेलं. कितीही प्रयत्न केला असता तरी तिचं सांत्वन करायला मला शब्द सापडले नसते.

मी दुःखातिशयानं तिला कवटाळलं, खांद्यावर थोपटून तिला धीर द्यायचा प्रयत्न केला.

त्या एका क्षणानं माझं आयुष्य बदलून टाकलं. माझं दुःख किती क्षुल्लक होतं, मी किती स्वार्थी विचार करत होते. माझं सगळं कुटुंब माझ्या पाठीशी होतं आणि तरीही मी व्यावहारिक सुखाच्या आशेनं तळमळत होते. आयुष्यात महत्त्वाचं काय आहे याचा सारासार विचार करण्याची माझी शक्तीच जणू नष्ट झाली होती. किती वेडी होते मी!

त्यानंतर संध्याकाळी मी नक्की काय केलं हे आता मला काहीच आठवत नाही; पण एवढं मात्र नक्की की तिच्या दुःखावर फुंकर घालण्यासाठी काहीही करायची माझी तयारी होती. तिच्या बोलण्यानं माझं जन्मभराचं नुकसान टळलं होतं हे तिला कदाचित ठाऊकही नसेल!

– टीना मनसुखानी गर्ग

शहाणपण– अडाणीपणातलं

इंजिनिअरींगची पदवी घेतल्यावर कार्तिकनं एम्.बी.ए. करण्यासाठी पुण्याच्या एका संस्थेत प्रवेश घेतला. 'हा माझा निर्णय बरोबर आहे का? मी हे का करतोय?' असा त्याला अनेकदा प्रश्न पडत असे. त्यानं कधी काही ठरवून केलंच नव्हतं. आयुष्यात जसजशा गोष्टी घडत गेल्या तशाच तो त्या स्वीकारत गेला. त्याचा जो रूमपार्टनर होता - कुमार त्याचं नाव - तो दिल्लीचा होता. वर्गात सतत पहिला असे. त्याच्या घरची फार गरिबी होती, त्यामुळे उत्तम मार्क्स मिळवून खूप मोठ्या पगाराची नोकरी मिळवणं ह्याखेरीज त्याच्या समोर दुसरा पर्याय नव्हता.

महाराष्ट्राच्या औरंगाबाद शहरात कार्तिक आणि कुमार यांना एका सादरीकरणासाठी जायचं होतं. हे शहर ऑटोमोबाइल आणि शेतकी क्षेत्रातल्या अनेक नामांकित कंपन्यांमुळे बरंच नावारूपाला आलंय. कार्तिकचं कोणत्याही गोष्टीचं सादरीकरण अगदी उत्तम असे, तर कुमार जास्त अभ्यासू असल्यामुळे कोणतीही गोष्ट प्रत्यक्ष वस्तुस्थितीचा अभ्यास करून आकडेवारीसकट मांडणं त्याला उत्तम जमत असे. त्या दोघांचा अभ्यास एकमेकांना पूरक असल्याने आपल्या चांगल्या सादरीकरणाची त्यांना खात्रीच असे.

ते दोघे सकाळी साधारण अकराच्या सुमाराला औरंगाबादला पोहोचले. धुळीनं माखलेले कुर्ते, धोतरं आणि डोक्याची मुंडाशी ह्या वेषातल्या गाववाल्यांच्यात आणि शेतकऱ्यांच्या घोळक्यात हे निळी पँट आणि ब्लेझर घातलेले दोघे तरुण अगदीच विसंगत दिसत होते. कार्तिक आणि कुमारला औरंगाबादेपासून ७० कि.मी.वर असलेल्या जालन्याला जायचं होतं. प्लॅटफॉर्म नं. ३ वर 'औरंगाबाद-जालना' लिहिलेली एक लाल बस येऊन थांबली आणि हे दोघे त्यात चढले. आपल्या लॅपटॉपवर त्यांनी एकूण सगळ्या सादरीकरणाची संगतवार आखणी केली. त्या छोट्या यंत्रावर ते जे काम करत होते, त्याकडे आजूबाजूचे बघे माना वाकड्या करकरून कुतूहलानं न्याहाळत होते; अर्थातच त्या लोकांकडून हे असं

आदरयुक्त कौतुक होत असलेलं पाहून कुमार आणि कार्तिक सुखावत होते.

थोड्यात वेळात बस जालन्याकडे निघाली. छोट्या छोट्या खेड्यांतून बस अगदी आरामात चालली होती. बस अगदी प्रत्येक गावात थांबत होती आणि स्वस्तातल्या पावडरी फासलेले आणि खोबरेल तेल चोपडलेले प्रवासी त्यात चढत होते. उकाड्यानं आणि घामानं जीव अगदी हैराण होत होता. बहुतेकजण तंबाखू चघळत होते आणि मधूनच खिडकीतून सरळ बाहेर, सीटखालीच किंवा आपल्याच पुढ्यात तंबाखूची पिंक टाकत होते. एकाचा ट्रान्झिस्टर अगदी मोठमोठ्यानं किंचाळत होता, त्यात भरीला होता बसचा खडखडाट! ह्या असल्या प्रवासाची सवय नसल्यानं आणि भोवतालच्या अस्वच्छतेनं कार्तिक वैतागला होता. कार्तिक एका श्रीमंत कुटुंबातला होता आणि गावातल्या असल्या बस प्रवासाची त्याला मुळीच सवय नव्हती.

साधारण तासाभरानं अशाच एका कच्च्या रस्त्यावर मोडक्यातोडक्या बस स्टॉपवर बस थांबली आणि धुळीचे लोटच लोट आत आले. कार्तिकनं रुमालानं नाक झाकून घेतलं आणि डोळ्यांचं रक्षण करायला रेबॅनचा गॉगलही चढवला.

या स्टॉपवर एक कुटुंब बसमध्ये चढलं. एक अगदी काटकुळी बाई त्या कुटुंबातली कर्ती दिसत होती. असेल चाळिशीची, पण त्याहून प्रौढ दिसत होती. तिच्याबरोबर पाच मुलं होती– तीन मुलगे आणि दोन मुली. त्यांच्याबरोबर त्यांचे वडील नव्हते. कुटुंबातल्या बाकीच्यांनी आपल्या पोटापाण्याची सोय करावी अशा वाऱ्यावर सोडून दिलेल्या कुटुंबांपैकी हे एक असावसं वाटत होतं. कुटुंबातला बाप्या माणूस पक्का दारुड्या असावा, बरोबर आला नव्हता, परागंदा झाला होता की हयातच नव्हता? त्या बाईचा जबडा तंबाखू चघळत असताना तालात वरखाली हलत होता.

होतं नव्हतं ते सगळं सामान घेऊन ते गाडीत चढले होते. दोन-चार फाटक्या गोधड्या आणि दोन-तीन गाठोडी कपडे, भांडी बांधलेली आणि एक ट्रान्झिस्टर. जेमतेम हाता-तोंडाची गाठ पडत असावी इतकी गरिबी दिसतच होती; ती पाचही पोरं अगदी मस्तीखोर दिसत होती. गाडीत शिरताच त्यांनी सगळ्यात शेवटच्या रिकाम्या बाकड्याचा ताबा घेतला आणि सगळी त्यावर कोंबून बसली. सातआठ दिवसांत त्यांनी आंघोळीही केल्या नसाव्यात आणि कपडेही कित्येक दिवसांत धुतले नसावेत, पण त्यांच्या चेहऱ्यावरच्या आत्मविश्वासानं त्यांचे डोळे अधिकच चकाकत होते. बसायला जागा नसल्यानं ती बाई दाराजवळच उभी राहिली.

'बघ म्हणजे इतक्या पोरांचं ती नीट पोटही भरू शकत नाही तरी तिनं इतक्या पोरांना जन्माला घातलंय.' कार्तिक पुटपुटला; 'आणि आपण म्हणतो की आपला देश महासत्ता होणार आहे! तिनं कधी शाळेचं तोंडही पाहिलं नसणार तर तिच्या

मुलांनीही ते पाहिलेलं असण्याची शक्यताच नाही.'

आपल्या मित्राचा हा वैताग समजल्यासारखी कुमारनं फक्त मान हलवली. 'या लोकांना शिक्षणाची फार गरज आहे.' कार्तिकची नजर त्या बाईवर खिळली होती आणि तिच्या मुलांबद्दल त्याला कणवही वाटत होती आणि त्यांचा रागही येत होता. त्यांच्या गरिबीची आपल्याला कीव करावीशी वाटतेय की अडाणीपणाचा तिटकारा येतोय कार्तिकला काहीच समजेना.

इतकं सगळं होईपर्यंत त्यांना तिकिटं द्यायला म्हणून कंडक्टर त्यांच्यापाशी पोहोचला. आपल्या पोलक्यातून चुरगळलेल्या नोटा त्या बाईनं बाहेर काढल्या. तिच्याकडे सगळे मिळून एवढेच पैसे असावेत का? अशा विचारात कार्तिक पडला.

'चार मोटी आणि दोन ल्हान जालन्यापर्यंतची द्या.' आपल्या तोंडातल्या तंबाखूची पिंक दारातून बाहेर टाकून त्या बाईनं सांगितलं.

कंडक्टरनं तिच्याकडे आणि मग तिच्या पोरांकडे एक नजर टाकली. त्या पाचांपैकी दोघी पोरी पूर्ण तिकीट काढण्याइतक्या मोठ्या दिसतच होत्या, पण तिघं पोरं अर्धं तिकीट काढण्याइतकी लहान वाटत होती.

'मावशी चार मोठी कोण? मला वाटतं तीनच मोठी चालतील. पोरगे लहानच दिसतायत.'

'त्यो खिडकीत बसलेला पोरगा हाए ना तो ल्हान दिसतो, पन् मोठा हाए पूर्न तिकीट काढण्याइतका. हां, तवा मला चार पूर्न आणि दोन अर्दी द्या.'

त्या बाईचा प्रामाणिकपणा पाहून कंडक्टर सर्दच झाला. तिनं त्याला पैसे देऊ केले. आपल्या जागेवर बसून पोरांचा दंगा चालूच होता. कंडक्टरनं खांदे उडवून तिला हवी असलेली चार मोठी आणि दोन लहान तिकिटं दिली.

कार्तिकनं आणि कुमारनं एकमेकांकडे पाहिलं- आश्चर्यानं आणि गोंधळून- मग त्यांना स्वत:चीच लाज वाटली.

– सागर हवेली

मेरी ख्रिसमस

'सनी, बेटा, प्लीज अंडी घेऊन येतोस?' आईनं मला आर्जवी स्वरात विचारलं. आमचा सगळ्यांचा आवडता चॉकलेट केक ती बनवत होती ख्रिसमससाठी. बाबा असताना आम्ही दाघंही तिला केक करायला मदत करत असू; पण आज ती एकटीच करत होती.

माझी सदसद्विवेक बुद्धी मला खरं तर 'आईला मदत करायला ऊठ' असं सांगत होती, पण तरीही मी टी.व्ही.समोर तंगड्या पसरून तसाच बसून राहिलो. 'जा ना, राजा, लवकर अंडी घेऊन ये.' तिनं पुन्हा म्हटलं. नाक मुरडतच मी अंडी आणायला जाणार, इतक्यात फोनची घंटा खणखणली आणि मी फोन उचलला. तोपर्यंत माझी अंडी आणायची इच्छा नाही हे आईच्या लक्षात आलं होतं. मग तिनं स्वत:च जाऊन अंडी आणली.

जेनीचा, माझ्या मैत्रिणीचा फोन होता. 'हाय, ख्रिसमसच्या संध्याकाळचा काय बेत आहे?' ती विचारत होती. मग काय, पुढची पंधरा मिनिटं आम्ही बेत आखण्यात घालवली, मग माझ्या एका मित्राच्या घरी भेटायचं आणि पार्टीत सामील व्हायचं असं ठरलं.

'कोणाचा रे फोन होता सनी?' मी फोन ठेवताच आईनं विचारलं. 'नाही, काही महत्त्वाचं नव्हतं.' मी चक्क थाप मारली, तेवढ्यात तिनं बाजारातून 'सुका मेवा घेऊन ये' असं सांगितलं. मी अर्थातच ते धुडकावून लावलं आणि वर म्हटलं की, 'अगं, जे काही घरात असेल ते घालून कर ना, आपण दोघंच तर खाणार आहोत.' तिच्या चेहऱ्यावर मला नाराजी दिसली, पण तरीही ती काही बोलली नाही. उलट गोड हसून म्हणाली, 'बरं बाबा तुझी मर्जी!'

तुम्ही तुमच्या आईला कितीही दुखवलंत तरी ती तितक्याच उत्कटतेनं तुमच्यावर प्रेम करते. या गोष्टीचं मला फार आश्चर्य वाटतं. तुम्ही कितीही दुर्लक्ष केलंत,त्यांच्यापासून दुरावलात तरीही आया तुम्हाला मार्गदर्शन करायला, मदत

करायला, तुमचं सांत्वन करायला, आशीर्वाद द्यायला सतत तुमच्याबरोबरच असतात. जरा मागे वळून सिंहावलोकन केलंत तर असं लक्षात येईल, की आपण सगळेच त्यांचं प्रेम गृहीत धरत असतो. खरं म्हणजे यात आयांचासुद्धा दोष असतो, कारण एखादी गोष्ट आपल्याला मुबलक प्रमाणात मिळत असली की ती आपण लगेच गृहीतच धरतो.

संध्याकाळी मी रात्रीच्या जेवणासाठी काळं जाकीट आणि काळी पँट घातली, ते पाहून हसून आईनं म्हटलं की, 'बापरे! काय रुबाबदार दिसतोयस तू. आज मुलींचं काही खरं नाही.' मग 'मी कुठे जातोय आणि मला उशीर होणार आहे का' ही चौकशी तिनं केली. मी मित्रांबरोबर जाणार असल्याचं सांगून मला उशीर होऊ शकतो असं म्हणालो. एका क्षणात तिच्या चेहऱ्यावरचा आनंद मावळला, पण तरीही तिनं मला दहाच्या आत येण्याचं हळुवारपणे सुचवलं, 'म्हणजे मग आपण ख्रिसमस साजरा करू.' माझे वडील हयात नव्हते, पण आईनं मला त्यांची उणीव कधीच भासू दिली नाही. कुटुंबातले रीतीरिवाज तिनं तसेच चालू ठेवले होते. माझ्यासाठी ती नवे कपडे खरेदी करत असे, पण स्वतः मात्र तिच्या भावानं तिला वाढदिवसाच्या वेळी भेट दिलेला ५/६ वर्षांपूर्वीचा जुना ड्रेसच वापरत असे. कधीही कंटाळा न करता ती माझ्यासाठी चॉकलेट केक बनवत असे. चवदार बिस्किटं आणि असेच अनेक सुग्रास पदार्थ बनवत असे, पण मला त्या दिवशी मात्र रात्री घराबाहेर राहायची मोकळीक हवी होती.

त्यामुळे मी लगेच बाहेर पडलो. जेनीला भेटलो, पार्टीला गेलो आणि वेळ अगदी मजेत घालवला. गावातल्या एका प्रसिद्ध डिस्कोत गेलो. तिथे अतिशय झगमगाट होता आणि श्रीमंतीचं नको इतकं प्रदर्शन होतं. आईनं ख्रिसमससाठी दिलेले सगळे पैसे मी तिथे उडवले. एक-दीडच्या सुमाराला आपल्याला फारच उशीर झालाय हे मला जाणवलं. आईनं ख्रिसमस साजरा करायला दहा वाजताच घरी परतायला सांगितलं होतं.

जवळ जवळ पहाटे दोन वाजता मी घरी पोहोचलो. अगदी चोर पावलांनी हॉलमधून गेलो. दिवे लावल्यावर अतिशय उत्तम तऱ्हेनं सजवलेलं अंधाऱ्या कोपऱ्यातलं एकाकी ख्रिसमस ट्री माझ्या नजरेला पडलं. जवळच न फोडलेल्या अनेक भेटवस्तू ठेवलेल्या दिसल्या. आईचं बायबल कोचावर तसंच उघडं होतं. नेहमी बायबल वाचून, प्रार्थना करून मग ते व्यवस्थितपणे शेल्फमध्ये जागच्या जागी ठेवायची तिची सवय होती, पण आज मात्र तसं घडलं नव्हतं. मी ते उचलून जागेवर ठेवणार, इतक्यात त्यातल्या २३व्या सुविचारावर माझी नजर गेली, 'सर्व शक्तिमान परमेश्वर माझं सदैव रक्षण करतो...' आम्हा दोघांच्या जेवणासाठी टेबल खूप छान सजवून ठेवलेलं होतं. जेवणाला तर तिनं स्पर्शही केलेला दिसत नव्हता.

चॉकलेट केक मध्यभागी मोठ्या ऐटीत माझी वाट पाहात उभा होता. मी तिथून निघणार, इतक्यात माझ्यासाठी टेबलावर ठेवलेली चिठ्ठी मला दिसली.

'बाळा, मला क्षमा कर. पण मला आणखी वाट पाहणं अशक्य झाल्यानं मी झोपायला जातेय. तुझ्या आवडीची डिश मी करून ठेवली आहे. प्लीज ते खाऊन मगच झोप. ख्रिसमसच्या हार्दिक शुभेच्छा! तुला सदैव माझे आशीर्वादच आहेत.'

तुझी,
आई

तिनं माझी वाट पाहिली, ख्रिसमसची गाणी एकटीनंच म्हटली, मग माझ्यासाठी, माझ्या बाबांसाठी देवाजवळ प्रार्थना केली. तिच्या डोळ्यात तेव्हा नक्कीच पाणी आलं असेल.

सकाळी जाग आल्याबरोबर आईला तोंड कसं द्यायचं याचाच विचार मनात आला. मला अतिशय अपराधी वाटत होतं. बाथरूमकडे जाताना वाटेत ती न भेटो अशी मी मनातून प्रार्थना करत होतो, पण इतक्यात ती दारातून डोकावली. तिनं माझ्याकडे पाहिलं. 'झालं! आता ती नक्कीच रागावणार.' माझ्या मनात आलं.

पण तिनं तसं काहीच केलं नाही, उलट ती माझ्याजवळ आली, मला मिठीत घेऊन म्हणाली, 'मेरी ख्रिसमस बेटा!' तिला तोंड देण्याचं धाडस माझ्यात नव्हतं, त्यामुळे तिच्या मिठीत मी तसाच विसावलो. आपल्याला रडू फुटणार असं मला वाटलं. तिलाही ते जाणवलं असणार, कारण मागे वळूनही न बघता मला तसंच सोडून ती खोलीतून निघून गेली, मग मी आयुष्यात प्रथमच एक गोष्ट केली, एका भयानक अपघातात वडिलांना कायमचं गमावल्यावरही मी ते केलं नव्हतं.

मी मुक्तपणे माझे डोळे वाहू दिले.

– शौमिक डे

आईसाठी केक

रात्रीचे आठ वाजले होते आणि आई अजूनही कामावरून परत आली नव्हती. 'आई कधी येणार?' माझ्या १०/१२ वर्षांच्या भावानं एवढंसं तोंड करून विचारलं, 'मला आता वाट पाहायचा कंटाळा आलाय अगदी.' असं म्हणून त्यानं मोठा सुस्कारा सोडला, 'शिवाय आज ती केक करणार आहे ना?' त्याच्या चेहऱ्यावर मला वेगळेच भाव दिसत होते. गरम गरम ताजा केक आपण अधाशीपणे खातोय असं चित्र त्याच्या डोळ्यासमोर तरळत असल्याचं मला स्पष्टपणे जाणवलं, इतक्यात गाडीचा आवाज आला आणि भाऊ दार उघडायला घाईघाईनं गेला.

दिवसभर काम करून आई अतिशय थकली असणार हे उघड होतं, पण ती घरात शिरते न शिरते तोच 'चला, बरं झालं! आज केक नक्की करणार आहेस ना तू आई?' भावानं प्रश्नांची सरबत्ती केली. खरं तर ह्या फर्मानापेक्षा आईची अपेक्षा काही तरी वेगळीच असणार. एखाद्या दमलेल्या, वैतागलेल्या बाईला कोणीही कधीही स्वयंपाक करायला लावू नये. अशा वेळी भांड्यातला पदार्थ करपण्याचीच शक्यता जास्त असते. एरवी हसतमुख असणारी आई त्या क्षणी अगदी निर्विकार होती. बिच्चारा भाऊ! त्याचा अगदी हिरमोड झाला होता.

आई घाईगडबडीनं घरात शिरली आणि सरळ पलंगावर अंग झोकून देण्याच्या इच्छेने पलंगाकडे वळली; पण तिथे तर आधीपासूनच काही गोष्टी अस्ताव्यस्तपणे पसरलेल्या होत्या. माझी परीक्षा अगदी डोक्यावरच आली होती. माझी पुस्तकं पसरून ठेवण्याची आवडती जागा म्हणजे आईचा पलंग. त्याचा ताबा मी कधीच घेतला होता. तिच्याच पांघरुणात शिरून एक पुस्तक हातात घेऊन मी मुटकुळं करून पडले होते. तो सगळा पसारा पाहून ती वैतागलीच. 'अगं, आपल्या टेबलावर घालावा गं हा सगळा पसारा,' ते ऐकून मी थोडीशी घाबरलेच. एक तर ती कधीच असं रागवत नाही आणि दुसरं म्हणजे मी चांगली अभ्यात करत होते, त्यात हे सगळे मोडता घालत होते. मी एक सुस्कारा सोडला आणि आईला

पलंगावर पडायची गरज आहे, ती अतिशय दमली आहे हे विसरून जाऊन मी माझे हात पाय अधिकच पसरले.

आईनं माझी पुस्तकं घाईघाईनं गोळा करून स्वत:साठी पलंगावर जागा करून घेतली. आईचं नक्कीच काहीतरी बिनसलंय हे तोपर्यंत भावाच्या लक्षात आलं होतं. 'आई तुला कॉफी हवी आहे का?' भावानं घाबरत विचारलं, आई 'नको' असं म्हणाली तरी ह्या आत्ताच्या क्षणी तिला थोडी विश्रांती, शांतता आणि कॉफीची नितांत गरज आहे हे माझ्या लक्षात आलं. भाऊ घाईघाईनं तिथून निघून गेला.

तेवढ्यात बाबा आले आणि पुटपुटले, 'काय झालं ग?' आई उठून बसली आणि तिसरीचकडे बघत म्हणाली, 'मी...' अचानक तिचा आवाज बदलला. एक सुस्कारा टाकून माझ्याकडे पाहात तिनं कबूल केलं. 'तुला बिचारीला मी अगदी निष्कारण रागावले बघ. चांगली अभ्यास करत होतीस ते.' इतक्यात माझा भाऊ अगदी ऐटीत हातात कॉफीचा कप घेऊन आला. त्याने आईसाठी कॉफी करण्याचा चंगच बांधला होता जणू! 'वा!' तो वाफाळलेला कॉफीचा कप हातात घेऊन आईनं घुटका घेतला. एका मिनिटापूर्वी आपण 'कॉफी नकोय' असं म्हटल्याचं ती विसरूनही गेली होती. 'अरे, केक करायचाय नाही का' तिला अचानक आठवलं. 'बहुतेक अंडीबिंडी सगळं सामान असेलच घरात. मला लवकर कामाला लागायला हवं.' असं म्हणत ती एकदम हसत सुटली.

आई म्हणजे अगदी विनोदीच आहे. तिचा आधीचा तो राग कुठे गेला कोणास ठाऊक? तो राग सगळ्यांवर काढण्याचा आता तिला पश्चात्ताप होत असणार. हे अगदी आयांचं ठरलेलंच असतं. केक करायचं तिनं मनाशी कधीच पक्कं केलं होतं. ती बिचारी आत्ताच कामावरून परत आली होती, मग मी मध्येच पांघरुणातून डोकं काढून म्हणाले, 'आज मी केक करणार' आईसकट सगळे बुचकळ्यात पडले. आईला खूप आनंद झाला, पण मी सगळं नीट करेन की नाही अशी काळजी वाटून मी केक करत असताना ती अधूनमधून स्वयंपाकघरात डोकावत राहिली. एखादी वस्तू आणून देणे, काही सूचना करणे असं तिचं काही बाही चालू होतं. शेवटी एकदा मस्त, पाहूनच तोंडाला पाणी सुटेल असा केक तयार झाला.

'शाब्बास, पोरीनं सगळं आपलं आपण केलं.' आईनं मला शाब्बासकी दिली. खरं तर केक करण्याच्या प्रत्येक पायरीवर ती मला मार्गदर्शन करत होती.

आईचं हृदय कळणं कठीणच असतं. अतिशय प्रेमळ, आनंदी, कामसू, अष्टावधानी आणि तरीही नि:स्वार्थी अशीच असते आई. 'बायकांना (हो म्हणजे नाही म्हटलं तरी मीसुद्धा छोटी बाईच आहे.) परिस्थितीशी कसं जुळवून घ्यायचं असतं

ते चांगलं ठाऊक असतं.' असं म्हणतात ते काही खोटं नाही. मी मोठी झाले की दिवसभराचं काम करून दमल्यानंतरही आईसारखाच मीही माझ्या कुटुंबासाठी केक बनवीन किंवा निदान इतर सगळे माझ्यासाठी केक बनवत असताना त्यांना मदत करण्याचा सुज्ञपणा माझ्या अंगी निश्चितच आलेला असेल!

– अपर्णा श्रीवास्तव

अवघड आव्हाने

सिमीची आणि माझी अगदी पटकन दोस्ती झाली. ती शेजारच्या ब्लॉकमध्ये राहायला आली होती. एकमेकांच्या नुसत्या चांगल्या शेजारी असण्यापेक्षासुद्धा आम्ही एकमेकींच्या छान मैत्रिणी झालो होतो. आम्ही अनेकदा एकमेकींच्या घरी वेळ घालवत असू. असंच एकदा बोलण्याच्या ओघात 'काही वर्षांपूर्वी राजीवशी माझा साखरपुडा झाला तेव्हा मी किती आनंदात होते' असा उल्लेख तिनं केला. ते दोघेही एकमेकांना पूरकच होते. तो सडपातळ, देखणा होता, तर ती उंच आणि नजरेत भरणारी होती. त्यांच्याकडे सगळं काही होतं. दोघंही आपल्या आवडीच्या क्षेत्रात काम करत होते. नव्या घरासाठी पैसे साठवत होते. त्यांच्या कुटुंबांचा त्यांना भक्कम पाठिंबा होता. बस्स! यापेक्षा जास्त काय हवं असतं माणसाला?

एक दिवस न्यूझीलंडहून राजीवचे काही मित्र त्याला भेटायला आले. त्यांनी तिकडे आयुष्य कसं सुखासीन आहे, पैसा कसा खोऱ्यानं मिळतो, केवढी मोठी घरं असतात, अत्याधुनिक गाड्या आणि जन्मभराची सुरक्षितता या सगळ्याचं रसभरित वर्णन राजीवला ऐकवलं. न्यूझीलंड राहायला कसं उत्तम आहे हे त्यांनी राजीवला पटवायचा सपाटाच लावला होता. हे स्थलांतर करणारे संख्येनं खूपच असतात. तेव्हा तू वेळीच हालचाल केली नाहीस तर हातची संधी वाया जाईल हे त्यांनी पुन्हा पुन्हा स्पष्ट केलं.

'मला काही हे सहजासहजी जमणार नाही. नाही म्हटलं तरी भारत हाच माझा देश आहे आणि माझी सगळी जिवाभावाची माणसं इथेच आहेत. मला उत्तम नोकरी आहे. मला ह्याच आयुष्याची सवय आहे. हे असं सगळं एकदम सोडून तिकडे जायला मला नाही आवडणार.' कॉफी पिता पिता सिमीनं सांगायचा प्रयत्न केला, पण मग राजीव अगदी हट्टालाच पेटला. एका रात्रीत त्याच्या मतात बदल झाला आणि मग न्यूझीलंडला कायमचं स्थायिक व्हायचं या एका विचारापुढे त्याला दुसरं काही सुचेनासं झालं. इथलं काहीच त्याला आवडेनासं झालं. इथल्या सुखसुविधा

अपुऱ्या वाटू लागल्या.

शेवटी सिमीलाही त्यानं निर्वाणीचा इशारा दिला. माझ्याशी लग्न करून न्यूझीलंडला स्थायिक व्हायला चल नाहीतर तू तुझ्या मार्गानं जाऊ शकतेस. 'प्रथम या धक्क्यानं मी तर बधिरच झाले. माझाच प्रियकर हे बोलत होता का, हेच मला समजेना. अशा माणसाबरोबर मी माझं सगळं आयुष्य काढायला तयार होते तो इतक्या थंडपणे असं सांगू शकतो? इतका त्रयस्थ कधी झाला तो? आणि असा स्वार्थीसुद्धा?' अनेक रात्री सिमीनं झोपेवाचून तळमळून काढल्या. शेवटी जड अंत:करणानं तिनं हे पाऊल उचलायचं ठरवलं. मनाची समजूत काढली की जर ह्यात यश मिळालं नाही तर ते केव्हाही त्यांच्या माणसांच्यात परत येऊ शकतील. अगदी फारसा गाजावाजा न करता ती राजीवशी विवाहबद्ध झाली. तिनं जपून ठेवलेले पारंपरिक कपडे आता कालबाह्य झाले होते. आता गरज बदलली होती. न्यूझीलंडमध्ये पाश्चात्त्य पोषाख करणंच जास्त व्यवहार्य होतं.

काहीही अडथळे न येता राजीवचा व्हिसा लगेच मंजूर झाला आणि तिकडे जम बसवण्यासाठी तो निघूनही गेला. नंतर दोन महिन्यांनी सिमीही गेली. विमानात बसल्यावरही तिला ह्या सगळ्यातली विसंगती जाणवली.

'ज्याच्यावर मी मनापासून प्रेम केलं त्याच्यासाठी मी सगळं सोडून द्यायला तयार झाले. नव्या देशात आता नव्यानं सगळं सुरू करायचं याची उत्सुकता तर खूपच आहे' पण त्याचबरोबर भीतीही आहेच; कुठे तरी शंकाकुशंकांनी डोकं पोखरायला सुरुवात झाली. समजा, मला योग्य, जशी हवी तशी नोकरी नाही मिळाली किंवा मला तिथे जमच नाही बसवता आला तर? शेवटी मनोमन प्रार्थना करून देवानं त्या अपरिचित देशात आपल्यासाठी जे काय योजून ठेवलंय त्याला धैर्यानं तोंड द्यायचं असं मी ठरवलं.' सिमी सांगत होती.

'नीना, न्यूझीलंडमध्ये आम्हाला खूप कष्ट करावे लागले. घरांची भाडी प्रचंड होती. स्थानिक व्यवहारांचा काही पत्ताच लागत नसे. माझी नोकरी आणि घरातलं काम याचा मेळ घालण्याइतका जास्तीचा वेळच मिळत नसे. आठवड्याच्या शेवटी घरातलं निपटायचं आणि आठवडाभर बॉसशी जुळवून घ्यायचं, का? तर तो वर्णभेद करायचा.' तीन वर्षं असं आयुष्य काढल्यावर आता निर्वाणीचा विचार करण्याची वेळ सिमीवर आली. सिमी हसत पुढे म्हणाली, 'मी राजीवशी बोलताना सरळ मुद्द्यालाच हात घातला. एक तर त्यानं माझ्याबरोबर परत भारतात चलावं, नाही तर मी त्याच्याशिवाय परत येईन. त्याच्या उत्तराला मी घाबरत होते. इथं राहून आपण आपलं आयुष्य अगदी वाया घालवतो आहे, हे त्याला पटत होतं, त्यामुळे त्यानं त्याचा आग्रह सोडला.' पण तिघांनीही– म्हणजे सिमी, राजीव आणि त्यांचं होणारं बाळ यांनी परत यायचं नक्की केलं.

दुसऱ्याशी शांतपणे जुळवून घ्यायची तिची ही वृत्ती पाहताना मला जाणवलं, की सिमीसारखी स्त्री अगदी जगाच्या अंतापर्यंत आपल्या माणसाच्या जिवाला जीव देऊ शकते, अर्थात अशा स्त्रीला योग्य वेळी आपल्या माणसाला आपल्याकडे, आपल्या घराकडे कसं खेचून आणायचं याचीही कला अवगत असते. स्त्रीची वृत्ती समर्पणाची असतेच, पण आपले अधिकार कसे मिळवायचे हेही तिला उमगलं पाहिजे.

– नीना इराणी

थांबे आणि वळणे

आपलं आयुष्य मेरी-गो-राऊंडसारखं असतं. मी अगदी वैविध्यपूर्ण आयुष्य जगत आले आहे. कदाचित काही लोकांना ते दिशाहीनही वाटेल. काही लोकांना एकंदर सगळ्या परिस्थितीचा अभ्यास करून मगच पुढचं पाऊल टाकायला आवडतं. मी जरी तर्कशुद्धतेची समर्थक असले तरी भोवतालची परिस्थिती आपोआप जे घडवीत असते ते स्वीकारायची माझी नेहमीच तयारी असते. बालवाडीपासून पुढची बारा वर्षे जवळजवळ दहा वेगवेगळ्या शाळांतून मी शिकले. मी झांबियात राहिले, जपान, अमेरिकेतही राहिले आणि आता मी पुन्हा भारतात परतले आहे.

खूप जणांना एका ठरावीक मार्गानेच गेलेलं आवडतं, तरी आपण अनेकदा जेथून सुरुवात करतो तेथेच परत येतो. खूप लोकांना हे गोंधळवून टाकतं, पण मला मात्र ही थांबून विचार करायची संधी वाटते. असा पहिला थांबा माझ्या आयुष्यात लवकरच आला. पेशानं मी कॉम्प्युटर इंजिनिअर आहे, पण मी पुढे आणखी पदव्या, डिप्लोमा, सर्टिफिकेट्सही मिळवली आहेत. मला एकंदर पंधरा वर्षांच्या कारकिर्दीत अधिकारांच्या जागांवरही काम करायची संधी मिळाली. पाच वर्षांतच मी जनरल मॅनेजर झाले. मी एस. एम. एस. हा तंत्रज्ञानांवर आधारित उद्योग सुरू केल्यावर पहिल्याच वर्षी मला विप्रोकडून उत्तम कामगिरीसाठी पारितोषिक मिळालं. ह्यानंतर दैवाचा विचित्र खेळ सुरू झाला. मी खूप आजारी पडले. डॉक्टरांनी 'तुम्हाला तुमच्या व्यवसायावर लक्ष केंद्रित करायचंय की होणाऱ्या मुलावर?' असा प्रश्न केला. अर्थातच कोणीही शहाणा माणूस करेल तेच मी केलं. माझी नोकरी सोडली आणि देवानं बहाल केलेली देणगी स्वीकारली.

आता पुन्हा दुसऱ्यांदा थांबून विचार करायची वेळ आली होती. कुटुंब जसं जोडतं तसं बांधूनही ठेवतं. जगभरातल्या सर्वच स्त्रिया करतात त्याप्रमाणे मीही काही तडजोड केली. मला वाटलं होतं, त्यापेक्षाही अधिक वेळ मला कुटुंबासाठी द्यावा लागला. मी सल्ला देण्याचं काम करत होते; पण माझं करिअर मी पूर्णपणे

सोडलं आणि नवऱ्याबरोबर चक्क जगभर हिंडले. अमेरिकेत क्लीव्हलँड कम्युनिटी कॉलेजमध्ये 'बायकांच्या आयुष्यातील संक्रमणे' याच्या एका सेशनला मी हजेरी लावेपर्यंत माझं सगळं मस्त चालू होतं. अमेरिकन लोकांजवळ कोणत्याही गोष्टीसाठी उपचार उपलब्ध असतोच. मी गमावलेल्या माझ्या पहिल्या बाळाच्या– म्हणजेच मी सुरू केलेला उद्योग थांबवल्याच्या दुःखातून मी पूर्णपणे सावरलेच नव्हते, हे ते सेशन करेपर्यंत माझ्या लक्षातच आलं नव्हतं.

त्या पहिल्या थांब्यानं मला जाणवलं की आयुष्य किती बदलणारं असतं आणि आपलं नशीब पूर्णपणे आपल्याच हातात आहे असं मानणंही चुकीचं असतं. मी असं धरून चालले होते की जे काही होणार असेल ते होईल, त्याची फारशी चिंता करायची नाही. आपल्याला त्यातून मार्ग सापडेलच. इथेही पुन्हा मी चुकले. दुसऱ्या थांब्यानं मला शिकवलं, की आयुष्यात समतोल साधायचा असतो. आयुष्याला पूर्णत्व येण्यासाठी तोल आवश्यकच असतो. तुम्ही घेत असलेल्या प्रत्येक निर्णयासाठी किंवा तुम्ही करत असलेल्या प्रत्येक कृतीत तोल साधायलाच हवा. अभागी आहेत त्यांची काळजी घेणं, आपल्या गोष्टी त्यांच्याबरोबर वाटून घेणं हा माझा निर्णय म्हणजे असा तोल सांभाळणं होतं. आपण होऊन पुढे येऊन दुसऱ्यांसाठी काही करण्याची ही वृत्ती अमेरिकन संस्कृतीतच आहे. अशा अनेक स्वयंसेवी संस्था, धर्मादाय संस्थांच्या कामात मी स्वतःला गुंतवून घेतलं. हा सगळा अनुभव वेगळाच होता, त्यामुळे व्यवसायाची सांगड सामाजिक कर्तव्यांशी कशी घालता येऊ शकते, त्याची व्याप्ती काय असते हे मला नव्यानंच कळलं. ज्यात बुद्धीची गरज असते अशा सामाजिक कार्यात आणि स्वयंसेवी संस्थांचं काम करण्यात मी बुडून गेले. मी एका बँकेतही नोकरी धरली; अर्थात ती फ्रीलान्स बेसिसवर होती. जेव्हा आम्ही एकंदर भल्याच्या दृष्टीनं अमेरिकेतून परतून भारतात स्थायिक व्हायचं ठरवलं तेव्हा माझा तिसरा थांबा आला; करिअर संपुष्टात आल्याला बराच काळ लोटला होता आणि बरोबरीच्यांशीही माझा काही संपर्क राहिला नव्हता. इंटरनेटच्या माध्यमातून मी त्या सगळ्यांचा शोध घेऊ लागले. माझ्या रुजलेल्या मुळांचा शोध घेताना मला माझ्या मातीत परतल्याचा आनंद झाला, पण अमेरिकेतील कामाच्या अनुभवाचा मला उपयोग होण्याऐवजी माझा तिसरा थांबा आल्याचं मला जाणवलं. 'कॉर्पोरेट करिअर की सामाजिक कार्य?' अशा कात्रीत मी सापडले. 'विकासक्षेत्रात मी काही करू शकेन का' असा माझ्यापुढे प्रश्न उभा राहिला.

थोड्याच दिवसांत के. एस. डब्लू. ए. युवा परिवर्तन ह्या एका खाजगी संस्थेनं ऑपरेशन डायरेक्टर म्हणून मला काम करण्याची संधी दिली. ही संस्था शाळेत मागे पडलेल्यांकडे विशेष लक्ष देण्याचं काम करत असे. मला हे काम आव्हानात्मक वाटलं. एका नामांकित बिझिनेस स्कूलमध्ये मी 'व्हिजिटिंग फॅकल्टी' म्हणून काम

करू लागले. योगायोगानं शिकणं, शिकवणं, कमावणं हे सगळं माझ्या आयुष्यात एकाच वेळी चालू असायचं. याचा अर्थ, मी कुठल्याच गोष्टीवर माझं लक्ष केंद्रित केलं नव्हतं, असाही लावला जाईल, पण हे असे अनेक पदर कोणत्याही व्यक्तीच्या वैयक्तिक वाढीसाठी गरजेचे असतात. त्यानं जरी तुमची बरीच शक्ती खर्ची पडत असली तरी त्यापासून तुम्हाला उत्तेजनही मिळतं. गांधीजींचं एक वाक्य मला प्रेरणादायक वाटतं– ते असं की 'आपण जे करत असतो आणि जे करण्याची क्षमता आपल्याजवळ असते त्यातलं अंतर जर आपल्याला समजलं तर जगातले बरेचसे प्रश्न त्यानं सुटू शकतील.'

एका वर्षानंतर मला जाणवलं, की आयुष्यात मला ठोस काहीतरी करायचं होतं! असं काही तरी की त्या कामाविषयी तीव्र ओढ वाटली पाहिजे. आणखी एखाद्या खाजगी संस्थेत काम करणं हा काही त्यावरचा उपाय नव्हता. सामाजिक ऋण फेडायची उत्कट इच्छा आणि व्यावसायिक कर्तृत्व यांची सांगड घालण्याची गरज होती– यासाठी मी एक कृती आराखडा तयार केला. शेवटी मी कॉर्पोरेट क्षेत्रात जायचं ठरवलं आणि एका मल्टिनॅशनल कंपनीत भारतातील व्यवसाय विकास क्षेत्राची प्रमुख म्हणून रुजू झाले. कधी कधी तुमची क्षमता आणि तुमची वृत्ती या गोष्टी सिद्ध करून दाखवाव्या लागतात– जशा इतरांना तशा स्वत:लाही.

इतक्या सगळ्या थांब्यांनंतर एक वेगळंच वळण आलं. या वर्षी मी दुसऱ्या एका व्यवसायात उडी घ्यायची ठरवली. बऱ्याचशा खाजगी संस्था, बायका, ज्येष्ठ नागरिक, पर्यावरणवादी आणि सेवा पुरवणारे यांना बाजारपेठ आणि ग्राहकांपर्यंत पोहोचणं अशक्य नसलं तरी अवघड असतं. हे अंतर आम्ही भरून काढतो आणि त्यांना बळ पुरवतो, तसंच चांगल्या जगाच्या निर्मितीलाही यासाठी लागणारं बळ माझ्याकडे आहे की नाही हे मला माहीत नाही. मीही वैयक्तिक आणि व्यावसायिक चुका करते आणि यशाबरोबर आपयशाचीही धनी होते, पण एक गोष्ट मला नक्की माहीत आहे की आयुष्यात आलेल्या ह्या थांब्यांचा आणि वळणांचा मी पुरेपूर उपयोग करीन.

पुढे काय? मी आयुष्याबाबत कृतज्ञ आहे. मी ज्या वाटांवरून जायची इच्छा केली होती, त्यापेक्षा जगन्नियंत्याने माझ्यासाठी ज्या वाटा योजल्या त्या वाटांबाबतही मी कृतज्ञ आहे. माझे काही केस पिकलेत आणि वजनही जरुरीपेक्षा थोडं जास्त झालंय, पण माझा नवरा माझ्या पाठीचा कणा आहे आणि माझा मुलगा माझ्या काळजाचा ठोका. या आधारावरच मी येणारे थांबे आणि वळणं याचं आव्हान पेलायला सज्ज आहे!

– कॅरन मिरांडा शैव

आईच्या पावलावर पाऊल टाकून

इतरांशी गोडीगुलाबीनं वागणं आणि नातेसंबंध टिकवणं यात मी अगदी वाकबगार आहे. जनसंपर्क ठेवण्याच्या या माझ्या कौशल्याचं माझ्या मित्रमंडळींना कौतुक वाटतं. कुठे कसं वागावं याबाबतचे माझे शिष्टाचार हाही एक कौतुकाचा विषय असतो. त्या दोन विशेष गुणांच्या बरोबरीनेच कोणत्याही गोष्टीचं नियोजन करणं यातही मी तरबेज आहे. माझी जिवलग मैत्रीण याला माझा 'मानसिक आजार' म्हणते, त्यामुळे मी अनेकवेळा लोकांच्या चेष्टेचा विषय होते.

फार पद्धतशीरपणे मी नातेसंबंध जपते आणि ते मी अगदी बिनदिक्कतपणे कबूलही करते; याचं कारण, माझ्या वडिलांशी दुरावलेले संबंध असोत, शिरजोरी करणारी मावशी किंवा चारित्र्यहनन करून टाकून गेलेली आईची आई असो; या सर्वांशी नातं जपताना आईनं एकटीनं केलेला संघर्ष मी लहानपणापासून बघत आले आहे. हे सगळं अगदी न थकता मला समज येईपर्यंत आईनं एकटीनं केलं.

काहीही अंत:स्थ हेतु नसताना ह्या न राहिलेल्या संबंधांसाठी– हे संबंध भविष्यातही जोडले जाण्याची शक्यता नव्हती– तिनं जिवाचं रान केलं. आयुष्य असं वाया घालविण्याइतके ते संबंध महत्त्वाचे राहिलेच नव्हते.

'आई तू इतका त्रास कशाला करून घेतेस स्वत:ला? ते डोक्यातून काढून टाक, मग बघ तू सुखी होशील.' हा माझा तिच्याशी कायम वाद असे आणि मग ती उलटून म्हणणे, 'बाळा, तोडायचं म्हटलं तर एका क्षणात तोडता येतं, पण जपायचं म्हटलं तर वर्षानुवर्षं खर्ची घालावी लागतात.'

तेव्हा मात्र मला आईचा हा शुद्ध वेडेपणाच वाटे. अशानं ती तिकडे कधीच दुर्लक्ष करू शकणार नव्हती. हे युक्तिवाद कथा-कादंबऱ्यात ठीक आहेत, पण रोजच्या जीवनात हे जमण्यासारखंच नाही; काही तरी चांगलं निष्पन्न होण्यासाठी नि:स्वार्थीपणानं तिनं केलेला संघर्ष मी पाहिलाय आणि म्हणूनच कदाचित तो माझ्याही जीवनाचा भाग झालाय. मलाही नाती जपण्यासाठी लढा द्यावा लागला,

पण तो देईपर्यंत हा गुण आपल्याही नसानसांत भिनलाय हे मला जाणवलंच नव्हतं.

मीही विवाहित आहे आणि देवदयेनं आत्ताच्या क्षणापर्यंत सगळं चांगलं चाललंय, पण त्या लढ्याला सुरुवात होईपर्यंत ती सगळी गोष्ट फार दूरचीच वाटत असे. माझं जग, माझी नीतिमूल्यं, माझे विचार, काम करण्याची पद्धत हे सगळं माझ्या डोळ्यांदेखत लंगडं पडलं होतं. माझ्या बालपणीच्या जिवलग मित्रावर मी मनापासून प्रेम केलं होतं आणि तोही कशाचीच अपेक्षा न करता माझ्यावर प्रेम करत होता. त्याच्याशीच माझा विवाह झाला. आम्हा दोघांची आर्थिक स्थिती, शिक्षण, धर्म हे सगळं सारखंच होतं; पण आम्हा दोघांचीही जडणघडण फार वेगळी होती.

माझ्या कुटुंबाचा स्तर जास्त उच्च होता असं मला म्हणायचं नाही, पण कोणत्याही गोष्टीकडे बघण्याचा आमचा दृष्टिकोन पारंपरिक नव्हता. आम्ही सगळ्या रूढी फार पाळत नव्हतो. प्रत्येकाच्या स्वतंत्र अस्तित्वाला आम्ही प्राधान्य देत होतो, याउलट माझ्या सासरचं वातावरण होतं. सुनेनं कसं वागलं पाहिजे किंवा सून कशी असावी याबाबतीत त्यांची मतं ठाम होती. मला माहीत आहे घराघरांतून हे असंच असतं, पण एकोणिसाव्या वर्षी मी प्रेमात पडले तेव्हा आपल्या दैनंदिन आयुष्यावर याचा काही परिणाम होईल अशी मी कल्पनाच केली नव्हती; अर्थात हे मला माहीत असतं तरीही मी विवाहबंधनात अडकलेच असते, कारण मी माझ्या नवऱ्यावर निरपेक्ष प्रेम करते, इतकंच नाही तर मी त्याच्या प्रेमातं आकंठ बुडाले आहे.

लग्नानंतर पंधरा-वीस दिवसांतच मी आणि माझे सासू-सासरे– आमच्यात अचानक काही मतभेद उद्‌भवले. जे काही घडत होतं त्यात मी काही हालचाल करण्यापूर्वीच माझं दैव माझ्या मदतीला धावून आलं आणि माझ्या नवऱ्याची बदली माझ्या माहेरच्या गावी झाली. मग काय? 'नवऱ्याला शिताफीनं घरापासून दूर नेणारी नाठाळ सून' असा शिक्का माझ्यावर बसायला कितीसा वेळ लागणार? खरं तर माझ्या सासू-सासऱ्यांपेक्षा आजूबाजूच्या लोकांनीच त्यांच्या जिभांना धार लावून घेतली. दुर्दैवानं त्या परिस्थितीतील चांगली बाजू कोणाच्याच लक्षात आली नाही. अगदी माझा नवरासुद्धा त्याला अपवाद नव्हता! त्याची बदली होण्यापूर्वी म्हणजे लग्नानंतरच्या पहिल्या काही दिवसांतच माझ्याशी कोणी फारसं मायेनं बोलत नसे. एक खरंय की प्रत्येकाचाच आपापल्या पद्धतीनं तशाही परिस्थितीत जास्तीतजास्त काय चांगलं करता येईल ते करायचा प्रयत्न होता. त्या कुटुंबातला माझा प्रवेश हा काही फारसा स्वागतार्ह नसावा असं मला वाटलं. मी बावचळले, अस्वस्थ झाले, प्रेमासाठी आसुसले पण उपयोग काय? प्रत्येकच नवपरिणित मुलीला त्या नव्या घरात योग्य तो मान मिळावा आणि तिचं स्वतंत्र अस्तित्व घरातल्यांनी मान्य करावं असंच वाटत असतं. भारतीय कुटुंबांनी याची जाणीव ठेवली पाहिजे आणि

त्या मुलीचे विचार, पेहेराव आणि तिचं स्वतंत्र अस्तित्व असं रातोरात बदलण्याचा अट्टाहासही कुणी करू नये.

मी कोलमडले, दुःखी झाले, चिडले आणि सगळं सोडून द्यावं असं मला वाटलं...! त्याचवेळी आईचे शब्द माझ्या कानात घुमले. 'तोडायला एक क्षण पुरतो. जोडायला मात्र वर्षं जावी लागतात.' इतक्या वर्षांत ही तुटलेली नाती तिनं कधीच झुगारून दिली नसल्याची जाणीव मला प्रकर्षानं झाली. केवळ माझा राग शमवण्यसाठी नवऱ्याचं प्रेम आणि सगळी नाती गमवायची? मला फार मोठी किंमत मोजावी लागली असती, याची मला जाणीव झाली. ही सगळी नवी नाती मला जपायची होती. मी त्यासाठी काय वाट्टेल ते करायचा निश्चय केला. रोज सकाळी माझ्या सासू-सासऱ्यांना न चुकता फोन करायचाच असं मी ठरवून टाकलं; अगदी उलटून त्यांनी मला कधीही फोन केला नाही तरीही! त्यासाठी सोशिकपणाची फार गरज होती. मी खरी कशी आहे हे त्यांना कळावं अशी उत्कट इच्छा माझ्याजवळ असायला हवी होती. मी जशी आहे त्यातच संतुष्ट आहे. ना मी स्वत:ला बदलू इच्छिते ना त्यांना!

सुरुवातीला दुखावलं गेल्याची भावना दोन्ही बाजूंना होती; पण मग हळूहळू ते शीतयुद्ध संपलं. मी माझे विचार, माझं जग, माझी नीतिमूल्यं, माझी कामाची पद्धत याविषयीचा आदर आता त्यांच्या डोळ्यात स्पष्ट दिसतो आणि माझीही त्यांच्याबद्दल तीच भावना असते. याचं सगळं श्रेय माझ्या आईला जातं. तिनंच मला नीतिमूल्यं शिकवली. स्वत:वर प्रेम करायला शिकवलं, माझ्यात आत्मविश्वास निर्माण केला; त्याही पलीकडे जाऊन तिनं बिंबवला सर्वाधिक महत्त्वाचा विचार– नात्यातील समतोलाचा!

– रोमा कपाडिया

तीन आया आणि एकच बंध

ज्या गावी आपलं बालपण गेलं तिथे पुन्हा जाऊन गत स्मृतींना उजाळा देणं हे मला मनावर अगदी फुंकर घातल्यासारखं वाटतं. तुमच्या कुटुंबासमवेत, मित्रांसमवेत गेलेलं तुमचं रम्य बालपण पुन्हा तुमच्या डोळ्यांसमोर उभं राहतं. त्या हृदयात जपून ठेवलेल्या आठवणी पुन्हा एकदा जिवंत झाल्यासारख्या वाटतात. जगणं अधिक आनंददायक आणि सुकर वाटू लागतं.

२००९ सालातल्या ख्रिसमसमध्ये मी चैन्नईला- माझ्या माहेरी- आईकडे गेले होते. नुसतंच विरंगुळ्यासाठी किंवा वाचन करायला तिथे जायचं असं मला अभिप्रेत नसतं. तिथे नेहमीच माझी वाट पाहणाऱ्या माझ्या तीन मातांच्या भेटींची ही संधी असते. एक माझी जन्मदाती आई, दुसरी मेरी माता आणि तिसरी समुद्र माता.

वसंतनगरमधला इलियटचा समुद्रकिनारा मला फार प्रिय आहे. एकोणीस-वीस वर्षांपूर्वी आमचं कुटुंब जेव्हा अड्यारला स्थायिक झालं तेव्हापासून मी त्या समुद्रकिनाऱ्याला नित्यनेमानं भेट देत आलेय. समुद्राशी असलेलं माझं नातं गेल्या अनेक वर्षांत बदललंय, इथून पुढेही ते बदलत राहील; पण त्या मागे मला समुद्राविषयी वाटणारं प्रेम आणि उत्कटता हीच भावना आहे. अगदी लहान असताना समुद्रकिनाऱ्यावरच्या सोनेरी वाळूवर धावण्याचं मला वेडच होतं. नंतर तिथल्या वेलनकण्णी चर्चला मग मी वारंवार जाऊ लागले. मग समुद्र म्हणजे, माझ्या ईश्वरी मातेला- मदर मेरीला- भेटून आल्यावर थोडा वेळ विश्राम घेण्याचं ठिकाण झालं. माझ्या सगळ्या चिंता मेरी मातेच्या पायावर वाहिल्यावर मला चैतन्य मिळाल्यासारखं वाटे. माझा छोटा मुलगा त्याच्या बाबांबरोबर खेळायला म्हणून समुद्रकिनारी येत असे. या माझ्या दोन मातांशी हितगुज केल्यावर मग त्या दोघांच्या खेळात मी सहभागी व्हायचं असा जणू प्रघातच पडून गेला. घरी परतताना मी अगदी निर्धास्त असे, कारण आईनं चहाचा कप तयार ठेवलेला असणार याची खात्रीच असे, त्यानंतर कित्येकदा नाश्ता तयार करण्याचं ओझं खुशाल आईवर

सोपवून समुद्रावर सूर्योदय पाहायला येण्याचा गैरफायदाही मी घेत असे. सकाळी समुद्रकिनारी बराच वेळ ऊन खाऊन उशिरा घरी परतण्याचे तुमचे लाड फक्त जन्मदात्री आईच पुरवू शकते. लुसलुशीत इडली आणि सांबार तुमची वाट पाहत असतं. शिवाय उशीर झाल्याची, स्पष्टीकरणं देण्याची किंवा 'जेवायला काय करायचं' याची चिंता करण्याचं कारणच नसतं.

मी बंगलोरला स्थायिक झाल्यावर मात्र या गोष्टी फक्त आठवणीतच उरल्या, पण दोन वर्षांपूर्वीची एक घटना मात्र अजूनही माझ्या मनात रेंगाळत्येय. उन्हाळ्याच्या सुट्टीत मी घरी आले होते. मला बंगलोरमध्ये कधीच सूर्योदय पाहायला मिळत नाही. तो पाहायला मी इलियटच्या समुद्रकिनाऱ्यावर गेले. त्या दिवशी माझी मन:स्थिती ठीक नव्हती. मला सगळ्या आयुष्याचाच राग आला होता. एवढंसं तोंड करून मी तिथे बसकण मारली. मनावर निराशेच्या ढगांची सावली होती, तेवढ्यात समुद्रमातेनं मला स्पर्श केल्याचा भास झाला. ती जणू मला सांगत होती, 'तू आणि मी एकच आहोत असं तूच नेहमी सांगतेस ना? मला विसरलीस की काय? माझ्यातलं चांगलं ते घेऊन तुझ्या मनाच्या जखमा बऱ्या करून टाक.'

समुद्राच्या नुसत्या अस्तित्वानंच माझ्यात पुन्हा उत्साह संचारला, माझी विषण्णता नाहीशी झाली, कुठल्या कुठे पळून गेली! मी उठले आणि समुद्राच्या काठाकाठानं चालू लागले. मन अतिशय शांत झालं. त्या खाऱ्या पाण्यानं जणू काही माझे नकारात्मक विचार धुवून टाकले होते. मला अगदी मोकळं मोकळं वाटलं. बोधीवृक्षाखाली ध्यानस्थ बसलेल्या गौतम बुद्धाचा ज्ञानप्राप्तीसाठी चालू असलेला संघर्ष थांबल्यावर असंच वाटलं असेल का? मलाही तितकंच शांत शांत वाटत होतं. 'आपण चिंता करण्याचं काहीच कारण नाही. परमेश्वर काळजी घ्यायला समर्थ आहे आणि जगात सगळं सुरळीत चालू आहे.' असे विचार माझ्या मनात आले.

पुन्हा बंगलोरला परतल्यावर माझी रोजची धावपळ सुरू झाली. आयुष्याचं रहाटगाडगं पुन्हा पहिल्यासारखं चालू लागलं, पण मे महिन्यातली ती सुंदर सकाळ माझ्या मनात सतत जागी राहिली. सूर्यानं मला प्रकाशाचा मार्ग दाखविला होता, समुद्राच्या लाटांनी सहजपणानं मला स्वस्थ केलं होतं, समुद्रकिनाऱ्यावरचा कुत्रा माझ्या पायाशी पहुडला होता. माझा अस्वस्थपणा निरर्थक होता याची जाणीव मला त्या रम्य सकाळी झाली.

मागच्या ख्रिसमसमध्ये मी अशीच पुन्हा एकदा माहेरी आले होते. ख्रिसमसच्या दिवशी सकाळी मी समुद्रकिनारी आणि वेलनकण्णी चर्चला जायची तयारी करत होते. एक वर्षाहून अधिक काळ मध्ये गेला होता, पण आपल्या माणसांच्यात परत आल्यासारखं वाटत होतं. ह्या वेळी नाश्त्याची जाबाबदारी मी आईवर सोपवली नाही. आईचं आणि माझं गणितही आता बदललं होतं. आई वयस्कर झाली होती.

आता तिची काळजी घ्यायची भूमिका माझ्याकडे आली होती. दुपारच्या जेवणा-खाणाची तयारी करून ठेवूनच मी समुद्रकिनारी आणि चर्चमध्ये जायला निघाले.

चर्चच्या बाकावर बसल्यावर मला जे आकलन झालं त्यानं मन पुन्हा एकदा शांत झालं. तिथे माझ्यासारखीच एक हिंदु मुलगी आली होती. ती कपाळाला भस्म लावलेल्या अैय्यप्पांची भक्त होती. तिच्या हातात विवेकानंदांचं पुस्तक होतं. तिथे आणखी एक हिंदु कुटुंब होतं. त्यांच्यातल्या बायकांनी कपाळाला कुंकू लावून केसात फुलं माळली होती. हे शिवशक्तीचे उपासक होते. हे सगळेच ख्रिश्चन कुटुंबाबरोबर चर्चमध्ये प्रार्थना करत होते. सर्वांच्या दृष्टीनं परमेश्वर एकच होता, याची अनुभूती येऊन मला अतिशय आनंद झाला. मेरी मातेच्या ठायी मला जी अनुभूती येत होती तीच त्यांनाही येत असणार. या अनेक जातीधर्मांच्या पलीकडे जाऊन ईश्वराचा अंश एकच होता.

प्रार्थना करताना माझ्या प्रश्नांचं, अडचणींचं ओझं मला मेरी मातेवर सोपवावसं वाटलं नाही. माझं आणि एकूणच सगळ्या जगाचं कल्याण होणार आहे याचं आकलन मला झालं होतं. परमेश्वराचे जे आशीर्वाद मला मिळाले होते आणि माझ्यासारख्याच ज्या अनेकांना मिळणार होते त्याबद्दल मी ऋणी असल्याची भावना आज मला फक्त त्याच्यापर्यंत पोहोचवायची होती. समुद्रमाता आणि माझ्या जन्मदात्या आईप्रमाणेच मेरी मातेबरोबर माझं समीकरण आता बदललं होतं.

समुद्रकिनाऱ्यावर फिरताना वाळू, सूर्य आणि समुद्र या साऱ्यांशी आपले भावबंध जुळले आहेत असं वाटून गेलं. ईश्वरी मातेच्या विविध रूपांत माझा अंश होताच. किनाऱ्यावर आलेली माणसं, समुद्राच्या लाटांमध्ये खेळणारं ते कुटुंब, मच्छिमारांच्या बोटी, शंखशिंपले शोधणारा तो मुलगा अशा विविध रूपांनी मी जीवनाशी निगडित होते. देवी-देवतांच्या ह्या अनेक रूपांत आणि माझ्यात काहीतरी दुवा होता.

अचानकच 'आता मी पुन्हा येथे कधी येईन?' असा एक उदासवाणा विचार मनात आला. समुद्राच्या रूपातल्या निसर्गदेवतेच्या प्रेमानं मी पुन्हा कधी न्हाऊन निघेन? सर्व धर्मीयांना सामावून घेणाऱ्या वेलनकण्णी चर्चमध्ये मी पुन्हा कधी येईन? माझ्या जन्मदात्या आईखेरीज असा जीवनाचा शोध घेण्याची संधी मला कोण देईल?

खिन्नपणे लाटांकडे पाहताना मला समुद्रमाता हसल्याचा भास झाला. 'तू का हसतेस?' मला तिच्या हसण्याचा रागच आला होता.

त्याचं उत्तर मला एकदम आसमंतातून मिळालं. 'आपण सगळेच एकमेकांना जोडले गेलो आहोत याची जाणीव आत्ताच तर तुला झाली; मग तू, मी किंवा आणखी कोणी यांच्याशी संबंध प्रस्थापित करण्यासाठी तुला इथे येण्याची गरजच

काय? तू आणि मी एकच आहोत. स्वत:च्या अंतरंगाचा शोध घेतलास की तिथे मी तुला सापडेनच. ह्या दिवसाचं विस्मरण कधीही होऊ देऊ नकोस. मी सदैव तुझ्यासवे असेन.'

अतीव समाधानानं मी घरी परतले. जेव्हा जमेल तेव्हा प्रत्यक्षात समुद्रावर जायला मला आवडेलच, पण जर मी प्रत्यक्ष जाऊ शकले नाही तर माझ्या अंत:करणात जाग्या असलेल्या त्याच्या स्मृती आणि ही माझ्या मनातील शांत समाधानाची भावना हाच त्याच्या-माझ्यातला दुवा असेल. माझ्यातल्या ह्या शक्तीची मला सतत जाणीव ठेवली पाहिजे. कोणापासून दुरावल्याची अथवा कोणाला गमावल्याची भावना निर्माण झाली तर माझ्यातली ही शक्ती मला मदत करेल. त्यांचा अंश माझ्यात आहे आणि मला कोणीही त्यांच्यापासून अलग करू शकत नाही, याची आठवण मी सतत ठेवीन.

आता माझा जीवनविषयक दृष्टिकोन अधिक सकारात्मक झालाय! ह्यापेक्षा अनमोल नजराणा कोणी आई आपल्या बाळाला देऊ शकेल का?

– के. गीतांजली बाळकृष्णन्

देवाघरचं मूल

मी काही कोणी असामान्य नाही. खरं सांगायचं तर मी अतिशय भित्री, परिणामांना घाबरणारी आणि 'अमुक असं काही केलं तर सारं काम बिघडून जाईल' अशी भीती मनात बाळगणारी अशीच आहे, तरीही आईनं सांगितलेल्या काही गोष्टी माझ्या मनात सतत जाग्याच असतात, त्यामुळे काय व्हायचं असेल ते होवो, पण माझ्या भूमिकेवर मी ठाम असते. आई नेहमी बजावत असे की आपल्या तत्त्वाला कोणी आव्हान दिलं तरी आपण आपल्या तत्त्वावर ठाम असलं पाहिजे आणि अशा अनेक आव्हानांत मी माझ्या तत्त्वांशी एकनिष्ठ राहायचा प्रयत्न केला आणि आजही तसंच झालं.

दोन आठवड्यांपूर्वी मी आईला चहा पाजत असताना अक्षरश: माझ्या हातातच तिनं प्राण सोडले. ती मेंदूतील रक्तस्रावानं फार गंभीर आजारी होती, पण अशी ती जाईल अशी मी कधी कल्पनाच केली नव्हती. ती आता या जगात नाही यावर माझा विश्वासच बसत नव्हता; त्या धक्क्यातून मी सावरले नव्हते. अतिशय दु:खानं मी मठाच्या त्या मोठ्या हॉलमध्ये मठातर्फे जो प्रसाद देणार होते त्याची वाट पाहात बसले होते. मी तीन महिन्यांची गर्भवती होते आणि सकाळी होणाऱ्या उलट्यांनी हैराण झाले होते. आईला वर्षानुवर्षं कामात मदत करणाऱ्या बाईंची मुलगी पद्मा माझ्या नऊ महिन्यांच्या बाळाला कडेवर घेऊन माझ्या शेजारीच बसली होती.

अकरा वर्षांची छोटी पद्मा, माझी आई गेली त्या रात्रीपासून माझ्याबरोबरच होती. हा घाव तिच्याही अगदी जिव्हारी लागला होता. माझ्या वेदना तिलाही तीव्रतेनं जाणवत होत्या. तिचं आणि लक्ष्मीचं– तिच्या आईचं– माझ्या आईवर जिवापाड प्रेम होतं. आईलाही त्या कुटुंबातल्याच वाटत. आईचं विश्व लहानच होतं. अगदी खास जवळचे असे तिचे थोडेच लोक होते. लक्ष्मी आणि पद्मासुद्धा तिच्या ह्या खास वर्तुळातल्या होत्या. पद्मा तिची दत्तक मुलगीच होती म्हटलं तरी चालेल.

आज आईच्या स्मृतीसाठी पूजा होणार होती. प्रार्थना करण्याचा खास दिवस होता. हारांनी आणि लाल-जांभळ्या फुलांनी सजवलेला आईचा फोटो वर टांगला होता आणि त्या फोटोतून ती सुहास्य मुद्रेनं जमलेल्या आप्तस्वकीयांकडे पाहात होती. प्रार्थना करत असताना आईचं अस्तित्व आता फक्त त्या सजवलेल्या फोटोतच असणार आहे असं मी माझ्या मनाला समजावत होते. आता तिचा धीरगंभीर आवाज कधीच कानावर पडणार नव्हता. तिच्या मऊ स्पर्शालाही मी पारखी झाले होते, तेवढ्यात प्रसादाच्या जेवणासाठी आम्ही आमच्या जागांवर जाऊन बसावं असा निरोप आला. ह्या प्रसंगी हे खास जेवण तिथल्या गुरुजींनी बनवलेलं असतं आणि आपण ते त्यांच्याकडून ग्रहण करायचं असतं. चारही भिंतींच्या बाजूनं मोठी टेबलं मांडली होती. पद्माला माझ्या शेजारी बसवून मीही बसले. पदार्थ वाढले जाण्याची वाट पाहात असतानाच रूढी आणि परंपरांना चिकटून असलेल्या जुन्या विचारांच्या माझ्या आत्या, मावशा, माम्या यांच्यात चालू असलेली कुजबुज माझ्या कानावर आली. माझी मोठी चुलत बहीण माझ्या रोखानं येताना पाहूनच काही तरी संकट येत असल्याची चाहूल मला लागली. 'पद्माला आपल्या बरोबर पंक्तीत जेवता येणार नाही, तिला उठायला सांग,' असं तिनं मला अगदी चमत्कारिक पद्धतीनं सांगितलं.

मी भारताबाहेर अनेक वर्षं काढलीत, त्यामुळे इतक्या वर्षांत जातिभेदाचा अर्थ माझ्या डोक्यातून हद्दपारच झाला होता जवळजवळ... आणि हा असला उच्चवर्णीय समाजातला जातिभेद, सोवळं-ओवळं मी पूर्णपणे विसरूनच गेले होते. स्वच्छता, शुचिता, पावित्र्य, मांगल्य ही उच्चभ्रूंची मिरासदारी मानली जाते, याबाबतची मानसिकता प्रयत्न करूनही मला माझ्या पाश्चात्त्य नवऱ्याला समजावून सांगता यायची नाही. खास या प्रसंगासाठी मी तिच्याकरता आणलेल्या कपड्यात पद्मा अगदी नीटस आणि तरतरीत दिसत होती, पण कपड्यांमुळे काही ती ब्राह्मण वाटत नव्हती. तिच्या एकूण बाह्यरूपामुळे ती खालच्या जातीची वाटत होती. ती इतक्या खालच्या जातीतली होती की अशांना कित्येक ब्राह्मणांच्या घरात प्रवेशही नव्हता. त्यांना वाटे ह्या लोकांनी फक्त त्यांची स्वत:ची स्वयंपाकघरं सांभाळावीत. त्यांना उच्चवर्णीयांचे स्वयंपाकी म्हणून काम करण्याची मुभा नव्हती, इतकंच नव्हे तर ह्या असल्या पारंपरिक, जुन्या विचारांच्या ब्राह्मण कुटुंबांच्या अन्न शिजवण्याच्या भांड्यांना त्यांना हातसुद्धा लावायची परवानगी नसे.

ब्राह्मणांचं सोवळं ते विटाळतील असं त्यांना वाटे. मी राहत असलेल्या बंगलोरमधल्या सध्याच्या अपार्टमेंटमध्ये आम्ही नुकतेच राहायला आलो, तेव्हाची गोष्ट. स्वयंपाकघराचं फर्निचर तयार होत असताना एक शेजारीण सहज डोकावली, मग कामवाल्यांचा विषय निघाला. मी 'तिची कामवाली कशी आहे आणि काय

काय काम करते' ते विचारलं. 'स्वयंपाकात मदत करते का' ते मी अगदी भाबडेपणानं विचारलं, तेव्हा दचकून ती म्हणाली, 'नाही, ती ब्राह्मण नाही.' ह्यातच मला हवं होतं ते उत्तर मिळालं.

आईच्या घरी कामवालीला स्वयंपाकघरात प्रवेश असे, इतकंच काय पण तिनं जेवणही बनवलेलं आईला चालत असे आणि अशा आईनं मला वाढवलं होतं. सकाळचा चहा आणि नाश्ता लक्ष्मी आणि पद्माला आई स्वत: बनवून देत असे. त्या दोघींच्या पुढ्यात बसून त्या पोटभर नाश्ता घेतायत ना हे ती बघत असे; याचं दुसरंही एक कारण असे– हे अन्न बांधून त्या घरी तर नेत नाहीत ना हे पाहण्याचा आईचा हेतू असे. नेऊन खाऊ घालायचं कोणाला? तर त्या रिकामटेकड्या, धटिंगण नवऱ्याला– जो बायकोच्या कष्टाचे सगळे पैसे दारू पिण्यात उडवतो! कमावलेला पैसा दारुड्या नवऱ्याला देण्यापासून लक्ष्मीला परावृत्त करण्याचा कोणताच मार्ग आईपाशी नव्हता, पण आईनं आपल्या कुटुंबासाठी आणि लक्ष्मी, पद्मा यांच्यासाठी बनवलेलं अन्न जर लक्ष्मीनं घरी नेलं तर आई फार रागवत असे.

'माझी मोठी मामीआजी आमच्या घरी जेवत नाही, कारण माझी आई सोवळं ओवळं पाळत नाही.' असं काही वर्षांपूर्वी मी माझ्या नवऱ्याला सांगितलं, तेव्हा ते ऐकून त्याच्या चेहऱ्यावरचे विलक्षण भाव पाहून माझी खूप करमणूक झाली होती. ती म्हातारी मामीआजी जवळजवळ ८० वर्षांची होती; पण आपल्या सोवळ्याच्या बाबतीत अगदी भयंकर दक्ष होती. ती जेव्हा आमच्या घरी दिवसभर मुक्कामाला येत असे तेव्हा आपला डबा घरून घेऊन येत असे आणि आईनं तिच्यासाठी आणलेली फक्त फळेच खात असे, यावर माझ्या नवऱ्याची प्रतिक्रिया, 'किती असभ्यपणा! आईला याचा राग येत नाही का?' अशी होती. 'छे! अजिबात नाही.' मी हसून म्हणाले की तो अगदी चक्रावूनच जात असे.

याचं खरं कारण म्हणजे त्या आजीची माझी आई फार फार लाडकी होती, त्यामुळे आईनं आपल्या समाजाबाहेर लग्न केलंय, तिचा नवरा, मुलं मांसाहार करतात, त्यांच्या स्वयंपाकघरात कामवाल्यांना प्रवेश असतो हे सगळं तिनं स्वीकारलं होतं. माझ्या आईचंही त्या आजीवर प्रेम होतं; म्हणून की काय पण तिची ती जुनी पारंपरिक विचारसरणी जरी पटत नसली तरी आई तिचा अनादर करत नसे, अर्थात त्यांचे हे संबंध समाजात खपून गेले, त्यामुळे आईला भेटावंसं वाटलं की ती आजी शक्य असेल तर आईकडे राहायला येत असे. त्या गजबजलेल्या शहरात मामीआजी इतक्या लांबून प्रवास करून, आपला डबा बरोबर घेऊन यायची किंवा नुसता फलाहार करून त्यावर भागवायची. इतक्या अडचणींतून आपल्या लाडक्या भाचीला भेटायला येणाऱ्या मामीला पाहून आईही तितकीच सुखावत असे. प्रत्येकानं आपला मार्ग शोधला होता. 'सुखानं जगा आणि जगू द्या' याचं इतकं दुसरं बोलकं उदाहरण नसेल.

एक गोष्ट मला आईनं शिकवली होती. आपले काही जुने, पारंपरिक कायदे किंवा प्रथा, रीतीरिवाज ह्यांच्यामागे योग्य ती कारणं आहेत. केवळ आपल्याला शासन म्हणून ते रीतीरिवाज नाहीत. आपल्या बऱ्याचशा वेडगळ समजुती काही विशिष्ट कारणांवर अथवा शास्त्रीय गोष्टींवर आधारलेल्या आहेत हेही तिनं मला दाखवून दिलं होतं, त्यामुळे त्यातल्या कोणत्या प्रथा आपल्या सोयीच्या आहेत किंवा उपयुक्त आहेत त्या तेवढ्या टिकवायच्या. ज्या घातक आहेत त्या सोडून द्यायच्या आणि हे आपणच ठरवायचं असतं.

आत्ता ह्या क्षणी मला असल्याच एका वेडगळ समजुतीला तोंड द्यायचं होतं.

'प्लीज पद्‌माला बाहेर पाठव' पुन्हा माझ्यासाठी एक सूचना आली.

'मग ती कुठे जेवेल?' असं मी आश्चर्यचकित होऊन विचारलं.

'बाहेर पायऱ्यांवर जेवेल ती.'

'पण का?'

'अगं, असं काय करतेस? तुला माहीत आहे ना... ती ब्राह्मण नाही. आपली प्रथा तुला माहीत आहे.'

मी पाठ फिरवली. 'सॉरी, ती माझ्याबरोबर माझ्या बाळाजवळ बसली आहे. मी तिला इथून उठायला सांगणार नाही. तीसुद्धा लहानच आहे.'

'हो, पण ती ब्राह्मण नाही.'

'माझं बाळ आणि त्याचे वडील भारतीयसुद्धा नाहीत.' मी एक दुबळा प्रतिवाद केला.

'तू आणखी आडमुठेपणा करू नकोस आणि परिस्थिती अडचणीची करू नकोस.' असंही कोणीतरी म्हणालं. सगळ्या ज्येष्ठांचे डोळे माझ्यावर खिळले होते आणि 'हिला यात इतकं अवघड काय वाटतंय?' अशी त्यांची कुजबुजही माझ्या कानावर पडत होती. मला अगदी वेड लागायची पाळी आली. पद्‌मा उच्च जातीतली नाही, त्यामुळे ह्या सगळ्या समारंभात तिला भाग घेता येणार नाही, सर्वांबरोबर खाता येणार नाही आणि त्यातून हा असा प्रश्न उपस्थित होईल हे जर मला जाणवलं असतं तर मी तिला इथे घेऊन आले नसते. आम्ही सगळे तिथे कोणत्या निमित्तानं जमलो होतो याची मला पुन्हा जाणीव झाली. आम्ही सगळे आईला आदरांजली वाहायला आलो होतो, त्यात पद्‌मापण असावी अशी आईची नक्कीच इच्छा असणार. तिथे जमलेल्या काही नातलगांपेक्षा पद्‌मा तिला अधिक जवळची वाटत असेल, कारण त्या नातलगांपैकी काहींनी आपल्या शब्दांतून किंवा कृतीतून त्यांना आईविषयी काही विशेष वाटत होतं असं कधीही दाखवलं नसेल. पद्‌माला जेव्हा कळलं की तिची परमप्रिय अम्मा तिला कायमची सोडून गेली आहे तेव्हाचा तिचा आक्रोश मला पुन्हा ऐकू येऊ लागला.

मी मनाशी पक्का निश्चय केला की या मुलीला 'तू उठून बाहेर जा' असं मी सांगण्याचं काहीच कारण नाही. इतकं सगळं होईपर्यंत या सगळ्या चर्चेचा विषय आपणच आहोत याचा पद्‌माला सुगावा लागला होता. 'मी जाऊ का?' असंही तिनं मला विचारलं. मी तिला तिथेच गुपचूप बसून राहायला सांगितलं, मग 'पद्‌मा जाणार असेल तर माझी मुलगीही जाईल, म्हणजे पर्यायानं मीही जाईन' असं मी माझ्या चुलत बहिणीला म्हणाले.

हा तर गुरुजींचा अपमान होईल आणि हे पापही होईल असं मला सांगण्यात आलं. 'गुरुजींनी जर प्रसाद द्यायला नकार दिला तर मग ते देवाचे दूत कसे होतील?' असं मी विचारलं. 'माणसांनीच निर्माण केलेल्या ह्या जातींमुळे जर त्यांनी माणसामाणसांत भेदाभेद केला तर मग मला त्यांच्याविषयी यत्किंचितही आदर वाटणार नाही, मग मात्र मी इथून आनंदानं निघून जाईन.' माझ्या या युक्तिवादानं नाराज होऊन माझी चुलत बहीण तिच्या जागेवर जाऊन बसली.

गुरुजींच्या हातून आम्ही अन्न ग्रहण करण्याची वेळ आली होती. पारंपरिक वेष परिधान केलेले गुरुजी हातात थाळ्या घेऊन आम्हाला वाढण्यासाठी आले. जसजसे ते जवळ येऊ लागले तसतशी मी अस्वस्थ होऊ लागले. माझ्यात धैर्य उत्पन्न व्हावं म्हणून मी आईच्या फोटोवर नजर एकाग्र केली. इतक्या सगळ्या फुशारक्या मारून मी शेवटी अनामिक भीतीनं गांगरून गेले होते; तीच स्थिती पद्‌माचीही झाली होती. ती बिचारी माझ्या शेजारी बसून थरथर कापत होती. फक्त ह्या जाती, संप्रदाय, धर्म या विषयी अनभिज्ञ असलेलं माझं बाळ मात्र मजेत खिदळत होतं.

गुरुजींनी मला प्रसाद वाढला. पद्‌मालाही वाढला आणि मगच इतरांना वाढला. मी सुटकेचा निःश्वास सोडला, पद्‌माकडे पाहून हसले. तिलाही धीर आला असावा. या इतक्या उत्तमप्रतीच्या पदार्थांची तिला सवय नसल्यानं तिनं भीतभीतच त्याला स्पर्श केला. याउलट आम्ही ते केव्हाच पटापट संपवून टाकलं. गुरुजी दुसऱ्यांदा आले– ह्यावेळी त्यांचे प्रमुख पद्‌मापुढे थांबत किंचित झुकले आणि तिला अत्यंत मार्दवानं म्हणाले, 'विना संकोच खा बाळ. तू इतकी अशक्त आहेस, तुला याची गरजच आहे, लाजू नकोस.' तिथे बसल्या बसल्याच माझे डोळे अविरत वाहू लागले. 'हो, हे देवाचे दूतच आहेत.' माझ्या मनाची खात्री पटली. पद्‌माला आपल्यात जेवायला बसवून आपण गुरुजींचा अपराध करतोय असं वाटणाऱ्यांच्या कानावर हे शब्द नक्कीच पडले असतील अशी मला आशा वाटली. मला माहीत आहे की आईला हे नक्कीच ऐकू गेलं असणार आणि तिनं संमतीदर्शक मानही हलवली असेल.

– राणी राव इनूस

एकमेकींची प्रतिबिंबे

तुम्ही पंधराव्या वर्षी सुंदर आणि तरतरीत दिसता आणि तुम्हाला वाटत असलेल्या सगळ्या गोष्टी योग्यच असतात. तुम्हाला जगाचा अनुभव असतो आणि कोणाशी कसं वागावं याचंही ज्ञान असतं. तुमची नुसतीच उंची वाढलेली नसते. जीवनात काही थोड्या गोष्टी तुम्ही शिकलेल्या असता.

ती गुरुवारची रात्र होती. माझे वडील कामानिमित्त दौऱ्यावर गेले होते. मी आणि आई दोघीच घरी होतो. मागच्या आठवड्यातल्या रात्रीच्या जेवणाच्यावेळी एकाच विषयावर पुन्हा पुन्हा चर्चा झडलेली होती, की लाऊंजबामध्ये पार्टीला जायला मला का परवानगी नाही? मग सुरक्षितता, मुलामुलींना वाटणारं एकमेकांबद्दलचं आकर्षण, ड्रग्ज, उत्तान कपडे यांपासून ते थेट वेळेचा आणि पैशाचा अपव्यय इथपर्यंत सगळ्या मुद्यांवर मी प्रतिवाद केला होता; शेवटी 'आम्ही सांगतो म्हणून' या युक्तिवादाच्या भिंतीवर मी माझं डोकं आपटून घेतलं.

पाच वाजता आई माझ्या खोलीत डोकावली. मला अभ्यास करताना पाहून ती म्हणाली, 'हे काय? आज टी.व्ही. नाही?'

'नाही!' मी वरसुद्धा न पाहता म्हटलं, 'नाही तरी तो वेळेचा अपव्ययच आहे ना.'

सात वाजता आईनं समेट करण्याच्या इराद्यानं विचारलं, 'तुला आपण जाणार होतो त्या सिनेमाला जायचंय का?'

'नाही.' माझी नकारघंटा कायम होती. 'ती हॉलिवुड फिल्म आहे! मग त्यात नको ती दृश्यं, ड्रग्ज असणारचं!' खांदे खाली पाडून आई नामक गंभीर व्यक्ती खोलीबाहेर निघून गेली.

रात्री आठ– 'कालचं रात्रीचं उरलेलं जेवण रात्री खायचंय. तुझी आवडीची मश्रुमकॉर्न भाजी आहे. त्याच्याबरोबर काही पापड वगैरे हवाय का?' शांत आवाजात प्रश्न येतो.

'नको!' माझ्यातली कृश, तिरसट मुलगी उत्तरते. 'तू वाचलंयस ना की शिळं पाकं खाऊ नये म्हणून?'

'मग काय? पिझ्झा मागवूया?' एक सहानुभूतिपूर्ण आवाज येतो.

'नको! कशाला फुकट पैसे वाया घालवायचे?'

'मग काय? रात्रीच्या जेवणाला सुट्टी द्यायची का?'

बारकुडीला माहीत होतं की ती तिच्या आईच्या सहनशीलतेचा अंत बघते आहे. पण तिला तेच तर हवंय!

'नको, आपण बाहेर जाऊन सकस, शाकाहारी, ताजं काहीतरी खाऊ आणि आपली भारतीय मूल्यं सांभाळू.' मी फर्माईश करते. आई द्रवते आणि हे वागणं म्हणजे वाढत्या वयातला संताप समजते.

मी एक तोकडा टॉप अंगावर चढवते. लगेच भुवया उंचावल्या जातात.

'आई-वडील बरोबर असताना हा वेष सुरक्षित आहे!' मी खांदे उडवून म्हणते.

'नाही, हा अजिबात योग्य नाही.' आई खरमरीत उत्तर देते.

'ठीक आहे. हा कुठेही घालण्यासारखा नाही, पण आपण उडप्याकडेच तर जातोय ना?' मी प्रश्न निकालात काढते.

आम्ही बाहेर पडून आमच्या जवळच्या परिसरातल्या नेहमीच्या रेस्टॉरंटमध्ये शिरतो. मी छोटी– अगदी पाच वर्षांची– फुगीर गालाची, गुबगुबीत मुलगी असल्यापासून इथे येते आहे. मी इथली प्रसिद्ध व्यक्ती आहे. तिथे थोडी गर्दी होती, त्यामुळे मी खूश होते. आईची जरा चिडचिड होते. आम्ही जागा मिळण्याची वाट पाहतो. आमचं नेहमीचं खिडकीजवळचं टेबल रिकामं नसतं. दुसरं एक रिकामं असतं. आईला वाटत असतं तिथे बसावं, पण मी काही तरी क्षुल्लक कारण पुढे करते.

'अगं, काय बिघडलं तिथे बसलं तर?' ती आग्रहच धरते.

'काही नाही. मी नको म्हणते म्हणून.' मला अगदी सूड उगवल्याचा आनंद मिळतो.

आमचं नेहमीचं टेबल रिकामं झाल्यावर आम्ही तिथे स्थानापन्न होतो. जेवण न बोलताच पार पडतं. आम्ही निघण्याच्याच बेतात असतो.

'झेनोबी' त्या गोंधळाच्या वातावरणात एक कर्कश्श आवाज येतो.

'पुष्पी' कोणीतरी मागून ओरडतं. ओह! आईचाच आवाज की काय हा? म्हणजे आजपर्यंत तिच्या आवाजाच्या सगळ्या पट्ट्या मी ऐकल्या होत्या, अशी माझी कल्पना होती; पण माझी कल्पना चुकीची होती. आज मी तिचा वेगळाच आवाज ऐकत होते.

'झेनोबी, अगं तूच आहेस का ती? माझा विश्वासच बसत नाहीए. जशी होतीस

तश्शीच दिसतेस. इतक्या वर्षांत तुझ्यात काहीच बदल झालेला नाही.'

'Yeah... बरोब्बर मावशी. तुझ्या नजरेतून एक गोष्ट कशी सुटली? ती पंधरा वर्षांची होती ना तेव्हा जशी दिसायची ना तश्शीच मी दिसते.'

'तूसुद्धा पुष्पी! कोठे होतात इतकी वर्षं? आणि आता, इथे अचानक कसे काय? मी ऐकलं होतं की तुम्ही इथून दुसरीकडे गेलात म्हणून.'

'हो. ऑस्ट्रेलियात, रोनिनच्या जन्मानंतर.. आणि तू इथेच आहेस तेव्हापासून? लग्न? मुलं बाळं? करिअर? आमचं तिथे एक मोटेल आहे. धंदा उत्तम चाललाय, पण तुला माहीतच आहे की धंद्यात काय वरखाली होतंच असतं. आपण लहानपणी म्हणायचो, की आयुष्य रोलर कोस्टरसारखं असतं. त्यावर स्वार व्हायला काय मजा येईल! आठवतंय ना?'

'हो, न आठवायला काय झालं? आणि माझा 'जगा आणि जगू द्या' या फॉर्म्युलावर विश्वास नव्हता.'

'हा! हा! हा! आणि तुला नेहमीच वाटायचं की आयुष्य काळं-पांढरंच असतं त्यांत इतर रंग छटा नसतातच.'

'आणि तुला वाटायचं की एखाद्या चॉकलेट कोननं आणि गुटुर्गूनं सगळं काही सुरळीत होतं. बहुतेक अजित अजून तोच फॉर्म्युला वापरत असेल.' हे म्हणताना आईचे डोळे चमकतात.

'हो, हो, तो अजून तेच करतो. माझं त्याच्याशी लग्न झालं हे किती छान झालं. दुसरं कोणी असतं तर मला नाही वाटत मी रोनिनच्या वेळी त्यातून बाहेर येऊ शकले असते.'

'हं. पण आत्ता कशी काय तू मुंबईत?'

'अगं, रोनिन २१ वर्षांचा झाला आणि त्याच्या आजी-आजोबांना त्यावेळी आमच्याबरोबर असावंसं फार वाटत होतं, शिवाय स्नेहा भारतात कधीच आलेली नव्हती. असो. तुझं काय बोल. माझी ती तेव्हाची बंडखोर मैत्रीण आता काय करते? जुहू बीचशी काही संबंध? लोणावळ्याच्या त्या धोकादायक वळणांवरून सायकलवरचा डबलसीट फेरफटका, बापरे, तुझं धाडस अचाटच असायचं!'

माझी आई आणि धाडसी? हिरवा दिवा व्हायची वाट पाहून त्यानंतरच ती रस्ता ओलांडते.

'हं. अग तारुण्यातली मजा काही वेगळीच असते. तुमचं काही कोणी वाकडं करू शकणार नाही. झालं तर इतरांचंच होईल असंच तुम्हाला वाटत असतं.'

'हो खरंय! अगं, तू महाराष्ट्राच्या बाहेर कुठल्या तरी शेतावर राहायला गेली होतीस ना? तिथे वीजही नव्हती आणि संडास-बाथरूमही नव्हती. माझ्या अजूनही ते लक्षात राहिलंय.'

आई? आणि विजेशिवाय राहत होती? अंधाराची तिला इतकी भीती वाटते की ती उशीखाली कायम टॉर्च ठेवते. खरं तर मुंबईत वर्षातून एकच दिवस वीज बंद ठेवली जाते. संडास, बाथरूमचं म्हणशील तर, अगं मावशी, तुझा काहीतरी गैरसमज होतोय. ह्या माझ्या आईला स्वच्छतेचं नको इतकं वेड आहे. तिला नुसतं संडास, बाथरूम असून चालत नाही, तर ते अगदी अतिशय स्वच्छच लागतात.– मी मनातल्या मनात बोलत होते.

मग त्यानंतर नृत्यं, मुलींच्या पार्ट्यांत मुलांनी घुसणं आणि जंगलातल्या सहली याविषयी त्या आणखी अर्धा-एक तास बोलत राहिल्या, मग बॉयफ्रेंड्स, बीअर, नव्या फॅशनचे गाठ मारायचे टॉप्स, आखूड स्कर्ट्स, उंच टाचांची पादत्राणं अशा विविध विषयांना हात घालून झाला, मग आईनं, ती आणि डॅडी एका कोकसाठी आठवडाभर कशी काटकसर करत याची आठवण सांगितली. त्या दिवसांत हातात रोख पैसा नसल्यानं कोणत्याच गोष्टीत अडथळा येत नसे, कारण ऊर्मी, मजा, हसणं, तारुण्य हे सगळं फुकटातच मिळतं, असं त्यांचं मत होतं.

मग एक मध्यांतर– दोन मिनिटांची स्तब्धता– आईला अचानक माझी आठवण होते. 'अगं, विसरलेच की, ही माझी मुलगी आणि ही पुष्पा मावशी. आम्ही शाळेपासूनच्या मैत्रिणी.' आम्ही दोघी एकमेकींकडे पाहून हसतो. त्यांची ती बालिश बडबड अचानक थांबते, मग एकमेकींना 'गुडबाय' करून, गाढ आलिंगन देऊन एकमेकींचे फोन नंबर दिले-घेतले जातात.

'म्हणजे आपण पुन्हा तिला भेटणार आहोत? म्हणजे मला म्हणायचंय की स्नेहा आणि रोनिनला भेटायला मला आवडेल.' मला उगीचच आशा वाटते की त्यांचं ऑस्ट्रेलियन स्वातंत्र्य पाहून तरी माझ्यावरच्या अवाजवी बंधनांची आईला जाणीव होईल!

'रोनिन पंधरा वर्षांचा असतानाच गेला आणि स्नेहा फक्त सहा वर्षांची आहे.' आई सांगते.

'अय्या हो? काय झालं?'

'तो रस्त्यावरच्या विचित्र अपघातात गेला. त्याच्या शाळेच्या निरोप समारंभानंतर तो परत येत होता. त्याच्या ड्रायव्हरनं दारू प्यायलेली नव्हती, पण दुसऱ्या गाडीच्या ड्रायव्हरनं प्यायलेली होती. त्यानंतर वर्षानं स्नेहाचा जन्म झाला.'

आम्ही घरी परत आल्यावर 'गुडनाईट' म्हणून एकमेकींचा निरोप घेतो आणि आपापल्या खोल्यांकडे वळतो. अंथरुणावर पडल्यावर माझ्या डोक्यात विचार चमकतो. त्या अपघातामुळेच आई अशी विचित्र लहरी झाली असेल का? माझे नीरस, अरसिक आई-वडील हे कसले आलेत धाडसी? माझे आजी-आजोबा तर चांगले श्रीमंत आहेत की, मग या दोघांजवळ चिप्स आणि चॉकलेटसाठी पैसे

नसत, हे कसं शक्य आहे? आई त्या शेतावर कशाला गेली होती? आई आणि डॅडींनी पळून जाऊन तर नाही केलं लग्न?

आई हळूच माझ्या खोलीत येते आणि मी गाढ झोपली आहे असं समजून माझ्या पाकिटात ५००रु. ठेवते. हळूहळू तिची सावली खोलीबाहेर गेल्याचं लक्षात येतं. विलक्षण चमक असलेली सुरेख, तरुण मुलगी- जिच्या डोळ्यात उद्याची स्वप्नं तरळत आहेत आणि जग अधिक चांगलं व्हावं अशी ईर्षा जिच्याजवळ आहे. तिच्या विचारात मी बुडून जाते. एक पंधरा वर्षांची मुलगी- जिला वाटतंय तिचं सगळं योग्यच आहे. म्हणजे आम्ही दोघी एकमेकींहून भिन्न नाहीयोत तर! मी माझी आई आहे– तिच्यात असलेल्या हळव्या सामर्थ्यासकट आणि ती म्हणजे मीच आहे.

– आशिश्वांग गोधा

कुबड्या घेतलेला देवदूत

मिशिगनमध्ये फेब्रुवारीत फार कडक हिवाळा असतो. माझी ही पहिलीच अमेरिकेची वारी होती. बुद्धीला वाव असलेला एक आव्हानात्मक प्रोजेक्ट मला मिळाला होता आणि त्याचसाठी मी अमेरिकेला आले होते. जवळ जवळ सगळं आयुष्य मी भारतातच घालवलं असल्यामुळे ह्या अशा नव्या ठिकाणी राहण्यासाठी करावी लागणारी तडजोड म्हणजे मला मोठी शिक्षाच वाटत होती. मुंबईतल्या उष्ण दमट हवेच्या बरोबर विरुद्ध इथली गोठवून टाकणारी थंडी होती. मी मुंबईहून निघाले त्या दिवशी स्वच्छ ऊन पडलं होतं आणि उकडतही होतं. इथे अमेरिकेत मात्र सर्वत्र बर्फच बर्फ होतं आणि तापमान शून्याच्या बरंच खाली गेलं होतं.

हॉटेलमध्ये स्थिरस्थावर झाल्यावर खोलीच्या खिडकीतून बाहेर होणाऱ्या बर्फवृष्टीकडे माझी नजर गेली. सगळं दृश्य फारच सुंदर होतं; पण मला मात्र मनातून फार उदास वाटत होतं. मुंबईतला माझा दिनक्रम आणि मिशिगनमधला दिनक्रम यात महद् अंतर होतं. 'माझा प्रोजेक्ट नीट पार पडेल का?' या विचाराची चक्रंही माझ्या डोक्यात फिरायला लागली. इथे माझी मैत्री तरी कोणाशी होणार? या नव्या ठिकाणी सगळं सुरळीत कधी होईल? परक्या देशात नव्यानं बस्तान बसवायचं म्हणजे जगायलाच पुन्हा नव्यानं शिकण्यासारखं होतं.

मनाचा गोंधळ कमी करण्यासाठी आणि हॉटेलमध्ये राहण्यासंबंधीच्या काही गोष्टींचा खुलासा करून घेण्यासाठी म्हणून मी खाली लॉबीत एक चक्कर मारून यायचं ठरवलं. एखादा कोणी भारतीय चेहरा दिसतोय का या आशेनं मी इकडेतिकडे पाहात असतानाच हॉटेलच्या दिशेनं एक गाडी येत असलेली मला दिसली. साधारण तिशीची एक बाई कुबड्या घेऊन गाडीतून उतरली. गाडीच्या मागे डिकीपाशी येऊन तिनं आपलं सामान हळूहळू बाहेर काढायला सुरुवात केली, पण बर्फामुळे तिला ते जमेना, कारण तिच्या कुबड्या सारख्या घसरत होत्या. मी तिच्यापाशी गेले आणि म्हणाले, 'हाय! मी तुला मदत करू का?'

'हो, चालेल की,' तिनं हसून उत्तर दिलं. 'तसं म्हणजे रोज माझं मीच करते हे सगळं, पण आज बर्फ काही विलक्षणच पडतंय. बर्फात कुबड्या घेऊन मी अगदी केविलवाणी दिसत असणार.' पण तिचा आविर्भाव स्वत:ची कीव केल्याचा मुळीच नव्हता.

हॉटेलमध्ये शिरल्यावर आम्ही दोघींनी अंगावरचा बर्फ झटकला. एक क्षणभर थांबून तिनं विचारलं, 'तू भारतीय आहेस का?'

'हो, आजच आले मी इथे.' मी म्हणाले.

'हो का, माझे काही दोस्त भारतीय आहेत. इथले लोक सगळे चांगले आहेत. तुलासुद्धा इथे नक्कीच आवडेल.' तिनं खात्रीपूर्वक सांगितलं.

तिच्या अपंगत्वाकडे हेतुपुरस्सर दुर्लक्ष करून मी हसले. 'इतक्या वाईट हवामानान ती एकटीच प्रवास का बरं करत असावी?' असं माझ्या मनात आलं. तिनं खोलीच्या किल्ल्या घेतल्या. सामानाची ट्रॉली तिच्या खोलीपर्यंत न्यायची मी तयारी दाखवली. त्या सामानात कपड्याचे अनेक बॉक्सेस होते; विशेषत: नृत्याचे काही खास पोषाख असावेत असं जाताजाता माझ्या लक्षात आलं, मग वाटलं की, 'शक्यच नाही.' तिनं एक पाय गमावलेला दिसतोय अशा परिस्थितीत नृत्याशी संबंधित ती काही करू शकत असेल का? हा विचार पुन: पुन्हा माझ्या मनात येऊ लागला.

'हे सगळं नृत्याचं सामान आहे का?' मागचा पुढचा विचार न करता मी म्हणाले.

'हो, बरोबर आहे तुझं. हे माझे नृत्याचे पोषांख आहेत.' ती हसतहसत म्हणाली, 'नृत्य करणं माझा बालपणापासूनचा छंद आहे आणि नृत्य करताना मला अतिशय आनंद होतो. मी शाळेत असल्यापासून नृत्य शिकायला सुरुवात केली आणि हे माझं नृत्याचं वेड अजूनही चालूच आहे.'

मला तिला सारखं विचारावसं वाटत होतं, की 'तुला काही अडचणी येत नाहीत का?' पण मला योग्य शब्दच सुचेनात. जणू माझे विचार तिला कळल्यासारखी ती एकदम उद्गारली, 'अपघातानंतरसुद्धा मी नृत्य करणं थांबवलं नाही.'

माझ्या चेहऱ्यावरचा गोंधळ तिच्या लक्षात आला असावा. ती पुढे म्हणाली, 'अगं, तू काही वाटून घेऊ नकोस. त्याविषयी मला काही लपवावसं वाटत नाही. त्या अपघातामुळे मी नृत्याला पारखी झाले, पण माझ्या आईनं मला धीर दिला. आईनं मला सांगितलं की नृत्य करताना माझ्यात जे परिवर्तन होतं ते विलक्षण असतं. माझ्या भावमुद्रा काही वेगळ्याच असतात. मी त्या वेळी माझ्याच विश्वात मश्गुल असते. आईच्या मनात माझं हेच रूप सतत असे. नृत्य करताना मी इतकी बहरून येते की ते कधीही न सोडण्याबद्दल आईनं मला निक्षून सांगितलंय;

तिच्यामुळेच मी नर्तिका झाले. कदाचित मी अगदी उत्तम नर्तिका नसेन, पण त्यानं काही बिघडत नाही.'

ती पुढे म्हणाली, 'खरं तर ते पुन्हा नव्यानं सगळं शिकणं फारच कठीण होतं, पण माझ्या आईचं म्हणणं खरं होतं. अशक्य काहीच नसतं. असा कृत्रिम पाय लावून कधी कधी त्रास होतो; पण माझ्यात काही न्यून आहे असं मला कधीच वाटत नाही. स्वत:च्या क्षमतेबद्दल अशी शंका घेणं मी कधीच सोडून दिलंय आणि मी आनंदात आहे. माझा नवरा तर म्हणतो, मी जे काही करते त्यातून अनेकांना प्रेरणा मिळते.'

तिची कहाणी ऐकून माझा चेहरा उल्हसित झाला. मला नवीन बळ मिळालं. जणू काही माझ्या गोठून गेलेल्या आत्मविश्वासाला नवसंजीवनी मिळाली. त्या धैर्यवान, स्वावलंबी स्त्रीनं जी विपुल शक्ती निर्माण केली होती तिनं मला मोठाच धडा शिकवला. हे असे जे कसोटीचे क्षण आपल्या आयुष्यात येतात ते केवळ आपले मनोधैर्य उंचावण्यासाठीच असतात आणि प्रतिकूल परिस्थितीत आपण काय करू शकतो याची जाणीव आपल्याला करून देतात. तिच्या विचारातील सकारात्मकता आणि नृत्य कला पुन्हा नव्यानं आत्मसात करण्याची, इतकंच नव्हे तर अपंगत्वावर मात करून त्यात प्रावीण्य मिळवण्याची तिची हिंमत पाहून मी थक्क झाले.

मी परत निघाले त्यावेळी मी केलेल्या मदतीबद्दल माझे आभार मानून, हसून ती म्हणाली, 'कधी जमेल तेव्हा माझं नृत्य बघायला ये. जिथे कार्यक्रम असतो ते ठिकाण इथून फार लांब नाही. हो, आणि माझं नाव मिशेल.'

यावर आम्ही दोघी एकदम हसत सुटलो, कारण इतका वेळ आम्हाला एकमेकींची नावंच माहीत नव्हती.

अर्थात ही औपचारिक ओळख अनावश्यकच होती. मी तिला सामान उचलायला मदत केली होती ह्यात काही खोटं नाही, पण खरं तर एका नव्या पर्वाची सुरुवात करायला तिनंच मला मदतीचा हात देऊ केला होता. त्या दिवशीची ती बोचरी थंडी मला अचानक जाणवेनाशी झाली.

मी खोलीत परत आले. परमेश्वर आपल्या अडचणींची दखल घेतो आणि जेव्हा आपल्याला अंत:प्रेरणेची आत्यंतिक गरज असते, तेव्हा एखादी व्यक्ती अथवा मार्गदर्शक आपल्या हाकेला धावून येतो असं मला वाटून गेलं. एका अपरिचित व्यक्तीची अचानक गाठ पडली आणि तिच्या आयुष्यातील घटनांनी मला पार बदलून टाकलं आणि मला एक मोलाचा धडा दिला.

शून्यातून पुन्हा सगळं नव्यानं सुरू करण्याच्या माझ्या क्षमतेविषयी मी फार साशंक होते. ह्याच चिंतेत माझा दिवस सुरू झाला होता. अव्यंग असूनसुद्धा नव्या आव्हानाला तोंड देण्यासाठी मी स्वत:हून काहीच प्रयत्न न करणं हे शुद्ध वेडेपणाचंच

होतं; पण मला ते दाखवून दिलं मिशेलच्या विलक्षण काहाणीनं. ‘अपरिचित ठिकाणी जुळवून घ्यायचंय’ केवळ एवढ्याच गोष्टीनं मी नाउमेद झाले होते. दूर देशातल्या ह्या अनोळखी स्त्रीनं माझ्याशी मैत्री केली, माझा आत्मविश्वास मला परत मिळवून दिला. माझं मन अलगद तरंगू लागलं. बाहेर अजूनही बर्फवृष्टी होतच होती, माझा देश हजारो योजनं दूर होता; पण माझं हरवलेपण आणि एकाकीपणाची भावना एकाएकी गायब झाली होती.

– बेरिल कुंजावू

कॅन्सरनं मला काय शिकवलं?

एक दिवस सकाळी मी उठले तेव्हा माझे सगळे केस गळालेले होते... मग माझ्या लक्षात आलं की मी म्हणजे हा माझा जो चेहरा आहे, त्याचा विस्तारित भाग म्हणजे हे केस आहेत. मग ते कुरळे अथवा तेलकट- कसे का असेनात, त्यानं काहीच फरक पडणार नाहीये. अगदी सर्वांचे असतात तसेच माझे केस होते. त्या तुमच्या तुळतुळीत टाळक्यावरून एकदा हात फिरवून बघा. त्यानं तुमच्या प्रतिष्ठेला काही बाधा येते का? 'पण फरक पडतो!' अशी मी पैज लावायला तयार आहे; अर्थात हे सगळे विचार नंतरचे, पण मला प्रथम जेव्हा कळलं की मला कॅन्सर झालाय तेव्हाची माझी प्रतिक्रिया अशी होती की, 'चेष्टेनंच म्हणताय ना?' 'नाही.' ज्या डॉक्टरांनी माझ्या सीस्ट्स आणि ओव्हरीज काढल्या त्यांनी उत्तर दिलं. पॅथॉलॉजीचा रिपोर्ट चुकीचा आहे असं तुम्ही म्हणू शकत नाही. त्या रिपोर्टनुसार जर त्या ॲबनॉर्मल पेशींचं- कॅन्सरची सेकंड स्टेज- असं वर्गीकरण केलं असेल तर तो रिपोर्ट चुकीचा आहे असं म्हणता येणार नाही. त्याला एखादं विशिष्ट नावही दिलेलं असेल, तर ते कानावरही पडू नये असं तुम्हाला कितीही वाटत असलं तरी तुम्ही त्यापासून दूर पळून जाऊ शकत नाही.

आपल्या मनात कॅन्सरचा संबंध थेट मरणाशी आहे म्हणून कॅन्सर झालाय हे प्रथम मी नाकारतच होते, मग पुढची पायरी होती 'मलाच का?' सगळ्यात शेवटी जे आहे ते स्वीकारल्यावर मी मनाला बजावलं की आपल्याला आता हे घेऊनच जगायचंय, अर्थातच हे अवघड होतं. डॉक्टरांनी मला समजावलं, की कोणी एक देवदूत माझ्यावर लक्ष ठेवून होता, त्यामुळेच माझा ओव्हरियन कॅन्सर खूप प्राथमिक अवस्थेत लक्षात आलाय.

मी काम करते त्या मासिकाच्या संपादिकेनं, माझं पुढील वेळापत्रक कसं असेल याची कल्पना दिली. तिनं मला सर्व तऱ्हेचं सहकार्य देऊ केलं.

मला केमोथेरेपीच्या सहा सायकल्स घ्यायच्या होत्या. माझे केस कदाचित

गळतील, इतरही काही तक्रारी उदाहरणार्थ, अन्नावरची वासना जाणं, पोट बिघडणं उद्‌भवू शकतात, पण 'जेव्हा माझी तब्येत ठीक असेल तेव्हा मी कामावर येईन' असं मी तिला सांगितलं होतं. म्हणायला सोपं होतं; पण प्रत्यक्षात ते फारच कठीण होतं.

मला केमोथेरेपी घ्यावी लागणार आहे हे कळल्यावर माझ्या मित्रमंडळींपैकी काहींनी धसकाच घेतला. 'बापरे! मी तर काही तिला आत्ता भेटायला जाणार नाही.' किंवा 'तिनंच याला निमंत्रण दिलंय' अथवा 'ती सगळ्या तपासण्या का नाही करून घेत?' अशा विविध प्रतिक्रिया मला ऐकू आल्या. ह्या सगळ्या संभाषणांचा रोख अर्थातच 'माझी काही तरी मोठी चूक झाली आहे' किंवा 'मी गुन्हा केला आहे' असाच असायचा हे उघड होतं.

जर काही दुसरी लक्षणंच नसतील तर तुमच्या ओव्हरीजमधलं सीस्ट हे कॅन्सरच्या पेशीचंच आहे हे कसं कळणार? ह्याच अनुमानाप्रमाणे तुमच्या स्तनात जर दुखत असेल तर ते फार काळजीचंच आहे हे तरी तुम्हाला कसं कळणार?

ह्या सगळ्याच प्रश्नांची उत्तरं सोपी आहेत. 'वैद्यकीय तपासणी करून घ्या.' मला माहीत आहे की जगातल्या कित्येक बायकांनी मॅमोग्राम करून घेतले नसतील; पण ती चाचणी अगदी सोपी असते आणि त्याला फक्त दहा मिनिटे लागतात. त्यामुळे तुमचा जीव वाचू शकतो. वेळेवर दुखणं लक्षात आलं तर ते पूर्णपणे बरं होऊ शकतं.

कॅन्सरशी लढा देणं सोपं नव्हतं. पहिल्याच सायकलनंतर जेव्हा माझे केस पुंजक्यानं गळून आले तेव्हा तर ते स्वीकारणं फारच कठीण वाटलं होतं. ती गोष्ट मी चेष्टेवारी नेली. स्वत:ला बजावत, 'केसंच तर गळलेत ना? वाढतील की परत.' डोक्याला स्कार्फ बांधून बाहेर जाताना किंवा कोणत्याही समारंभाला जायचं टाळताना सतत आठ-नऊ महिने तुम्हाला हे स्वत:ला बजावावं लागतं. 'कमीपणा वाटून घेऊ नकोस, ऐटीत जा.' असं रोज माझा चेहरा आरशात पाहून मी म्हणत असे, अर्थात मी विचित्र दिसत असे. चाळिशीत असूनही मी साठीचीच दिसत असे. मी बाबांना म्हणे, 'मी म्हातारी झाले की अशीच दिसेन. फक्त थोडे दात त्या प्रतिबिंबातून वजा केले की अगदी हुबेहूब.'

माझ्या नवऱ्यानं माझ्यासाठी काही पुस्तकं आणली, त्यामुळे दिवस-रात्री इतक्या कंटाळवाण्या वाटत नसत. मी थोडी ध्यानधारणाही करत असे. माझ्या घराशेजारच्या गुलमोहोराच्या झाडाकडे मी रोज टक लावून बघत असे. सूर्यास्ताची वाट बघत असे, सकाळच्या कोवळ्या उन्हात बसत असे. वरुणराजाची प्रार्थना करत असे. ई-मेल्सना उत्तरं देत असे किंवा तब्येत बरी असताना हातातल्या असाइनमेंट्सही पुऱ्या करत असे, पण काही वेळा माझ्या काही रात्री फार वाईट

जात. माझी आई कॅन्सरनंच गेली होती. माझं तसंच झालं तर? मला लवकर मरायचं नव्हतं. माझ्या मुलीला मोठं झालेलं बघायची माझी इच्छा होती. मला जगायचं होतं, त्यामुळे जेव्हा झोप येत नसे तेव्हा या नकारात्मक विचारांना मी डोकं वर काढून देत नसे. चक्क झोपेची गोळी खात असे.

माझं सगळं आयुष्य ठप्प झालं होतं; पण अवतीभवती सगळं चालू होतं. मुलीला वेळच्यावेळी शाळेत सोडलं-आणलं जात होतं. माझ्या सासूबाईंची नेहमीप्रमाणेच बाजारात जायची धांदल चालू असे. नवरा माझा निरोप घेऊन कामाला जात असे. कामवाल्या येत आणि जात. माझी मांजरं मात्र माझ्या अवतीभवती असत. मी एकटीच लांबचलांब फेरफटका मारायला जात असे, त्यावेळी ती बिचारी मांजरं माझ्या गोंजारण्याची वाट पाहात छोट्या भिंतीवर चढून बसत असत. चालता चालता, आता ह्या जगात नसलेल्या माझ्या आईशी माझा संवाद चालत असे. आकाशातल्या ढगांचे वेगवेगळे आकार मनाशी कल्पून माझं त्यांच्याशी संभाषण चालत असे. संध्याकाळी सहा वाजण्याच्या सुमारास थव्याथव्यानं परतणाऱ्या पक्ष्यांचं मी निरीक्षण करत असे. मी रोज फिरायला जात असे, व्यवस्थित खात असे आणि त्याचबरोबरीनं सगळं सहन करत असे!

माझी भीती कमी होत गेली. आपण जेव्हा आजारी असतो तेव्हा आपल्या आसपास इतर माणसं आधार द्यायला असावीत, त्यांनी आपली काळजी घ्यावी असं आपल्याला वाटतं. त्याबाबत मी सुदैवी होते. माझे वडील आहारतज्ज्ञ असल्यानं मी हिरव्या भाज्या खाते की नाही, केमोथेरेपीसाठी हिमोग्लोबिनची पातळी चांगली राहावी म्हणून नाचणी खाते की नाही इकडे लक्ष पुरवत. मला रक्त द्यावं लागू नये अशी ते काळजी घेत; त्यामुळेच मी जगले का? हो नक्कीच! त्यामुळेच मला उत्तम आयुष्य मिळालं.

आपली प्रकृती उत्तमच राहणार आहे, हे मी वर्षानुवर्षं गृहीतच धरलं होतं. त्या बद्दलच मला हे शासन मिळालं होतं. वेळच्यावेळी जेवण न करणं, पुरेशा हिरव्या भाज्या न खाणं, हिमोग्लोबिन कमी झाल्यास त्याची पर्वा न करणं, प्रतिकारशक्ती न वाढवणं, ऑफिसचं काम घरी आणणं, पुन्हा कामाला गेल्यावर आपल्या बाळासाठी पुरेसा वेळ देता येत नाही म्हणून खंत करणं आणि सगळ्यात महत्त्वाचं म्हणजे अनेक गोष्टी मनात साठवून कुढत बसणं, हे सगळं न करता माझं आयुष्य आनंदात जाऊ शकलं असतं. मनोविकार बळावले की कॅन्सर उद्‌भवू शकतो. नोएल ऑस्टिनचं म्हणणं असतं की, 'हवाई कंपन्या तुम्हाला दोन बॅग्ज वाहून नेण्याची परवानगी देतात.' पण मी तर म्हणेन की, 'आयुष्याच्या सफरीत तुम्हाला कसलंच सामान वाढवण्याची गरज नसते.' भूतकाळ विसरून जा, स्वत:ला आणि इतरांनाही क्षमा करा, कारण परमेश्वरानं तर तुम्हाला कधीच क्षमा केलेली असते.

खाण्याच्या बाबतीत अतिरेक करणं चांगलं नाही, पुरेसं पाणी न पिणंही वाईटच. फिरण्यासाठी, व्यायामासाठी वेळ देणं, आळस झटकणं, विश्रांती घेणं, शांती अनुभवणं हे मी आता शिकलेय. तुमच्या कुटुंबाची काळजी घ्याच, पण स्वत:कडेही पुरेसं लक्ष द्या.

माझ्या हातात काहीच नाही हा धडा मी शिकलेय. वर असलेल्या परमेश्वराचीच आपल्यावर सत्ता असते. आपण सदैव जागरूक असण्याची, काळजी घेण्याची आयुष्यात आशेला स्थान देण्याची, दुसऱ्याविषयी बंधुभाव दाखविण्याची, क्षमाशील असण्याची फार गरज असते.

आणखी एक मोलाचा सल्ला म्हणजे तुमचा निश्चय ढळू देऊ नका. आनंद आणि दु:ख यांचा समभावनेनं स्वीकार केलात की ही लढाई फारशी अवघड नाही आणि हा घाट इतका दुस्तरही नाही!

– माधुरी वेळेगर के.

बदलाबरोबर बदला

माझा जन्म कलकत्त्यात झाला आणि आयुष्याची पहिली वीस वर्षं मी तिथेच घालवली. इतकी सगळी वर्षे घर तेच होतं. शिक्षणही एकाच शाळेत झालं, त्यामुळे मित्रमंडळीही तीच होती. वर्षातून एकदा आम्ही सुट्टीला परगावी जात असू. निघण्यापूर्वी दोन दिवस आधीच सामानाची बांधाबांध झालेली असे. कोणत्याही उपकरणाचं बटण वर खाली करण्याखेरीज इतर कुठल्याच यंत्रणेशी मला देणं-घेणं नसे. आयुष्य मजेनं चाललं होतं आणि मी आनंदात होते.

त्याच वेळी वडिलांच्या मनात आलं की आता माझं वय लग्नाला योग्य झालं आहे; त्यांनी सुयोग्य मुलगा शोधला, फक्त अडचण अशी होती की तो होता दिल्लीचा! माझ्यापुढे मोठा पेच असा होता की मला माझं ते कलकत्त्याचं ऐषोआरामाचं आयुष्य सोडावसं वाटत नव्हतं, शिवाय माझं कुटुंब आणि मित्रमंडळी यांच्यापासून दूर जायलाही मन तयार होत नव्हतं, पण सगळ्यांनीच मला भरीला घातलं आणि 'निदान त्याला भेट तरी' असं समजावलं. आश्चर्याची गोष्ट अशी की आमचे विचार जुळले आणि आम्ही एकमेकांना पसंत केलं. मग काय, मी त्याच्याशी विवाहबद्ध झाले, दिल्लीला आले. मला वाटलं की आता आपलं सगळं आयुष्य दिल्लीतच जाणार.

वीस वर्षांनंतर आज मी आणि माझा नवरा लंडनमध्ये राहतोय. मागच्या काही वर्षांत मी निदान अर्धा डझन वेळा तरी घरं बदलली. आम्ही कुटुंबीय आता विविध ठिकाणी विखुरले गेलोय– मुलं हॉस्टेलमध्ये डेहराडूनला, सासू-सासरे भारतात, आई-वडील सिंगापूरमध्ये आणि मित्र-मैत्रिणी जगभर! प्रवासातून सुटका म्हणजे माझे सुट्टीचे निवांत क्षण असतात, कारण माझं सतत सामान बांधणं आणि सोडणं चालू असतं. इंटरनेट, माझा लॅपटॉप आणि ब्लॅकबेरी यांची मी आता गुलाम झाले आहे. आयुष्य पहिल्यापेक्षाही उत्तम चाललंय आणि मीही अधिक आनंदात आहे.

कसं ते सांगते– पूर्वी मला सगळ्या गोष्टी अगदी व्यवस्थित, नीटनेटक्या,

माझ्या मनाप्रमाणेच लागत. प्रत्येक गोष्टीची आखणी आधीच केलेली आवडत असे. सुट्टीत गावाला गेले तरी ते ठरवलेल्या बेताप्रमाणेच व्हावं असा माझा आग्रह असे, त्यामुळे जर का काही कारणानं माझा बेत फिसकटलाच तर मी अस्वस्थ होत असे, कारण पुन्हा ते सगळं नीट पार पाडण्यासाठी त्यावर नव्यानं कष्ट घ्यावे लागत! जोवर सगळ्या गोष्टी सुरळीत चाललेल्या असत, तोवर त्या परिपूर्ण आहेत की नाहीत याची माझ्याखेरीज कोणालाही पर्वा नसे, त्यामुळे आता इतक्या वर्षांत मी शांत राहायला शिकलेय. औपचारिकपणा सोडून मनमोकळी झालेय. आहे त्या परिस्थितीचा जास्तीतजास्त फायदा करून घेऊन मजेत राहायला शिकलेय, त्यामुळे आजकाल मी अधिक तरुण आणि निश्चिंत झालेय.

आम्ही भारतातून लंडनला हलल्यावर माझ्यात फार मोठे बदल झाले. प्रत्येक वाक्यापूर्वी आणि नंतर 'प्लीज' आणि 'थँक यू' यांचा वापर मी सर्रास करू लागले, इतकंच नव्हे तर वेळ अचूक पाळणं, रांगेत शांतपणे उभं राहणं, वाहतुकीचे नियम पाळणं याबरोबरच अगदी स्वयंपाकसुद्धा शिकले. सगळ्यात महत्त्वाचं म्हणजे मी आत्मनिर्भर आणि स्वतंत्र झालेय. बदललेल्या जागतिक परिस्थितीत काम करणं अधिक आव्हानात्मक झालंय आणि पर्यायानं अधिक उत्साहवर्धक झालंय. कदाचित हल्लीच्या जीवनपद्धतीत कधी कधी ओढाताण जास्त होते, पण आयुष्य कंटाळवाणं किंवा एकसुरी मुळीच वाटत नाही.

आयुष्यातली ही स्थित्यंतरं स्वीकारणं तसं सोपं नव्हतं; पण त्यामुळे माझा फायदाच झाला. माझ्या ज्ञानाच्या कक्षा अधिक विस्तारल्या. आज मुलींनीही पंख पसरून भरारी घ्यावी म्हणून मला त्यांना उत्तेजन द्यावंसं वाटतं. आव्हानं आणि बदल यामुळे माझ्या नवऱ्याला उत्कर्ष साधता आला. माझ्यात बदल घडवून आणायला तोच कारणीभूत आहे. 'आयुष्यातल्या घडामोडींचा स्वीकार करायचा आणि नवऱ्याची स्वप्नं साकार करण्यासाठी साहाय्य करायचं' किंवा 'हे बदल आणि आव्हानं नाकारून आहोत त्याच ठिकाणी पाय रोवून उभं राहायचं' असे दोन पर्याय माझ्यापुढे होते. या दोहोतून मी पहिला पर्याय निवडला आणि माझा तो निर्णय अगदी बरोब्बर होता!

– विभा चौधरी

स्पाइस गर्ल्स

'हाय आजी! ओळख बरं मी आज काय केलं असेल? अगं, आज मी डाळ, पनीर आणि जिऱ्याची फोडणी दिलेला मटार बटाटा पुलाव असं जेवण बनवलंय आणि गंमत म्हणजे ते सगळं छान झालंय. अगं, मला भाज्या आणि फळांचे भावसुद्धा माहीत आहेत. आहे की नाही धक्कादायक? मला तर आता घासाघीससुद्धा करता येऊ लागली आहे, पण हे दुकानदार पण अगदी पक्के असतात बरं का. मी अगदी फळं उचलून त्यांचा वासबीस घेत असले ना तरी त्यांना कोणत्या गिऱ्हाइकात किती दम आहे याचा अगदी एक किलोमीटर अंतरावरूनही वास येतो.'

फोनच्या दुसऱ्या बाजूला शांतता असते आणि मग एकदम तोफांचा भडिमार सुरू होतो.

'हं, यात काहीही कौतुक करण्यासारखं नाही. तू मुंबईत काय करते आहेस? तू तुझ्या आईबापांबरोबर दिल्लीत असायला हवंस. काही तिथं एकटीनं राहून आपापलं करायची गरज नाही. खरं म्हणजे तूसुद्धा तुझ्या लग्न झालेल्या बहिणींप्रमाणे आईबाबांकडून लाड करून घ्यायला हवेस. तुला अमेरिकेला जाण्याची परवानगीच द्यायला नको होती. इतरांच्या दृष्टीनं तू अगदी हुशार आणि तरतरीत आहेस– असं तुला वाटतं, पण तू आमचं कोणाचंच ऐकत नाहीस, हे मला अजिबात आवडत नाही.'

छान! म्हणजे मला वाटलं की माझी स्वयंपाकातली गती आणि घासाघीस करायचं कौशल्य हे सगळं ऐकून माझी आजी माझं कौतुक करील. खरं तर मला हे आधीच कळायला हवं होतं. तीस वर्षांच्या बाईनं अमुक एका पद्धतीनं वागलं पाहिजे अशा त्या साच्यात मी कुठे बसत होते? 'विनाकारण बंडखोर' असं माझं बारसं आजीनं केलेलंच होतं, तरीसुद्धा मला माझा अभिमान होता. मी मुंबईत राहत होते. आश्वासक, उत्साहाचं वातावरण आणि चैतन्य याचं मुंबई शहर मूर्तिमंत प्रतीक! आहे हे सगळं मला श्वासातून अनुभवायचं होतं.

बांद्र्यासारख्या उपनगरात भाड्यानं घेतलेला फ्लॅट हेच माझं घर होतं. माझी नवीन नोकरी मला एकदम आवडली होती, पण इतरांना ती फारशी पसंत नव्हती. 'तू ज्या 'एन.जी.ओ'त काम करतेस ती फक्त इतर एन.जी.ओना सल्ला द्यायचं काम करते.' असं इतर लोक उपहासानं म्हणत.

मी जेव्हा 'मॅक्झिमम सिटी'ते आले तेव्हा माझी कोणाशीच ओळख नव्हती आणि आता मला खंडीभर मित्र मिळालेत, पण आजीला छान झोप येईल असं माझं काही कुठे अजून जुळलेलंच नाही.

अजून मी एकटीच आहे, याला माझा काही इलाज नाही. माझं आयुष्य म्हणजे हवा भरलेला फुगा आहे आणि ढगातून तरंगण्याचं त्याला अनिर्बंध स्वातंत्र्य आहे असं मी समजत असे. मी इतकी सुखात कधीच नव्हते. मला अगदी सुटका झाल्यासारखं मोकळं मोकळं वाटत होतं. मी 'मी' होते. वर उल्लेख केल्याप्रमाणे अशाही कित्येक वेळा येत की माझ्या त्या रंगीत फुग्याला कुठे तरी छोटंसं भोक पडलंय असं वाटे, तरी याचा मला त्रास होत नसे, कारण माझे पाय जमिनीवरच असावेत असा प्रयत्न करणारी व्यक्ती कोणी साधीसुधी व्यक्ती नव्हती आणि ती मला फार प्रिय होती, पण ती खूश नाही ही कल्पनाच मला अस्वस्थ करून जाई.

नाही म्हटलं तरी ती माझी ७८ वर्षांची म्हातारी, इंग्लिश बोलणारी, स्वत:चं स्वत: करणारी, वेदांताचा अभ्यास करणारी, मोत्याची माळ घालणारी सर्वश्रेष्ठ आजी होती!

सर्वांत थोरली लग्न न केलेली नात म्हणून मी तिच्या विश्वात केंद्रस्थानी होते. आमचे विचार एकमेकींत गुंतलेले आहेत. दोघींची व्यक्तिमत्त्वंसुद्धा बरीचशी सारखी आहेत. जर ती आमच्या पिढीत जन्मली असती आणि असे अनेक पर्याय तिच्यापुढे उपलब्ध असते तर तीही माझ्यासारखीच वागली असती असं मी तिला एकदा म्हटलं होतं. तिलासुद्धा माझ्यासारखंच स्वातंत्र्य हवंसं वाटलं असतं. तीसुद्धा अशीच तीव्र इच्छाशक्ती असलेली, प्रभावी व्यक्तिमत्त्वाची स्त्री झाली असती. माझं मत ऐकून तिनं हसत हसत मला उडवून लावलं; अर्थात अनेक बाबतींत ती पारंपरिक आजीच आहे. साधारण १९३०च्या आसपास जन्मलेल्या इतर अनेक स्त्रियांप्रमाणे तिच्याजवळ कोणतेही संभाषण स्वयंपाकाइतकेच खुसखुशीत करण्याची हातोटी आहे. ती भुवया कोरते, पण पायावरची लव काढत नाही. कुटुंबातल्या प्रत्येक व्यक्तीच्या प्रकृतीविषयी, पैसे खर्च करण्याच्या सवयींविषयी किंवा त्याचं दिसणं, राहणं या सर्वच गोष्टींविषयीची मत उगाचच व्यक्त करते.

तिचं चातुर्य, इतरांविषयी वाटणारी कळकळ आणि 'मी मुळीच पर्वा करत नाही' ही तिची वृत्ती- या बाबतीत तिची बरोबरी करणं खरंच अशक्य आहे, म्हणून मी तिला 'नानी प्लस' म्हणते. तिचं आणि माझं नातं काही वेगळंच आहे. आम्ही

चर्चा करतो, एकमेकींचे लाड करतो, उपदेश करतो, अगदी छळतोसुद्धा. आमच्यात जितके तीव्र मतभेद होतात तितकाच आम्हाला एकमेकींबद्दल जिव्हाळाही वाटतो. आमच्या संवादाला कधी प्रक्षोभक वळण मिळतं तर कधी ते बौद्धिक पातळीवरचे असतात, कधी त्या मागे योगाची अंत:प्रेरणा असते, तर कधी स्वयंपाकातील धाडसी प्रयोगांची प्रेरणा असते; ते कधी उद्‌बोधक असतात तर कधी आयुष्याला वेगळं वळण देणारे असतात. आमची वेदांतावर, राजकारणावर आणि आयुष्यावरसुद्धा चर्चा चालते. स्मरणशक्तीला ताण देणं, एकांतातला वेळ पुस्तकांच्या सहवासात घालवणं, एकाकीपणा पद्धतशीरपणे हाताळणं यात काही वेगळाच आनंद असतो, यावर आमचं अगदी एकमत होतं.

तिचे अनेक विशेष गुण मला प्रिय आहेत. तिचा जीवनविषयक दुर्दम्य उत्साह पाहिला की मी अगदी आश्चर्यचकित होते. आपल्या समविचारी मित्रमंडळींबरोबर ती दरवर्षी भारतातली वेगवेगळी अज्ञात स्थळं शोधून काढते. नव्या जमान्यातले हिंदी सिनेमे पाहायला ती अगदी एका पायावर तयार असते.

नानीच्या काही गोष्टी अगदी अनपेक्षित असतात. कोणीतरी माझ्यासाठी सुचवलेलं स्थळ तिनं परस्पर माझ्या वतीनं धुडकावून लावलं आणि वर सांगितलं की 'माझ्या नातीला लग्न नक्कीच करायचंय, पण हा काही तिला प्रेम करावंसं वाटेल असा वर नाही.'

गेल्या अनेक वर्षांत माझ्या वरसंशोधनाच्या आलेखाप्रमाणेच नानीचे आणि माझे संबंध वर-खाली होत आले आहेत. माझे तिच्याशी मतभेद होत राहिले तरी तिनं मनापासून केलेला उपदेश मी जाणण्याचा प्रयत्न करत आले आहे. ती माझ्यापेक्षा काळाच्या पाच वर्षे पुढेच आहे, मागे नाही. कित्येक प्रसंगांत ती मला माझी समवयस्क, विश्वासू जिवलग सखीच वाटत आलीय.

२००८साली एका शनिवारी दुपारी आम्ही असंच नानीने केलेल्या पराठ्यांवर ताव मारत खिदळत होतो. एकाएकी आमच्या संभाषणानं अनपेक्षित वळण घेतलं, ज्याची मी कधीच ध्यानीमनी कल्पनासुद्धा केली नव्हती. माझ्याकडे रोखून पाहात तिनं गंभीरपणे म्हटलं, 'पुरुष सहवासाची ओढ वाटत नाही का तुला?'

फारसा खोलवर विचार न करणाऱ्या माझ्या भावानं किंवा संसारात गम्य असणाऱ्या माझ्या बहिणीनं हा प्रश्न मला विचारला असता तर कदाचित त्याचा धक्का बसला नसता आणि कदाचित मी अशी गप्पही राहिले नसते, असा उघडउघड माझ्या अनाघ्रातपणाला हात घालणारा प्रश्न आजी विचारेल असं कधी माझ्या मनातसुद्धा आलं नसतं. तिच्या प्रश्नाचा रोख न कळल्यासारखं मी दाखवण्यापूर्वीच तिनं उत्तर दिलं, 'अगं, ही नैसर्गिक भावना आहे, बेटा. आपला पण कोणीतरी जीवनसाथी असावा असं नाही का तुला वाटत? त्याशिवाय तुझ्या आयुष्याला

पूर्णत्व येईल का सांग बरं?'

'नानी, मी चॉकलेट नाही का खात?' असं काही तरी उत्तर मी देणार इतक्यात तिनं माझ्याकडे वळून पाहिलं आणि ती हसली. तेव्हा तिच्या मनात काय होतं हे आणि आत्ता तरी तिच्या मनात काय येतं हे मला अजूनही नीटसं माहीत नाही; पण त्या प्रसंगाची आठवण झाली की आजही मला हसू येतं. समाजात असा शारीरिक संबंधांचा उल्लेख करणं गैर समजलं जातं आणि स्त्रीरोगतज्ज्ञाचा सल्ला सर्वसाधारणपणे लग्नानंतरच घेतला जातो; पण अशी चर्चा उघड उघड करण्याचं धाडस माझ्या नानीकडे होतं.

हे असं धाडस दाखविण्याची तिची ही काही पहिलीच वेळ नव्हती. कोणत्या प्रसंगात काय योग्य आहे या बद्दलची जाणीव आणि तिची संवेदनक्षमता आपल्या मानगुटीवर बसलेल्या समाजसंकेतांना ओलांडून जाते. माझ्या वडिलांच्या आई-वडिलांना (काही बाबतीत ते अगदी अविश्वसनीय वागतात.) त्यांच्या एकुलत्या एक मुलाला मुलगा व्हावा असं फार वाटत होतं. माझा जन्म झाला तेव्हा 'पुन्हा दुसरी मुलगीच?' अशी नाराजी त्यांच्या चेहऱ्यावरून स्पष्टच दिसली म्हणे. साहजिकच माझ्या आई-वडिलांचा जो उत्साह होता त्यावर त्या वातावरणात पाणी पडलं; पण नानीनं मात्र मिठाई आणली आणि आजी-आजोबांना देऊन माझ्या आगमनाचा आनंद साजरा केला.

अगदी आजसुद्धा मी जे काही करते ते तिला पसंत पडेल, असं सांगता येत नाही; पण एक स्त्री म्हणून माझं अस्तित्व, माझा प्रवास, माझ्या आवडीनिवडी यांचं तिला कौतुक असतं. तिचे आश्वासक शब्द आणि अनमोल सल्ला माझ्या आयुष्याची लज्जत वाढवतात आणि मला एक नवीन विचार आणि उल्हास देऊन जातात!

– श्वेता बगाई

२

स्वप्नांविषयी

आपल्या स्वप्नांवर ज्यांचा भरवसा असतो, त्यांचाच भविष्यकाळ उज्ज्वल असतो.

– एलिनॉर रुझवेल्ट

माझा खराखुरा साथीदार

ही कहाणी आहे एका स्त्रीची, जिच्या आयुष्याला संगणकामुळे एक वेगळीच कलाटणी मिळाली. ती स्त्री म्हणजे मी!

फ्रीलान्स जर्नालिस्ट आणि लेखक म्हणून माझं करिअर अगदी भरात आलेलं असताना मला अचानक मुंबईहून स्थलांतर करावं लागलं. मुंबईत राहून मी जवळजवळ २५वर्षे काम करत होते आणि आता तिथून मी आले होते कलकत्त्याला. ह्या स्थलांतरानं माझं संपूर्ण करिअर पारच बदलून टाकलं. आम्ही जेव्हा कलकत्त्याला गेलो, तेव्हा माझा गेल्या कित्येक वर्षांचा विश्वासू इलेक्ट्रॉनिक टाइपरायटर मला मुंबईतच सोडावा लागला, मग काय? माझं लिखाण एकदम बंदच पडलं. मग एक साधासा हातानं बडवायचा टाईपरायटर नवऱ्यानं माझ्यासाठी आणला.

पण स्थानिक वृत्तपत्रांकडून मला काहीच काम मिळेना. कलकत्त्याच्या अनेक दैनिकांचे दरवाजे मी ठोठावले, पण व्यर्थ!

'आमचाच स्टाफ फार जास्त आहे.' एका संपादकानं सांगितलं.

'फ्रीलान्सर्सकडून लेख मागवणं आम्ही बंद केलंय' दुसऱ्यानं म्हटलं.

दरम्यान त्या हातानं बडवायच्या टाइपरायटरनं माझी मानदुखी बळावली होती. त्यातलं 'र' हे अक्षर मोडलं होतं आणि 'ट' मुळीच चालत नव्हता. इलेक्ट्रॉनिक टाइपरायटरच्या कार्ट्रिजची सवय झाल्यानं मला ह्याची काळी रिबन बदलणं नकोसं वाटू लागलं होतं. त्याची रिळंही योग्य तऱ्हेनं फिरत नसत. शेवटी ह्या सगळ्यातून निवृत्त व्हायचं आणि गृहिणी होण्यावर सगळं लक्ष केंद्रित करायचं या निर्णयाला मी आले. सतत १५वर्षे लेखन केल्यावर आता हे स्वीकारणं फारच अवघड होतं.

सहज एका हितचिंतकानं एक जादुई शब्द उच्चारला– 'संगणक' आणि त्यानं माझं जीवन आमूलाग्र बदलून टाकलं. रोख पैसे देऊ करण्याचं धाडस नवऱ्यानं दाखवलं, मग मीही बाजारात जाऊन आढावा घेतला. मी जे काम करू इच्छित होते त्याच्या एकूण स्वरूपाची मी प्राथमिक आखणी केली. माझ्या गरजा भागवू शकेल

आणि नवऱ्याच्या खिशाला परवडेल अशा पी.सी.चा शोध मी सुरू केला; शेवटी मला हवा होता त्या प्रकारचा पी.सी. मिळवण्यात मला यश आलं.

रोज माझे दोन तास संगणक शिकण्यात खर्च होऊ लागले. इंरनेटच्या माध्यमातून पी.सी.चा माऊस कसा हलवायचा, वर्ड प्रोग्रॅमच्या फाईल्स कशा एडिट करायच्या, एका आर्टिकलमधल्या काही गोष्टी कट् करून दुसऱ्या आर्टिकलमध्ये कशा पेस्ट करायच्या, प्रिंटर कसा चालू करायचा आणि वापरायचा हे सर्व मी शिकले. ह्या आणि अशाच अनेक गोष्टी मला आधी आवाक्याबाहेरच्या वाटत होत्या. ही शिकण्याची प्रक्रिया म्हणजे सतत स्वत:चाच शोध घेण्याचा एक प्रवास होता, पण माझ्या रिकाम्या झालेल्या बँकेच्या खात्यात यानं काहीच भर पडत नव्हती, कारण अजूनही माझ्या हातात काम नव्हतंच.

एक दिवस माझ्या नवऱ्यानं एक भन्नाट कल्पना बोलून दाखवली. माझ्याही अंतर्मनात ती कुठे तरी होतीच. 'तू काही वर्षांपूर्वी तू ठरवलं होतंस ते सिनेमावरचं पुस्तक का लिहीत नाहीस?' मग ती कल्पना माझ्या मनात पुन्हा मूळ धरू लागली. तसं त्यावर इतर कुणी फारसं काम केलेलं नव्हतं. मी जुनी वर्तमानपत्रं आणि मासिकं उपसली, दहा वर्षांपूर्वीच मी पुस्तकासाठी कच्चा माल म्हणून ही कात्रणं काढून ठेवली होती, मग त्यासाठी एका चित्रपटविषयक लायब्ररीची मी सभासद झाले. जी पुस्तकं खरेदी करणं परवडणार नव्हतं, त्यातून काही सविस्तर टिपणं काढली, नंतर मात्र मी निश्चयपूर्वक कामाला लागले आणि खरं सांगायचं तर ही क्षमता माझ्यात आहे हे मला यापूर्वी कधी कळलंच नव्हतं.

पण मी लिहिलेली प्रकरणांमागून प्रकरणं प्रकाशकांकडून परत येऊ लागली. माझा अपेक्षाभंग झाला. माझ्या पदरी निराशाच आली होती. स्त्रियांच्या दृष्टिकोनातून चित्रपट समीक्षा असलं काही त्यांनी ऐकलंच नव्हतं आणि त्या लिखाणात त्यांना काडीचंही गम्य नव्हतं. प्रकाशकांनी नाकारलेल्या पत्रांची मी एक फाईल तयार केली. माझ्या शर्यतीतलं जे मुक्कामाचं ठिकाण होतं त्यात या पत्रांच्या रूपानं अडथळा येत असल्याची मला जाणीव झाली. 'माझ्या उद्दिष्टापर्यंत पोहोचायला किती वेळ लागणार' एवढाच हा प्रश्न होता. एक प्रकरण संपवून मी दुसऱ्याला सुरुवात केली. प्रत्येक वेळी पुढचं सुरू करताना मला मागच्याची उजळणी करण्याचा मोह होत असे. एकेका प्रकरणासाठी सगळं परत परत तपासून पाहायचं, एडिट करायचं, पुन्हा त्याला नव्यानं उजाळा द्यायचा हे मी इतक्या वेळा केलं की त्याचा काही हिशेबच नाही. हे असे सूक्ष्म फेरबदल करणं आणि अत्यंत निर्दोष लिखाण करणं केवळ माझ्या संगणकामुळेच मला शक्य झालं. उपलब्ध माहिती वापरून माझी गृहीतकं अद्ययावत करणं हे पुस्तक पूर्ण होईपर्यंत सतत चालूच होतं.

'१९२०पासून ते १९९८पर्यंत भारतीय चित्रपटात स्त्रियांच्या चित्रीकरणाचं स्त्री दृष्टिकोनातून केलेलं विश्लेषण' हा माझ्या पुस्तकाचा विषय होता. पत्रकार, चित्रपटाचे अभ्यासक, समीक्षक किंवा अगदी एखादा सिनेमा काढणारा यांपैकी अगदी कोणीही यापूर्वी असा प्रयत्न केलेला नव्हता भारतात. माझ्या मागेही माझं हे काम जिवंत राहावं असं मला वाटत होतं. चित्रपटांचा इतिहास कथन करणाऱ्या साहित्यात माझंही नाव कोरलं जावं अशी माझी इच्छा होती. माझा संगणक आता नुसतंच यंत्र राहिला नव्हता, तो होता तत्त्वज्ञान शिकवणारा माझ मित्र, मार्गदर्शक. माझं पुस्तक मी त्यालाच अर्पण करायला हवं होतं.

किती वेळा केलेल्या लिखाणाची मी तपासणी केली असेल त्याला काही सुमारच नव्हता. मी सेव्ह करून ठेवलेल्या मास्टर डॉक्युमेंटचा मला अजूनही नीटसा उपयोग कळलेलाच नव्हता; पण अखेर तीन वर्षांनी सगळं काम संपवून मी पुस्तक पूर्ण झाल्याचं जाहीर करून टाकलं. माझा प्रकाशकाचा शोध अद्यापही चालूच होता. हा विषय नवीन होता. मी फक्त लिहायचं काम केलं होतं. अजूनही मला छापायचं कसं, कोठे आणि बाजारात त्याचं वितरण कसं करायचं याचा गंधही नव्हता. पुन्हा एकदा माझा नवराच माझ्या मदतीला धावून आला. त्यानंच ते छापायचं ठरवलं, तोच प्रकाशक बनला, तरीही या सगळ्याची सुरुवात कशी करायची हे त्यालाही नवीनच होतं. माझा भाऊ एका प्रकाशन संस्थेत आर्ट डायरेक्टर म्हणून काम करतो, त्यानं पुस्तकाचं मुखपृष्ठ तयार केलं, मग सरतेशेवटी २१ डिसेंबर, १९९८ रोजी माझं पुस्तक प्रकाशित झालं.

पुस्तक एकदा बाजारात आल्यावर मात्र माझ्या लिखाणाला प्रचंड मागणी येऊ लागली. वृत्तपत्रं, मासिकं, ई-साइन्स यांच्यासाठी मी फ्रीलान्स जर्नालिस्ट आणि चित्रपटाची समीक्षक म्हणून काम करू लागले. या माझ्या नवनिर्मितीच्या उद्योगातला आणि ज्या लिखाणात आता मी मनापासून गुंतले होते त्यातला माझा सर्वांत महत्त्वाचा साथीदार संगणक होता. पुढचं माझं 'इंडियन विमेन- फ्रॉम डार्कनेस टू लाईट' हे पुस्तक २०००साली कलकत्त्याच्या बुक फेअरमध्ये प्रकाशित झालं. 'परूमिता पब्लिकेशन' ही प्रकाशन संस्था माझ्या नवऱ्याचीच होती. माझ्या संगणकानं अप्रत्यक्षपणे माझ्या निवृत्तीकडे झुकलेल्या इंजिनिअर नवऱ्याला साठीच्या आसपास एक नवाच व्यवसाय उपलब्ध करून दिला होता! त्या नंतरच्या 'परोमा ॲण्ड आऊट साइडर्स - द सिनेमा ऑफ अपर्णा सेन' या पुस्तकाला, चित्रपट विषयक उत्कृष्ट पुस्तक म्हणून २००३चा राष्ट्रीय पुरस्कार मिळाला. प्रकाशनाचा राष्ट्रीय पुरस्कारही नवऱ्यानं पटकावला. वयाच्या ६६व्या वर्षी मी भारतीय चित्रपट या विषयावरची डॉक्टरेट मिळवलीय. माझ्या नावावर सोळा पुस्तके आहेत, ती एका नामांकित प्रकाशन संस्थेनं प्रकाशित केली आहेत. दोन राष्ट्रीय पुरस्कार, एक राज्य

सरकारचं पारितोषिक, तीन नॅशनल रिसर्च फेलोशिप्स आणि मार्च, २०१०मध्ये येऊ घातलेल्या पुस्तकासाठी मिळालेलं अनुदान... एवढे सन्मान माझ्या नावावर जमा आहेत. मी गेल्या तेवीस वर्षांत, जगाच्या नकाशावरच्या वीस अपरिचित देशांत त्यांच्या निमंत्रणावरून हिंडून आलेय. माझी इंटरनेटद्वारा वेगवेगळ्या पाच वृत्तपत्रांतून आणि तीन ई-झाइन्स मध्ये महिन्याला सरासरी वीस फीचर आर्टिकल्स छापून येतात. संगणक आता माझा सगळ्यात जिवाभावाचा खंदा मित्र झालाय. आजही माझ्या कुटुंबाच्या उदरभरणासाठी मी स्वयंपाकघरात मनापासून रमत असले तरी माझ्या आत्म्याच्या संवर्धनासाठी मी सदैव संगणकाचा आश्रय घेते.

– शोमा ए. चटर्जी

यश असेही लिहिता येते

मला आठवतंय की मी अगदी लहान होते तेव्हापासून इतरांपेक्षा वेगळीच होते. माझ्या वयाच्या बऱ्याच मुलींना मोठेपणी डॉक्टर, मॉडेल नाहीतर पायलट व्हायची इच्छा असे. 'पण मी मात्र लेखिका होणार' असं मी त्यांना अभिमानानं सांगत असे. ऐकणारे सगळे माझ्या या विधानावर उपहासानं हसत, विशेषत: माझा अत्यंत बुद्धिमान भाऊ!

'रोमा, तू काय बोलत्येयस ते तुला कळतंय का? तुला तर 'व्हेअर' शब्दाचं स्पेलिंगसुद्धा बरोबर येत नाही.' असं तो मला नेहमीच चिडवत असे.

त्याचं बोलणं मला लागत असे, कारण ते खरं होतं. मला खरोखरीच अचूक स्पेलिंग येत नसे. माझी शब्दसंपत्ती अफाट होती आणि त्याचं प्रदर्शन करायलाही मला आवडत असे; पण मी जे शब्द वापरत असे त्यांचं स्पेलिंग मला अचूक येत नसे आणि हीच गोष्ट मला सदैव छळत असे. 'मला अचूक स्पेलिंग का येत नाही? माझं कुठे चुकतं?' याची मला सारखी खंत वाटायची.

तुम्हाला खरं सांगते, माझ्यात काही तरी दोष होता, मी डिस्लेक्सियाची रुग्ण होते.

माझी आई– (तिला मी माझा कणाच म्हणते.) ती मात्र मला सर्वतोपरी मदत करत असे. एक एक शब्द ती मला हजार वेळा लिहायला लावीत असे. शिकवणी ठेवणं हे तिला परवडण्यासारखं नव्हतं, तरी मी दुसरीत असताना तिनं मला वेगळी शिकवणी लावली होती. म्हणजे माझ्या वयाच्या सगळ्या मुली जेव्हा खेळत असत त्यावेळी मी मात्र शब्द पाठ करीत असे. आईनं माझ्यासाठी खूप रंगीत तक्ते बनवले होते. शब्दांचं स्पेलिंग जिथे चुकू शकतं, त्या ठिकाणी तो शब्द तोडून ते विविध रंगांत रंगवून ती माझ्या कपाटावर चिकटवून ठेवत असे. येता जाता ते शब्द माझ्या नजरेस पडावेत हा त्यामागचा हेतू होता. माझी असमर्थतता मुळातूनच उखडून टाकण्यासाठी ती खूप प्रयत्न करत असे, पण ते निरर्थकच ठरत असत.

त्यातही काही फायदे व्हायचे.. म्हणजे माझ्या हातून चुका होत, पण पहिल्यापेक्षा कमी! पण एखादा मोठा शब्द आला आणि तो जर मी पूर्वी कधीच लिहिलेला नसला किंवा दोन एकाच उच्चाराचे शब्द ज्यांचं स्पेलिंग वेगवेगळं आहे अशा शब्दांच्या बाबतीत माझ्या हातून हमखास चुका होत असत.

हळूहळू काळाच्या ओघात– काळ हे दु:खावरचं औषध असतं असं आपण म्हणतो ना; त्यानुसार– मला थोडा थोडा आत्मविश्वास आला; मग असे मानहानीचे प्रसंग कमी होत गेले; पण त्याचवेळी एका प्रसंगानं पुन्हा एकदा माझा आत्मविश्वास डळमळीत झाला. त्या प्रसंगानं माझं आयुष्य पार बदलून टाकलं. मी तेव्हा नववीत होते आणि आजारपणामुळे दोन आठवडे माझी शाळा बुडाली होती. माझ्या इंग्लिशच्या शिक्षकांनी मला पुरेसे मार्क्स न देता इंग्रजीत नापास केलं होतं. हा माझ्यावर अन्याय होता, कारण तुम्ही इंग्रजीत नापास झालात तर तुमची सगळी टर्म वाया जाते. तो दिवस मी जन्मात कधीच विसरणार नाही. माझं सगळं जगच माझ्या डोळ्यासमोर उद्ध्वस्त झालं होतं. आधीचे मनस्ताप, अपमान, मला तुच्छ लेखणारे इतरांचे शेरे ह्या सगळ्या आठवणी खरं तर मी मनात गाडून टाकल्या होत्या. त्या सूड उगवल्यासारख्या मनात पुन्हा पुन्हा येऊ लागल्या. माझा स्वाभिमान त्या घटनेनं हिरावून घेतला. सगळं काही संपल्याच्या भावनेनं मला रडू फुटलं. हे सगळं आईला कसं सांगायचं? तिची प्रतिक्रिया काय असेल? आणखी काही मन दुखावणारी वक्तव्यं तिच्याकडून ऐकावी लागणार आहेत का? या विचारांनी मी हैराण झाले होते.

आईला ती वाईट बातमी सांगताना मला हुंदके आवरत नव्हते. आई मला शांत करण्याचा प्रयत्न करत होती आणि मी काही ऐकण्याच्या मन:स्थितीतच नव्हते. रडून रडून मी थकले, मग तिच्या मांडीवर डोकं ठेवून हुंदके देत म्हटलं, 'आई मला क्षमा कर. माझ्यामुळे तुला मान खाली घालावी लागलीय.' आई अगदी शांत होती. मी काही लाजिरवाणी गोष्ट केली आहे असे कोणतेही भाव तिच्या डोळ्यात नव्हते, उलट तिला माझ्याबद्दल विश्वासच वाटत होता.

माझं डोकं हातानं थोपटत ती म्हणाली, 'नाही रे राजा! तू इंग्रजीत नापास होणार नाहीस याची मला खात्रीच आहे. काहीतरी घोटाळा झाला असेल, पण हे बघ, हे सगळं तू डोक्यातून काढून टाक आणि तुझे प्रयत्न चालूच ठेव. मला अभिमान वाटेल अशी गोष्ट तुझ्या हातून कधी ना कधी होणार आहे; मग तेव्हा या गोष्टीचा कोठेही मागमूससुद्धा राहणार नाही.' त्या दिवशी माझा स्वाभिमान दुखावला होता, मी कोसळले होते; पण माझी आई मात्र माझ्या पाठीशी उभी होती– एखाद्या खंबीर, निश्चल पहाडासारखी– तिचं मूल यशाला गवसणी घालेल अशी खात्री असल्यासारखी!

हा क्षण माझ्या आयुष्याला कलाटणी देणारा होता. माझ्या पुढ्यात होती एक

अशी स्त्री जिला माझ्या क्षमतेविषयी तिळमात्र शंका नव्हती. माझ्यासाठी कोणाशीही दोन हात करण्याची तिची तयारी होती. तिचा माझ्यावर विश्वास होता, मग माझाच स्वत:वरचा विश्वास का उडावा? मी यातून बाहेर येऊ इच्छित होते. माझी लढाऊ वृत्ती जागी झाली, त्यानंतर मात्र मी कधीच माघार घेतली नाही. शाळेत मी इंग्लिश विषयात पहिली आले. इंग्लिश घेऊन बी.ए. करताना कॉलेजातही अव्वल स्थान पटकावलं. काहीही पूर्वानुभव नसताना स्त्रियांच्या एका नामांकित मासिकात मला नोकरी मिळाली.

मला आठवतंय, माझा पहिला लेख जेव्हा छापून आला तेव्हा त्या मासिकाच्या श्रेयनामावलीत छापलेलं माझं नाव पाहून माझ्या संवेदना बधिर झाल्या होत्या. मला सगळं अविश्वसनीय वाटत होतं. यशाची मी चाखलेली पहिली चव! अत्यानंदानं मी ते आईला दाखवलं, 'बघ बेटा, तू ते करूनच दाखवलंस. लक्षात ठेव ही तर अजून सुरुवातच आहे.' आईनं शाब्बासकी दिली. ते तिचं म्हणणं किती खरं होतं! तो खरोखरच फक्त श्री गणेशा होता, कारण त्यानंतर मी भारतात आणि आंतरराष्ट्रीय पातळीवर जवळजवळ पंचवीस प्रकाशन संस्थांसाठी काम केलं.

आज जेव्हा मी आईला पाहते तेव्हा तिला माझा अभिमान वाटतो, हे पाहून मला अतिशय आनंद होतो आणि प्रत्येक वेळी हेच मनात येतं की अजूनही मला खूप काही करायचंय आणि मी ते करीनच. या माझ्या यशाचं सगळं श्रेय आईला जातं. तिनंच मला प्रोत्साहन दिलं, माझ्यावर विश्वास ठेवला, पण एका खास गोष्टीचा उल्लेख केल्याशिवाय माझ्या गोष्टीला पूर्णत्व येणार नाही! माझा डिस्लेक्सिया.

कॉलेजात मानसशास्त्राचा अभ्यास करताना माझ्या लक्षात आलं, की मी डिस्लेक्सियाची रुग्ण आहे. संगणकात स्पेलचेकमध्ये स्पेलिंग दुरुस्त केलं आतं, तसं जर नसतं तर आजही मी स्पेलिंगच्या चुका केल्या असत्या. अजूनही माझी ही लढाई रोज चालूच असते, पण आता मी त्याच्याकडे एक आव्हान म्हणून पाहते. मला आता त्याची लाज वाटत नाही. लिखाणानं मी त्यावर मात करू शकते, याचा मला सार्थ अभिमान आहे. लिखाणानंच मला हवं ते समाधान मिळतं आणि सगळ्यात महत्त्वाचं म्हणजे ज्याला मी माझ्यातला मोठा दोष समजत होते तोच आता माझ्या चरितार्थाचं साधन झालाय!

माझ्यातली ही उणीवच माझी मोलाची संपत्ती आहे. तिनंच मला यशाचा मार्ग दाखवला. तिनंच मला प्रेरित केलं आणि मला माझी योग्यता कळली. आईलाही मी समाधान देऊ शकले. फालतू गोष्टीत घालवायला माझ्याकडे वेळच नाही. मद्यपान मी करीत नाही, धूम्रपानही मला वर्ज्यच आहे. माझं ध्येय उच्च आहे आणि माझ्या ध्येयाच्या आड मी कोणतीच गोष्ट येऊ देत नाही!

– रोमा कपाडिया

फुलपाखराची झेप

फुलपाखराची गोष्ट आजीनं मला पहिल्यांदा सांगितली त्याला किती वर्षे झाली ते तिच्या चेहऱ्यावरच्या सुरकुत्या मला सांगतात. मी सहा वर्षांची असताना ती गोष्ट प्रथम ऐकली होती आजीकडून. तीच गोष्ट ती आता पुन्हा सांगत होती. आजी आता पासष्ट वर्षांची आहे. त्या गोष्टीव्यतिरिक्त इतरही अनेक गोष्टी तिनं मला सांगितल्या होत्या. मोठा परिणाम साधणाऱ्या विचारांची फोडणी दिलेल्या, शहाणपणाच्या छोट्या छोट्या गोष्टी ती नेहमीच सांगत असते. वानगीदाखल सांगते, 'आपल्या आयुष्यातला प्रत्येक टप्पा क्रिकेट मॅचसारखा असतो. फलंदाजाला प्रत्येकवेळी वेगळ्या पद्धतीनं चेंडू टाकला जातो. फलंदाजाचं काम असतं धावा करण्याचं. आपणही आयुष्यात प्रत्येक वेळी कशाच्यातरी मागे धावत असतो. काही फलंदाज शंभरा धावा करतात तर काही शून्यावरच बाद होतात; पण फलंदाज पुन्हा नवी कसोटी खेळायला सज्ज होतात. हा सगळा मामला फक्त वेळाचा असतो,' ती सांगते.

महाभारत आणि भगवद्गीता यापासून ते हल्लीच्या काळातलं तिच्या आवडीचं सुधा मूर्तींच्या 'हाऊ आय टॉट माय ग्रॅण्डमदर टू रीड ॲण्ड अदर स्टोरीज'चं मराठी भाषांतर ह्या सगळ्यांच्या वाचनातून वर्षानुवर्षं मिळवलेलं ज्ञान याचं माझी आजी म्हणजे मोठं भांडारच आहे. मराठीतले काही शब्द ऐकताना, तेराव्या वर्षीच तिची शाळा सुटली होती यावर विश्वासच बसत नाही. त्याच वयात तिचं आजोबांशी लग्न झालं. आजोबा तेव्हा वैद्यकीय अभ्यासक्रम पुरा करत होते. लग्नानंतर आजीचं सगळं आयुष्य तिचा नवरा, सासू-सासरे, मुलं यांचं करण्यातच गेलं. कर्नाटकातल्या एका छोट्याशा गावातच ती लहानाची मोठी झाली, त्यामुळे बाहेरच्या जगातल्या गोष्टींशी तिचा फार संबंध आला नाही. जे काही ती शिकली ते तिच्या अनुभवातूनच.

संसारातले तिचे पहिले धडे होते ५०/६०माणसांसाठी पोळ्या कशा करायच्या किंवा सासू-सासरे, नवऱ्याला खूश कसं ठेवायचं? याबद्दलचे! पण वाचनाचं तिचं

वेड जिवंत राहिलं. तिनं खूप वाचन केलं. 'मी आयुर्वेदिक डॉक्टर व्हायला हवं होतं.' असं तिच्या तोंडून कधी कधी येत असे. तरुणपणी तिनं आयुर्वेदावरची असंख्य पुस्तकं वाचली होती. नंतर मात्र झपाटल्यासारखा तिनं धार्मिक पुस्तकांचा फडशा पाडला. मुलं जसजशी मोठी होत गेली तसतसं तिनं लिहायलाही सुरुवात केली. ती एक चांगली वक्ती, अध्यात्मावर चांगलं भाष्य करणारी किंवा आयुर्वेदिक डॉक्टर होऊ शकली असती. हे नाही तर निदान चांगली लेखिका तरी होऊ शकली असती. ४०/५०च्या दशकात बालविवाह अपवादात होत नव्हते तर ती एक समाजातली पद्धतच होती आणि स्त्रीनं तारुण्यात पदार्पण करण्यापूर्वीच तिचं आयुष्य तिच्या नवऱ्याशी बांधलं जात असे.

माझ्या आईचं लग्नसुद्धा अवघं १९व्या वर्षी झालं, पण तिनं मात्र तिचं पदवीपर्यंतचं शिक्षण लग्नानंतरही पूर्ण केलं. आपल्याला आयुष्यात पुढे काय करायचं हा विचार करायलासुद्धा तिला वाव नव्हताच. ती आता एक स्वतंत्र, यशस्वी उद्योजक झाली आहे, पण त्यापूर्वी माझ्या वडिलांच्या पाठिंब्यामुळेच केवळ ती शिकवण्याचं काम करू शकत असे.

आजीप्रमाणेच आईलाही लिखाणात गती होती. स्थानिक मराठी मासिकातून तिनं लिहिलेल्या गोष्टी वाचल्याचं मला स्मरतंय. आजही तिचं काही ना काही लिखाण चालूच असतं. तिच्या आईप्रमाणेच तिनंही कुटुंबाला वेळ देता यावा म्हणून आपल्या महत्त्वाकांक्षेला मुरड घातली, अर्थात त्याचा तिला अभिमानच आहे. आता तिला लिखाणासाठी मोकळा वेळ मिळतो, पण तरीही मुलं आणि त्यांचं भविष्य हेच विचार तिच्या डोक्यात प्राधान्यानं येतात.

मी माझ्या आई-वडिलांचं पहिलं अपत्य, पण त्यांनी मला मुलाप्रमाणेच वाढवलं. त्या काळी समाजात पुरुषानं आपला व्यवसाय करायचा आणि बायकांनी योग्य जोडीदार शोधून त्याच्याबरोबर संसार थाटायचा हेच रूढ होतं; पण माझ्या आईनं मात्र मला निवडीचं पूर्ण स्वातंत्र्य दिलं होतं आणि आपल्याला काय करायचंय याचा शोध घेण्यासाठी पंखही दिले होते. मीही लिखाणाकडे वळले. बाराव्या वर्षीच मी लिखाण करू लागले. प्रत्येकवेळी मी लिहिलेलं आईला दाखवल्यावर तिला झालेला आनंद पाहून मला धन्य वाटत असे. माझ्या करिअरला आकार देण्यासाठी जेव्हा तिनं मला तिच्यापासून दूर पाठवलं तेव्हा ती रडली, पण हे विरहाचं दुःख नव्हतं तर हे आनंदाश्रु होते. स्त्रियांच्या कित्येक पिढ्या विचार स्वातंत्र्य आणि कृती स्वातंत्र्य यापासून वंचित राहिल्या होत्या, पण ते माझ्या आईनं आपल्या मुलीला देऊ केलं.

आईच्या पिढीच्या भारतीय स्त्रिया आपलं ईप्सित साध्य करण्याचं असं स्वातंत्र्य स्वप्नातसुद्धा उपभोगू शकत नसत. मोठ्या शहरात स्थलांतर करणं, एकटं राहणं,

स्वावलंबी होणं, वयाच्या २७व्या वर्षापर्यंत जोडीदाराशिवाय राहणं ही गोष्ट त्यांच्या काळात अशक्यप्रायच होती. त्या अर्थानं, आजी मी लहान असताना सांगत असलेल्या गोष्टीतलं फुलपाखरू मीच होते. आपली खरी इच्छा काय आहे ते जाणून घेऊन त्यासाठी भरारी घेण्याचं स्वातंत्र्य असलेलं फुलपाखरू 'मी' होते. ते देऊ केलं होतं, माझ्यावर आत्यंतिक प्रेम करणाऱ्या दोन स्त्रियांनी! आई आणि आजी! त्यांची जी स्वप्नं त्यांना प्रत्यक्षात उतरवता आली नाहीत ती मी साकार केली असं मला कधी कधी वाटतं. या विस्मयकारक गोष्टी सांगणाऱ्यांकडून कसं लिहावं याचं बाळकडू मला मिळालं हे मी माझं भाग्यच समजते!

– सुपर्णा ठोंबरे

आनंददायी यश

हलवायाच्या दुकानाबाहेर टांगलेल्या हारांकडे ती डोळे फाडून पाहात होती. तिला ढकलून जाणाऱ्या गर्दीकडे तिचं लक्षच नव्हतं आणि दुकानात चकरा मारणाऱ्यांनाही त्या गडबडीत त्याची अजिबात जाणीव नव्हती. प्रत्येकजण संक्रांतीच्या सणासाठी खरेदी करण्याच्या नादात होता. नाजूक, व्यवस्थित, सुंदर, पण मनानं खंबीर असलेली विद्या काही चाचपणी करण्याच्या उद्देशानं दुकानात शिरण्यापूर्वी किती तरी वेळ हार न्याहाळत होती. 'माफ करा, हे हलव्याचे हार खूप सुंदर दिसताहेत. विकायलाच ठेवलेत ना? केवढ्याचे आहेत?' तिनं विचारलं, सहज बोलता बोलता दुकानदारानं सांगितलं की ह्या दागिन्यांना फारच मागणी असते. पर्यायानं 'तुम्हाला करता येत असतील तर द्याल का बनवून? मला जादाचा माल हवाच आहे.' असं त्यानं विद्याला विचारलं, आणि तेव्हापासून हलव्याचे दागिने करण्याचं विद्याला आकर्षण वाटू लागलं. मुलं आता कॉलेजात होती आणि हाताशी भरपूर मोकळा वेळ होता. तिनं हे आव्हान स्वीकारलं. जानेवारी, १९७०पासून.

आज स्थानिक ५/६ महिला हे काम तिच्या दिवाणखान्यात करताना दिसतात. त्या सगळ्या विद्याकडे प्रशिक्षण घेतात, ह्या कलेत तरबेज होण्यासाठी तिच्याकडून कच्चा माल नेतात आणि दागिने बनवून आपल्या पायावर उभ्या राहतात. जवळजवळ ३९ वर्षांपूर्वी विद्यानंही असंच केलं होतं.

केवळ वेळ घालविण्यासाठी सुरू केलेला हा उद्योग आता चांगलाच फोफावलाय आणि त्या काळी, एखाद्या आदर्श गृहिणीबाबतच्या समाजाच्या धारणेला बळी पडण्याचं तिच्यातल्या निश्चयी स्त्रीनं नाकारलं, म्हणूनच हे शक्य झालं. गृहिणीनं फक्त घरच सांभाळावं, मुलं वाढवावी, नवऱ्याला मदत करावी, पण गृहिणीला स्वतंत्र अस्तित्व असता कामा नये असाच तो काळ होता.

विद्या आर्थिक परिस्थिती उत्तम असलेल्या कुटुंबातली होती, त्यामुळे अंगात असलेल्या ह्या कलेचा तिनं व्यवसायासाठी उपयोग करावा याला तिच्या घरून

अर्थातच विरोध झाला. ‘तू आम्हाला खाली मान घालायला लावते आहेस.’ असं घरचे म्हणायला लागले. ‘शेजारीपाजारी, मित्रमंडळी माझ्या नवऱ्याच्या आर्थिक परिस्थितीवर चर्चा करत आणि माझ्या मागे माझी चेष्टा करत, पण नवऱ्यानं माझ्या प्रयत्नांना दाद दिली. ज्यांचं उत्पन्न अगदी तुटपुंजं आहे अशा बायकांना काही उद्योग पुरवला तर त्यांची स्वप्नं पुरी करण्यासाठी त्यांनाही काही पाठबळ मिळेल, असाही आमचा त्यात विचार होता.’ विद्या अगदी अभिमानानं सांगते. यावर सगळ्यात जास्त टीका झाली ती विद्याच्या आईकडून, पण आपल्या समर्पित वृत्तीनं तिनं आईलाही जिंकून घेतलं. ‘मी ५० वर्षांची झाले तेव्हा माझ्या आईनं मी आता हलव्याच्या दागिन्यांचा व्यवसाय सोडून काही तरी धार्मिक, आध्यात्मिक गोष्टींचा छंद लावून घ्यावा म्हणून माझ्या विनवण्या केल्या.’ हळूच हसत विद्यानं सांगितलं. पण मग जेव्हा आपली मुलगी इतरांना किती मदत करते ते लक्षात आलं तेव्हा आईचा विरोध मावळला.

‘एकदा माझी आई आम्हाला भेटायला आली होती, त्याच वेळी या काम करणाऱ्या बायकांपैकी एकजण आली आणि माझ्या मार्गदर्शनामुळे तिचा कसा फायदा झाला हे सांगून तिनं त्या पैशातून संपूर्ण कुटुंबासाठी लागणाऱ्या वर्षाच्या गव्हाची खरेदी कशी केली ते सांगितलं. ते ऐकून आई अगदी भारावून गेली आणि मी परमार्थच करत्येय या गोष्टीची आईला जाणीव झाल्याचं आईनं कबूल केलं.’ असे समाधानाने सांगून, विद्या विचारात हरवून गेली. विद्याचा निरोप घेऊन मी परत फिरले. डोक्यात हेच विचार घोळत होते की जेव्हा तुम्ही एखादी गोष्ट आनंदानं, मनापासून आणि श्रद्धेनं करता तेव्हा चमत्कार घडून येतात, त्यामुळे एखाद्याचं आयुष्यही कायमचं बदलून जातं, अधिक चांगलं होतं. आपल्या तत्त्वाला अनुसरून विद्यानं इतरांच्या पुढे एक उदाहरणच ठेवलंय!

– खुर्शीद दिनशा

पूर्णत्वाला गेलेली गोष्ट

बालवयात, आपण मुक्त असावं आणि आपल्या मार्गात कोणी काही अडथळे आणू नयेत, आपल्याला हवं ते करण्याचं स्वातंत्र्य असावं इतकीच माझी माफक महत्त्वाकांक्षा होती. ज्योतिषानं माझी पत्रिका पाहून मी आयुष्यात कधीच पैसे कमावणार नाही असं जेव्हा भाकीत केलं, तेव्हा मला अगदी संताप आला होता; पण एका अर्थी त्याचं खरं होतं, कारण माझं जेव्हा लग्न झालं त्यावेळी मला नोकरीही नव्हती आणि माझ्या करिअरविषयी मी गंभीरपणे विचारही केला नव्हता.

लग्नानंतर एका वर्षातच माझ्या मोठ्या मुलाचा जन्म झाला आणि तीन वर्षांनी दुसऱ्याचा; अर्थातच मग बाहेर पडून नोकरी करण्याची शक्यता धूसर झाली. दोघा मुलांच्या आवडीनिवडी सांभाळण्याचं न संपणारं काम करताना नोकरीच्या शक्यतेचा विचारही मनात आणणं अवघड होतं, पण काही दिवसातच मला आयुष्यात पोकळी जाणवू लागली. ही पोकळी भावनिक दृष्ट्या जाणवणारी नव्हती; पोकळी होती ती वैचारिक; आणि विचारांना तर माझ्या आयुष्यात फार मोठं स्थान होतं. मुलांचं संगोपन करताना मागे पडलेले सुप्त विचार आता पुन्हा उसळी घेऊन वर येऊ लागले होते. विचार, कल्पना, शब्द, माणसं– त्यांचं आयुष्य– मग जो काय थोडा मोकळा वेळ मिळत असे त्यात मी छोट्या गोष्टी लिहू लागले.

नंतर कधी तरी एकदा माझ्या ३ कथा मी स्त्रियांच्या राष्ट्रीय मासिकाच्या संपादिकेला पाठवल्या. त्यातली एखादी तरी प्रकाशित होईल अशा आशेनं तिनं तीनही कथा ठेवून घेतल्या. ज्या दिवशी माझी पहिली कथा मासिकात छापून आली तेव्हा माझा आनंद गगनात मावेनासा झाला, पण अजूनही मला नक्की काय करावंसं वाटतंय हे समजतच नव्हतं.

स्वत:साठी आणखी वेळ देता यावा यासाठी मी आसुसले होते. लिखाणासाठी आणखी वेळ मिळावा असं वाटे पण तो कधी हातातच येत नसे. तो आपल्या आवाक्याबाहेर आहे असंच वाटे. बाळाचं रडणं, रात्रीची जागरणं, बाटल्या उकळणं,

बाळाचे ओले कपडे बदलणं या सगळ्याची जागा मग शाळेच्या गणवेशाला इस्त्री करणं, दप्तरं भरणं, डबे भरणं आणि शिक्षकांच्या मागण्या पुऱ्या करणं यांनी घेतली. मी आतल्या आत आक्रोश करत असे की 'मला यातून बाहेर यायचंय.' पण कसं जमणार ते? मुलांचं आणि घरातलं सगळं करताना माझ्या लिखाणाचा त्यात अडथळा येऊ नये अशी माझी आत्यंतिक इच्छा असे; पण तरीही मी पूर्णपणे आशा सोडत नसे.

वेळेशी झटापट करून माझ्या दैनंदिन कामातून मी थोडा वेळ काढू लागले; पण तो पुरेसा नसे, मग वाटत असे की नोकरी करणाऱ्या आया कसं सगळं सांभाळत असतील? मुलं आणि घरचं– बाहेरचं काम यांचा मेळ त्या कसा घालत असतील? पण माझं काम इतर कामांसारखं नव्हतं. लिखाण हीसुद्धा आईच्या ममतेनं करण्याचीच गोष्ट आहे– अशी सहज येताजाता करण्यासारखी गोष्टच नाही ती. थोडासा वेळ द्यायचा आणि घाईनं 'उरकून टाकायचं' असं मला करता आलंच नसतं. या माझ्या ओढीशी मला प्रामाणिक राहायचं होतं. मग सगळ्या गोष्टींची मी वेगवेगळ्या कप्प्यांत विभागणी करून टाकली. फक्त मुलं शाळेत गेलेली असतानाच लिहायचं एरवी शनिवार, रविवार इतर छोट्या-मोठ्या सुट्ट्यात लिहायचं नाही असं मी ठरवून टाकलं.

घरातलं काम घाईघाईनं उरकून माझ्या टेबलाशी जाताना हेच सतत डोक्यात असे की प्रत्येक मिनिट महत्त्वाचं आहे, पोरं घरात शिरतील त्या क्षणी टेबलावरचं आपलं काम बाजूला सारायचं, माझी घालमेल चिडचिड ह्यातलं काहीही त्यांना जाणवता कामा नये. ही अगदी तारेवरची कसरतच होती. कोणत्याही क्षणी आपला तोल सुटून आपण पडणार तर नाही ना? हीच भीती सतत मनात असे.

मग एक काळ असा आला की मला कादंबरी लिहावी असं वाटू लागलं... नव्हे मला लिहायचीच होती! परिस्थिती आणखीच बिकट झाली. हातातलं काम धरवतही नव्हतं आणि सोडवतही नव्हतं. मग काय, पोळ्या करताना समोरच्या पिठात आपण शब्द लिहितोय, वाक्य लिहितोय असंच दिसायला लागलं. मनातल्या मनात वाक्यरचना करायची आणि ती विसरू नये म्हणून आटोकाट प्रयत्न करायचे, माझाच माझ्याशी झगडा चालू झाला... ह्यातून जर काहीच निष्पन्न होणार नसेल तर माझ्या कुटुंबाचा हा असा मौलिक वेळ हिरावून घ्यायचा मला काय अधिकार? माझ्या कुटुंबासाठी, पाहुण्यारावण्यांसाठी माझं लिखाण थांबवण्याच्या विचारानं माझ्या काळजात धस्स झालं.

पुन्हा माझं हे काम चांगलंच असल्याचं समर्थनही मी कशी करू? कारण मी तर यातून काही अर्थार्जनही करत नाही. मी काय लिहिलंय ते वाचायची उत्सुकता थोडीच कोणाला असणार आहे? मला अपराधीच वाटू लागलं. मी किती स्वार्थी आहे, किती स्वत:चेच चोचले पुरवून घेते आहे. सगळ्यात वाईट म्हणजे लिखाण

साभार परत आलं की निराशा मला अगदी ग्रासून टाकत असे. 'आपण दुर्लक्षित आहोत' अशी एक भावना मनात येत असे आणि पुन्हा पुन्हा आलेल्या अपयशानं मी खचूनच जात असे आणि मग एकदा तर तिरीमिरीतच मी लिहिलेल्या एका छोट्या तुकड्यात स्वत:चाच उल्लेख 'बेअक्कल बाई' असा केला.

तरीही मला ठाऊक होतं की मी माझी लेखकाची भूमिका व्यवस्थित बजावत होते. माझं काम चोख करत होते. इतरांना ते तसं वाटो न वाटो, त्यामुळे पहिल्या दोन्ही कादंबऱ्या कुठे तरी गाडल्या जाऊनसुद्धा फारशी अनुकूल परिस्थिती दिसत नसतानाही मी तिसऱ्या कादंबरीला प्रारंभ केला. माझे वडील तेव्हा फार आजारी होते. मुलांची कॉलेजातली फार महत्त्वाची वर्षे होती, अनेक वर्षांची आरामाची नोकरी सोडून नवरा स्वत:च्या खाजगी प्रॅक्टिसच्या अडचणींना तोंड देण्याची शर्थ करत होता आणि त्याच एका वर्षात आम्ही चार घरंसुद्धा बदलली. लिहायला बसल्यावर मी पुन: पुन्हा खरडत असे की 'मला काहीच सुचत नाही आहे.'

कशी तरी ती कादंबरी आकाराला आली. मी ती पूर्ण केली आणि एका प्रकाशकाकडे पाठवून दिली. त्यांच्या उत्तराची जवळजवळ दीड वर्ष सहनशीलतेनं वाट पाहिली आणि चक्क ते जेव्हा आलं तेव्हा ते उत्साहवर्धक आणि आशादायी आलं. या कादंबरीनं मला थोडं फार नाव मिळवून दिलं. आजपर्यंत या यशानं मला हुलकावणी दिली होती. मी थोडेबहुत पैसेसुद्धा कमवू लागले, अर्थात अगदी थोडे पण त्या ज्योतिषाला वाकुल्या दाखवून 'तुझं भविष्य खोटं ठरलं' असं म्हणण्याइतके!

या नंतर मात्र एकंदर परिस्थितीत थोडी सुधारणा झाली असं म्हटलं तरी चालेल, कारण मुलं आधी हॉस्टेलला आणि त्यानंतर आपापल्याला घरात स्थिरस्थावर झाली. आता माझ्या वेळावर गदा येण्याची शक्यता कमी झाली. टेबलाशी बसून लिहिताना मला अपराधीपणाची भावना सतावेनाशी झाली. माझ्या लिखाणात अधिक आत्मविश्वास आला, कारण ते आता माझं काम झालं होतं. हे करण्यासाठीच मी इतके दिवस तळमळत होते आणि जर हे मी केलं नसतं तर माझ्या मनात निर्माण झालेल्या या ओढीशी, माझ्यातल्या क्षमतेशी मी प्रतारणा केल्यासारखंच झालं असतं. ही अगदी तारेवरची कसरत झाली, पण त्यावाचून पर्याय नव्हता.

ह्या वर्षी मी राष्ट्रीय पारितोषिक पटकावलं. खूप मोठ्या प्रमाणात माझं कौतुक झालं, माझ्यावर शुभेच्छांचा वर्षाव झाला, अर्थातच मुलांकडून मिळालेल्या हार्दिक शुभेच्छांनी त्यावर कळसच चढवला. 'ह्या यशाला आणि कौतुकाला तू सर्वस्वी पात्र आहेस. हे खरंखुरं तुझंच यश आहे.' मोठ्या मुलानं सांगितलं.

धाकटा आपली मतं इतकी सुस्पष्ट कधीच मांडत नाही; पण तो काही दिवसांसाठी घरी आला होता, त्यावेळी ही बातमी त्याच्या कानावर पडली. तत्क्षणी तो हे यश साजरं करायला आम्हाला घेऊन गेला. माझ्या मनात आलं, 'हे सगळं

फार खडतर होतं.' तोल सांभाळण्यासाठी मला आटोकाट प्रयत्न करावे लागले, कधी कधी यावरची माझी पकड सुटून अपयश तर आपल्या माथी येणार नाही ना? अशी भीतीही मी अनुभवली, पण शेवटी या दिव्यातून पार पडून मी सुरक्षितपणे आणि ताठपणे माझं उद्दिष्ट गाठलंय!

– शशी देशपांडे

विश्व आणि मी

सतराव्या वर्षी, मुंबईतलं माझं तुलनेनं सुखाचं आयुष्य सोडून मी ब्रिटनमध्ये बर्मिंगहॅमला माझ्या आजीकडे राहायला आले. मला एकाच गोष्टीनं पछाडलं होतं, मला अभिनेत्रीच व्हायचं होतं. जन्मानं मी अर्धी काश्मिरी आणि अर्धी जर्मन, शिवाय जन्म ब्रिटनमधला, त्यामुळे मला सारखं वाटे की हिंदी बॉलिवुडपेक्षा, पाश्चात्त्य देशातच आपल्याला उज्ज्वल भवितव्य आहे.

'अ' दर्जासाठी अभ्यास करण्याच्या आणि अभिनयाच्या शाळेत प्रवेश मिळवण्याच्या हेतूनं मी तिथे राहायला गेल्यावर माझी लाडकी जर्मन आजी अगदी आनंदून गेली. बर्मिंगहॅमच्या अभिनयाच्या शिक्षणसंस्थेत मी संध्याकाळच्या अभ्यासवर्गात जाऊ लागले. तिथल्या एका शिक्षकांच्या विनंतीवरून मी माझे अगदी अलीकडचे पोर्टफोलिओ फोटो त्या अभिनयसंस्थेत पाठवले होते. माझ्या शिक्षकांचे मित्र लंडनला होते, त्यानंतर मी लंडनच्या गिल्डहॉल स्कूल ऑफ म्युझिक अँड ड्रामासाठी आवाजाची चाचणी परीक्षा दिली. शेकडो अर्जदारांतून ते वर्षाला फक्त नऊ मुली आणि वीस मुलं घेत असूनसुद्धा मला त्यात स्थान मिळालं.

मग काय? आनंदानं मला आकाश ठेंगणं झालं, पण तिथली फी भरण्याइतके पैसे माझ्याजवळ नव्हते. आम्ही तसे मध्यमवर्गीयच होतो. बँकेतही आमची फार मोठी पुंजी नव्हती. उपलब्ध असलेले सगळे मार्ग मी पडताळून पाहिले. ब्रिटिश नागरिक असल्यानं मी या अभ्यासक्रमासाठी मला मदत करण्याची विनंती शेकडो धर्मादाय संस्थांकडे केली, पण एका भावी अभिनेत्रीला मदत करण्याची कोणाचीच इच्छा नव्हती असं माझ्या लक्षात आलं. ब्रिटनमध्ये विद्यार्थ्यांना जी सरकारी अनुदानं मिळतात, त्यासाठी मी पात्र नव्हते, याचं कारण म्हणजे या कोर्सपूर्वी मी निदान वर्षभर तरी तिथे राहत असणं अपेक्षित होतं आणि तशी मी राहत नव्हते. खूप विचारांती असं वाटलं की अशी ही संधी पुन: पुन्हा मिळणार नाही, म्हणून थोडे थोडे पैसे साठवून फी भरता यावी यासाठी मी सर्व सुट्टीचा उपयोग पैसे मिळवण्यासाठी

करायचा असं ठरवलं. एका हॉस्पिटलमध्ये मी साहाय्यक नर्सचं काम पत्करलं, फरशा, स्वच्छतागृहं साफ करणं, चहा, जेवणाच्या ट्रॉल्या नेणं हेच काम मी मुख्यत: करत होते. थोड्या महिन्यांनंतर पहिल्या टर्मची फी भरता येण्याइतके पैसे माझ्याजवळ साठले. माझ्या वडिलांचं नेहरू घराण्याशी जवळचं नातं होतं... त्यावेळी लंडनमध्ये भारतीय राजदूत म्हणून कार्यरत असलेले स्व. बी. के. नेहरू यांना वडिलांनी विनंती केली. त्याचा फायदा असा झाला की लंडनमध्ये भर वस्तीत रसेल स्क्वेअरमध्ये असलेल्या भारतीय विद्यार्थ्यांच्या हॉस्टेलमध्ये मला जागा मिळाली. सर्व सामान घेऊन मी लंडनमध्ये दाखल झाले, मग प्रत्येक हॉस्पिटलमध्ये शनिवार/रविवार काम करणाऱ्या साहाय्यक नर्सची जागा रिकामी आहे का याचा शोध घेणं सुरू झालं. कुठेच काही जमलं नाही. आता फक्त एका शेवटच्याच हॉस्पिटलमध्ये चौकशी करायची बाकी होती. रविवारची संध्याकाळ होती. खरं तर मला जावंसंच वाटत नव्हतं, पण मी गेले आणि नशिबानं तिथं नर्सची जागा भरायची होती.

सोमवारपासून गिल्ड हॉलला माझा कोर्स सुरू होणार होता, त्यामुळे त्या आठवड्याच्या शेवटी मी हॉस्पिटलला गेले. तिथे माझं सफाईचं काम चालू असताना अचानक माझी नजर 'इव्हिनिंग स्टँडर्ड न्यूज पेपर'वर गेली. पहिल्याच पानावर माझी आवडती अभिनेत्री ऑलिव्हिया हसीचा फोटो मला दिसला. फ्रँको झेफिरेलीच्या 'रोमिओ अँड ज्युलियट' या फिल्ममध्ये तिनं भूमिका केली होती आणि आता 'जिसस ऑफ नाझरेथ' या ३ भागांतल्या मालिकेतील मेरीच्या भूमिकेत ती झळकणार होती. 'नशिबवान आहे बेटी' असा स्वत:शीच सुस्कारा टाकून मी पुनश्च माझं काम करू लागले.

माझी शाळा सोमवारी सुरू झाली. तिथलं प्रत्येक मिनिट मला हवंहवंसं वाटत होतं. भारतीय विद्यार्थ्यांचं जे वसतिगृह होतं, त्याचा खाक्या निराळाच होता. जुन्या पद्धतीच्या, पण खूप छान अशा अनेक इमारतींमध्ये हे वसतिगृह चालवलं जात होतं, पण कोणाही विद्यार्थ्याला तिथं राहावंसंसुद्धा वाटू नये इतकी तिथली अवस्था वाईट होती. अत्यंत मळके पडदे, फेकून दिलेल्या अडगळीच्या सामानातून उचलून आणले आहेत असं वाटावं असे सोफा सेट्स. हे सगळं पाहून मी आतल्याआत खचूनच गेले. कामासाठी संघर्ष करावा लागणाऱ्या आणि माळ्यावरच्या खोलीत राहणाऱ्या, उपासमार होत असलेल्या अभिनेत्रींचे विचार माझ्या दृष्टीसमोर सरकून गेले. माझा हा काल्पनिक संघर्षही मला तसाच आकर्षक वाटू लागला. तिथे तर नंतर मांजराच्या आकाराचे उंदीरही माझ्या नजरेस पडले, पण काय करणार? हेच वसतिगृह सर्वांत स्वस्त होतं.

तिथला स्वयंपाकी अत्यंत वाईट, गार असं भारतीय शाकाहारी जेवण द्यायचा.

मटणकरी आणि चिकनही फार चांगलं नसायचं. माझी अगदी उपासमार होत नसे एवढंच. लंडनच्या त्या भर वस्तीतसुद्धा मी छोट्या भारतात आहे या जाणिवेनंच केवळ त्या वाईट परिस्थितीत मी तग धरू शकले. अगदी प्रत्यक्ष घरासारखं नाही तरी जवळपास तसंच वातावरण अवतीभवती असल्याचं समाधान हाच मला मोठा आधार वाटे. जुनी हिंदी सिनेमातली गाणी आणि चिरपरिचित मसाला डोशाचा वास याचा जेव्हा मला विरह जाणवू लागला तेव्हा मी अंतर्यामी किती भारतीय आहे याचा मला पत्ता लागला.

गिल्डहॉल स्कूलमध्ये तिसऱ्या दिवशी सकाळी अकरा वाजता आम्ही सगळे एका कार्यक्रमासाठी एकत्र जमलो होतो. तो कार्यक्रम संपण्यापूर्वी वरच्या वर्गातल्या एका विद्यार्थ्यानं लाऊडस्पीकरवरून एक सूचना दिली की, 'पहिल्या वर्षाच्या सोनी राजदान हिनं चित्रपट आणि टी.व्ही.साठीच्या प्रमुख भूमिकेच्या संदर्भात कृपया ऑफिसमध्ये संपर्क साधावा. मी अगदी खुर्चीवरून कोसळण्याच्या अवस्थेला आले होते. मी घाईघाईनं ऑफिस गाठलं. फ्रँको झेफिरेली (होय तोच तो) त्यांनी मला भेटायला बोलावलं होतं असं मला कळलं. 'माझं अस्तित्व त्याला कसं कळलं' हे जाणून घ्यायची मला फार तीव्र इच्छा झाली. बर्मिंगहॅम अभिनय शिक्षणसंस्थेच्या मिसेस नाइट यांनी माझे फोटो त्यांच्या लंडनमधल्या एजंट मैत्रिणीला दिले, तिनं ते डायसन लॉवेल नावाच्या एका पात्र योजना करणाऱ्याला दिले. तोच त्या 'जीसस ऑफ नाझ रेथ'साठी कलावंतांच्या शोधात होता. ही कधीची गोष्ट? नऊ महिन्यांपूर्वीची. त्यानंतर काहीच घडलं नाही, मग अचानक काही दिवसांपूर्वी फ्रँकोनं ते नजरेखालून घातले आणि क्षणार्धात मला भेटण्याचा निर्णय घेतला. हे असं झालं होतं तर!

अर्थातच मी गेले. झेफिरेलीला भेटले. मला पाहून त्यानं अस्सल इटालियन उच्चारात 'मारिया मारिया' म्हटलं. तो अगदी छान माणूस होता. इटालीला स्क्रीन टेस्टसाठी येण्याची त्यानं मला विनंती केली. 'तुम्ही प्रवासासाठी पैसे देऊ शकत असाल तर मी येऊ शकेन, कारण माझ्याकडे तर दहा सेंटससुद्धा नाही.' मी म्हटलं. हे ऐकून ते सगळे हसत सुटले, मग पुन्हा एकवार 'मारिया, मारिया' झाल्यावर, मदर मेरीच्या भूमिकेसाठी माझी स्क्रीन टेस्ट घ्यायची इच्छा असल्याचं त्यानं सांगितलं. त्यातही मुख्य अडचण ही होती की ऑलिव्हियाशी त्यांचा आधीच करार झालेला होता. मला त्या इव्हिनिंग स्टँडर्डची आठवण झाली. अशा गोष्टी फक्त सिनेमातच होऊ शकतात अशी माझी आजपर्यंत कल्पना होती. 'संध्याकाळी येऊन पुन्हा भेटून जा' असं त्यानं मला बजावलं. मग काय... त्या दिवशी माझी शाळा बुडालीच! दिवसभर मी लंडनमध्ये उत्कंठित होऊन फिरत राहिले. डोक्यात सगळा गुंता झाला होता. मला वाटतं, मी वसतिगृहात परत येऊन रडलेसुद्धा. कदाचित काही चांगलं घडून येतंय असा विश्वास, थोडी आतुरता, कृतज्ञता किंवा

कसली तरी अनामिक भीती ह्यामुळे मला रडावंसं वाटलं असावं. संध्याकाळी मी पुन्हा त्याला भेटायला गेले. ऑलिव्हियाशी केलेला करार तिला भली मोठी रक्कम देऊ केल्याखेरीज मोडता येणार नव्हता असं त्यानं सांगितलं, पण त्या मालिकेत मी काम करावं अशी त्यांची मनापासून इच्छा होती. त्यांच्या नाटकसंचात मी सामील होऊन दोन महिने मोरोक्कोत चित्रीकरण करावं असं त्यानं सुचविलं. दर आठवड्याला मला सातशे पाऊंड मिळणार होते. म्हणजे हल्लीच्या काळातले सात हजार पाऊंड्स झाले.

माझ्यासारख्या एका गरीब, संघर्ष करत असलेल्या विद्यार्थिनीला देवावर विश्वास ठेवायला लावण्यासाठी एवढी ही एक गोष्ट पुरेशी होती. त्या संधीचा फायदा घ्यायचं मी ठरवलं आणि एका आठवड्यानं मोरोक्कोला गेले. गिल्डहॉल स्कूलनं पहिल्या टर्ममध्ये तिकडे जायला परवानगी देऊन टाकली. माझी पैसे मिळवण्यासाठी चालू असलेली धडपड त्यांना ठाऊक होती; शिवाय मला हा अनुभवही चांगला उपयोगी पडेल हे गिल्डहॉलचे शिक्षकही जाणून होते. मोरोक्कोतील चित्रीकरणाचा अनुभव चांगला होता आणि मला वैविध्यपूर्ण भूमिकाही करता आल्या. खरं तर अधिक महत्त्व मिळालेली मी एक एक्स्ट्रॉ नटी होते, पण मला त्याचं काही वाटलं नाही. माझ्या त्या वर्षीच्या उरलेल्या फीइतके पैसे मी कमावले इतकंच नाही तर माझ्या कुटुंबीयांना भेटण्यासाठी परतीचं तिकीट काढण्याइतके पैसेही माझ्याजवळ उरले. आणखी बरंच काही...

तुम्ही जितके कष्ट, मेहनत एखाद्या गोष्टीसाठी घेता त्याच प्रमाणात तुम्हाला त्याचं फळ मिळतं हा मोठा धडा मला मिळाला. मला हव्या असलेल्या गोष्टींसाठी मी इतकी मनापासून धडपड करत होते, की त्याचं चीज व्हावं याची जगानं कोठे तरी दखल घेतली होती. या सत्यानं मला जन्मभर साथ दिली आणि मीही याच श्रद्धेनं जगत आले. नुसतं चार भिंतीत बसून आणि विचार करून तुम्ही हवं असलेलं साध्य करून घेऊ शकत नाही. उद्दिष्ट गाठण्यासाठी पुन्हा पुन्हा आणि पुन्हा प्रयत्न करावेच लागतात. आयुष्याच्या ह्या कसोटीतून पार पडण्यासाठी तुमचं स्वत:चं योगदान हवेच!

– सोनी राजदान

अमर्याद स्वप्ने

न्यूबेरी ॲवॉर्ड विनर लिंडास पार्क बरोबर गोल्फ क्लबमध्ये गप्पा मारता मारता 'प्रयत्नांती परमेश्वर' ही म्हण मला आठवत होती. खूप खपणाऱ्या पुस्तकांचे लेखक ज्युआनिना हेविल आणि एलिन स्पायनेली, माझ्या शेजारी बसून स्वत:च्या कामाविषयी सांगत होते. शिवाय 'हायलाईट्स फॉर चिल्ड्रेन' या मासिकाचे मुख्य संपादक केंट ब्राऊन आमच्याकडे सुहास्य मुद्रेनं पाहात होते.

क्षणभर मी स्वप्नात तर नाही ना असं वाटलं. माझ्या समोरच्या बशीतल्या भाजलेल्या सालमनमध्ये मी सुरी खुपसली. वा! अतिशय स्वादिष्ट! दक्षिण भारतातील एका मध्यमवर्गीय कुटुंबातली चोवीस वर्षांची बाई- जिनं कधी पंचतारांकित हॉटेल काय किंवा एखाद्या भारी कपड्यांच्या दुकानातसुद्धा कधी पाऊल ठेवलेलं नाही अशी मी अमेरिकेतल्या साहित्य क्षेत्रातल्या सुप्रसिद्ध व्यक्तींबरोबर ई-मेल आयडीजची देवाणघेवाण करत होते. सगळं खरोखर स्वप्नवत होतं.

हा प्रसंग होता चिल्ड्रेन्स रायटर्स ॲण्ड इलेस्ट्रेटर्सच्या २०व्या वार्षिक परिषदेचा आणि त्याचं यजमानपद होतं हायलाइट्स फॉर चिल्ड्रेन या मासिकाकडे. दर वर्षी जगभरातल्या काही लेखकांना ह्या आठवडाभराच्या परिषदेला उपस्थित राहता यावं म्हणून एखादी कंपनी प्रायोजित करत असते आणि २००४ साली त्यासाठी भारतातून निवड झालेली मी भाग्यवान व्यक्ती होते.

हे कसं झालं ते सांगते. लहान मुलांसाठी लिहिणाऱ्या 'संथिनी गोविंदन्' ह्यांची २००१च्या परिषदेसाठी निवड झाली होती. निवड झालेले ते पहिलेच भारतीय लेखक. इंटरनेटच्या माध्यमातून लिखाण करणाऱ्यांचा जो आमचा ग्रुप आहे त्यांच्यासाठी त्यांनी ईमेलनंच २००४च्या स्पर्धेसाठी लागणारी बारीकसारीक माहिती पुरवली. प्रवेशिका लगेच १० दिवसांच्या आत पाठवायच्या होत्या. या सगळ्याची मला फारच उत्सुकता होती आणि मला प्रवेशिका पाठवायची फार इच्छा होती, पण माझ्यापुढे एक वेगळीच अडचण होती. माझी 'एम. ए.'ची परीक्षा अवघ्या आठवड्यावर

येऊन ठेपली होती. निर्णय घेणं अवघडच होतं. परीक्षा काय पुढच्याही सत्रात देता येईल असा विचार करून मी फेलोशिपसाठी अर्ज करायचा मार्ग पत्करला.

अशा निर्णयानं सर्वसामान्य माणसाला धडकीच भरेल, पण कोणताही धोका स्वीकारण्याची तयारी असेलेली माझ्यासारखी बाई असाच मार्ग निवडेल याबद्दल माझ्या सुहृदांना नक्कीच खात्री होती. नाही म्हटलं तरी आर्किटेक्चरसारखा महागडा कोर्स केवळ फ्रीलान्स लेखिका (बापरे!) होण्यासाठी मी आधीच खुशाल सोडून दिला होता. अगदी शेवटच्या तारखेला मी तो अर्ज पाठवून दिला आणि त्याबद्दल तत्क्षणी विसरूनसुद्धा गेले. मी परीक्षा पुढे ढकलून दिल्यानं माझे आई-वडील अतिशय संतापले होते, आणि त्यांचं सांत्वन करण्यात मी मग्न होते. आई-वडिलांचं कधीच न ऐकणाऱ्या बेबंद मुलीपुढे त्यांनी कधीच हात टेकले होते तरीही...

३० मे, २००४ला मला बोलावणं आलं तो माझ्या आयुष्याला कलाटणी देणारा क्षण होता. त्या स्पर्धेचा भारतातला जो संयोजक होता त्यानं मला ती स्पर्धा मी जिंकली असून, अमेरिकेतल्या त्या परिषदेला हजर राहण्याचं मला निमंत्रण असल्याचं फोनवर सांगितलं. अमेरिका ट्रीपचा सर्व खर्च तेच करणार होते. वा! याला म्हणतात स्वप्न सत्यात उतरणं! १६ जूनला मला त्यांचं अधिकृत निमंत्रण मिळालं. १३ जुलैला, माझ्या अवाक् झालेल्या आई-वडिलांचा मी अत्यंत उत्साहानं सळसळत निरोप घेतला आणि दुसऱ्याच दिवशी 'हॅलो अमेरिका!' म्हटलं.

नेवार्क आंतरराष्ट्रीय विमानतळावर मी उतरले, तिथून पुढे चार तासांचा प्रवास करून होन्सडेलला आले. इथपासून ते रात्रीच्या जेवणातल्या बांगड्याएवढ्या आकाराच्या कांद्याच्या चकत्या इथपर्यंतच्या सगळ्या आनंददायक, धूसर अनुभवांत आणि अत्यंत उत्साहवर्धक, परंतु धामधुमीच्या उपक्रमांत दिवस कसे धुक्यासारखे पटापट सरले.

ती फेलोशिप माझ्या वाट्याला येणं ही आयुष्यातली फार उत्साहवर्धक घटना होती, त्यामुळे प्रवासाच्या रोमांचकारी अनुभवाव्यतिरिक्त माझ्यातील लेखिकेच्या कारकिर्दीची पायाभरणी झाली. त्या परिषदेमध्ये माझं नेटवर्किंग इतकं चांगलं होतं की लगेचच पुढच्या वर्षी मला हायलाइट्स मॅगेझिनमध्ये चांगल्या पगारासहित उमेदवारीची संधी मिळाली. ऑगस्ट, २००४मध्ये भारतात परत आल्यापासून आजपर्यंत मी लहान मुलांसाठी खूप पुस्तके लिहिली, मुलांच्यासाठीच्या एका संकेतस्थळाची आखणी केली. भारतातल्या लेखिकांसाठी पहिलं वहिलं संमेलनही आयोजित केलं.

हा इतका आनंद माझ्या वाट्याला येण्याइतकं कोणतं पुण्य माझ्या हातून घडलं असेल? हा प्रश्न मला वारंवार पडतो. माझा काही इतका लौकिक नाही. मी इतकी काटेकोरही नाही आणि माझ्याजवळ इतकं आर्थिक पाठबळही नाही. व्यवसायाबद्दल

माझ्या मनात, संदेहच होता– ती मी 'एक यशस्वी लेखिका' या अवस्थेला पोहोचण्याइतकं माझ्या हातून काय घडलं असावं?

याचं उत्तर तसं सोपं आहे. हे सगळं माझ्या वाट्याला आलं, कारण माझ्या उद्दिष्टांच्या दिशेनं मी छोटी छोटी पावलं टाकत गेले. इकडेतिकडे न बघता, न विचार करता मी मोठी झेप घेतली नाही किंवा अपयशाच्या भीतीनं नवीन साहस न पत्करता एका जागी स्वस्थही बसून राहिले नाही. सावधगिरीनं जपून पावलं टाकीत मी प्रगती करत गेले. लिखाणाचा पूर्ण वेळ व्यवसाय निवडताना इतर लोकांनी माझी कानउघाडणी केली त्याच वेळी जर निराश होऊन मी हातपाय गाळले असते तर जन्मभर आर्किटेक्ट म्हणून असमाधानीच राहिले असते.

माझ्या इतर लेखक मित्रांच्या संपर्कात राहिले नसते किंवा लेखकांच्या ग्रुपमध्ये स्वत:हून सामील झाले नसते, तर कदाचित योग्य वेळी योग्य त्या मुक्कामाला पोहोचलेच नसते.

ती स्पर्धा जिंकायची मला चांगली संधी आहे असा माझा मलाच विश्वास वाटला नसता, तर माझ्या आयुष्यातले हे अविश्वसनीय क्षण मला अनुभवताच आले नसते.

अथक् परिश्रम आणि चिकाटी यामुळे तुमची स्वप्नं साकार होऊ शकतात हे माझ्या प्रश्नाचं उत्तर आहे असं मी मानते. तुम्हाला जे करावंसं वाटतंच ते करत राहा. आयुष्यानं किंवा इतरांनी निर्माण केलेल्या चकव्यांची पर्वा न करता तुम्हाला जे करावंसं वाटतं ते करत राहणं हीच यशाची खरी गुरुकिल्ली आहे. कुणाचाही विश्वास बसू नये इतकी मी अस्वस्थ असे असंही काही वेळा झालं, कारण माझ्या सर्व मित्रमंडळींना खात्रीलायक नोकऱ्या होत्या आणि मला तेव्हा टेलिफोन बिल भरण्यासाठीसुद्धा धडपड करावी लागत होती, पण मी माझ्यातलं स्फुल्लिंग विझू दिलं नाही. तुम्ही एखादी गोष्ट अगदी उत्कटतेनं करत असाल आणि आकाशाला गवसणी घालायची तुमची इच्छा असेल तर यश तुमच्या पायाशी लोळण घेईलच. शाळेत आणि कॉलेजात मी आत्ममग्न होते आणि अभ्यासातही मी फारसं यश मिळवलेलं नव्हतं आणि असं असूनसुद्धा मी जर आयुष्यात यशस्वी होऊ शकले तर कोणालाही यशस्वी होणे शक्य आहे. तुमचा मार्ग तुम्ही निश्चित करा. बऱ्या-वाईट परिस्थितीत तो सोडू नका, मग अपेक्षेप्रमाणे तुम्ही तुमचे इष्ट स्थळ गाठालच!

– राधिका मेघनाथन्

मागताक्षणी हजर होणाऱ्या भेटींचे दुकान

मला वाटतं आपलं सुप्त मन आणि दैवी शक्ती यांचा थेट संपर्क असतो. ती शक्ती, सुप्त मनात चालू असलेली कुजबुज, भावनिक आंदोलनं आणि खोलवर दडलेल्या इच्छा एकाग्रतेनं ऐकत असते आणि अशा ठिकाणाहून ती प्रतिसाद देते जे ठिकाण कुठे आहे ते आपल्याला माहीतही नसतं, ज्याची आपल्याला तीव्रतेनं ओढ वाटत असते, ते प्रत्यक्ष आयुष्यात आपल्याला प्राप्त होतंच. हां, आता एखाद्या उंच इमारतीतील सर्वांत वरची सदनिका किंवा एखाद्या विशिष्ट ठिकाणी असलेलं कार्यालय ह्या असल्या ऐहिक गोष्टी कदाचित प्रत्यक्षात मिळणार नाहीत; पण त्याहीपेक्षा अधिक महत्त्वाची अशी गोष्ट प्रत्यक्षात नक्कीच साकार होईल. एखादी अशी गोष्ट की ज्या योगे आपल्या स्वप्न सामर्थ्यावर आपला विश्वास बसू शकेल. अशी एखादी गोष्ट की जी जगात जे विपुल आहे त्याच्या मूलस्त्रोताशी किंवा त्याही पलीकडच्या गोष्टीशी क्षणभरासाठी का होईना आपल्याला जोडू शकेल.

आपल्या अस्तित्वाला अधिक अर्थ देणारी गोष्ट नेहमीच वाट शोधत आपल्यापाशी येते. मला असं वाटण्याचं कारण म्हणजे, मी तरुण मुलगी असताना एका छोट्याशा शहरात राहत होते आणि माझा दूरदर्शन संच हाच मला प्रिय असलेल्या कलेच्या, साहित्याच्या, सिनेमाच्या, नाटकाच्या, गाण्याच्या, जगाशी जोडणारा एकमेव दुवा होता. जगाचा अर्थ मला समजू लागला तेव्हापासूनच सौंदर्य आणि सर्जनशीलता यांच्याविषयी मला खूप खोल आणि अतूट प्रेम वाटत आलंय, ज्यांचं जग माझ्या जगापेक्षाही खूप विस्तारलेलं असेल आणि ज्यांची बुद्धी मला अजूनही अज्ञात असलेल्या दौलतीचे दरवाजे माझ्यासाठी खुले करून देईल अशा व्यक्तींना भेटण्याची माझी मनापासूनची इच्छा होती.

प्राध्यापक ए. आर. जैसिम यांनी, कुमार वयातला माझा आदर्श 'आयन रँडस हॉवर्ड रोअर्क' यांच्यापासून स्फूर्ति घेऊन जैसिम फाउंटनहेड नावाची मूलभूत

प्रायोगिक वास्तुकलेची संस्था सुरू केल्याचं मी वाचलं, त्यांना भेटून त्यांचे प्रकल्प समजून घ्यावेत असं मला वाटलं. रात्री जागून मर्चंट आयव्हरी प्रॉडक्शनचं 'द बोस्टॅनिअन्स, आणि 'ए रूम विथ अ व्ह्यू' मी पाहिलं. आर. के. नारायण यांच्या 'मालगुडी डेज' वर नट दिग्दर्शक शंकरनाग यांनी केलेलं चित्रीकरण पाहून खूप हसले. जगजित सिंगच्या आवाजात अनेकदा हरवून गेले, एखाद्या प्रसिद्ध कलाविद्यालयात जाऊन पेंटिंग शिकावं अशी माझी इच्छा होती. इम्तियाज धारकर आणि शबाना आझमी यांच्याविषयी मी मासिकातून वाचलं होतं; त्यांच्याशी बोलावंसं मला वाटत असे. शायर मिर्जा गालिब यांची व्यक्तिरेखा नासिरुद्दीन शाह यांनी इतकी जिवंत केली होती की आपला अभिनय ते इतका सफाईदार कसा करतात हे जाणून घेण्याची इच्छा अनेकदा झाली. भव्य ऐतिहासिक प्रसंग पाहावेत; संगीत मैफलींना, नाटकांना जावं; वाट्टेल तेवढ्या गाण्याच्या रेकॉर्ड्स, सीडीज खरेदी कराव्यात; असं मला नेहमी वाटायचं, पण असं कधी झालं नाही आणि तसं होईल अशी मी अपेक्षाही केली नाही. ही स्वप्नं सत्यात येणं शक्यच नव्हतं की होतं?

नंतर काही वर्षांनी मी बेंगलोरमध्ये फ्रीलान्स लिखाणाच्या अनुभवावर नॅशनल डेलीची रिपोर्टर झाले, त्यानंतर दुसऱ्या एका वृत्तपत्रासाठी मुख्य लेखक म्हणून काम करू लागले आणि जणू काही माझ्या इच्छित गोष्टी पुऱ्या होण्यास चालना मिळाली. एक अननुभवी वार्ताहर असूनही मला एका सौंदर्यस्पर्धेचं वार्तांकन करायचं होतं. जगभरातून तिथे आलेल्या, ठाम मतं असलेल्या अनेक सुविद्य तरुणींनी 'सौंदर्यवतींना फारशी बुद्धी नसते' ही माझी समजूत खोटी ठरवली. गेल्या अनेक वर्षांत मला हरिहरन्, शंकर महादेवन्, शुभा मुद्गल यांसारख्या गायकांच्या मुलाखती घेण्याचा योग आला. सुप्रसिद्ध गायक मन्ना डे यांनी तर केवळ माझ्या विनंतीवरून 'हर तरफ अब यही अफसाने हैं.' या माझ्या आवडत्या गाण्याच्या काही ओळी ऐकवल्या. 'भारताच्या धर्मनिरपेक्षतेला कोणीही धक्का लावू शकत नाही.' असा विश्वास कवी– जावेद अख्तर यांनी माझ्याजवळ व्यक्त केला. आपले वडील– ज्येष्ठ आणि श्रेष्ठ कवी कैफी आझमी यांनी त्यांच्या आयुष्याच्या अखेरीला त्यांच्या छोट्या गावात– मिझवानमध्ये प्रेरणादायी समाजकार्य कसं केलं हे खुद्द शबाना आझमीनं मला सांगितलं. नसिरुद्दीन शाह यांनी रंगमंचावर साकारलेला 'अँटिगनी' आणि इस्मत चुगताईच्या अनेक कथा मी पाहिल्या आणि त्यांची मुलाखत घेण्याचाही योग आला. मला आठवतंय वहिदा रहेमानच्या हसींदात जाऊन माझ्या डोक्यात असलेल्या 'आज फिर जीनेकी तमन्ना है' यासाठी मला तिची मुलाखत घेता आली. हो, जगजित सिंग यांच्या अनेक मैफलींना मी उपस्थिती लावली आणि खुद्द त्यांच्याशी वार्तालाप केला. मी डिझाइन रायटर झाल्यावर ए. आर. जैसिम यांच्या प्रचंड कार्यालयात जाऊन त्यांच्या कामाचं स्वरूप मला जाणून

घेता आलं. संगीतकार रिचर्ड क्लेडरमन– ज्यांच्या कॅसेट्स मी अनेक वर्षांपूर्वी खरेदी केल्या होत्या– त्यांच्याशीसुद्धा बोलण्याची मला संधी मिळाली.

चित्रकलेचंही उत्तम शिक्षण घेण्याचं भाग्य मला मिळालं. दहा वर्षांहून जास्त काळ चित्रकलेची समीक्षा करताना जगभरातल्या चित्रकार आणि शिल्पकारांच्या कार्याचा आढावा घेण्याची संधी मला मिळाली. शेजारी बसलेल्या एम्. एफ्. हुसेन यांनी चित्रकला आणि आयुष्य या विषयी जे भाष्य केलं ती रम्य संध्याकाळ मी कधीच विसरू शकणार नाही. इस्माईल मर्चंट आणि मॅडलीन पॉटर– ज्यांच्या कामावर 'द बॉस्टोनियन्स'च्या माध्यमातून मी फिदा झाले होते– त्यांच्याशी झालेला वार्तालाप म्हणजे अक्षरश: जादुई क्षणच होते माझ्यासाठी! आज शंकर नाग या जगात नाहीत, पण त्यांनी ज्या रंगमंदिराचा ध्यास घेतला होता ते रंगशंकरा या नावानं माझ्या घराजवळच्या वास्तूत उभं राहताना मी पाहिलंय. अथक् परिश्रमातून ते उभं करणाऱ्या त्यांच्या पत्नी अरुंधती नाग यांना शतश: प्रणाम! मी संगीत समीक्षक झाल्यावर मला इतकं संगीत ऐकायला मिळालं की याचं काय करावं हे माझ्या बालबुद्धीला कळेचना, मग कुमारवयात मला हव्या तेवढ्या कॅसेट्स, सीडीज घेता आल्या नव्हत्या याची आठवण झाली. फारशी परिचित नसलेली, पण तितकीच प्रेरणादायी असलेली व्यक्तिमत्त्वं मला आयुष्याच्या वाटेवर भेटली. ज्यांच्यापासून काही बोध घ्यावा किंवा ज्यांच्यापासून काही कला शिकावी आणि आयुष्य अधिक चांगलं घडवावं अशी ही व्यक्तिमत्त्वं होती.

ते माझं स्वत:चं स्वप्नातलं घर अजून साकार झालेलं नाही. टस्कन येथील सुट्टी– ज्या सुट्टीत मला तेथले फुलांनी बहरलेले माळ रंगवता येतील– अजून प्रत्यक्षात उतरलेली नाही. मला वाटतं, माझ्या काय किंवा तुमच्या काय सर्वच स्वप्नांमागे नक्कीच काहीतरी प्रयोजन असतं. स्वप्नं सत्यात येतील असा विश्वास जरी आपल्याला वाटत नसला तरीही माणसानं स्वप्नं नेहमीच उराशी बाळगावीत.

– रीमा मोडगीळ

आयुष्य फक्त एकदाच जगता येतं

चिंतामुक्त होऊन किंवा भीती न बाळगता जगण्यात वेगळंच सौख्य असतं. अर्धी भीती निराधार असते तर अर्धी अनाठायी असते.

क्रिश्चन नेस्टल बोव्ह

मला प्रवासाचं इतकं तीव्र आकर्षण आहे की, एखादी टोपी, कॅमेरा आणि प्लॅस्टिकची पिशवी न घेता मी जन्माला कशी काय आले याचं मला आश्चर्य वाटतं. मी मोठी झाले आणि ह्या सगळ्या गोष्टी वापरण्याच्या अनेक संधी मला देवानं उपलब्ध करून दिल्या आणि म्हणूनच हा एकटेपणाही दिला. मला वाटतं, ह्याच कारणानं, जगाचा शोध घेण्याची इच्छा असलेली, साहसपूर्ण कल्पनांत गृहीत असलेल्या धोक्यांची पर्वा न करणारी एकटी बाई अशी माझी भूमिका तयार झाली.

'जोखीम नसेल तर खेळाला मजा नाही.' नव्या ठिकाणी भविष्यकाळाच्या भीतीनं ग्रासून टाकलं की 'तुमची स्वप्नं पुरी करण्यासाठी मर्यादित जोखीम खुशाल पत्करा' असं मी स्वत:लाच बजावत असे. शेवटी मी अनोळखी लोकांच्या ग्रुपबरोबर प्रवास करायचं ठरवून टाकलं. हिमालयातल्या रोमांचकारी साहसी सफरीनं मग कोणीही न चोखाळलेल्या मार्गांवरच्या सफरींना वाट मोकळी करून दिली.

मग मी दुसऱ्या सहलीचा राजस्थानचा बेत ठरवून टाकला. एकटीनंच निघावं असा विचार डोक्यात आला; पण उंट आणि इतर अनोळखी लोकांच्या संगतीत वाळवंटात रात्र घालवण्याचं धाडस होईना, तरीही खचून न जाता मी प्रवासाचा मार्ग पक्का केला. अगदी ऐनवेळी मला एक जोडीदार मिळाली– माझ्या एका मैत्रीणीची बहीण. कॅनडात स्थायिक होण्यापूर्वी तिला राजस्थानला जायचं होतं. दोन रात्रींच्या वाळवंटातील सफारीत उंटाच्या दुडक्या चालीनं सगळी हाडं खिळखिळी झाली होती, पण सगळ्याची परिपूर्ती झाल्याचा तो अनुभव मी कधीच विसरणार नाही.

आयुष्यातला एक मोठा धडा त्या सफारीत मी शिकले. वस्तीपासून अगदी दूर, चंद्राच्या प्रकाशात न्हाऊन निघालेल्या आकाशाखाली, माझ्या स्लीपिंग बॅगमधून हळूच डोकावून, एकटीनं प्रवास करणाऱ्या एका स्विस मुलीला मी विचारलं, 'एमा, एकटीनंच अशा अनोळखी देशात प्रवास करताना तुला भीती नाही वाटत?' ती उत्तरली, 'आतला आवाज ऐक, म्हणजे सगळेच एकदम सोपे होईल!'

दोन दिवस तिचे निरीक्षण केल्यावर मी माझ्यातल्या भीतीला पूर्ण विराम दिला, तरीही 'हा आतला आवाज तू कसा ऐकू शकतेस ग एमा?' हे मला तिला विचारावंसं वाटत होतं.

अनुभवाने आणि अंतर्दृष्टीनं माझा आतला आवाज विकसित होत गेला. खरं तर प्रवासाचे हे प्राथमिक धडे माझ्या आई-वडिलांनीच मला दिले होते. किती भाग्यवान होते मी! मी त्यांची उतराई कशी होऊ? युगांडा, नैरोबी, टांझानिया हे सगळं मी लहानपणीच हिंडले होते, मग विद्यार्थीदशेत अमृतसर, काश्मीर आणि दिल्ली. मग एक कर्तीसवरती बाई झाल्यावर सुदूरपूर्व आणि दुबई, मस्कत.

गुणसूत्रामधूनच आलेली प्रवासाची आवड, हा आतला आवाज, भराऱ्या घेणारं मन, उत्सुकता, साहसी वृत्ती आणि सळसळणारं तारुण्य अशा शस्त्रांनी सज्ज होऊन मी मध्य प्रदेशात, गढवालमध्ये, अभयारण्यात वाघांशी सलगी करण्यासाठी हिंडले. केरळात बॅकवॉटर्समध्ये शिकाऱ्यातून मस्त आळसात वेळ घालवला, तामिळनाडूत काबिनी रिसॉर्टमध्ये आणि दांडेलीला पाखरांच्या बरोबर किलबिल केली. कर्नाटकाचा इतिहास पुन्हा अनुभवला. एक आखीव रेखीव युरोप आणि सुदूरपूर्वेची सहलही झाली, पण माझ्या लक्षात आलं की झटपट प्रवास मला रुचत नाही.

वेळ पंख लावल्याप्रमाणे भुर्रकन जात होता. वय वाढलं, शरीर थकलं, जीव शिणला, जगण्यातले हपापलेपण कमी झालं, गात्रं शिणल्यामुळे आत्मविश्वास कमी झाला, पण हिंडून बघण्याची इच्छा असलेल्या देशांची संख्या वाढतच गेली. प्रवासात मार्गदर्शन करतील अथवा काळजी घेतील असे देवदूत भेटतील यावरचा माझा विश्वास मात्र अढळ राहिला. २००८मध्ये माझ्या आवडत्या चार देशांची सफर एकटीनंच एका दमात करायच्या विचारानं पुन्हा उचल खाल्ली. माझा उत्साह इतका दुर्दम्य होता की व्हिसा मिळवायचाच असा माझ्या मनानं निश्चय केला. खूप परिश्रमपूर्वक उमेदीनं इंटरनेटवरून मी प्रवासाचा मार्ग निश्चित केला.

अमेरिकेत पूर्व किनाऱ्यावरून मग फ्लोरिडा, तेथून शिकागो असा मी प्रवास केला. पासपोर्ट हरवणे किंवा विमान चुकणे ह्या बद्दलची माझी भीती कायमची गेली. लंडनमध्ये, जर्मनीत तर अचानक सामोऱ्या आलेल्या माणसांच्या रूपातल्या देवदूतांनी माझं सामान वाहून नेलं, मला मार्गदर्शन केलं; इतकंच नाही तर हसून

गप्पासुद्धा मारल्या. मला विचारलं की, 'तू 'प्युरटो रिको'ची आहेस का?' एकटंच तरुणांच्या हॉस्टेलमध्ये मुक्काम करणं मला वाटत होतं तितकं चिंताजनक नव्हतं. माणसांचा चांगुलपणा आणि जगण्यातील उत्कटता यावरचा माझा विश्वास अधिकच दृढ झाला, मग सहज मनात आलं, 'आवडण्यासारखं जगात इतकं असताना, एकाच आयुष्यात इतकी आयुष्यं जगण्यासारखी असताना काही वाईट घटना / प्रसंग यांचेच मथळे वर्तमानपत्रात का येतात? केवळ भीतीपोटी माणसं जगायचंच का थांबतात?' पण मला उत्तेजन देणारे, मला समृद्ध करणारे, साहसपूर्ण दिवसातले हे अनुभव ह्या असल्या प्रश्नांची उत्तरे शोधण्याचा खटाटोप करण्यासाठी मला वेळच मिळू देत नाहीत.

कोणत्याही मदतीशिवाय आणि मला हव्या त्या मार्गानं त्या देशांची सफर करून दोन महिन्यांनी मी परतले, तेव्हा अभूतपूर्व यश मिळवल्याचा आनंद मला झाला. मी माझ्या मनाप्रमाणे केल्याचं मला समाधान आहे. माझ्या हितचिंतकांनी, कुटुंबीयांनी मला मॅनहटनच्या मेट्रोत लुबाडलं जाण्याची, वर्णद्वेषाची भीती घातली होती आणि एकटी स्त्री लोकांच्या दुष्कृत्याला बळी पडू शकते असंही सांगितले होतं, पण मी भीतीला जराही थारा दिला नाही आणि त्या भीतीच्या फासातही अडकले नाही, म्हणून जीवन समृद्ध करणारे अनुभव माझ्या पदरात पडले. माझे एकटे असणे हा अडसर नाही, उलट नव्या गोष्टींना सामोरे जाण्याचा परवानाच आहे– तो घेऊनच आता उरलेल्या जगाचा शोध घेण्यासाठी मी सज्ज झाले आहे.

– दर्शना दोशी

३

हेतुपूर्ण जीवन

पक्षी केवळ त्याच्याकडे उत्तर असतं म्हणून गात नाही; तो गातो, कारण गाणं त्याच्याजवळ असतं.

– माया अँजेलो

अंजली

अहमदाबादेपासून १०० कि.मी.वर पलस्सर नावाचं छोटं गाव आहे. वंदना बरोबर– माझ्या मैत्रिणीबरोबर– मी तेथे गेले होते. त्यांची स्वयंसेवी संस्था– मानव साधनानं– तिथे एक वैद्यकीय शिबिर घेतलं होतं. त्या शिबिराच्या जोडीनंच, त्यांच्या स्वयंसेवकांनी तिथे एक 'हरित अभियान'ही चालवलं होतं. त्याद्वारे वृक्षारोपण, स्वच्छता अभियान आणि काही आरोग्य प्रकल्पही राबवण्यात येत होते. प्रत्येक गटात चार ते पाच स्वयंसेवक असायचे आणि त्यांना काही विशिष्ट काम नेमून दिलेलं असे. अंजलीच्या पुनर्भेटीचा योग तिथेच आला. गेली पाच वर्षं तिचा आणि माझा परिचय होता. त्या स्वयंसेवी संस्थेच्या काही प्रकल्पांचं लिखापढीचं काम करण्याव्यतिरिक्त, ज्याची गरज असेल ते काम अंजली करीत असे. गेल्या काही वर्षांत माझ्या अधूनमधून चालणाऱ्या समाजकार्याच्या मोहिमांतही अंजली वेगवेगळ्या वेळी सहभागी झाली होती.

इथे पलस्सरमध्ये तिच्या दोन खांद्यांवर दोन झोळ्या लटकत होत्या. एक झोळी रिकामी वाटत होती तर दुसरी भरलेली आणि जड. त्या जड झोळीतून छोटी छोटी झाडं डोकावत होती. तिच्या चेहऱ्यावर कुठे कुठे चिखलाचे फराटे दिसत होते आणि हातही मातीनं काळे झाले होते.

'अंजली, अगं, गाव साफ करतेस की घाण करतेस?' तिच्या चेहऱ्यावरचे चिखलाचे डाग तिच्या ओढणीनं पुसता पुसता मी विनोदानं म्हणाले,

'आणि ती रिकामी झोळी कशाला अडकवली आहेस?' मी विचारलं. त्याला काहीही उत्तर न देता तिच्या त्या स्वच्छता मोहिमेत सहभागी व्हायला तिनं मला सांगितलं.

'आतली स्वच्छता,' असं म्हणून तिनं डोळे मिचकावले.

मी अंजलीच्या मागोमाग गेले. अमेरिकन गुजराती आणि चेहऱ्यावर लखलखीत हसू घेऊन ती शांतपणे प्रत्येक घरात शिरत होती. (अंजलीची ही अशी इंडियन

अमेरिकन दुसरी पिढी). प्रत्येक घरातल्या पुरुष माणसाला ती बोलवत असे. एकदा का तो समोर दिसला की अंजली आपली रिकामी झोळी त्याच्या पुढ्यात धरून त्याचं 'व्यसन' देणगीदाखल त्या झोळीत टाकण्याची विनंती करीत असे. इतकं सगळं होईपर्यंत आख्खं कुटुंब तिच्याभोवती गोळा होत असे. तंबाखू खाण्याच्या किंवा तंबाखू ओढण्याच्या वाईट सवयींविषयी ती बोलायला सुरुवात करीत असे. काही वेळा या विषयीची चित्रं किंवा या संबंधातला मजकूरही ती वाचून दाखवे. त्या कुटुंबाशी असा संवाद साधत असतानाच एकीकडे त्या रिकाम्या झोळीतल्या चघळायच्या आणि ओढण्याच्या तंबाखूच्या छोट्या पुड्या नीट एकत्र करून ठेवण्याचं तिचं काम चालू असे. त्याच्या बदल्यात झोळीतलं एक झाड लावायला आणि वाढवायला त्या कुटुंबाच्या स्वाधीन केलं जायचं.

एकूण दहा तरी घरांत मी तिच्या पाठोपाठ हिंडले. काही घरातले पुरुष तऱ्हेवाईकपणे वागत, सहजासहजी बधत नसत, तर काही ठिकाणी तिला पाच मिनिटंही या कामाला लागत नसत. 'जुने देऊन नवे घ्या' असं तिनं याचं नामकरण केलं होतं. प्रत्येक घरातल्या बायाबापड्यांकडून तिला डोंगराएवढे आशीर्वाद मिळत. अगदी सत्तर वर्षांच्या आया-आज्यांकडून ते थेट चार वर्षांच्या पोरीबाळींपर्यंत! अशा रितीनं तिची रिकामी झोळी वेगवेगळ्या उत्पादकांच्या आणि वेगवेगळ्या तंबाखूच्या प्रकारांनी भरून गेलेली मला दिसली आणि भरलेल्या झोळीतल्या झाडांनी नव्या घरांची वाट धरली.

माझी परतायची वेळ झाली आणि मी गाडीच्या दिशेनं निघाले. साठलेल्या तंबाखूच्या पुड्यांची योग्य ती विल्हेवाट लावण्यासाठी आणि झाडांची झोळी भरून घेण्यासाठी अंजलीही माझ्याबरोबर निघाली. जाता जाता आम्ही गप्पा मारू लागलो. अंजली पेशानं इंजिनिअर आहे आणि भारतात तीन महिने समाजकार्यासाठी सुट्टी घेऊन येण्यापूर्वी ती अमेरिकेत मोठ्या पगारावर नोकरी करत होती, हे मला ठाऊक होतं. ह्या गोष्टीला पाच वर्षं होऊन गेली होती, पण तिचं हे चालूच होतं.

'अंजली, मला माहीत आहे की गेली पाच वर्षं तू ह्या समाजसेवेला वाहून घेतलंयस? पण हे जरा जास्तच नाही का होत? असं सतत काम करणं आणि तेसुद्धा असं फुकटचं काम?'

संस्थेच्या संस्थापक सदस्यांबरोबर ती राहत होती आणि तिला कधी काही पैशांची वैयक्तिक गरज पडलीच तर ती व्यावसायिक प्रकल्पांचं कामही करायची आणि तेसुद्धा फार क्वचित, तुरळकच हे मला ठाऊक होतं. प्रामाणिकपणे सांगायचं झालं तर ते मला अव्यवहार्य आणि अति भाबडेपणाचं वाटलं; जणू काही ती इतकी लहान आहे की तिला आपण कशाचा त्याग करतोय हे कळतच नाहीये! तिच्या चेहऱ्यावर हसू फुललं– तेच हसू जे त्या वस्तीवाल्यांच्या घरात शिरताना

तिच्या चेहऱ्यावर होतं!

'अगं, ही एक शक्ती आहे रक्षा, आयुष्य बदलून टाकायची क्षमता आहे यात. हसू फुलवणारी शक्ती, अंत:करणातील चिंता दूर करणारी, अडखळणाऱ्या आयुष्याला आधार देणारी आणि बदल्यात आपल्याला प्रेम देणारी... ज्यासाठी आपण अत्यंत आसुसलेले असतो.'

माझ्या काही डोक्यातच शिरत नव्हतं. ती पुढे म्हणाली, 'मला सांग, अगं वर्षानुवर्षं मानवजातीनं जे काही करता येण्यासारखं होतं ते सर्व काही केलं– मग ते बरं, वाईट काहीही असो, पण ते कशासाठी केलं? तर ताकद, शक्ती, सामर्थ्य मिळवायला. लढाया केल्या, एकमेकांना ठार मारलं, राजकारण केलं, खोटं-नाटं केलं, दिवसरात्र कष्ट केले. हे सगळं कशासाठी? तर सामर्थ्यासाठी! माझा तर हा सगळ्यात सोपा मार्ग आहे. यात कोणी काही गमावत नाही, कोणाचीही हार होत नाही, असं नाही तुला वाटत? जीत आपल्या सगळ्यांचीच आहे यात. ह्यापेक्षा सोपा मार्ग तुला ठाऊक आहे का?' तिनं मला प्रत्युत्तरादाखल विचारलं. मी काही बोलण्यापूर्वीच तीस/चाळीस बायका-मुली आमच्या दिशेनं येताना दिसल्या. आमच्या नव्हे– अंजलीच्या दिशेनं.

त्यांना ठाऊक होतं की हा देवाण-घेवाणीचा कार्यक्रम राबवणारी अंजली दीदीच आहे आणि तिच्या नाजूक खांद्यावर दोन झोळ्या अडकवलेल्या असतात.

त्या सरळ तिच्या दिशेनं चालत आल्या आणि म्हणाल्या, 'दीदी, आमच्या घरीसुद्धा चल ना!'

– रक्षा भराडिया

आहाराला वठणीवर आणणे

मी फक्त ३२ वर्षांची होते आणि जमिनीवर खाली बसणं मला स्वप्नातल्याप्रमाणे वाटत होतं, कारण खाली बसल्यावर मला उठताच येणार नाही हे मला माहीत होतं. माझे गुडघे आणि पाठ सदासर्वदा दुखतच असते. मला श्वासोच्छवास घेणंसुद्धा मुश्कील वाटत असे, कारण छातीवर सदैव दाब आल्यासारखा वाटे आणि मग खोकल्याची सतत ढास लागे. गोळ्या आणि वेदनाशामकांवरच मी जगत होते आणि त्यासुद्धा दिवसातून सहा वेळा घ्याव्या लागत. हे सगळं का झालं होतं, तर माझं वजन अतिप्रचंड वाढलं होतं– ते १६० किलो झालं होतं. जन्मत:च मी लठ्ठ होते का? नाही. मला थायरॉईड किंवा इतर हॉर्मोन्सचा त्रास नव्हता. मी जन्माला आले तेव्हा बारकुळीच होते; फक्त सहा पौंड. एखाद्या सर्वसामान्य बाळाइतकंच माझं वजन होतं. मी विविध खेळ खेळत असे, मी चपळ होते. पोहण्याची मला अतिशय आवड होती. खाण्याच्या बाबतीत मी फार चोखंदळ होते आणि मला खाण्याचा प्रचंड कंटाळा होता. मला साधंच जेवण आवडत असे. तीन वेळा खाणं म्हणजे फार झालं. चणीनं मी फार लहान आणि छोटी होते. या गोष्टीची घरात सगळ्यांनाच फार काळजी वाटे.

वाढीच्या वयात, संध्याकाळी खेळून आल्यावर मला अगदी दमल्यासारखं वाटे. भुकेनं व्याकूळ होऊन मी सहज उपलब्ध असणाऱ्या गोष्टी म्हणजे फ्रेंच फ्राइज, वेफर्स, मिल्क शेक्स, चीज-लोण्याचे सँडविचेस किंवा तळलेले चीज टोस्ट खात असे. हळूहळू हे असलं निरुपयोगी अन्न खाण्याकडे माझा कल वाढला. ज्याच्यात रासायनिक द्रव्यं अथवा प्रिझर्वेटिव्हज घातलेली असतात ते अन्न निरुपयोगी असतं याची मला जाणीव नव्हती.

पालकांची साहजिकच मी रात्रीचं जेवण घ्यावं अशी इच्छा असे. भाज्या, सॅलड्स, पोळी हे घरचं अन्न माझ्या पोटात जावे म्हणून मग मी तेही खात असे. त्यातूनच जास्त खाण्याची वाईट सवय अंगवळणी पडली. एक पोळी खाता

खाताच मी जेवणाच्या टेबलवर झोपून जात असे, पण घरच्यांना वाटे, की माझा आहार फारच कमी झालाय. संध्याकाळचे जड पदार्थ मी खूप खाल्लेत आणि त्यामुळे मी नीट जेवत नाहीये हे त्यांच्या लक्षातच येत नसे.

या खोलवर रुजलेल्या सवयी मग माझ्या जगण्याच्या पद्धतीचाच एक भाग बनून गेल्या. मादक पदार्थांचे सेवन करणाऱ्याला दिवसातून तो ठरावीक डोस गेला नाही तर जसं चैन पडत नाही तसंच हे असलं निरुपयोगी अन्न खाणाऱ्या माणसालाही त्या अन्नाची हाव आवरत नाही. मलाही साखर आणि मैद्याची ठरलेली मात्रा लागतच असे, शिवाय गिळायला मिल्क शेक्स, सँडविचेस आणि जोडीला गुजराती पद्धतीचे पुरी, चकली, शेव आणि गाठी हे पदार्थ!

शाळेची वेळ वाढत गेली तसतशी जेवणाची सुट्टी कमी होत गेली, मग पदार्थ लवकर लवकर खाण्याची गरज निर्माण झाली. भाज्या आणि सॅलड्स मी टाळायला लागले. फक्त डाळ आणि भात खाऊ लागले, कारण तो पटापटा गिळून खेळायला पळता येत असे. तेवढ्यानं पोट भरत नसे, मग कँटिनमध्ये जाऊन वेफर्स, बटाटे वडा, सामोसा, सँडविचेस, शीतपेयं, आईस्क्रिम, चॉकलेट्स यावर ताव मारत असे. शाळेची वेळ जशी वाढत गेली तसं माझं वजनही हळूहळू वाढत गेलं आणि व्यायाम शून्य होत गेला. ह्या असल्या अन्नानं मी हडकुळी होते ती गुटगुटीत, लठ्ठ आणि अतिप्रचंड लठ्ठ होत गेले. काळजी वाटून माझी आई मला निसर्गोपचारतज्ज्ञांकडे घेऊन गेली. तेव्हा मी सातवीत होते. त्यांनी मला ह्या असल्या पदार्थांपासून परावृत्त करण्याचा आटोकाट प्रयत्न केला, पण त्या फळं आणि भाज्यांच्या आहाराची मला आवड उत्पन्न झाली नाही. वाफ आणि मसाजही मला मानवले नाही.

ह्या सगळ्याला वैतागून मी गुपचूप त्या निसर्गोपचारतज्ज्ञांना जाऊन विनंती केली की हे निसर्गोपचार माझ्यासाठी योग्य नाहीत असं माझ्या आईला पटवून द्या. त्यानंतर आई मला आहारतज्ज्ञांकडे घेऊन गेली. त्यांच्या क्लिनिकमध्ये ते मला फेऱ्या घालायला लावत. मला त्याचा तिटकारा होता, त्यामुळे मी ते सोडून दिलं. नववीत माझं वजन ८५कि. होतं.

वजन घटवण्यासाठी मग मला ब्रीच कँडी हॉस्पिटलमध्ये दाखल करण्यात आलं. ते दहा दिवस म्हणजे निव्वळ छळ होता. मी हॉस्पिटलमध्ये आहे हे माझ्या मैत्रिणींना कळू नये अशा इच्छेनं मी सुट्टीवर असल्याची बतावणी केली. त्या काळात मी गोळ्या चघळत असे आणि एनिमा, उपासमार यांच्याशी दोन हात करत असे; याचा परिणाम म्हणजे दहा किलोनं वजन घटलं; पण ही घट फार दिवस टिकली नाही. घटलेल्या वजनाच्या दुपटीनं पुन्हा वजन वाढलं आणि मलावरोध जन्माचा साथीदार झाला.

बारावीत वजनानं ९६किलोचा आकडा पार केला, मग मला आरोग्यधामात

पाठवलं गेलं. शहरात राहायची सवय झालेली असल्यानं मला तिथे वेड लागायची वेळ आली. चौदा किलो वजन कमी करून मी दहा बारा दिवसांत तेथून पळ काढला.

सुट्टीत मी युरोप सहलीला गेलेली असताना तिथे मोठ्या आतड्यातल्या सिस्टचं ऑपरेशन करावं लागलं, मग पुढे काही वर्षे मी आहारनियंत्रण करण्यास चक्क नकार दिला. माझ्या खाण्याच्या जुन्या सवयींनी डोकं वर काढलं आणि वजनाचा काटा १४५ कि.वर पोहोचला. हा वजनाचा काटा प्रोटीन पावडर्स आणि हाय प्रोटीन डाएटमुळे सतत पुढे-मागे होत राहिला. महाभयानक अशा त्या प्रोटीन पावडर्सनी माझी शक्ती संपुष्टात आली आणि मी ते खाण्याचं साफ नाकारलं.

मग जिमच्या वाऱ्या सुरू झाल्या आणि त्यांच्याशी संबंधित निरनिराळे आहारतज्ज्ञ माझ्या आयुष्यात आले. जिममधल्या शिक्षकांना मी पूर्ण एक तास व्यायाम करावा असं वाटे. मी साधं चालूसुद्धा शकत नाही हे त्यांच्या लक्षात येत नसे. त्यांनी ठरवून दिलेला आहार मला खुळचटच वाटू लागला. मी त्याच्याकडे पाठ फिरवली.

मी वयाची बत्तिशी पार केली आणि वजन काट्यानं दीडशे किलो पार केले– त्यावेळी मला जाणीव झाली, की जीवन-मृत्यू यांच्यापैकी एक पर्याय मला निवडायला हवा, मग मात्र मी वजन घटवणं आणि व्यायाम करणं यांचा शहाणपणानं स्वीकार केला. दोन वर्षांतच मी साठ किलोंवर आले, पण माझी कातडी खूप सैल झाली.

मलावरोधानं माझी अजूनही पाठ सोडलेली नव्हती आणि एका गळवासाठी माझ्यावर शस्त्रक्रिया करण्यात आली. आहाराचा आपण अभ्यास केला पाहिजे असं माझ्या मनानं घेतलं, कारण ॲनोरेक्सिया आणि तब्येतीच्या इतरही कित्येक तक्रारींपासून मला सुटका हवी होती. पूर्ण एकाग्रतेनं अभ्यास करून मी आहारतज्ज्ञ झाले.

माझ्या अनुभवानं मी अंतर्बाह्य बदलून गेले. अन्नसेवनाचा मूळ हेतू आणि त्याचे शरीरावर होणारे परिणाम एवढ्या एकाच गोष्टीचा मी सतत विचार करत असते. मी आहाराचाच विचार करते. मला स्वप्नंही त्याचीच पडतात आणि मी लिहितेही फक्त त्या विषयीच. जे माझं झालं ते इतर कोणाच्याही वाट्याला येऊ नये एवढंच आता माझ्या आयुष्याचं ध्येय झालंय. हे निरुपयोगी अन्न शरीरातल्या सगळ्या संस्थांवर काय परिणाम करतं हे मला पक्कं कळून चुकलंय. अन्न दीर्घ काळ टिकवण्यासाठी वापरण्यात येणारी रसायनं, घटक आणि शरीराच्या वाढीसाठी आवश्यक असणारे हार्मोन्स हे आपल्या शरीराचं संतुलन बिघडवणारे घटक आहेत. मानसिक असंतुलन, मलावरोध, अतिलठ्ठपणा, जेवणा खाण्यातला विस्कळीतपणा, वाढलेला रक्तदाब, लिपिड्स अगदी कॅन्सरसुद्धा वेडंवाकडं खाण्यातूनच उद्भवतात.

काय खावं, आहार कसा असावा, वजन योग्य पद्धतीनं कसं घटवावं, ह्याचं लोकांना मार्गदर्शन करण्यासाठी मी आजकाल एक हेल्थ सेंटर चालवते. मी आरोग्यदायी जीवनपद्धती आणि सकस आहार यावरची शिबिरं कंपन्या अथवा शैक्षणिक संस्थांसाठी आयोजित करते. हॉटेल्स आणि संस्थांसाठी मी सकस आहाराची/पदार्थांची यादी बनवून देते. आरोग्यपूर्ण उत्पादनांविषयी मी दुकानदारांना सल्ला देते. लोकप्रिय वर्तमानपत्रं, मासिकं यातून आरोग्यविषयक लेख लिहिते.

सध्याच्या तणावपूर्ण जीवनपद्धतीत आणि बदलाला सतत सामोरं जाणाऱ्या जगात तुम्ही जास्तीतजास्त वेळ स्वत: बरोबरच घालवता, मग आपल्या तब्येतीची योग्य ती काळजी घेणं हे तुमचं तुमच्या बाबतीतलं एक कर्तव्य आहे असं नाही तुम्हाला वाटत? तुमच्या मुलांच्या बाबतीतलंही हे तुमचं कर्तव्य नाही का? वेडंवाकडं, वाट्टेल ते खाण्यापासून वाचवलेलं चांगलं आयुष्य आणि निरोगी शरीर याला तुम्ही पात्र असू नये का?

मी त्या सगळ्यातून गेली आहे. मी ते अनुभवलंय. मी त्यातल्या यातना, त्यातले खाचखळगे अनुभवलेत. मला माहीत आहे की काही क्षण असे असतात की मोह आपल्यावर मात करतो, पण प्रतिकार करून त्यावर मिळवलेला विजय आणि त्यामुळे मिळालेला आनंद यांचा जेव्हा मी अनुभव घेतला तेव्हा वाटलं की याची कशाशीच तुलना होऊ शकत नाही. मला तुम्हाला इतकंच सांगावसं वाटतंय की हे खूप कठीण आहे, पण अशक्य मात्र नाहीच नाही आणि माझ्यासारखं याचं जिवंत उदाहरण दुसरं कुठलंही नाही!!

– नैनी सेटलवाड

सूर्यास्तातील जागृती

वरून ती शहराकडे बघत होती. इतक्या उंचीवरून रस्ते भासत होते नीलवर्ण सर्पांसारखे आणि इमारती काड्यापेट्यांसारख्या! वाऱ्याच्या सलगीनं तिचे गाल गार पडले आणि केस अस्ताव्यस्त झाले. संध्याकाळच्या बसनं ऑफिसचं आवार सोडलेलं तिनं पाहिलं. आता पुढची बस एकदम रात्री ११ वाजता होती. नशिबात असेल तर तेव्हा बाहेर पडता येईल, असं तिला वाटलं, नाही तर मग आणखी एक लांबलचक रात्र ऑफिसात काढावी लागेल.

छतावरच्या कॅफेटेरियात आता शुकशुकाट झाला होता. तिथं बसणं तिला आवडे. तिथं बसलं की चार भिंतींतल्या जगाचा विसर पडे. सूर्यास्ताला बराच अवधी होता, पण तिनं वाट पाहायचं ठरवलं. कोळ्याच्या जाळ्यासारखं विचारात गुरफटल्यानं तिची कॉफी कधीच निवून गेली.

'सुट्टी हवीय तुम्हाला?' त्यांनी विचारलं.

'तुम्ही एकट्याच आहात. तुम्हाला कोणीही पुरुष मित्र नाहीत. घरी वाट पाहणारंही कोणी नाही. तुमची गरज असलेलं कोणी आजारी मूलही नाही, मग सुट्टी कशाला हवी आहे तुम्हाला?'

'मला सूर्यास्त पाहायचाय.' ती उत्तरली. यावर सगळ्यांनी तिची टर उडवली. 'असल्या आळसाला आम्ही प्रोत्साहन देत नाही. विवाहित स्त्रियांनाच मोकळ्या वेळाची खरी गरज असते.'

'अझकबान'प्रमाणे हे ऑफिस म्हणजेही एक भिंती नसलेला तुरुंगच होता माणसांचा. आनंद शोषून घेणारा, मन विषण्ण करणारा. कैद्यांना जखडून ठेवण्यासाठी साखळदंडांची गरज नसे. स्वत:च्याच दु:खात ते अडकून राहत. तिला परीकथा नेहमीच आवडत, पण पहिल्या नोकरीच्या गेल्या एकोणीस महिन्यांत तिच्या परिकल्पनांचे शोकान्त तिने पाहिले होते.

तिनं त्या सगळ्यांना पाहिलं होतं. काचेचे घट्ट होणारे बूट नीट बसवायचा

प्रयत्न करणाऱ्या सिंड्रेला, मोठ्या लांडग्याच्या तोंडात सरळ प्रवेश करणाऱ्या रेड रायडिंग हुड, काम्प्युटरमध्ये नाक खुपसून बसलेले कथिलाचे निश्चल सैनिक, पशूत रूपांतरित होताना, कधीच मोठे न होणारे पीटरपॅन्स... सगळ्याच बिघडलेल्या परीकथा! जणू काही सूचना मिळाल्यासारखं आकाश केशरी झालं. 'उंच इमारतींचं एक बरं असतं की आकाशाला आपण सहज स्पर्श करू शकू असं त्या आपल्याला भासवतात.' तिच्या मनात आलं.

'बरं झालं तुम्ही इथेच आहात.' तिच्या मागून शब्द आले.

'पी. एम्.नी तुम्हाला बोलावलंय. त्या नवीन कोडचं काही तरी स्पष्टीकरण हवंय त्यांना.'

'आलेच मी,' ती उत्तरली. रात्र होत होती. पी. एम्.च्या ऑफिसात दुसऱ्या दिवशी दुपारची गोष्ट–

'अभिनंदन,' तो म्हणाला, 'तू पुन्हा एकदा कसब दाखवलंस, तुझा कोड त्यांना पसंत आहे.'

तिला तो ख्रिसमसपूर्वीच भेटवस्तू देणारा सांताक्लॉज वाटला.

'तू जास्त वेळ थांबून काम केलंस त्याबद्दल तुला यू. एस.ला भेट द्यायला मिळेल.'

'धन्यवाद सर,' ती उत्तरली आणि आपला राजीनामा तिनं त्याच्या हातात ठेवला.

औपचारिकपणे 'गुडबाय' इ. काहीही न बोलता सूर्यास्ताला ती बाहेर पडली. वाऱ्याच्या झुळुकेनं तिचे मोकळे केस अस्ताव्यस्त झाले. तिला हसू आलं. एक नवी परीकथा लिहायची वेळ आली होती. एका सुखांतिकेची वेळ झाली होती...

– पार्वती मोहन

कोण म्हणतं केकचा चुरा होतोच म्हणून?

पांढरा शुभ्र लंब वर्तुळाकृती केक, फिक्या गुलाबी रंगाच्या आईसिंग फ्रिलनं सजवलेला, ही माझ्या आईची खासियत! त्याच्याकडे डोळे विस्फारून पाहून 'बाप रे! किती सुरेख! कापायला मन धजावतच नाही.' असं कोणीही म्हणणं हे काही नवीन नाही. असा हा नरम, मुलायम– रम, फळं आणि मसालायुक्त– केक जर बोलू शकला तर काय सांगेल? तो म्हणेल— खरं म्हणजे जितकं प्रमाणबद्ध असायला हवं ना तितका काही मी नाही. घरातली फ़रशी दक्षिणेकडे थोडी उतरती आहे त्यामुळे ओव्हनप्रमाणेच मीही दक्षिणेकडे कललोय, याचा परिणाम म्हणजे केकची एक बाजू दुसऱ्यापेक्षा थोडी उंच आहे, पण मी जर ही गोष्ट सांगितली नसती तर तुमच्या लक्षातच आली नसती; कदाचित ज्याची आपल्याला धास्ती वाटते ते दोष मोठ्या प्रमाणावर आखलेल्या योजनांत फारसे महत्त्वाचे नसतात आणि असल्या चिंता मिसेस नून्सना रोखत नाहीत. तोंडात घातल्याबरोबर विरघळणारं अगदी गुळगुळीत, मुलायम, सुरकुतीही न पडलेलं असं आइसिंग जमेपर्यंत मिसेस एन्.ना त्यांच्या प्रयत्नांपासून कोणीच परावृत्त करू शकत नाही.

आजपर्यंत कुटुंबासाठी आणि मित्रमंडळींसाठी जे अनेक केक्स करून पाठविण्यात आले, त्यातलाच मी एक सरावाचा केक आहे. ह्या सरावाला काही मर्यादा आहे का? मला आठवतंय मी घराबाहेर पडत असतानाच मिसेस एन्.च्या मुलाच्या रागानं ताणलेल्या भुवया मला दिसल्या आणि हा विचार माझ्या मनात आला. दोन वर्षे त्या सराव करताहेत. अगदी नामकरण समारंभापासून ते लग्नाच्या केकपर्यंत त्यांनी सर्व काही केलंय आणि तरीही त्यांचा सराव चालूच आहे. एका सरावाच्या फेरीनंतर लगेच पुढची दुसरी फेरी... हेच कदाचित आयुष्यभर... वास्तविक तुम्ही नेमून दिलेलं काम, जर शेवटची परीक्षा अशी काही गोष्टच नसेल तर जास्तीत जास्त चांगलं करणं एवढंच उरतं.

काल जे चार केक्स करायला मिस्टर नून्नी मदत केली होती त्यातला एखादा

छोटासा तुकडा तरी मिळतोय का याचा मिस्टर नून स्वयंपाकघरात कसून शोध घेत असतील, मी हे अगदी पैजेवर सांगू शकतो. बेक केलेल्या रिकाम्या भांड्यात जर फक्त थोडासा चुराच सापडला ना तर ते नक्कीच चिडतील. केक करण्याचं आपलं कौशल्य आजमावण्यासाठी असे हे सरावाचे केक्स फक्त देऊन टाकण्यासाठीच बनवायचे हे जे मिसेस एन्.चं तत्त्व आहे ना ते मिस्टर एन्.ना कधीच पटत नाही. 'इतके तास घेतलेले कष्ट, जर तुम्ही थोडी चवही बघायला देणार नसलात तर, वायाच की.' मिस्टर एन्.चं म्हणणं! पण हा युक्तिवाद मिसेस एन्.च्या मुलीच्या बाबतीत फोल आहे. तिला ते फ्रुटकेक्स, त्यांचे आकार, त्यांचे रंग हे काही आवडत नाही, पण तिच्या आईनं बेक केलेल्या केकवरच्या आयसिंगचे गुंतागुंतीचे नमुने करण्यात ती तास न् तास खर्च करते, कारण त्यात तिला मनापासून आनंद मिळतो. हं, कोणाला कशात आनंद मिळेल ते सांगणं जरा अवघडच आहे!

मिसेस एन्.नं त्यांना मदत करण्यासाठी आख्ख्या कुटुंबाला कसं तयार केलं असेल याचं तुम्हाला आश्चर्य वाटत असेल ना? ते माझ्याकडून ऐका. त्यात काही फारसं मोठं रहस्य वगैरे नाहीये. मिसेस एन्. उत्साही आहेत, पण तशा गलथानच! त्या एखादं काम हातात घेतात, मग त्यात काही गोष्टी कमी आहेत असं त्यांच्या लक्षात येतं आणि मग लगेच नवऱ्याला अथवा मुलाला त्या गोष्टींच्या शोधात पाठवण्यात येतं किंवा कधी कधी त्यांच्या हातात असलेल्या वेळाबाबतचं त्यांचं गणित चुकतं. यावर उपाय काय? तर स्वत:च अष्टभुजा होण्याऐवजी सगळ्या कुटुंबालाच कामाला जुंपणं. मग एकजण मैदा आणि अंडी फेटत असताना दुसरा सिल्व्हर फॉईलचा बेस भांड्यात तयार करतो आणि त्याच वेळी तिसऱ्याला आणखी अंडी विकत आणण्यासाठी पाठवलं जातं. टू मेनी कुक्स... इत्यादी म्हणींना मिसेस एन.च्या राज्यात थारा नसतो.

मिसेस एन. ह्या जगात आल्याला ५० वर्षे होऊन गेली आहेत. तेव्हा, मला ठाऊक आहेत त्याहीपेक्षा जास्त प्रकरणं मिसेस एन्.च्या पुस्तकात असणारच; मीही कोठून तरी मधूनच सुरुवात केली आहे; पण मला वाटतं मिसेस एन.च्या केक प्रकरणाला कशी सुरुवात झाली ह्यालाच आपण जास्त महत्त्व देऊया. एकदा कुठल्याशा वेडिंग केकवरची सजवलेली नाजूक फुलं मिसेस एन.ने पाहिली आणि त्या त्यांच्या प्रेमातच पडल्या, मग त्यांनी केकच्या वर्गाला जायला प्रारंभ केला. आता केलेली फुलं सजवण्यासाठी काही नसेल तर ती फुलं बनवण्यात काही अर्थच नाही ना! म्हणून मग त्या अतिशय स्वादिष्ट असा प्लम केक करायला शिकल्या आणि तुम्ही विसरला असलात तर सांगतो... तोच मी! मग त्यानंतर मार्झिपान आणि मग त्यावरचं ते तोंडात घातल्यावर विरघळणारं आयसिंग. हा नुसता बेस झाला, पण त्यांची खरी आवड 'ती' फुलं करणं ही आहे. म्हणजे इतके

सगळे कष्ट कशासाठी, तर ती खाण्यायोग्य फुलं ठेवायला काही तरी जागा हवी ना म्हणून!

शिवाय त्यांना रिच प्लम सोडून इतर केक्स करण्याचा प्रयत्न करायची इच्छा नाही. आता ह्या केकवर त्यांचा हात बसलाय. ते खूप छान लागतात, पण मार्झिपान आणि इतर काहीही वरची सजावट नसली तरी ते केक्स खूप राजेशाहीच असतात. मला हे मान्य आहे की कितीही डोळेझाक केली तरी ते काही नाकारता येत नाही आणि मी तसं करणारही नाही. दिवसभर खूप काम करून अगदी दमून भागून घरी आल्यावर पुन्हा पहाटेपर्यंत बेकिंगला जुंपून घ्यायचं म्हणजे बाईच्या अंगात किती धमक असायला हवी, त्याची मला अजून कल्पनाच नाही. कामाला जायचं, मग परत यायचं, मग पुन्हा दुसऱ्या दिवशी जायचं ते आर्थिक दृष्ट्या सुस्थितीत असण्यासाठी. कदाचित ह्या चक्रात त्यांना काही वेगळेपणा हवासा वाटत असेल. हे कामाचं चक्र त्यांच्या जबाबदाऱ्या आणि कर्तव्यांचं रहाटगाडगं चालू राहण्यासाठी गरजेचंच आहे. ह्या चाकोरीबद्ध जीवनातून काही तासांसाठी बाहेर पडलं की खरोखरच जगण्याला पुन्हा नवा उत्साह, नवा अर्थ येत असणार.

ही बेकिंगची धामधूम ऐन भरात असताना जर तुम्ही मध्येच त्यांच्या घरात डोकावलात तर हा नवा अर्थ तुमच्या लक्षात येईल. ॲल्युमिनिअमची केकची भांडी, बटर पेपर, इसेन्सेस, ब्रशेस, रंगांच्या बाटल्या जेवढी जागा उपलब्ध असेल तिकडे सर्वत्र पसरलेल्या दिसतील तुम्हाला. अगदी मस्त पसारा असतो. एखाद्या मस्त आरामशीर खुर्चीत बसण्यापूर्वी तिथे कटर्स आणि क्रिम्पर्स नाहीत ना याची खात्री करूनच बसा. या सगळ्या गोंधळाची तुम्हाला सवय झाली की मग तुमचं घ्राणेंद्रिय चाळवलं जाईल आणि 'वा! हा स्वर्गीय वास कोठून येतोय?' असं तुम्ही म्हणेपर्यंत एक स्वादिष्ट तुकडा तुमच्या पुढ्यात येईल.

मिसेस एन्.च्या बेकिंगमध्ये काही गुप्त असा खास घटक असतो का? साखर मिसळत असताना त्या मनातून प्रार्थना गुणगुणत असतात. तो त्यांचा धावा कोणीतरी ऐकत असतं यावर मलाही विश्वास ठेवावासा वाटतो किंवा ओव्हननं त्यांना दगा देऊ नये, त्यांचा केक वेळेत तयार व्हावा म्हणून घड्याळानंसुद्धा हळूहळू पुढे सरकावं असं मलाही वाटतं. तो विलक्षण सुंदर केक तयार झाला की दर वेळी, 'आता काही काळ तरी मी केक करणं थांबवणार आहे' असं त्या शपथपूर्वक जाहीर करतात, पण दोन एक आठवड्यांनंतर सगळं कुटुंब पुन्हा त्या नवीन केक प्रकरणात बुडून जातं.

माझं हे प्रकरण संपलं की मिसेस एन्. पुन्हा एखाद्या नवीन केक अध्यायाकडे वळतील याची मला खात्री आहे. खाण्यासाठी माझा विचार होण्यापूर्वी मला एक शेवटचा प्रश्न तुम्हाला विचारायचाय. प्लम केकचा चुरा न करता तो अलवर

कापण्याची एखादी योग्य पद्धत तुम्हाला माहीत आहे का? मांसाचा तुकडा किंवा ब्रेड कापताना जशी सुरी पुढे-मागे करीत थेट तळापर्यंत कापावं लागतं, तसंच प्लम केकचं असतं. फारच थोड्यांना हे माहीत असतं, त्यामुळेच तर बऱ्याचवेळा सुस्कारे आणि 'केकचा– म्हणजे ना चुरा ठरलेलाच' अशी वाक्यं कानावर पडतात, पण तुम्हाला माहीत आहे का? तसंच व्हायला पाहिजे असं काही नाही!

मिसेस एन्. ह्या त्याचं उत्तम उदाहरण आहेत. विचारा त्यांच्या मुलीला.

म्हणूनच आता मी– म्हणजे मिसेस एन्.ची मुलगी– माझं निवेदन करायला आलीये. माझी आई आयव्ही ही स्टेनोग्राफर म्हणून एका एअरलाईनमध्ये गेली २६ वर्षे काम करतेय. केवळ देवदयेनंच तिला ही नोकरी मिळाली आणि इतर कुणा वशिलाच्या तट्टांना मिळाली नाही, असा तिचा ठाम विश्वास आहे. ती कधीच म्हणत नसली तरी ती मोठ्या कष्टातून वर आली आणि वाढली. शिवडीतल्या चाळीत ती लहानाची मोठी झाली; ती चौघा भावंडांतली तिसरी होती. तिच्या पिढीतल्या काकू, मावशा जशा शिवणक्लासला जाऊन मेहनत करीत आणि मग मुलांसाठी त्याचा उपयोग करीत आणि नंतर मोठ्या उमेदीनं नातवंडांसाठी कपडे शिवत, त्यातलीच माझी आईही आहे. लोकलनं कॉलेजला जाताना ती स्वत: पुस्तकातून विणायला, क्रोशा करायला, टॅटिंग करायला शिकली. जवळजवळ ३ कुटुंबांचा भार तिनं उचलला होता आणि भल्या मोठ्या कुटुंबात तिनं तिला मुलं होण्यापूर्वीच आईची भूमिकाही निभावली होती. तिला हिंडायची फारशी हौस नाही. ती तासन्तास कपडे शिवत, विणकाम करत, झाडांवर उड्या मारणाऱ्या खारींकडे बघत घरातच वेळ घालवते. 'चिर विश्रांती शेवटीच' ती नेहेमी म्हणते. आईनं अनेकांना पंख दिले. जेव्हा तिला स्वत:ला भरारी घ्यावीशी वाटते तेव्हा ती बेकिंग करते, तिनं बनवलेल्या वस्तू नाजूकपणे सजवून ठेवते आणि शेवटी रममध्ये आनंदाने भिजून चिंब झालेला केकचा आणखी एक अध्याय तिची 'ती' फुलं वर सजवून पूर्ण करते.

– एवरिल नूनस

...आणि तिनं आम्हाला तारलं

ही साधारण ६०च्या दशकातली गोष्ट आहे. केरळातल्या त्रिसूर जिल्ह्यातील आमच्या बेल्लातांजूर गावात दुष्काळ पडला. मी असेन तेव्हा सात-आठ वर्षांचा. आम्ही लागोपाठ दोनदा भाताचं पीक गमावलं. लोक अन्नाला मोताद झाले. झाडाची पानं, मुळं, खोडं जे हाताला येईल ते माणसांनी खायला सुरुवात केली. ज्या काही थोड्या लोकांकडे भाताच्या कणग्या, कोठ्या भरलेल्या होत्या त्यांपैकीच आमचंही घर होतं.

माझी आई कुंजती हिच्या सदसद्विवेकबुद्धीला त्याच्या फार यातना झाल्या. गावातले लोक उपासमारीला तोंड देत असताना आपण मात्र तीन वेळा पोटभर जेवायचं याचं तिला आत्यंतिक दु:ख झालं.

उपासमार सहन करावी लागण्याची शक्यता आमच्यापैकी बहुतेकांच्या बाबतीत नव्हतीच. ज्या गोष्टींची मी कधी कल्पनाही केलेली नव्हती अशा काही गोष्टी मी गावातल्या लोकांना अन्नासाठी करताना पाहिल्या. अन्नाखेरीज इतर कोणतीही गोष्ट लोकांच्या मनातसुद्धा येत नव्हती. अन्नाच्या शोधार्थ लोक भटकत होते, एकत्र येत होते आणि हाती आलेल्या गोष्टी खाण्यायोग्य करण्यासाठी धडपडत होते.

वनस्पतींचे, झाडाझुडूपांचे कुजलेले अवशेषसुद्धा लोक काळजीपूर्वक हातानं उखडून घरी नेत होते. ज्यांचं अस्तित्व आजपर्यंत नगण्य होतं अशा लता, वेली, झाडं-झुडुपं, ताड-माड अगदी कडेकपाऱ्यात उगवलेली झाडं यातलं काहीही कोणाच्या नजरेतून सुटलं नाही.

आज इतक्या वर्षांनंतर ह्या घटनेचा विचार करताना, गावच्या उत्सवातील लोकनाट्यात एक गोष्ट सांगितली जायची त्याची मला आठवण होते. 'मालवाझी' म्हणजे गिरिमाता तिचं नाव. ती गोष्ट अशी—

कोणे एके काळी ही गिरिमाता खाली गावात आली. गावातले सोनार, बुरुड, लोहार, कुंभार, विणकर यांच्याकडे जाऊन तिनं परिधान करण्यासाठी वस्त्र मागितलं.

लोकांनी आपल्याला ओळखून आपला आदर-सत्कार करावा ही तिची अपेक्षा होती. लोकांनी तिच्या अस्तित्वाची दखलसुद्धा घेतली नाही आणि विन्मुख होऊन तिला परतावं लागलं. तिची पाठ फिरताच गावात भीषण दुष्काळ पडला. भयभीत होऊन लोक निवारणाचा उपाय विचारायला साधूकडे गेले. साधुमहाराजांनी सांगितलं की दुष्काळ गिरिमातेमुळे पडलाय. तिला पृथ्वीला दूध पुरवणारी कामधेनू म्हणजेच गोदावरी असेही म्हणत. गावकऱ्यांना दुःख झालं. तिच्यासाठी मग प्रत्येकानं वस्त्र विणलं, मग तिच्या शोधार्थ सगळे निघाले, तेव्हा शेतात कापणीनंतर उरलेले धान्याचे दाणे वेचताना त्यांना ती दिसली. आणलेली वस्त्रं त्यांनी तिला अर्पण केली. ती परिधान करून, कोयता धारण करून तिनं नृत्य केलं. नृत्यानंतर तिनं त्यांना भाताची टरफलं प्रसाद म्हणून भक्षण करण्यास सांगितली. 'कोणत्याही गोष्टीची विपुलता असतानासुद्धा धरती मातेनं पिकवलेल्या धान्याचा एकही कण कधी वाया घालवू नका' हा धडा तिनं त्यांना दिला.

साधारण वीसएक वर्षांपूर्वी मी ह्या गोष्टीवर आधारित एक पेंटिंग केलं होतं. वर्तमानातल्या सर्वच गोष्टींप्रमाणे ही गोष्टही भूतकाळात जमा झालेली नाही. ती सततच आपल्या बरोबर आहे, याचं आपण विस्मरण होऊ देता कामा नये. अगदी त्याची आता आपल्याला काहीच गरज नाही असं वाटलं तरी! पुलाखालून पुष्कळ पाणी गेलंय असं वाटलं तरी.

तेव्हा दुष्काळाच्या त्या प्रसंगात एक दिवस आईनं रात्री, सगळे गावकरी किती उपासमार सोसतायत याचं वर्णन करून दिवसातून तीनऐवजी दोन वेळा जेवण करण्याची आमची तयारी आहे का अशी विचारणा केली. 'आपल्या आसपासच्या लोकांना आपण अशा तऱ्हेनं एक वेळचा भात देऊ शकू' असं तिनं आम्हाला सांगितलं. मला वाटतं तिनं नक्कीच त्यापेक्षाही जास्त भात त्यांना देऊ केला असणार, नव्हे केलाच! माझी अगदी खात्री आहे, पण त्याहीपेक्षा, 'एक वेळचं जेवण कमी करून आपण गावातील उपासमार सहन करणाऱ्या इतर गावकऱ्यांच्या दुःखात सहभागी होऊया' हे आम्हा मुलांना तिनं ज्या पद्धतीनं शिकवलं ते मी कधीही विसरू शकणार नाही. त्यानंतर तिनं आम्हाला तिसरं जेवणही देणं सुरू केलं– अर्थात अगदी कमी प्रमाणात आणि गावातले इतर लोक ज्या प्रकारचं अन्न खात होते तसलंच.

माझी आई खरोखरच विलक्षण होती; विशेषत: तिनं ज्या पद्धतीनं या महापुरातून आम्हाला तारून नेलं ते आठवलं की मला तिच्याविषयी गूढच वाटतं. त्याचवेळी माझे आजोबासुद्धा अंथरुणाला खिळलेले होते. माझे आजोबा हे गावातलं एक विलक्षण व्यक्तिमत्त्व होतं. त्यावेळी केरळातही अनेक स्थित्यंतरं होत होती. थोडीशी जमीन असलेल्या जमीन मालकांच्या विरोधातही मजुरांनी दंड थोपटले होते. आधी

आजोबांच्या आजारपणामुळे आणि नंतर त्यांच्या मृत्युमुळे आम्हाला वेगळ्याच प्रक्षोभाला तोंड द्यावं लागलं. माझे वडील मूकबधिर होते. ते व्यवहारी नव्हते, पण त्यांच्या हृदयात मात्र सर्वांच्याविषयीचा प्रेमाचा खोल झरा होता. आजोबांच्या पश्चात सगळे विखुरलेले धागे सुसूत्र करण्याचं सामर्थ्य त्यांच्याजवळ नव्हतं, पण त्यावेळी माझी आई खंबीरपणे उभी राहिली.

आपण म्हणतो, की धैर्य ही एक अशी शक्ती आहे की ती आपल्याला सगळ्या संकटातून तारून नेते, पण माझ्या आईच्या संदर्भात मला या शब्दाचा योग्य संबंध जोडता येत नाही. ती अगदी नाजूक आणि मृदुभाषी होती. कधीकधी ती दुःखात बुडालेली असली तरी तिचा चेहरा सदैव हसरा असे आणि अशा अचानक सामोऱ्या आलेल्या नवीनच सत्याला तिला धैर्यानं तोंड देणं भाग पडलं.

तिनं संसाराचं तारू आपल्या हातात घेतलं. दया, प्रेम, सहनशक्ती यांच्यासह एका संकटातून पार होण्यासाठी मग दुसऱ्या आणि मग आणखी एका... प्रार्थनेचं वल्हं तिच्यापाशी होतं. वास्तवात ती भक्कम पाय रोवून होती, पण तरीही माझी आई या सगळ्यापलीकडेच होती. माझी आई केवळ तारू वल्हवत नव्हती तर तीच ते तारू होती आणि ज्या पाण्यातून तरून जायचं ते पाणीही तीच होती. जेव्हा अंधारून येतं, तेव्हासुद्धा प्रकाशाच्या अस्तित्वावर विश्वास ठेवला पाहिजे आणि पैलतीर आवाक्याबाहेरचा वाटला तरीही आपण वल्हं मारलंच पाहिजे. ज्यांना ती पैलतीरी घेऊन गेली, त्या सर्वांनाच या सत्याचा साक्षात्कार झाल्यावाचून राहिला नाही.

– सी. एफ. जॉन

मार्ग बदलताना

रोज सकाळी उठून कामाला जाण्याचं संकट वाटावं अशी निरुत्साही करणारी तुमची सरकारी नोकरी असेल तर तुम्ही काय कराल? तुम्हाला तुमची स्वत:ची ओळख पटत नसेल किंवा तुम्ही जशी कल्पना केली असेल तसं तुमचं आयुष्य नसेल तर तुम्ही काय कराल? तुम्ही बेजबाबदार, मूर्ख आणि असमर्थ आहात असं जर कोणी तुम्हाला सांगत असेल तरी तुम्ही स्वत:चाच बळी देत, आहे तोच मार्ग अनुसराल का? राहायला मिळणाऱ्या अवाढव्य घराच्या मोहानं, दिमतीला असलेली अँबॅसेडर गाडी, नोकरीची हमी, निवृत्तीवेतन, थोरा-मोठ्यांशी असलेले संबंध अशा सोन्याच्या पिंजऱ्यातच अडकून पडाल का? याची फळं पुढच्या जन्मात मिळतील अशी स्वत:ची समजूत काढत तडजोड करीत राहाल का? आहे त्या परिस्थितीपुढे मान तुकवत राहाल का? की 'माझ्या जगण्याचा हेतू काय?' असं आत्मचिंतन कराल?

माझ्यापुढचा हा असा पेच मी जेव्हा- 'असमाधानी सरकारी नोकर' व्हायचं नाही असं ठरवून माझी नोकरी सोडली, तेव्हा सुटला. झाडावरचं एक अनामिक पान एवढंच माझं अस्तित्व उरलं, पण माझी मी आता स्वतंत्र होते.

मनात आलं आणि एकदम मुक्ती मिळाली असं अर्थातच झालं नाही. मी आयुष्याबद्दलची जी स्वप्नं रंगवली होती ती ही नव्हती हे माझ्या लक्षात यायला आठ वर्षे जावी लागली. बापरे! सिव्हील सर्व्हिस नावाच्या विकृतीचा माझ्यावर केवढा पगडा होता! खूप नेटानं अभ्यास करून मी सिव्हिल सर्व्हिसेसची परीक्षा दिली होती, त्यातून पार पडून माझी सेंट्रल इंडस्ट्रियल सिक्युरिटी फोर्समध्ये नेमणूक झाली होती. डोळ्यात अनेक स्वप्नं घेऊनच मी सिकंदराबादच्या ट्रेनिंग अॅकॅडमीत प्रवेश केला होता; अर्थात परिणामी आपण काय ओढवून घेतलंय याची मला नीटशी कल्पना नव्हती.

दर दिवसाच्या मागण्या काही वेगळ्याच असत, पण एकूणच हा प्रशिक्षणाचा

काळ फार उत्साहवर्धक होता. अ‍ॅकॅडमीतला दिवस पहाटे साडेचारलाच सुरू होई. साडेचारलाच चहासाठी दारवर टकटक होई. कवायतीचा गणवेष चढवून साडेपाचला आमच्या स्वाऱ्या परेड ग्राऊंडवर दाखल होत. चाळीस मिनिटे घाम फोडणारी कवायत चाले की लगेच पुन्हा दुसरा गणवेष चढवून पुढच्या प्रशिक्षण वर्गासाठी हजेरी लावावी लागत असे. सव्वाआठच्या सुमारास ब्रेकफास्टसाठी आम्ही मेसकडे धाव घेत असू, मग आंघोळ, त्यानंतर खाकी गणवेष चढवून साडेनऊला वर्गात तासांसाठी हजर होत असू.

हे तास चालू असताना झोप आवरणे म्हणजे मोठी कसरतच असे, मग आम्ही बॅचच्या वरिष्ठांबरोबर शिस्तीनं मेसमध्ये जेवणासाठी परत येत असू, त्यानंतर थोडा वेळ डुलकी की त्या पाठोपाठ तीन वाजता चहासाठी दारावर टकटक होई. पुन्हा कवायतीचा गणवेष चढवून शिस्तीत परेड मैदानावर कवायतीचा सराव आणि मग मैदानी खेळ. हे सगळं पाच चाळीस पर्यंत चाले; त्यानंतर मात्र आम्ही मोकळे होत असू. दिवसभराचा सगळा शीण घालवायला आपली खोली गाठायची, मग थेट रात्रीच्या जेवणालाच बाहेर पडायचं.

त्यावेळी हास्यविनोद, गप्पागोष्टी या सगळ्याला ऊत येत असे. मी त्यावेळी कवितासुद्धा केल्या होत्या.

जेव्हा आम्ही घासत होतो बंदुका स्वच्छ
पाहत होते नशीब आमचे होऊन थक्क
मळके आमचे गुडघे आणि मळके आमचे कपडे
पण चमकेल बंदूक आणि भविष्य आमचे झक्क

पंधरा महिन्यांनंतर आमची वेगवेगळ्या युनिट्सला नियुक्ती झाली. म्हणजे माझं नशीब फळफळलं, पण ते माझ्या अपेक्षेप्रमाणे नव्हतं. मग शिस्तबद्ध आयुष्य, ठराविक सुट्ट्या आणि ऑफिसरची ठाशीव भूमिका अशी वर्षांमागून वर्षे गेली. माझा अनेकांशी परिचय झाला. त्यातले बरेचसे कर्तव्यदक्ष, कार्यतत्पर होते, पण बरेचसे असेही भेटले की ज्यांची आपल्या संपूर्ण कारकिर्दीत कोणत्याही कामात फारसा पुढाकार घेण्याची इच्छा नव्हती. मला त्या सगळ्यात काही नवा पायंडा पाडण्याची इच्छा होती, पण थोड्याच दिवसांत असं लक्षात आलं की त्या रचनेचा मीसुद्धा एक बळी आहे. हळूहळू माझाही उत्साह मावळत गेला आणि शेवटी एक दिवस असा उजाडला की ऑफिसात अजिबात जाऊच नये, असं मला वाटू लागलं. माझ्याकडे येणाऱ्या प्रत्येक फाईल, रजिस्टरचा मला तिटकारा वाटू लागला. वरवरचा खोटेपणा, निरुपयोगी मीटिंग्ज, दुसऱ्याचे दोष काढण्याची वृत्ती

ह्या सगळ्या गोष्टींचा मनाला फार त्रास होऊ लागला. स्वत:विषयीच्या कल्पना, पगार, आपल्याला हव्या त्या ठिकाणी बदल्या, तुमच्या पदाबरोबर मिळणारे विशेष हक्क, अधिकार या सगळ्या दुष्ट चक्रात अडकण्याची माझी मुळीच इच्छा नव्हती. केलंत तर खूप काम नाही तर मुळीसुद्धा नाही. तुमच्या वैयक्तिक प्रगतीसाठी जराही वाव नाही. थोड्याच दिवसांत आपला मेंदू पूर्णपणे निष्क्रिय झालाय असं मला वाटू लागलं. माझी भूक मंदावली, माझा जीव गुदमरू लागला.

माझी ही मानसिक अवस्था माझ्या आई-वडिलांनी अचूक हेरली होती, पण आज ह्या पदापर्यंत येण्यासाठी मी किती अविरत कष्ट घेतले होते त्याची त्यांनी मला आठवण करून दिली. मी एक सरकारी अधिकारी होते आणि माझ्या त्या सुखासीन आयुष्यात कोठेही उणीव नव्हती, पण आई-वडिलांनी निर्णय माझ्यावरच सोपवला.

कामाच्या ठिकाणी उघडउघड मर्यादा घातल्या होत्या; प्रत्येक व्यक्तीचा परीघ ठरलेला होता. वैयक्तिक प्रगतीचा मार्ग खुंटलेला होता. उच्च, उदात्त ध्येय, कल्पनांची परिपूर्ती हे सगळं मृगजळाप्रमाणेच झालं होतं. 'तू समाधानी नसशील तर त्या नोकरीत काहीच अर्थ नाही.' नवऱ्यानं सांगितलं, शिवाय मला मुलांसाठी फारसा वेळ देता येत नसे. ती बिचारी कामवाल्यांच्या मदतीनंच मोठी होत होती.

माझे एक वरिष्ठ विशेष गुणवत्ता असलेले होते; त्यांच्यावर ह्या भोवतालच्या सुस्त वातावरणाचा फारसा परिणाम झालेला नव्हता. त्यांनी माझी समजूत काढायचा प्रयत्न केला की, 'इथे काम करावं लागणं हा तुझ्या दैवाचाच भाग आहे असं समज. परिस्थिती कदाचित बदलेलही. आला दिवस गोड मानून घे.'

पण मी ज्या क्षणी माझा राजीनामा देऊ केला त्या क्षणी मला मात्र अगदी पक्ष्याप्रमाणे मुक्त वाटलं.

जणू मी इतकी वर्षे एकांतात बंदिस्त झाले होते, त्यामुळे एखाद्या सर्जनशील कामाकडे माझं मन धाव घेणं साहजिकच होतं आणि ते होतं शिकवणं, तेही लहान मुलांना!

इतक्या छोट्या– आठ वर्षांच्या– मुलांबरोबर वागताना आपण काय करायला हवं आणि त्यांच्याकडूनही काय अपेक्षा कराव्यात हे मला ठाऊकच नव्हतं. आता ती खाकी गणवेषातली माणसं भोवती नव्हती, त्यांचे ते यांत्रिक सलाम नव्हते, ती ऑफिसची गाडी नव्हती, करायच्या कामांची यादी आणि वरवरचा खोटा जोपासलेला भपका नहता. त्या गोंधळलेल्या मुलांच्या पलटणीसमोर मीही तितकीच गोंधळून उभी होते, पण सगळ्या गोष्टी कशा समर्पक वाटत होत्या. मी त्यांच्यातलीच एक आहे असं वाटून गेलं. माझं बरोबरच होतं. शाळेच्या दिनक्रमात मिसळून जायला मला जराही वेळ लागला नाही. मी एकदम सगळ्यात बुडून गेले.

वर्ष कसं संपलं कळलंच नाही आणि मी शाळेत एकही दिवस चुकवला नाही. अनुभा गोयल माझ्या पहिल्या मुख्याध्यापिका होत्या. त्यांनीच मला ह्या पेशाची दीक्षा दिली. त्यांनी एक महिन्यानंतर 'हे शिकवण्याचं काम आवडतंय की नाही?' असं विचारलं.

कामानं शिणलेल्या आवाजात आणि आनंदानं हसणाऱ्या माझ्या हृदयात त्याचं उत्तर दडलेलं होतं.

आता रोज सकाळी मी उत्साहानं कामाला लागते. माझी मुलं आणि माझे विद्यार्थी यांच्या समवेत नव्या दिवसाचं स्वागत करायला मी उत्सुक असते.

– हरनीत ब्रार

अंत:प्रेरणेची हाक

केवळ एखादं पुस्तक वाचून हातातली चांगली नोकरी सोडण्यास तुम्ही प्रवृत्त व्हाल का? ज्या देशात तुम्ही १०/११ वर्षे राहात आहात तेथून आपल्या जन्मगावी परत येण्याचं धाडस कराल का? कशासाठी? तर ज्या बाया-मुलींना तुम्ही कधीही प्रत्यक्ष भेटलेल्या नाहीत अशांची आयुष्यं फुलवण्यासाठी, पण हे घडलंय– अर्मेन मोदींच्या बाबतीत. १९९६साली त्यांच्या वाचनात 'मे यू बी द मदर ऑफ अ हंड्रेड सन्स' हे पुस्तक आलं तेव्हा! १९९१च्या जनगणनेच्यावेळी भारतात ६१ टक्के महिला निरक्षर आहेत अशी धक्कादायक बातमी बाहेर आली. त्या कठोर सत्यानं जणू त्यांच्यातल्या शिक्षिकेला हादरवून टाकलं.

दहा वर्षांनंतर २००१च्या जनगणनेचा अहवाल स्त्री साक्षरतेचं प्रमाणे १५टक्क्यानं वाढल्याचं दाखवत होता. 'पण तरीही लाखो महिलांना शिक्षणाच्या संधी मिळत नाहीत, परिणामी दारिद्र्यात दिवस काढताना त्या अक्षरश: भरडल्या जातात.' असं ६६ वर्षांच्या अर्मेन यांचं मत आहे. अर्मेन तेव्हा इंग्रजीच्या प्राध्यापिका म्हणून टोकियोतल्या जे. एफ्. ओबर्लिन विद्यापीठात काम करत होत्या.

स्त्रियांना साक्षर करण्यासाठी भारतात पुण्याजवळच्या त्यांच्या जन्मगावी अर्मेन यांनी एक प्रकल्प राबवण्याची योजना तयार केली. अशा तऱ्हेनं त्या भारतात परतल्या. 'आश्ता नो खाई'– उद्याच्या उज्ज्वल भविष्यासाठी– ही संस्था ऑक्टोबर, १९९८मध्ये अस्तित्वात आली. 'आपल्यापैकी जे भाग्यवान आहेत त्यांनी अशा कमनशिबी लोकांपर्यंत पोहोचायची गरज नाही का?' अर्मेन म्हणतात. 'माझ्या नशिबाचे फासे असेच उलटे पडले असते आणि मी एखाद्या छोट्या खेड्यात राहिले असते तर माझेही आयुष्य असं वेगळंच झालं असतं.' कदाचित म्हणूनच खेड्यातल्या मुलींना आपलं नशीब बदलवण्याची संधी देण्याच्या विचारानं त्यांना प्रवृत्त केलं असावं.

घरापासून शाळेत जाण्यासाठी तुडवावं लागणारं अनेक मैलांचं अंतर आणि पालकांची उदासीनता ह्या मुख्य दोन कारणांनी शिरूर तालुक्यातील बहुतेक मुली

इयत्ता आठवीपूर्वीच शिक्षणाला रामराम ठोकत.

'अगदी १३/१४ वर्षांच्या कोवळ्या मुली गळ्यात काळी पोत आणि कडेवर तान्ही पोरं घेतलेल्या मी पाहिल्या.' हे सांगताना अर्मेन अजूनही शहारतात.

हायस्कूलमध्ये जाण्यासाठी मुलींना कित्येकदा ७/८ कि.मी. अंतर तुडवावं लागे. मुलग्यांना ह्या अडचणींना कधीच तोंड द्यावं लागलेलं नाही, कारण त्यांना सायकली मिळत, मग तेथील स्थानिक वृत्तपत्रात, लोकांना मुलींसाठी सायकली देणग्या म्हणून देण्याचं आवाहन करून अर्मेननी एक सायकलींची योजना आखली. जपानमधल्या त्यांच्या मैत्रिणींनीही दोनशेच्यावर सायकली देणगीदाखल दिल्या.

जोपर्यंत मुली त्या सायकली वापरत आहेत तोपर्यंत त्यांनी डिपॉझीट म्हणून ३०० रु. ठेवायचे अशी प्रारंभी ही योजना होती, पण बाप्ये लोकच आपल्या घरातल्या कामांसाठी सायकलींचा गैरवापर करतात असं आढळून आलं. त्याचबरोबर सायकल स्वत:च्या मालकीची नसल्यानं मुलीही सायकलींची योग्य ती काळजी घेत नसत, परिणामी त्या परत केलेल्या सायकली इतक्या वाईट अवस्थेत असत की त्या पुन्हा वापरता तर येत नसतच, पण अक्षरश: भंगार सामानात फेकून द्याव्या लागत.

ह्यावर लक्ष ठेवणं एकूणच अवघड होतं, त्यामुळे ह्यापेक्षा चांगला आणि व्यवहार्य उपाय शोधावा लागला. आताची योजना साधी सरळ आहे. सायकलच्या किमतीचा काही हिस्सा मुलींनी आपल्या आईच्या स्वमदत गटात भरायचा, मग सायकल तिच्या मालकीची झाल्यानं सायकलची काळजी व्यवस्थित घेतली जाते. शिवाय जो हिस्सा स्वमदत गटात भरलेला असतो त्याचा उपयोग बचत गटासाठी आणि बायकांना कर्ज देण्याच्या कामातही होऊ शकतो.

आजतागायत ५७० मुलींनी या योजनेचा फायदा घेतलाय. खेड्यातल्या पुढे शिक्षण घेण्याची इच्छा असणाऱ्या ५०-५० मुलींना शिष्यवृत्ती देण्याचीही मोदींची भविष्यातली योजना आहे. प्रथम त्या मुलींनी निदान ११/१२वीपर्यंत तरी शिक्षण घेतलं पाहिजे. शिक्षणाविषयीची ओढ नक्कीच वाढली आहे आणि ऑटोमोबाइल इंजिनिअरिंग करणाऱ्या, कायदेज्ञान घेणाऱ्या, फार्मसीचा अभ्यास करणाऱ्या आणि शेतीविषयक शिक्षण घेणाऱ्या मुलीही आता खेड्यात आढळून येतात. कॉम्प्युटरचेही डिप्लोमा करण्यात मुली मागे नाहीत.

आपल्यापैकी बऱ्याचजणांना काहीतरी वेगळं करावं आणि जग अधिक चांगलं करण्यासाठी हातभार लावावा अशी ओढ असते, पण त्याला प्रतिसाद देणारे अर्मेन मोदींसारखे– थोडेच असतात. अर्मेननी त्या अंत:प्रेरणेला साद दिली. आपणही त्यांच्याच पावलावर पाऊल टाकूया!

– खुर्शीद दिनशा

माझे विद्यार्थीच माझे शिक्षक

'या मुलांना तुमची गरज आहे.' प्राथमिक वर्गासाठी इंग्रजी संभाषण शिकवणाऱ्या शिक्षकाची जागा रिकामी असल्याची ही जाहिरात माझ्या एका हितचिंतकानं माझ्या हातात ठेवली. त्या जाहिरातीनं माझे अचूक शरसंधान केलं होतं आणि मी 'वॉक इन् इंटरव्ह्यू'साठी त्या संस्थेत दाखल झाले. खरं तर मला शिकवण्याचा काहीही पूर्वानुभव नव्हता, तरीही औत्सुक्यानं आणि उत्साहानं सळसळत मी मुलाखतीसाठी गेले. त्या छोट्या मुलींसाठी काहीतरी चांगलं करण्याच्या इराद्यानं!

'तीन महिन्यांनी आमचं पुढचं सत्र सुरू होतंय, तेव्हा आम्ही तुम्हाला बोलावू' निवड समितीनं निर्णय दिला. एक आठवड्यानंतर शाळेच्या मुख्याध्यापकांनी एक वेगळाच आव्हानात्मक प्रस्ताव माझ्यापुढे ठेवला.

'आमच्या १२वीच्या शिक्षिका अचानक २/३ महिने सुट्टीवर गेल्या आहेत. काही तरी अपघातामुळे त्यांना २/३ महिन्यांची विश्रांती घेण्याचा सल्ला डॉक्टरांनी दिलाय, दोन महिने त्या वर्गाच्या मुलांना तुम्ही शिकवाल का?' मुख्याध्यापकांनी विचारलं. मी अगदी चिडीचूप झाले. ती माझी प्रतिक्रिया स्वाभाविकच होती. पाच वर्षांच्या मुलांना शिकवणं ही भन्नाट कल्पना होती, पण त्याऐवजी सतरा वर्षांच्या मिसरूड फुटलेल्या, गरम डोक्याच्या तरुणांना शिकवणं ही फारच वेगळी गोष्ट होती. त्या वयात मी आणि माझ्या मित्र-मैत्रिणींनी केलेल्या भयंकर गोष्टी आठवून माझ्या अंगावर काटाच आला. त्याचे परिणाम भोगण्याची वेळ माझ्यावर आली होती!

पण ते आव्हान स्वीकारायचं ठरवून मी मोठ्या धाडसानं माझा होकार कळवला. लगेचच बाहेर कॉरिडॉरमध्ये त्याची चुणूक माझ्या भावी विद्यार्थ्यांनी मला दाखवली. 'गुड मॉर्निंग' एकीनं मला अभिवादन करत म्हटलं. प्रत्युत्तरादाखल मी काही म्हणणार, तेवढ्यात तिच्या मैत्रिणीनं तिला 'ए बावळट, त्या काही आपल्या शिक्षिका नाहीत.' असं ढोसलं. माझा चेहरा खर्रकन् उतरला. मी वर्गात शिरले.

वर्गात जी काही ८/१० मुलं होती त्यांनी 'नमस्ते' केलं. बरीचशी मुलं वार्षिक स्नेह-संमेलनाच्या प्रॅक्टिससाठी गेली होती.

'आम्ही वर्गात फक्त सहाचजण आहोत आणि आमच्याकडे पाठ्यपुस्तकंही नाहीत मॅडम, कारण ती बाजारातच उपलब्ध नाहीत.' एका उंच सहा फुटी मुलानं माहिती दिली.

'मुलंही कमीच आहेत आणि पुस्तकं नाहीत तेव्हा ज्याचा अभ्यास करायचा असेल तेवढीच पानं झेरॉक्स करता येतील' असं त्या मुलानं सांगितलं. वर्गात त्याला 'भाई' म्हणून ओळखत होते. त्यानं असं अभिमानानं सांगितलं, कारण वर्गाच्याच काय पण संपूर्ण शाळेच्याच काही गोष्टी तो आपल्याला हव्या तशा करत होता. अशी माहिती त्यानंच मला दिली.

नशिबानं त्याच्या ह्या सगळ्या उचापती माझ्या लक्षात आल्या. तो एक भरकटलेला, अभ्यासात लक्ष नसलेला नवतरुण होता. वर्गातल्या बरोबरीच्या मुलांवर हुकमत गाजवायची नाही तर वर्गातल्या मुलांना बिथरवून त्यांचं लक्ष आपल्याकडे वेधून घ्यायचं हे त्याचे उद्योग होते. मी त्याच्याशी अगदी प्रेमळपणे बोलले, मग वाचन आणि इतर उपक्रमांत त्याला सहभागी करून घेतलं. दोन आठवड्यांनंतर त्यानं माझी क्षमा मागितली आणि 'इथून पुढे मी व्रात्यपणा करणार नाही' असं आश्वासन दिलं. हे शब्द त्यानं उच्चारल्यावर मी मनोमन सुखावले. मला विजय संपादन केल्यासारखं वाटलं, कारण इतर सर्व शिक्षिकांनी मला त्या मुलाचं बेशिस्त वर्तन आणि इंग्रजीचं त्याचं बेताबेताचं ज्ञान याबद्दल आधीच कल्पना दिली होती.

'इतर सर्व विषयांत त्यांना चांगले गुण मिळतात, कारण उत्तरं हिंदीतून लिहिण्याचा पर्याय त्यांच्याजवळ आहे आणि हिंदी त्यांना अस्खलित बोलता येतं. दुर्दैवानं इंग्लिश म्हणजे त्यांची 'वॉटर्लूची लढाई' आहे. त्यांचं इंग्रजी कच्चंच आहे आणि त्यात प्रगती करायची त्यांना इच्छा नाही. हिंदी भाषिक असण्याचा त्यांच्या बाबतीत काही उपयोग नाही. यातली बरीचशी मुलं आर्मीतल्या जवानांची आहेत. त्यांच्या वडिलांची नियुक्ती तिकडे लांब सीमारेषेवर झालेली आहे. त्यांच्या आया फारशा शिकलेल्या नाहीत आणि त्यांना घरची आणि बाहेरची आघाडी एकटीनंच सांभाळायची असते, त्यामुळे मुलांकडे लक्ष देण्यास त्यांना वेळ असतोच कुठे? एक खांबी तंबूच असतो त्यांचा.' एका शिक्षकानं स्पष्टीकरण दिलं.

पण जमेची बाजू ही की मुलं माझ्याशी मोकळेपणानं बोलू लागली होती. मुख्याध्यापकांना त्यांनी दिलेलं टोपण नाव त्यांनी विश्वासानं मला सांगितलं आणि मी हादरलेच. माझ्या चेहऱ्यावरचे भाव पाहून त्यांची अगदी हसून हसून मुरकुंडी वळली. ती मुलं हुशार होती, बुद्धिमान होती. आपली मतं मांडताना ती मुळीच

डगमगत नसत. वर्गात शिकताना विषय नीट कळलाय की नाही हे विचारल्यावर त्यांच्या माना नकारार्थी हलत; पण रोज संपूर्ण वर्गाला सर्व उपक्रमांत सहभागी करून घ्यायच्या उपायाचे चांगले परिणाम हळूहळू दिसून येऊ लागले. मुलं आपणहोऊन विविध गोष्टींविषयी प्रश्न विचारू लागली. मला वाटतं, त्यामुळे माझीही सहनशक्ती आणि समज वाढली. या अशा आडदांड, बंडखोर मुलांना मी शिकवू शकते ह्यावर आता आश्चर्य वाटण्याची वेळ माझ्या कुटुंबावर आणि मित्रमंडळींवर आली होती.

रोज उठून या मुलांना शिकवायला जाण्यासाठी या मुलांनीच मला प्रवृत्त केलं होतं. या सगळ्याला मुलांनीच 'मस्ती की पाठशाला' असं नाव दिलं होतं. दोन महिने अक्षरशः भुर्रकन् उडून गेले आणि मग काम सोडण्याचा माझा दिवस उजाडला. इथे मी प्रवेश केला तेव्हा तो शिक्षक म्हणून माझा पहिलाच अनुभव होता; पण काम सोडताना मात्र तरुणाईकडूनही काही शिकण्यासारखं असतं हे जाणवलेली मी एक कायमची विद्यार्थिनीच झाले होते!

– माधवी मोने

धुराच्या पडद्यापलीकडे

दिवसभरातल्या पंचेचाळिसाव्या सिगारेटच्या दिशेनं अन्नानं हात पुढे केला. या अतिशय भयानक धुराच्या व्यसनात आपण आता अगदी गळ्यापर्यंत बुडालोय याची तिला जाणीव झाली. या व्यसनानं तिचं सर्वसाधारण आयुष्य बरबाद करून टाकलं होतं. पुरुष सहकाऱ्यांशी स्पर्धा करण्याच्या नादात तिचा प्रथम सिगारेटशी संपर्क आला. ते सगळेच सिगारेट ओढत असत, त्यामुळे आपणही त्यांच्यातलंच एक असलं पाहिजे असं अन्नाला वाटलं. पहिल्यांदा सिगारेट ओढताना तिला कसंसंच झालं, चक्करल्यासारखं वाटलं, पण तिनं झुरका घेणं चालूच ठेवलं. ती सिगारेट ओढते याचा घरात कोणालाच पत्ता नव्हता. प्रथम तिला दिवसाला पाच सिगारेट्स लागत, पण हळूहळू ते प्रमाण वाढतच गेलं.

'सिगारेट ओढायला मला काहीही निमित्त पुरत असे– म्हणजे मी दमलेय, मला फार आनंद झालाय, मला ताण आलाय, माझा चिडचिडेपणा कमी करायचाय इ. काय वाट्टेल ते आणि मग लवकरच दिवसभरातल्या इतर कोणत्याही कामासारखंच ते झालं– सकाळच्या नाश्त्यानंतर असो की पेपरवाचनानंतर असो किंवा जेवण झाल्यावर असो– माझी सिगारेट ओढायची इच्छा अगदी उफाळून येत असे.' अन्नानं प्रामाणिक कबुली दिली.

तिला मध्यरात्री जाग येई, कारण शरीराची सिगारेटची मागणी. तिला झोपेतही मोकळं, सुरक्षित वाटत नसे. या सगळ्याचा प्रकृतीवर, कामावर आणि आयुष्यावर अनिष्ट परिणाम झाला. 'रात्री अपरात्री सिगारेट ओढायला उठण्यानं मला थकल्यासारखं होई, माझी चिडचिड होई, कामाला जाण्यासही उशीर होई, मग मी आजारी पडू लागले. मग काय? बरं वाटावं, उत्साह वाढावा, चटपटीतपणा यावा म्हणून मी अर्थातच आणखी सिगारेट्स ओढीत असे असं हे दुष्ट चक्र सुरू झालं. बरं वाटावं म्हणून मी सिगारेट ओढायचे; पण त्यानं प्रत्यक्षात आजारपणच येई, मग मी आणखीनच सिगारेट ओढायचे' अन्ना म्हणते.

तिचा अगदी जिवलग मित्र फुप्फुसाच्या कॅन्सरनं वारला, तेव्हा अन्नाला जाग आली. तिला त्या रांगेत बसायचं नव्हतं. तिनं स्वत:शीच शपथ घेतली, की मी व्यवसनमुक्त होईन आणि काहीतरी मिळवण्याच्या चिवट जिद्दीनं ती त्या शपथेशी आजही प्रामाणिक आहे ही गोष्ट अभिमानास्पद आहे. 'हे काही सहजसाध्य नव्हतं. मी मृत्यूच्या दारात जाऊन परत आले. व्यसनापासून परावृत्त व्हायचं म्हणजे मानसिक दौर्बल्याचा मुकाबला करायचा. निद्रानाश, चिडचिडेपणा, घुसमट, राग, चिंता, कशावरही लक्ष केंद्रित न करता येणं, अस्वस्थता आणि वाढलेली भूक या सगळ्या लक्षणांचा सामना करायचा– तंबाखूमुळे अन्नाचं पचन होण्याचा वेग वाढतो. झोपेच्या चक्रावर परिणाम होतो. ह्या सगळ्या गोष्टी मला मोडायच्या होत्या. तंबाखूशिवाय मग हळूहळू माझी झोप पूर्वपदाला येऊ लागली, पण मी जेव्हा सिगारेट पूर्ण सोडली तेव्हा मला आत्यंतिक थकवा जाणवला. शरीर आतून खलास झाल्यासारखं वाटलं.' अन्नाला आठवतं.

तंबाखूनं शक्ती वाढल्याचा निव्वळ आभास निर्माण केला होता. शरीराला विश्रांतीची गरज होती, मग झोपेची उणीव भरून काढायला ती नेहमीपेक्षा लवकर झोपू लागली आणि हे आता एका अर्थी चांगलं होतं, कारण झोपलेली असताना अन्नाचं सिगारेट ओढणं बंद असायचं. रोज सकाळी उठल्यावर आणखी एक दिवस आपण सिगारेटवाचून काढू शकलो ह्या आनंदात अन्ना स्वत:चीच पाठ थोपटून घेत असे आणि मग 'आज तर आता कालच्यापेक्षाही अधिक सोपं होईल' असं म्हणत स्वत:चा उत्साह वाढवत असे.

'आपल्यापैकी कित्येक स्त्रिया सिगारेट्स ओढतात आणि प्रत्येकजण त्याचं समर्थन वेगवेगळं करत असते. कुणाला चाकोरीबद्ध आयुष्यातून सुटका होण्यासाठी, कोणाला आपण आतल्या गोटातले आहोत हे सिद्ध करण्यासाठी, कोणाला आपण आधुनिक आहोत हे दाखविण्यासाठी तर कोणाला रोजच्या ताणतणावातून मुक्त होण्यासाठी हे व्यसन करावसं वाटतं. एक स्त्री असल्यामुळे मला हे समजू शकतं आणि म्हणूनच हे योग्य नाही असं मी म्हणते. आपण स्त्रिया सिगारेट पूर्ण सोडल्यावर उद्भवणाऱ्या गोष्टींचा मुकाबला करण्यास पूर्ण सज्ज असतो.' हा अन्नाचा सल्ला.

सिगारेटच्या एका झुरक्यापेक्षा आयुष्य कितीतरी अधिक मौल्यवान आहे. जेव्हा तुम्ही आयुष्य हा ईश्वराचा प्रसादच आहे असं समजून श्वास घेता, तेव्हा कोणत्याही विघातक, विषारी गोष्टींना बळी पडण्याची शक्यता तुमच्या उच्छ्वासावाटे बाहेर टाकता!

– सानिया पटेल

नायलॉनच्या लाल, मोठ्या रिबिनी

'Antwerp shop'च्या शोकेस मध्ये लावलेल्या चमकणाऱ्या इअरिंग्ज पाहून मी थबकले. त्यांच्याकडे नजर जावी इतक्या त्या सुंदर नव्हत्या; पण अगदी पूर्वापार चालत आलेल्या जुन्या घाटाच्या फुलांच्या आकारातल्या दक्षिण भारतीय पद्धतीच्या वर्तुळाकृती इअरिंग्ज त्या 'बेल्जिअन ज्युइश ज्वेलरी' स्टोअरमध्ये अशा चमकताना पाहून मी थबकले होते. त्या जवळून कशा दिसतात ते पाहावं म्हणून मी दुकानात शिरले; अर्थातच मालकानं सांगितलं की जे भारतीय, हिरे खरेदी करण्याच्या इराद्यानं Antwerp shopमध्ये येतात, त्या खास त्यांच्यासाठी आहेत. जवळ जवळ तीस वर्षे परदेशात राहिल्यावर पारंपरिक दागिन्यांची मला क्वचित वाटणारी ओढही आता तितकीशी राहिली नव्हती. कधीतरीच ते घालायचा विचार मनात येत असे. त्याहीपेक्षा माझ्या ब्रिटिश नवऱ्यासमवेत भारत सोडताना खरेदी केलेल्या नाजूक इअरिंग्जच मी जास्त वापरत असे. माझ्या मुलीला भारताबद्दल आणि तिच्या भारतीय नातेवाइकांबद्दल प्रेम वाटतं; पण ती आहे जन्मानं ब्रिटिश आणि दागिने, साड्या याविषयी तिला आकर्षण नाही; म्हणजे निदान आजपर्यंत तरी नाही.

मुलं मोठी झाली आहेत आणि आता आई-वडिलांना स्वतःच्या उद्योगासाठी भरपूर वेळ आहे अशा आयुष्याच्या वळणावर मी सध्या आहे, त्यामुळे आता आपला वेळ युरोप आणि भारतासाठी वाटून द्यायचा असा आम्ही दोघांनी निर्णय घेतलाय; म्हणजे शेवटी बारशी, लग्न, गृहप्रवेश, मुंजी या गोष्टींनाच त्यात प्राधान्य आहे. या परत येण्याच्या निर्णयाचा मला मनापासून आनंदही होतो आणि दडपणही तितकंच येतं. खरं तर तिथे मी नवीन घरसुद्धा थाटलंय; पण मी तिथे राहू शकेन का? मी खरी तिकडची आहे की इकडची? माझी बहीण, माझी वहिनी, आत्या, मावशी, माझे लहानपणचे सवंगडी यांच्यासारखं एक मध्यमवर्गीय भारतीय होणं मला जमेल का? कन्नड बोली मी चांगली अस्खलित बोलू शकते, पण तरीही दुकानदारांनी 'मी कुठली' असं मला विचारू नये असं वाटतं, कारण 'मी' इथलीच

आहे असं म्हटलं तरी ते त्यावर विश्वास ठेवत नाहीत, मग माझा हिरमोड होतो. जपानमध्ये आमच्या मुलांचं सगळं बालपण गेल्यावर आम्ही त्यांना घेऊन इंग्लंडला आलो; त्या वेळी मुलांना काय वाटलं असेल हे मला आत्ता कळतंय. 'अरे, त्यानं काही बिघडत नाही.' असं मी त्यांना सरळ सांगितलं. 'तुम्ही जसे आहात तसेच राहा, चांगली संगत जोडा, थोड्याच दिवसात इथे रुळाल.' पण माझं हे शहाणपण आता कुठे गेलं?

एकाएकी त्या इअरिंग्ज आपलं प्रतिनिधित्व करतायत अशी माझी भावना झाली. त्या मला घरंदाज विवाहित दाक्षिणात्य स्त्रीची आठवण करून देणाऱ्या वाटल्या. हा पारंपरिक दागिना माझ्या कानाच्या पाळ्यांवर झळाळून उठेल आणि मीही अय्यंगार किंवा स्मार्त असल्याचीच साक्ष देईल. मी आंतरप्रांतीय विवाहातून जन्मलेलं मूल आहे, ही वस्तुस्थिती असली तरी पूर्वीपासूनच तो एक चर्चेचा विषय होता. मी अय्यंगार आहे किंवा स्मार्त आहे असं मला कधीच वाटलं नाही. मी जन्मले उत्तर भारतात. वडील आर्मी ऑफिसर असल्यानं देशभर हिंडता हिंडताच लहानाची मोठी झाले, त्यामुळे आपण दाक्षिणात्य नाही हीच भावना अधिक दृढ झाली. आई अय्यंगार आणि मी जास्त तिच्यासारखीच दिसते, त्यामुळे वडिलांचे नातलग– लहानपणी मी कधीही त्यांच्याकडे गेले की– मी अय्यंगार जास्त वाटते असा उल्लेख करत. वडिलांच्या परिवारातल्या स्मार्त स्त्रियांच्यात मला उगीचच दडपण येई आणि का कोण जाणे पण अपराधीपणाची भावना येई. माझ्या पंजाबी पोषाखावर हमखास टीका होई; तसंच माझ्या आणि बहिणीच्या कडेला भांग पाडण्यावरही चर्चा होई.

'चांगलं तेल लावून, मध्ये भांग पाडून, छान घट्ट दोन वेण्या घालाव्यात. रंगीत आवडत असतील तर लाल रिबिनी बांधून बो बांधावा. कपाळावर चांगलं लाल कुंकू लावावं, ख्रिश्चन दिसता नाही तर' हे माझ्या आत्याचं ठरलेलंच. मला त्या मोठ्या, लाल रिबिनींचा अगदी राग येई. मी नव्हतेच त्यांच्यातली!

मी आणि माझी भावंडं मिलिटरी स्कूलमध्येच शिकलो. जेव्हा जेव्हा वडिलांची बदली उत्तरेत होत असे तेव्हा शिक्षणाचं माध्यम कन्नड किंवा तामीळ नसे, हिंदीच असे. माझी चुलत, आत्ते भावंडं जिथं जन्मली तिथेच वाढली, त्यामुळे आमच्या समाजाचे रीतिरिवाज त्यांच्यात पुरते भिनले होते. आमच्या जातीच्या समाजाच्या परंपरा आणि सवयी त्यांच्या अंगवळणी पडल्या होत्या. जेवताना केळीच्या पानावर मीठ कुठे वाढायचं हे त्यांना पक्कं माहीत होतं, त्यामुळे जेवणानंतर जमिनीवर सांडलेलं उष्टं-खरकटं ओल्या हातांनी जमिनीवर उकिडवं बसून कसं स्वच्छ करायचं ते त्यांना येत होतं. या सगळ्या गोष्टींत ते अगदी तरबेज होते. 'नाही तरी मी आय्यंगारच जास्त आहे स्मार्त असण्यापेक्षा' अशी मनाची समजूत घालून मी

माझ्यातली न्यूनत्वाची भावना झटकून टाकायचा प्रयत्न करीत असे. तरीही आईबरोबर तिच्या तामिळी नातेवाइकांकडे गेले की मला बरोबर याच्या उलट वाटे. माझ्या वडिलांप्रमाणेच माझी मातृभाषाही कन्नड आहे असं मला वाटे. मी तमीळ बोलू लागले की आईचे नातेवाईक मला हसत. 'तमिळीचे खून पाडू नकोस' सगळे चेष्टा करत.

एका इंग्लिशमनशी लग्न केल्यावर आपली मुळं कुठेच रुजलेली नाहीत ही भावना आणखीनच वाढीस लागली, कारण आम्ही लग्नानंतर पहिली सतरा वर्षे जपानमध्ये घालवली अन् मग इंग्लंडमध्ये स्थायिक झालो. 'जणू मी भटक्या जमातीचीच होते.' त्यामुळे 'तू कुठली?' या साध्या प्रश्नाचं उत्तर देताना मी गडबडून जात असे.

या इअरिंग्जमुळे ज्या समाजात मी आता पुन्हा परतणार होते, त्या मध्यमवर्गीय दक्षिणी ब्राह्मण समाजाचा मार्ग मला खुला होईल का? महागड्या दागिन्यांच्या लखलखाटानं त्या समाजातला माझा भाव वधारेल का? माझं स्वागत होईल का? मोठ्या कष्टानं साठवलेली पुंजी अशी एकदम घालवणं योग्य होतं का? ज्या कौटुंबिक समारंभांना मी हजेरी लावली होती तिथे स्त्रियांचं लक्ष एकमेकींच्या दागिन्यांवर खिळलेलं असे आणि अशा अवघडलेल्या प्रसंगात मी केवळ त्यांच्यातलीच एक आहे असं वाटावं म्हणून मी त्या इअरिंग्जचा नाद धरावा का? त्या सुंदर पारंपरिक इअरिंग्ज मला अचानक त्या लहानपणच्या लाल, मोठ्या रिबिनींसारख्या भासू लागल्या. मला त्या रिबिनी बांधणं कधीच आवडलं नव्हतं तेव्हा!

जुन्या आठवणी मनात दाटून आल्या. लग्न झाल्यावर सर्वांत प्रथम केलेली गोष्ट आठवून एकाच वेळी अपराधीही वाटलं आणि गंमतही वाटली. तेव्हा आमची जी काय थोडीशी बचत होती ती खर्चून मी आईसाठी हिऱ्याच्या कुड्या खरेदी केल्या. माझ्या इंग्लिश नवऱ्याला, मुलीला लग्नात आई वडिलांनीच दागदागिने द्यायचे असतात ही प्रथा कुठे माहीत होती? त्याला वाटलं की आईला अशी आभारप्रदर्शक भेटवस्तू द्यायची असावी. त्या मागची खरी गोष्ट अशी होती की मी आईला सर्व सणासमारंभांना तिच्या त्या साध्या खड्याच्या कुड्या घालून वावरताना पाहात आले होते, त्याचवेळी आत्या, काकू, माम्या मात्र आपल्या हिऱ्याच्या कुड्या मिरवत असत, अर्थातच आईची आर्थिक स्थिती त्यांच्या दर्जाची नाही असं वागवलं जात असे, त्यामुळे मला जेव्हा शक्य होईल तेव्हा मी आईसाठी त्या कुड्या घेईनच अशी शपथ मी घेतली होती. आईला त्याची कधीच हाव नव्हती, पण आपल्या लेकीच्या आपल्यावरच्या प्रेमाची खूण म्हणून त्या कुड्या घालून वावरताना तिला कोण अभिमान वाटला होता म्हणून सांगू? त्यानंतर दोन वर्षांतच तिचं निधन झालं आणि मी अत्यंत बेफिकिरीनं त्या कुड्या विकून टाकल्या, कारण त्या घालणारं

माझं प्रेमाचं माणूसच मी कायमचं गमावलं होतं, त्यामुळे माझ्या लेखी त्यांची गरज आता शून्य होती; पण Antwerp shopमधल्या त्या महागड्या हिऱ्यांनी माझ्यावर जादू केली होती.

शेवटी माझी मुळं जिथे रुजली होती तिथे परत येण्याच्या माझ्या हेतूमुळे मला माझ्या निर्णयावर ठाम केलं. काही वर्षांपूर्वी मी आईला वचन दिलं होतं, की ज्या मातीत मी वाढले, जन्मले तिचे पांग मी फेडीन. जे मी करायचं ठरवलं होतं त्यासाठी मला माझी साठवलेली पुंजी हवी होती. हा फक्त पैशाचा प्रश्न नव्हता. तो प्रश्न मला परत यावंसं का वाटतंय आणि मी आता आयुष्यात आणखी काय करू इच्छिते हा होता.

मी परतण्याआधीपासूनच अनपेक्षित असा भारत मला सामोरा येत होता. मी माझ्या पाश्चात्त्य मित्रमंडळींना नेहमी सांगते, की भारताची वेगवेगळी रूपं आहेत, त्यातला खूपसा भारत अजून मला माहीतही नाही. मला माहीत आहे की या विविध रूपांतल्या कोणत्या रूपात मी सामावली जाऊ शकते, हे जोपर्यंत मला उलगडत नाही तोपर्यंत ही रूपे माझा गोंधळ उडवतील. जिथे माझी मुळं रुजली आहेत, तिथेच आध्यात्मिक ओढीनं परत येणं ही काही चूक नाही हे मी माझ्या मनाला समजावलं होतं. तीस वर्षे शिक्षिका म्हणून काम केल्यावर आता माझा वेळ, माझी शक्ती गरीब किंवा ज्यांना शैक्षणिक फायदे मिळू शकत नाहीत अशा मुलांच्या शाळेत काम करण्यात खर्च करायची होती आणि तरीही मी त्या लकाकणाऱ्या फसव्या हिऱ्यांकडे डोळे विस्फारून बघत उभी होते.

ती हुशार, तरतरीत सुंदर मुलंच माझ्या परत येण्याचं प्रयोजन आहेत.

'ही फार सुंदर कलाकुसर आहे.' असं म्हणत मी मंदपणे हसून त्या हिऱ्याच्या इअरिंग्ज परत केल्या.

– राणी राव इन्स

कृतज्ञतेचं महत्त्व

ह्या जगात आता आपला फार तर एक दिवस उरलाय असं जर तुम्हाला कळलं तर तुम्ही काय कराल? ह्या गोष्टीवर आपण आयुष्यात अनेकदा चिंतन करतो. आपल्यापैकी अनेकजणांना खंडीभर गोष्टी करायच्या असतात. कोणाला असं वाटतं की त्यात काय, इतर दिवसांसारखाच तो एक दिवस असेल. ते म्हणजे असं म्हणण्यासारखं आहे की तुमचं तुमच्या आईवर प्रेम आहे याची तिला खात्री आहे.

का कोण जाणे पण माझी रेडिओवरची नोकरी सुरू झाली तेव्हा ते काम मला नीटसं जमत नव्हतं. बरेच लोक लिहून कळवत की रेडिओ जॉकी कसा असू नये याचं मी मूर्तिमंत उदाहरण आहे. मी अत्यंत कंटाळवाणं बोलते, माझं हसणं आणि आवाज अगदी त्रासदायक आहे. मला आठवतंय यानं माझी झोप पार उडाली होती. मी अगदी काळजीपूर्वक तयार केलेल्या खुसखुशीत निवेदनाचं कोणाला कौतुक करावंसं वाटलं नाही. रडिओ जॉकींना ज्या प्रतिक्रिया लगेच कळतात त्या बऱ्याचदा कठोर असतात. प्रत्येकाला आपलं मत व्यक्त करण्याचा हक्क असतोच आणि मग त्याला तोंड देण्याचं कौशल्यही तुम्ही हळूहळू मिळवताच!

'चांगला आवाज म्हणजे सर्वस्व नाही' अशी मी माझी समजूत घालत होते. चांगला आवाज नसला तरी कार्यक्रम चांगला होऊ शकतो, वाईट आवाजाची उणीव मी चांगल्या आशयाने भरून काढू शकते. मी अशी आत्मसंतुष्ट बनत असतानाच ते अंतर्देशीय पत्र आलं.

हे एका जोडप्यानं पाठवलं होतं. त्यांनी लिहिलं होतं, की माझं बोलणं ऐकून त्यांची छोटी मुलगी अगदी भारावून जाते आणि पत्रात शेवटी लिहिलं होतं की ती विशेष मुलगी आहे आणि फारशा इतर कुठल्याच गोष्टींना ती प्रतिसाद देत नाही. माझे त्यांनी आभार मानले होते. या गोष्टीला नऊ वर्षे झाली आणि मी अजूनही त्यांचे आभार मानलेले नाहीत, याची मला खरोखरच लाज वाटते, कारण त्या एका

क्षणी मी एक मोठी भरारी घेतली. 'वाईट आवाज असला तर असूदे' अशा नकारात्मक दृष्टिकोनापासून 'आवाज चांगला किंवा वाईट असण्यापेक्षाही या कामात आणखीही काही आहे' अशा सकारात्मक मनोवृत्तीपर्यंत.

कुठल्याही चांगुलपणामागे नेहमीच प्रत्येकाचा वैयक्तिक हेतू असणारच असं मला वर्षानुवर्षे वाटत आलेय. आणखी तिखट शब्दात सांगायचं झालं तर प्रत्येक परोपकाराच्या कृतीमागे करणाऱ्याचा स्वार्थच असतो. एखाद्यानं माझ्यासाठी जर काही केलं किंवा मी कुणासाठी काही केलं तरी माझ्या तरी मनात हा विचार येतोच येतो, पण माझी ही समजूत किती चुकीची होती हे दाखवणारं हे पत्र एक उदाहरण होतं. चांगुलपणा जाणवण्यासाठी मुद्दाम व्यक्त करावा लागत नाही, पण चांगुलपणापेक्षाही हे कृतज्ञता व्यक्त करणारं पत्र होतं. ही गोष्ट एखाद्या चमत्काराची नव्हती. ही गोष्ट केवळ त्या पत्राची किंवा दृष्टिकोनात झालेल्या बदलाची नाही, त्यापेक्षा मोठी आहे. आयुष्यातले मोठे धडे तुम्हाला तुकड्या-तुकड्यांनी मिळतात असं मी ऐकत आले होते, ते पत्र म्हणजे त्याचं खरं आकलन होण्याची सुरुवात होती.

एखाद्या विद्यापीठाची शिष्यवृत्ती मिळणं किंवा तुमच्या मिळकतीतला काही हिस्सा तुम्ही देणगीदाखल देणं या खरोखर मोठ्या अगदी साजऱ्या करण्याजोग्या गोष्टी आहेत, पण खिळा ठोकण्यासाठी नेहमी भला मोठा हातोडा लागत नाही! मला काळजी एवढीच वाटते की या सूक्ष्म बदलांची तुम्हाला जाणीव नसते आणि ते घडवून आणणाऱ्यांना त्याचे श्रेय दिले जात नाही.

ज्या अपरिचितांनी ही अशी दाद दिली– खरं तर त्यांना अपरिचित म्हणता येणार नाही– त्यांच्याविषयी मला कृतज्ञता वाटू लागली आहे. मी लावलेली गाणी जेव्हा कोणाच्या तरी काळजाला भिडत होती, तेव्हा तिथं काही तरी रुजत होतं. प्रत्येक वेळी काही नवे भावबंध निर्माण होत होते. माझा आवाज सर्दाळलेला वाटला की बिनचेहऱ्याची कोणी व्यक्ती मला स्टुडिओत सूप पाठवायची तयारी दाखवत असे. काळाच्या ओघात काही नवीन उदयाला येत होतं. मी त्याला 'सामुदायिक सदिच्छा' असं म्हणते.

हे करण्यासाठी आपण एकमेकांना आयुष्य वाहण्याची जरुर नसते; केवळ एखाद्या गाण्यासाठीचे आमचे प्रेम वाटून घेतले, नावानं हाक मारू लागलो, हिंदी सिनेमाच्या माहितीची देवाण घेवाण केली तरी पुरे– आणि हे सगळं किती सोपं आहे याचं मला आश्चर्य वाटल्यावाचून राहत नाही!

– शीतल अय्यर

एक आयुष्य, अनेक वाटा

माझं तिच्याकडे लक्ष गेलं त्यावेळी एका स्टॉलजवळ ती उभी होती. त्या शिखर परिषदेत भाग घेणाऱ्या जवळजवळ दोन हजार लोकांसाठी असे विनामूल्य चहा पुरवणारे एकूण चार स्टॉल्स होते, याचा मला मागाहून शोध लागला. ह्या परिषदेत असा हा दुपारचा चहा मिळणं म्हणजे पहिले दोन दिवस मला अगदी पर्वणीच वाटली, मग तिसऱ्या दिवशी एकाएकी मला असं वाटून गेलं की ही अशी सुविधा उपलब्ध करून देणाऱ्या त्या मुख्य व्यक्तीचे तरी मी आभार मानायला हवेत, म्हणून मग मी तिच्यापाशी गेलो आणि आम्ही एकमेकांची ओळख करून घेतली.

'नाही, मी कोणत्याही चहाच्या कंपनीकडून आलेली नाही.' माणिक दामले म्हणाली. माणिक पुण्याहून आली होती. माझ्या मनातले विचार अगदी वाचता आल्यासारखी माझ्या हजारो प्रश्नांना उत्तरं देत ती का बरं उभी आहे याचं मला आश्चर्य वाटलं. 'मी एका एन.जी.ओ.साठी काम करते आणि ती एन.जी.ओ. ह्या चहाच्या कंपनीशी संबंधित आहे आणि आम्ही असे छोटे उद्योग निर्माण करण्याचं काम करतो.' तिनं स्पष्ट केलं.

त्यांचं काम म्हणजे अगदी कमी उत्पन्नाच्या लोकांसाठी काही छोटे चहाच्या टपऱ्यांसारखे रोजगार उपलब्ध करून देणं हे होतं. ही अशी छोटी दुकानं उभी करण्यासाठी त्यांना मदत करणं, एवढंच त्यांचं काम मर्यादित नव्हतं. त्याच्या जोडीनं नवा उद्योग सुरू करणाऱ्यांना व्यावसायिकदृष्ट्या उद्योग यशस्वी करण्यासाठी किंवा वाढविण्यासाठी मार्गदर्शन करणं हेही त्यांचं काम होतं. या कामात सहभागी व्हायची इच्छा असल्यास एक फॉर्म भरून द्यायचा होता. तो फॉर्म तिने माझ्याकडे दिला. तो फॉर्म भरून आणून देण्याचं आश्वासन देऊन मी निघालो. हे सगळं चालू असताना मी कशा प्रकारचं लेखन करतो हे थोडक्यात सांगण्याची संधी मला मिळाली आणि लिखाणासाठी काही नवे प्रस्ताव, नव्या कल्पना यांचा साठाच मला मिळाला. लगेचच किंवा काही दिवसांनी परत यायचं मी ठरवून टाकलं.

नशिबानं 'पुन्हा कधी तरी' असं म्हणून आपल्याकडून जो उशीर केला जातो तो ह्यावेळी झाला नाही. ही सगळी देवाणघेवाण झाल्यावर माझी नजर माणिक आणि तिचा सहकारी अजिंक्य कुलकर्णी यांच्याकडे गेली. अजिंक्य कुलकर्णींना या विकास क्षेत्रात काम करण्याचा भरपूर अनुभव आहे; ते एका कोपऱ्यात बसून चहाचे घुटके घेत होते. त्या दोघांना खरोखरच अशा छोट्या मध्यंतराची गरज होती. गप्पांच्या ओघात संभाषणाचा रोख माझ्या कामाकडे वळला. मला कोणत्या आव्हानांना तोंड द्यावं लागलं याविषयी मी सांगताच माणिकनं या सर्वांवर उपाय सुचविले. क्षणार्धात माझ्या असं लक्षात आलं, की अशा सल्ल्याची मला खरोखर गरज होती आणि आजवर कोणी योग्य मार्गदर्शक मला भेटला नव्हता; ते काम माणिकनं केलं होतं. तिच्यामुळे मला अनेक व्यक्तींपर्यंत पोहोचता आले जे मला थेट मदत करू शकतील किंवा मला परिस्थितीचं सम्यक आकलन करून देतील! याचं सगळं श्रेय माणिकला जातं.

मला वाटतं हे एका एन.जी.ओ.त काम करणाऱ्या स्त्रीचं कर्तृत्व होतं, पण आश्चर्य म्हणजे तीही केवळ एन.जी.ओ.ची कार्यकर्ती नव्हतीच. 'मी इंजिनिअर आहे.' तिनं हसून सांगितलं. आपलं घर आणि वाढत्या वयाची मुलं सांभाळून ती एका मोठ्या सहकारी संस्थेचं काम करत होती. घरातल्या जबाबदाऱ्या पार पाडता पाडता आपल्या ऑफिसचं काम करून वेळात वेळ काढून ती हे काम करत होती, कारण स्वत:च्या प्रश्नांपेक्षा तिला हे प्रश्न जास्त महत्त्वाचे वाटत होते.

'उपजीविकेसाठी आपण जे कमावतो तो आपल्या जगण्याचा एक भाग असतो. ते काही आयुष्याचं साध्य नसतं.' ज्यावर मी पूर्वापार विश्वास ठेवून होतो ती त्याचे मूर्तिमंत उदाहरण होती.

आपली रोजी रोटी कमावणाच्या आपल्या कार्यक्षेत्राच्या पलीकडे जाऊन इतर कार्यासाठी आपला वेळ देणारी जी काही थोडीफार माणसं मला माहीत होती त्यातलीच ती एक होती, पण अशा व्यक्तींच्या मनातसुद्धा एक संघर्ष चालू असलेला मी पाहिलाय. त्यांनासुद्धा स्वत:चा खरा कल आणि व्यवसाय यांची सांगड घालणं कठीण जातं.

कित्येक वेळा असं आढळून येतं की आपलं मन एका गोष्टीकडे ओढ घेत असतं, पण त्याचवेळी बुद्धी दुसरीकडे धाव घेते आणि मग सगळ्या गोष्टी हाताबाहेर जातात. त्याचा योग्य समतोल साधता येईल का असा मला प्रश्न पडतो.

पण माणिक दामलेला मात्र हा समतोल सापडलाय 'कॉर्पोरेट क्षेत्रासाठी मी माझं कौशल्य वापरते. त्यांना त्याचा फायदा मिळतो. त्यांचा आर्थिक फायदा ते मला देतात, जो मला काही मोठ्या कामांसाठी वापरता येतो. अशा कामात सहभागी होण्यानं माझाही फायदाच होतो. जोपर्यंत असा परस्पर सहयोग साधतोय

ना तोपर्यंत मी ह्या कॉर्पोरेट क्षेत्रात काम करत राहीन आणि तसंच बाहेरही काम करत राहीन.' माणिक सांगते.

अशा आपल्या दैनंदिन जीवनात बहुढंगी भूमिका निभावण्याचं कौशल्य मिळवलेल्या एका व्यक्तिकडूनच हा असा समजूतदारपणा अभिप्रेत आहे, नाही का? एक गृहिणी, एक आई, गोष्ट सांगणारी, इंजिनिअर, कार्यकर्ती, काम करण्यास प्रवृत्त करणारी, बदल घडवून आणणारी, माझ्यासारख्यांसाठी एक मार्गदर्शक अशा अनेक भूमिका माणिक लीलया करू शकते. ती हे कसं करते यापेक्षा आपल्या कृतीतून, अनेक पदरी आयुष्य एकाच आयुष्यात जगता येतं हे आपल्यापैकी अनेकांचं असलेलं स्वप्न माणिक साकार करते आणि जाता जाता जरा अधिकच चांगलं करण्याचा प्रयत्नसुद्धा!

– पुनीत श्रीवास्तव

फुलपाखराच्या आठवणी

'आयुष्य म्हणजे खरोखरच चॉकलेटचा डबा असतो, त्यातलं आपल्या वाट्याला कोणतं येणार आहे याबद्दल आपण अनभिज्ञच असतो.' हे माझं एक आवडतं उद्धृत आहे.

आपण सर्वजण चांगल्या, वाईट, विलक्षण, अपेक्षित, अनपेक्षित अशा सर्वच प्रकारच्या अनुभवांना तोंड देत देत आलेले असतो. आपल्या वाट्याला काही ना काही आलेलंच असतं. ह्या अनुभवांनी कधी प्रत्यक्ष तर कधी अप्रत्यक्षपणे आपलं आयुष्य बदलून टाकलेलं असतं. आता माझंच बघा ना. मी एका ॲड. कंपनीत काही वर्षे काम केलं, त्याच वेळी एका विलक्षण अपघातात माझी मान मोडली. शस्त्रक्रिया करावी लागली आणि मग त्यातून माझी प्रकृती सुधारण्यास जवळ जवळ वर्ष लागलं. तो काळ फारच कष्टप्रद होता आणि हालचालींवर फार बंधनं आल्यानं मला फार नैराश्य आलं होतं, पण नंतर मला शोध लागला की हा मोकळा वेळ म्हणजे माझ्यासाठी एक वरदानच होतं.

मी घरात अडकून पडले होते. मानेच्या पट्ट्यांच्या लोढण्यामुळे हालचालींवर आलेल्या बंधनांमुळे आलेला कंटाळा आणि रिकामपण यातून मी स्वत:ला गुंतवून ठेवण्यासाठीचे उपाय शोधू लागले. लहानपणी मी शिकलेलं आणि सर्वांत आवडलेलं मेणबत्त्या बनवण्याचं काम हा मला त्यावरचा सापडलेला एक रामबाण उपाय होता. रंग, आकार आणि वेगवेगळं सामान घेऊन मी त्यावर प्रयोग सुरू केले. मी त्यात गुंतून गेले. ते सोपं आणि तरीही विचार करायला लावणारं होतं. प्रकृती आणखी सुधारल्यावर माझ्या खोलीच्या बाल्कनीमध्ये म्हणजेच माझ्या मेणबत्यांच्या स्टुडिओत माझा बराचसा वेळ जाऊ लागला. केवळ दुखण्याचा विसर पडला किंवा केवळ माझं मनोरंजन झालं, एवढंच न होता पूर्वीपेक्षाही मी अधिक आनंदी झाले, माझ्यात अधिक चैतन्य आलं. शस्त्रक्रियेनंतरच्या पहिल्या काही महिन्यांतच खोली रंगांचं वैविध्य असलेल्या असंख्य मेणबत्त्यांनी भरून गेली. फक्त मलाच नव्हे तर ख्यालीखुशाली विचारायला येणाऱ्या हितचिंतकांना रंगानं भरून गेलेल्या माझ्या

खोलीत विलक्षण दृश्य पाहायला मिळे.

त्याच वेळी 'मेमरीज ऑफ अ बटरफ्लाय'चा प्रवास सुरू झाला. ती माझ्या स्वप्नातली कंपनी होती. आयुष्य किती क्षणभंगुर आहे आणि क्षुल्लक गोष्टी करण्यात ते वाया घालवणं योग्य नाही याचं मला अक्षरश: प्रत्यंतर आलं. रचनेतलं चांगलं ते समजून घेण्याची प्रतिभा आणि सौंदर्याभिरुची ह्या गोष्टी माझ्याकडे वंशपरंपरेनं आल्या आहेत. नवनिर्मितीतून मला आनंद मिळतो. सुखद रंग आणि पोत हे माझ्या व्यावसायिक प्रयत्नांचाच भाग होणं सहाजिक होतं. पुढचे काही महिने मी विविध उत्पादनं आणि विविध कल्पनांचा विचार करत असताना असंख्य गोष्टी आपोआप जुळून आल्या. मला विलक्षण स्फूर्ती देऊ लागल्या, त्यातूनच माझा पहिला मण्यांचा पडदा अस्तित्वात आला; त्यावेळी खरं तर मी अजून अंथरुणाला खिळून होते.

'मेमरीज ऑफ अ बटरफ्लाय'च्या विचारानं जसं मूळ धरलं तशी माझी प्रकृती सुधारू लागली. मी पूर्णतया बरी झाले, त्यानंतर माझी संपूर्ण शक्ती मी कंपनीच्या कामासाठी वापरली.

आज माझ्या उत्पादनात, मी जशी आहे किंवा त्याहीपेक्षा मला ज्याची उत्कट इच्छा आहे, त्याचं प्रतिबिंब दिसतं. माझी निर्मिती मुक्त– कोणत्याही मर्यादेत न अडकणारी– आहे. उत्साहानं सळसळणारी, एकमेवाद्वितीय, सतत विकसित होणारी, बदलू शकणारी आहे, तरीही समर्थ, बडेजाव नसलेली आणि उद्दिष्टाधिष्ठित आहे.

व्यवसायात मला कधी माघार घ्यावी लागली नाही किंवा अपयश आलं नाही असं नाही. व्यवसायात तुमच्या शहाणपणाचा रोजच कस लागत असतो, पण शेवटी तुम्ही अपेक्षित उंची गाठता, त्याची वाखाणणी होते, जीवनावरची श्रद्धा आणि सर्जनशीलताही अबाधित राहते. प्रत्येक प्रश्न शेवटी सुटतो, भविष्यात यशस्वी कसं व्हायचं याचंही मर्म जाणता येतं. मोठ्या धीरानं आणि स्वाभिमानानं माझ्या कंपनीचं एका प्रामाणिक, निर्मितिक्षम संस्था आणि भक्कम आधार देणाऱ्या व्यवसायात रूपांतर केलं. माझी कंपनी उत्तम प्रगती करेल, मी तिचा अधिक विस्तार करीन; हे करण्यात मला नक्कीच आनंद मिळेल.

अखेर मला माझा मार्ग सापडलाय. सुरुवातीला मला वाटलं होतं; त्यापेक्षाही हे अधिक चांगलं आहे. आज एका छानशा मण्यांनी सजलेल्या स्टुडिओत मी माझ्या कामाचा आनंद घेते आहे. हे काम मला आव्हानात्मक वाटतं, माझ्या प्रयोगशीलतेला यात स्वातंत्र्य असतं. माझीही यात वाढ होते. हे काम मला दिलासा, समाधान देतं. हा असा नेत्रदीपक मण्यांचा पडदा आहे, ज्याची कधी माझ्या ग्राहकांनी कल्पनाही केली नसेल - माझ्या ग्राहकांना जे समाधान मिळतं, तेच माझं मोठं बक्षीस असतं. मी खरंच कधी इतकी गोडखाऊ नव्हते; असे सतत नवनवीन आश्चर्याचे धक्के देणारा माझा हा चॉकोलेटचा डबा मला फार प्रिय आहे.

– श्रुती मंडोल

अभ्यासक्रमाबाहेरचे धडे

इंटरनेट हे एक वरदानच आहे. इंटरनेट अस्तित्वात नसतं, तर माझ्या उर्वरित आयुष्यातल्या अनेक अपूर्ण इच्छांबरोबरच ही इच्छाही अपूर्ण राहिली असती. एखाद्या व्यक्तीला १५/२० वर्षांत भेटला नसाल तर त्या व्यक्तीचा माग काढणं ही तशी कठीणच गोष्ट आहे. नशिबानं आता आपण एखाद्या संकेतस्थळाच्या सर्च खिडकीवर हवं ते नाव टाईप करून त्याला 'एण्टर' अशी आज्ञा दिली की अक्षरश: हवी ती गोष्ट किंवा हवी ती व्यक्ती शोधू शकतो.

मला कळलं की माझ्या आवडत्या शिक्षिकेला काही उल्लेखनीय कामगिरीबद्दल राष्ट्रपतींच्या हस्ते पुरस्कार मिळाला होता. काही वर्षे झाली त्याला. हा त्यांना मिळालेला सर्वोच्च सन्मान होता नक्कीच; पण हा एकच नव्हता– असे अनेक मानसन्मान त्यांच्या नावावर जमा होते. गंमत म्हणजे १९ वर्षांपूर्वी आम्ही शाळेत असताना हे असे सन्मान त्यांना मिळालेले नव्हते, पण त्या नक्कीच असामान्य आहेत हे आम्ही जाणून होतो.

त्या आमच्या अद्वितीय शिक्षिका होत्या, हे आम्हाला कोणी सांगायची गरजच नव्हती. त्या शिक्षकवर्गात सामील झाल्यानंतर अगदी काही महिन्यांतच ही गोष्ट स्पष्ट झाली होती. त्या कधी माझ्या प्रत्यक्ष शिक्षिका नव्हत्या; म्हणजे आमच्या वर्गाला त्यांनी कधीच शिकवलं नव्हतं, तरीही आजतागायत त्यांचा एक ठसा माझ्या आयुष्यावर उमटलेला आहे. माझ्या, प्रेमादरास पात्र व्यक्तींच्या यादीत त्यांचं नाव सर्वप्रथम आहे.

त्या आमच्या मंतरलेल्या दिवसांत आम्ही वाढत होतो, पण बास्केटबॉलच्या कड्यात बॉल टाकण्याइतके उंच नव्हतो झालो त्यावेळी त्या बास्केटबॉलच्या कोर्टवर येऊन बॉल पटकन घेऊन वेगानं बास्केटमध्ये टाकत असत. विद्यापीठ पातळीवरच्या त्या नामवंत खेळाडू होत्या. आपलं उद्दिष्ट काय असावं, इतकंच नव्हे तर ते मैदानावर साध्य कसं करून घ्यावं आणि प्रत्यक्ष आयुष्यातसुद्धा कसं साध्य

करावं हे त्यांनी वेळोवेळी आम्हाला शिकवलं होतं. मला आमचा मातीकामाचा वर्ग अजूनही आठवतोय. एक कुंभार आम्हा विद्यार्थी आणि शिक्षिकांना त्या भांडी बनवण्याच्या कलेतल्या खुब्या समजावून सांगत असताना आमच्या त्या लाडक्या शिक्षिकेनं इतर कोणाहीपेक्षा ते चटकन आत्मसात केलं होतं, एवढंच नव्हे तर अगदी थोड्याच काळात कटिंग आणि मोल्डिंग करून नवीन डिझाईन्सही बनवली होती. मातीचे मेणबत्त्यांचे स्टँड, साधी खेळणी किंवा शोभेच्या वस्तू त्यांनी त्या चाकावर बनवल्या होत्या. एखादी गोष्ट प्रत्यक्षात कशी आणायची आणि त्याचं मूल्य कसं वाढवायचं ह्याचा खरा अर्थ आम्ही त्या दिवशी शिकलो.

वार्षिक स्नेहसंमेलनाचा समारंभ असो किंवा विद्यार्थ्यांच्या लोकसभेतलं वक्तृत्व किंवा खेळ असोत किंवा शाळेचे रोजचे किरकोळ उपक्रम असोत त्या सगळ्यात उत्साहानं सहभागी व्हायच्या. आमच्या पुढे एक चांगलं उदाहरण बनून जणू त्या आमचं नेतृत्व करायच्या. समजा आम्ही कधी भरकटलोच तर केवळ त्या आमच्या आसपास आहेत इतकं जाणवल्यानंही आमची सगळी शक्ती योग्य त्या दिशेनं अगदी आपसूकच काम करू लागे. मॅरेथॉन शर्यतीमध्ये धावण्याचं आणि ती पुरी करण्याचं धैर्य आम्ही त्यांच्याकडूनच मिळवलं. अगदी अशक्य आव्हानांना सामोरं जाण्याचं धैर्यसुद्धा! आमची व्यक्तिमत्त्वं, लक्षातसुद्धा येणार नाही इतक्या सहजपणे आकाराला येत होती. आमच्यावर सुसंस्कार होत होते अगदी नकळत. हे बदल आम्हाला जाणवणारही नाहीत इतक्या अजाण वयात आम्ही होतो.

आणि आता १९ वर्षांनंतर मी त्यांचा शोध घ्यायचा प्रयत्न केला तेव्हा वाटलं की मी त्यांच्या लक्षात तरी असेन का? पण माझ्या त्या पक्क्या स्मरणात होत्या. मला वाटतं, माझ्या माहितीच्या त्या फक्त एकच शिंदे मॅडम होत्या; पण त्यांचे असे अनेक विद्यार्थी होते. लवकरच मला त्यांचा फोन नंबर मिळाला आणि धडधडत्या अंत:करणानंच मी तो फिरवला.

'अर्थात, मी तुला ओळखते बेटा,' तोच आश्वासक स्वर दुसऱ्या बाजूला होता. तो आवाज मी माझ्या गतायुष्यात अनेकदा ऐकलेला होता. खरोखर त्या क्षणी मला काय वाटलं ते शब्दातीत होतं, पण एवढं मात्र खरं की काहीतरी भरून पावल्याचं समाधान नक्की होतं! आम्ही फोनवर थोडा वेळ एकमेकांशी सुखसंवाद केला आणि मग मी आयुष्यात काय मिळवलं ते त्यांना सांगितलं. 'छान!' त्यांनी मला शाबासकी दिली. 'पण तुझ्या आसपास एखादं चांगलं ठिकाण असेल तर शोध आणि माझी म्हातारीची इथून सुटका कर.' इतकं बोलून त्या एकदम मूक झाल्या.

मी एकदम बधिरच झालो. त्यांच्या तोंडून असं काही ऐकायला मिळेल असं

मला वाटलंच नव्हतं. कदाचित एक ज्येष्ठ शिक्षिका आणि तिचा जुना विद्यार्थी यांच्यातल्या गोड निरुपद्रवी संभाषणाची अपेक्षा मी केली होती. दोन परिचित व्यक्तींच्यातल्या संभाषणाची कल्पना मी केली होती; पण ते कुठे तरी आयुष्यातल्या वास्तवतेवर घसरलं. आम्हा मुलांनाच काय, पण साऱ्या समाजालाही त्या कायम देतच आल्या होत्या आणि त्याच्या बदल्यात त्यांच्या नशिबी काय आलं होतं? माझ्या मनाला अशी कल्पनासुद्धा कधी शिवली नव्हती. आपल्या कार्यक्षेत्रात, एका चौकटीत काम करताना आपल्या विद्यार्थ्यांच्या आणि स्वत:च्या अंगात असलेल्या कौशल्याला वाव देताना माझ्या त्या प्रिय शिक्षिकेचं खाजगी आयुष्य अचानक सामोरं आलं होतं. कामाच्या ठिकाणी उद्‌भवणारे पेचप्रसंग, अधिकारी व्यक्तींनी लढवलेले डावपेच, कामातली ओढाताण ह्या अशा अनेक दिव्यांतून त्यांना जावं लागलं असेल.

एक अतिशय उत्साही, कामसू आणि लोकप्रिय स्त्री जिनं खूप काही साध्य केलं होतं– ती भोवतालच्या सामान्य वातावरणात अगदी एकटी पडली होती. त्यांच्यासारख्या व्यक्तीला याचा किती मानसिक त्रास होत असेल हे मला मनोमन जाणवलं...!

माझ्या ओळखीच्या एक अशाच पोलीस अधिकारी होत्या, ज्यांना असेच सन्मान प्राप्त झाले होते. त्यांनी काही वर्षांपूर्वीच स्वेच्छा निवृत्तीचा मार्ग पत्करला होता. का तर पोलिसांच्यात काही सुधारणा घडवून आणण्यासाठी जे अहवाल त्या लिहीत होत्या ते वाचण्याचेसुद्धा कोणी कष्ट घेत नव्हते. आपल्या संस्था ज्यांच्यामुळे नावारूपाला येतात त्यांच्याशी आपण असं का बरं वागतो? अत्युत्कृष्टतेचा इतका अनादर का?

असो. मी जे हे लिहितोय त्याच्या आवाक्यापेक्षा हे प्रश्न खूप मोठे असू शकतील; पण ज्या स्त्रीनं आम्हाला इतकं प्रोत्साहन दिलं तिला मला सांगायचंय, 'मॅडम या प्रतिकूल परिस्थितीतसुद्धा तुम्ही आमच्यासाठी जे केलंत त्याला तोडच नाही. आम्ही सदैव तुमचे ऋणी राहू आणि एवढी मी खात्री देतो की हा तुमचा विद्यार्थी पुन्हा तुमची चौकशी करण्यासाठी अशी १९ वर्षे नाही घेणार; यावरचा काही उपाय शोधून मी पुन्हा तुमच्या भेटीला येईन. हा उपाय, तुम्हाला ज्या व्यवस्थेत आणि ज्या व्यवस्थेविरुद्ध काम करावे लागले ती व्यवस्था कदाचित बदलू शकणार नाही, पण तुमचे काम मोलाचे होते याची तुम्हाला ग्वाही देईल कारण आमच्या दृष्टीने तुम्ही महत्त्वाच्या आहात. आम्ही तुम्हाला कधीही विसरणार नाही.'

हे मी दिलेले वचन आहे.

– पुनीत श्रीवास्तव

नृत्यानं जेव्हा जखम भरून येते

नृत्याचा कार्यक्रम पाहून मी ताल धरला नाही असं कधीच होत नाही.

ओडिसी नृत्य माझ्यावर वेगळीच मोहिनी घालतं आणि ते जेव्हा संपतं तेव्हा माझ्या हृदयाला विलक्षण हुरहुर लागून राहते. नुकतीच जोशपूर्ण कथक आणि टॅप डान्स यांची जुगलबंदी पाहायचा मला योग आला. श्वास रोखून धरायला लावणारी आणि याचवेळी अंगात वेगळाच जोश निर्माण करणारी. भरतनाट्यम्, मोहिनीअट्टम् आणि कुचिपुडी ह्या सगळ्या नृत्यांनी मला भारून टाकलंय. लोकनृत्याच्या तालावर माझे पाय थिरकतात, बॅले मला आनंदानं झुलवतात आणि साल्सानं माझं हृदय धडधडतं.

हो, म्हणूनच म्हणते की नृत्य पाहून मी ताल धरला नाही असं कधीच होत नाही.

पण ही मात्र पहिलीच वेळ होती की या नृत्यानं मला रडवलं. सिल्क साडीत, रत्नजडित अलंकारांनी नटलेल्या पुरंध्रींच्या समुदायात, वाहणाऱ्या डोळ्यातल्या काजळाचे फराटे माझ्या चेहऱ्यावर उमटत होते. त्याची पर्वा न करता मी रडत होते.

त्या नृत्यानं मला ८०मिनिटं जागीच खिळवून ठेवलं होतं. ती रवींद्रनाथांची 'वाल्मिकी प्रतिभा'नावाची नृत्यनाटिका होती. त्या प्रस्तुतीनं मला अक्षरशः सुन्न करून टाकलं. ही नृत्यनाटिका एका प्रसिद्ध आख्यायिकेवर आधारलेली होती. ती आख्यायिका म्हणजे एक भयानक डाकू-रत्नाकर याचं आध्यात्मिक उन्नयन होतं आणि तो रामायणकार वाल्मिकी.

टागोरांच्या प्रसिद्ध रचनांचा रंगमंचीय आविष्कार पाहण्याची माझी ही काही पहिलीच वेळ नव्हती, पण सर्व प्रेक्षकांच्यात असं उघडपणे न लाजता हुंदक्यांवर हुंदके येण्यासारखं या विशिष्ट प्रस्तुतीत काय बरं होतं?

या प्रस्तुतीचं वैशिष्ट्य असं होतं की एका नवशिक्यांच्या गटानं हे सादरीकरण केलं होतं. हे सगळे प. बंगालच्या विविध तुरुंगांतील रहिवासी होते. स्पष्टच सांगायचं तर ते सगळे जन्मठेपेचे कैदी होते.

ही प्रस्तुती प. बंगालचे इनस्पेक्टर जनरल श्री. बी. डी. शर्मा आणि प्रसिद्ध ओडिसी नृत्यांगना अलकनंदा रॉय यांच्या अभिनव प्रयोगातून साकारलेली होती.

इनस्पेक्टर जनरल शर्मा, ज्या कैद्यांवर देखरेख करत होते त्यांच्या मनोविकारांवर अशा सांस्कृतिक उपचारपद्धतीचा उपयोग करावा, याबद्दल फार आग्रही होते. स्वत: अलकनंदा यांचाही 'नृत्य ही एक उपचारपद्धती आहे' यावर फार विश्वास असल्यानं त्या आधीपासूनच तरुण गुन्हेगारांसाठी काम करतच होत्या. त्या तरुणांचं भवितव्य उज्ज्वल व्हावं यासाठी त्यांना प्रवृत्त करण्याचं, प्रोत्साहन देण्याचं काम त्या करत होत्या. जनरल बी. डी. शर्मा आणि अलकनंदा रॉय या दोघांनाही हा विश्वास होता आणि माणसांतील आत्मिक शक्तीवरही त्यांची दृढ श्रद्धा होती. या सुधारगृहातील रहिवाशांना कला, गायन, नृत्य आणि संस्कृतीचं दालन खुलं करून द्यावं या उद्देशानं हे दोन समविचारी एकत्र आले होते.

अलकनंदा या कैद्यांना 'माझी मुलं' असंच संबोधते. बैठकीच्या वेळी, कलकत्त्याच्या लोकांसमोर या मुलांचा 'वाल्मिकी प्रतिभा'चा प्रयोग सादर करावा अशी कल्पना तिच्या मनात आली आणि श्री. शर्मा यांनी त्याला अत्यानंदानं अनुमोदन दिलं. अलकनंदानं प्रयोगासाठी लागणाऱ्या सर्व गोष्टींची जबाबदारी घेतली, तर शर्मांनी व्यवस्थापनाच्या सर्व कामांची जबाबदारी उचलली.

तथापि कोणीच जे काही आम्ही पाहिलं त्याची सुतरामसुद्धा कल्पना केली नव्हती. निदान प्रेक्षकांनी तर नाहीच नाही. खरोखर अगदी मुरलेल्या कलाकारांनासुद्धा लाजवेल अशीच ही प्रस्तुती होती. त्या सुधारगृहातील फक्त कैद्यांनीच नाही तर कर्मचाऱ्यांनीही रंगमंचावर नृत्य केलं, इतकंच नव्हे तर त्यांनी त्यासाठी गायन केलं, मुखवटे बनवले, कापड विणून चित्तथरारक नृत्याचे पोषाखही बनवले. त्यांच्यातल्या सुप्त गुणांना मुक्त वाव मिळाल्यानं त्यांनी सगळा रंगमंचच जणू उजळून टाकला.

हे तर काहीच नाही. अलकनंदाच्या वाल्मिकीची कहाणी आम्हाला कळली तेव्हा प्रेक्षकांच्यातील प्रत्येकचजण थक्क झाला. जेव्हा अलकनंदानं तिच्या नृत्य शिबिरांना सुरुवात केली तेव्हा एक जरासा उर्मट आणि अस्वस्थ तरुण जे काही चालू होतं ते लांबूनच पाहतोय असं तिच्या लक्षात आलं. तो तरुण स्वत:शीच कुढत असायचा; त्याचं नाव विकी होतं. सदासर्वदा तुच्छतेनं आणि फटकूनच असायचा; पण त्याला त्याचवेळी अगदी पराकोटीची उत्सुकताही वाटत असे. त्याला कारण ह्या सरावाच्या वेळा तो कधीही चुकवत नसे.

अलकनंदानं ही वाल्मिकी प्रतिभाची गोष्ट जेव्हा सगळ्या तुरुंगवासीयांना सांगितली त्या दिवशी मात्र ती गोष्ट विकीला सर्वस्वी 'आपली' वाटली. त्याच्या डोळ्यातून अविरत अश्रू वाहू लागले. अत्यंत नम्रपणे अलकनंदाजवळ जाऊन

त्यानं, 'मा, कृपा करून मला ह्यात भाग घेऊ द्याल का?' अशा शब्दात आपल्या भावना व्यक्त केल्या.

त्या तरुणानेही त्या आध्यात्मिक आंदोलनातून जाण्याचा अनुभव घेतला आणि त्याचंही हृदयपरिवर्तन झालं. अगदी त्या आख्यायिकेतील सुज्ञाप्रमाणेच! आंतरातील दुष्प्रवृत्तींशी त्याचाही रोज झगडा चाले. नृत्य-गायनातून प्रतीत होणारी रोगनिवारक शांतता आणि सौंदर्य यांना शरण जाणारे त्याचे कैदी मित्र तो रोज पाहात असे. अखेरीस आपल्यालाही हे हवंसं वाटतंय असं त्याला जाणवलं. अंत:करणातील ह्या आध्यात्मिक उलथापालथीला त्यानं मन:पूर्वक साद दिली. अखेरीस प्रकाश आणि ज्ञानाच्या तो अधीन झाला.

अलकनंदाला तिचा नायक सापडला होता! आणि त्यानंही नायकाची भूमिका काय वठवली म्हणून सांगू! हे सगळं अलकनंदाच्या प्रेमळ मार्गदर्शनानं आणि संपूर्ण 'समर्पणा'नं साध्य झालं. विकीनं नुसता त्या वाल्मिकीच्या भूमिकेत प्राणच ओतला नाही तर जणू काही वाल्मिकींचा पुन्हा अवतारच झालाय असं वाटून गेलं. 'त्या काव्याचा आत्मा तू अभिनयातून इतक्या समर्थपणे कसा व्यक्त केलास? कारण बॅलेची भाषा तर तुझी मातृभाषाही नाही?' असं विचारलं असता त्यानं लाजून 'हे सगळं श्रेय 'मा'चं आहे' असं सांगितलं.

संपूर्ण प्रस्तुतीनंतर अलकनंदा तिच्या पथकात काम करणाऱ्या प्रत्येकाची इतकी प्रेमानं ओळख करून देते की ह्या मुलांच्या ठायी असलेली तिची प्रेमाची भावनाच त्यातून स्पष्ट होते. ज्या स्त्री-पुरुषांना गुन्हेगार, अपराधी, कायदा न जुमानणारे अशी आपण बिनदिक्कत नावे ठेवतो अशांच्या बाबतीत अलकनंदा सौहार्द दाखवते, याचं अनेकांना आश्चर्य वाटतं. कित्येकांना ते अयोग्यही वाटतं, पण तिचं प्रेम खरोखरच अकृत्रिम असतं.

कदाचित त्यांच्या आईची भूमिका ती अगदी मनापासून करते म्हणून असेल. आणि खरं म्हणाल तर मूल कसंही असलं तरी प्रेम करणं हा आईचा धर्मच असतो, नाही का? पण याचा अर्थ असा नाही की एखाद्या व्रात्य मुलानं चूक केली तर आई दुसऱ्या नजरेनं तिकडे पाहूच शकत नाही; पण अलकनंदा नाही तसं करू शकत. ती त्यांची विश्वासू सल्लागार, मार्गदर्शक आहे. चुका सुधारायला ती मदत करते. त्यांनी योग्य मार्गावरून जावं यासाठी ती प्रयत्न करते.

त्याचा परिणाम काही साधलाय का?

आज विकीला– (जो जन्मानं निगेल अकाराचा आहे.) शिक्षेतून पूर्ण माफी मिळालीय आणि तो एका एन.जी.ओ.त काम करतोय. जोडीला पदव्युत्तर शिक्षण घेतोय. तो आणि त्याचे शिक्षा भोगून सुटलेले सुधारगृहातील इतर काही सहकारी-मित्र रंगमंचावर सांस्कृतिक उपचार पद्धतीनं माणूस किती बदलू शकतो हे दाखवून

देणारी जिवंत उदाहरणंच आहेत.

हा नव्या जमान्यातला चमत्कार असू शकतो का? माझ्या अश्रुंना नक्कीच तसं वाटतं, मग हा चमत्कार घडवून आणण्याचं श्रेय अलकनंदा रॉयलाच जातं.

– वैशाली चॅटर्जी दत्त

४

प्रेमाच्या गावा जावे

प्रेम करण्यानं तुम्ही काहीच गमावत नाही; पण प्रेम देऊ न करण्यानं खूप काही!

– बार्बरा डी. अँजेलिस

शाश्वत प्रेम

३१ मार्च, २००७ या दिवशी गीताच्या आयुष्याला वेगळीच कलाटणी मिळाली. तिचा नवरा, मोटारसायकलवर मागील सीटवर बसलेला असताना त्याला अपघात झाला. त्याच्या डोक्याला मार लागला आणि तो कोमात गेला. अनेक महिन्यांच्या हॉस्पिटलमधील वास्तव्यानंतर त्याला घरी पाठवण्यात आलं. आता डॉक्टर्स फार काही करू शकत नव्हते.

गीता आजपर्यंत तिच्या नवऱ्यावर पूर्णपणे विसंबून होती. तिला अचानक आपल्या आयुष्यातलं मोठंच आव्हान पेलावं लागलं. नवऱ्याच्या मालकानं गीताला नोकरी देऊ केली आणि मुलीच्या शालेय शिक्षणाचा भार उचलला; पण गीतानं त्या गावातून हलून सासूसासऱ्यांबरोबर राहाण्याचा निर्णय घेतला, हेतु हाच की नवऱ्याची काळजी घेण्यासाठी सर्वतोपरी वेळ देता यावा.

२०१०मध्ये आम्ही काही मैत्रिणींनी तिची ख्यालीखुशाली विचारायला तिच्या गावाला जायचं ठरवलं. भल्या पहाटे गाडी करून निघालो. काही तासांतच तिच्या घरी पोहोचलो. तिच्या वयस्कर सासूबाईंनी, मुलीनं आणि आसपासच्या चौकस शेजाऱ्यांनी आमचं स्वागत केलं.

थोड्याच वेळात गीता आली. मूर्तिमंत उत्साहाचं, आशेचं आणि प्रेमाचं प्रतीक! थोड्या वेळानं तिच्या प्रियतम नवऱ्याला जिथे ठेवलं होतं त्या खोलीत आम्ही डोकावलो. फक्त हाडं आणि कातडी आणि सर्वांगावर जोडलेल्या नळ्यांचं जाळं! तिनं त्याच्या पाठीवर थोपटून हाक मारण्याचा एक निष्फळ प्रयत्न केला. आम्ही सगळ्याजणी एका बाजूला स्तब्ध उभ्या होतो.

थोड्या वेळानं गीतानं आमच्यासाठी चहा आणि खाद्यपदार्थ आणले. तिनं तिच्या अडचणी आणि आव्हानांचा आमच्याजवळ उल्लेख केला, पण त्यात कोठेही निराशेचा सूर नव्हता, उलट या सगळ्या प्रतिकूल परिस्थितीला टक्कर देण्याची हिंमत आणि निश्चय होता. तो लवकरच बरा होऊन आपल्या पायावर उभा

राहील आणि पूर्वीप्रमाणेच आपल्या आयुष्याचा साथीदार होईल याची तिला खात्री होती. ती आशा जिवंत ठेवण्यासाठी आणि नवऱ्याला बरं करण्यासाठी ती शक्य ते सर्व प्रयास करत होती. ती सगळा वेळ त्याच्याशी बोलण्यात, त्याला भरवण्यात, त्याची स्वच्छता करण्यात घालवत असे. आयुष्याची गेली तीन वर्षे तिनं अशीच काढली होती, पण तिच्या तोंडून एकदाही कधी निराशेचा शब्द आला नाही. ती कधी हवालदिल झाली नाही, रागावली नाही की तिनं कधी तक्रार केली नाही. तिने 'माझ्याच नशिबी का?' असंही म्हटलं नाही.

'मला माहीत आहे एक ना एक दिवस तो बरा होईल.' तिच्या बोलण्याला निश्चयाची धार होती.

आमची निघायची वेळ झाली. गीतानं आपल्या शेतात पिकवलेले कंद पिशवीत बांधून दिले; पण त्याहीपेक्षा खूप काही मोठं मी घरी घेऊन निघाले होते. मी एका कणखर स्त्रीला भेटले होते. तिच्या नवऱ्याला परिस्थितीनं तिच्यापासून हिरावून घेतलं होतं आणि तरीही ती विनातक्रार त्याच्यावर प्रेमच करत होती.

मी एका सामान्य स्त्रीला भेटले होते, जिचं प्रेम असामान्य होतं. तिच्याकडे व्हॅलेंटाइन्स डेची भेट, जेवणासाठी भेटण्याचे संकेत, शारीरिक जवळीक या साऱ्यांच्या पलीकडचं प्रेम होतं.

असं प्रेम, की त्या प्रेमाच्या केवळ असण्यातच त्याची इतिकर्तव्यता होती.

– ललिता मेनन

रक्ताच्या नात्यापलीकडे

आयुष्यात अनेक व्यक्ती आपल्या संपर्कात येतात, त्यातील काही व्यक्ती अशा असतात ज्या त्यांच्या मागे वाटेवर चांगले किंवा वाईट ठसे उमटवून जातात. काही व्यक्ती अशा असतात की त्या आपल्या हृदयाला भिडतात, आपल्याशी त्यांचे निर्मळ भावबंध जुळतात. हे बंध देण्याघेण्याच्या कसल्याही अपेक्षांच्या पलीकडचे असतात. प्रत्यक्षात अपरिचित असलेल्यांच्यातही असं नातं निर्माण होतं. नि:शब्द तरीही खोल गहन असं!

ज्या नात्याचं काहीही स्पष्टीकरण देता येणार नाही अशी नाती मला मिळाली हे माझं मोठं भाग्यच म्हणावं लागेल. माझ्या दृष्टीनं 'माँ' म्हणजे माझी आई किंवा मला आईबद्दल जे वाटतं ते सर्व काही. एक दिवस हे आई असणं म्हणजे नेमकं काय ते मला जाणवलं! म्हणजे खरं तर आई असण्याची भावना माझ्या मनात ज्यानं जागी केली तो होता एक विद्यार्थी. अगदी प्रथमपासूनच त्याच्यातला निष्पापपणा माझ्या मनाला जाणवला होता आणि नकळत मी त्याच्याकडे ओढली गेले होते. मला वाटलं ते त्याच्यातलं मूल– तो एक कुमारवयीन मुलगा होता– माझ्याकडे येण्याकरिता धडपडतंय. माझ्याबद्दल त्याच्या नजरेत दाटून आलेला आदर पाहून त्यानं मला हेलावून टाकलं. एक दिवस त्यानं लिहून पाठवलं, 'तुम्हीच माझ्या आई आहात.' आईच्या प्रेमाला तो पारखा झाला असावा. त्या क्षणी माझ्या मनात परिपूर्तीची भावना दाटून आली, माझं मन भरून आलं. जणू माझ्या काळजाचा निसटलेला एक दुवा, पुन्हा सांधला गेला होता. इतक्या औपचारिक वातावरणात ह्या खोल रुजलेल्या नात्याचा शोध विलक्षण होता, कारण तिथे तो त्या अनेक विद्यार्थ्यांच्यातला एक होता. माझ्याशी जवळीक साधावीशी वाटत असूनही त्याला तसं करता येत नसे, म्हणून त्याची फार चिडचिड होत असे. त्यानं 'ह्या' आईला उद्देशून लिहिलेल्या छोट्या गोष्टी मी वाचत असे आणि 'माझ्या हातून असं काय घडलं असावं की त्याला इतक्या मन:पूर्वक माझ्याबद्दल आदर

व्यक्त करावासा वाटावा?' असं मनाशी आश्चर्य करत असे.

असेच अनेक इतर विद्यार्थी आहेत. ज्यांच्याशी माझं नातं जुळलंय. तेही अनेकदा माझ्याशी संवाद साधत असत. यानंतर काही वर्षांनी भेटलेला एक विद्यार्थी बरेचदा येऊन माझ्या पाया पडत असे. तो ते इतक्या भक्तीभावानं करत असे की 'या आदराला पात्र होण्यासाठी आपण अधिक चांगली व्यक्ती बनायला हवं' असं मला वाटत असे. त्याच्या अडचणी तो मला सांगत असे आणि मीही त्याला सर्वतोपरी मदत करण्यासाठी शर्थ करत असे. जेव्हा पदवी मिळवून कॉलेजातून निरोप घेण्याची वेळ आली तेव्हा त्याचे डोळे आसवांनी डबडबले. केवळ मित्रच नाहीत तर आईलाही मागे सोडून जात असल्याची खंत त्यानं व्यक्त केली.

अलीकडेच कॉलेजमध्ये आपलीशी झालेली एक विद्यार्थिनी एकदा आजारी पडली. 'मला कुशीत घ्याल का?' अशी तिनं विनंती केली. मी तिला जवळ घेताच एकदम तिच्या मनाचा बांध फुटून ती हमसून हमसून रडू लागली. आपल्या नशिबाचे भोग सांगताना तिनं मला पाहताच तिला तिच्या आईची कशी आठवण येते ते सांगितलं. तिनं आईला गमावलं होतं. ह्या अशा अचानक घडलेल्या घटनेनंतर मी स्टाफरूममध्ये परतले. एकाएकी रितं रितं वाटलं. स्त्रीच्या जन्माला येऊनसुद्धा आणि देण्यासाठी इतकं प्रेम माझ्याजवळ असतानाही माझ्या पदरात देवानं मूल का दिलं नाही, याचा जाब देवाला विचारावासा वाटला.

'मला स्वत:चं मूल नाही' याची जाणीव करून देण्यासाठीच माझ्या आयुष्यात असे विद्यार्थी मला भेटले असतील का? की माझ्या पोटी पोर आलं नाही ही उणीव भरून काढण्यासाठीच त्यांची योजना केली असेल? आयुष्य परिपूर्ण कधीच नसतं; पण इतक्या वर्षांच्या अनुभवावरून आता असं वाटतं की प्रेम करण्यासाठी म्हणून मूल जन्माला घालावं लागत नाही आणि मुलंही खऱ्या गोष्टींना, अकृत्रिम प्रेमाला प्रतिसाद देतात– अगदी विविध मार्गांनी, मग ते त्यांच्या आई-वडिलांकडून मिळालेलं नसलं, अगदी शिक्षकांकडून प्राप्त झालेलं असलं तरीही. ज्या मुलांना खरोखर प्रेमाची आणि मार्गदर्शनाची गरज आहे, अशांच्यासाठी माझी संवेदनशीलता जागी असावी म्हणूनच मला देवानं मूल दिलं नसावं आणि त्या बदल्यात मुलांचं प्रेम अनुभवून आईला कसं वाटतं हे मलाही अनेकदा अनुभवता आलं. अंगाखांद्यावर मूल वाढवण्याचं भाग्य मला मिळालं नसलं तरीही माझ्या हृदयातलं वात्सल्य कधीच ओसरलं नाही!

– नवतेज सिबिया

ठरवून केलेलं प्रेम

चांगलं असो की वाईट, पण माझा कर्मवादावर विश्वास आहे. माझं कार्यक्षेत्र असो अथवा कुटुंब, मित्रमैत्रिणी यांच्या आपआपसांतल्या गोष्टी असोत माझी सदसद्‌विवेकबुद्धी मला नेहमीच काबूत ठेवते. गोष्टीत सांगितलेले काम आणि आयुष्य यांच्यातला आदर्श समतोल मला अजून तरी साधलेला नाही. उदाहरणार्थ, माझ्या आई-वडिलांना आणि सासू-सासऱ्यांना धरून ठेवण्याचा प्रयत्न करताना मी अजूनही धडपडते. या मार्गावर इतकी वाटचाल करताना कुठेतरी काहीतरी माझ्या भल्याचेच घडून आले. माझ्या हातून नक्कीच काहीतरी चांगलं कृत्य घडलं असणार, कारण एक चांगला, योग्य माणूस योगायोगानं माझ्या आयुष्यात आला– इतकंच नव्हे तर मलाही योग्य ते कार्यक्षेत्र गवसलं.

मी खरं म्हणजे खूप उत्साहानं डेंटिस्ट्रीचा अभ्यास निवडला होता, पण माझा शेवटी भ्रमनिरास झाला. माझी खात्रीच पटली की या व्यवसायात मी काही फार वर्षं टिकाव धरू शकणार नाही. धो धो प्रॅक्टिस तर दूरच. कॉलेजमध्ये जे काही मी करत होते ते मला चांगलं करता येत होतं, तेवढंच करूनपण सध्या मी जिथे आहे त्याच्या जवळपाससुद्धा मी पोहोचू शकले नसते. कॉलेजचं शिक्षण संपता संपताच मी रेडिओ जॉकीचं काम करायला लागले. काही मावशा-काकांना मी फक्त एक 'रेडिओ प्रेझेंटर' वाटत असे, पण नव्या जगात मी केलेला प्रवेश मला फार प्रिय होता.

त्याच वेळेला मला माझ्या डोळ्यांची तपासणी करून घ्यायची होती. बहुधा काँटॅक्ट लेन्सेस नव्यानं घ्याव्या लागणार होत्या, पण अचानक काही तरी गडबड झाली. माझ्या नेहमीच्या नेत्रतज्ज्ञांच्या कन्सलटिंग रूमचा पत्ता बदलला होता आणि त्या नव्या ठिकाणी इतक्या लांब मला घेऊन जायला आई तयार नव्हती. आता मागे वळून बघताना वाटतंय की आई आणि माझं नशीब या दोघांनाच आपण काय करायचंय ते कळलं होतं. माझं मन वळवून आईनं मला दुसऱ्या नेत्रतज्ज्ञाची

अपॉइंटमेंट घ्यायला लावली. घराजवळच्या एका धर्मादाय हॉस्पिटलमध्ये त्या नेत्रतज्ज्ञाला भेटायची माझी बिलकूल इच्छा नव्हती, पण माझी काही मात्रा चालली नाही. आम्ही हॉस्पिटलमध्ये पोहोचलो तेव्हा त्यांची नेमकी जेवणाची सुट्टी झाली होती. आम्हाला कोणा तरी अय्यरकडे पाठवण्यात आलं. त्याच्या खोलीबाहेर त्याच्या नावाची पाटी होती आणि खाली लांबलचक डिग्र्यांची रांग. त्याला भेटण्यापूर्वीच मी त्या डिग्र्यांनी प्रभावित झाले.

आम्ही लॉबीत प्रतीक्षा करत बसलो होतो. डॉक्टरला शोभणार नाहीत असे थोडे लांब वाढलेले केस, हातात लांब बॅग घेतलेला एक माणूस जिन्यावरून खाली आला. डॉक्टर असा असेल याची मी अपेक्षाच केली नव्हती. आपलं जेवण अगदी वेळेपूर्वी संपवून दुपारच्या कन्सल्टेशनसाठी अगदी वेळेवर हजर झालेला तो एकमेव डॉक्टर होता. त्यानं आम्हाला आत बोलावलं. माझं अस्वस्थ मन विचारात पडलं. इतका उच्चविद्याविभूषित डॉक्टर ह्या असल्या ठिकाणी काय करतोय? हे असले चट्टेरी पट्टेरी कपडे कशाला घातलेत त्यानं? फक्त पँटचे खांद्यावर चढवायचे पट्टेच कमी आहेत. असा विचार माझ्या मनात येऊन गेला. 'रॉयल कॉलेज ऑफ सर्जन्समध्ये शिकल्यानं ब्रिटिशांचा प्रगडा अजून उतरलेला दिसत नसावा स्वारीवरून' अशी माझी समजूत झाली.

आम्ही आमची प्रस्तावना केली, मग लक्षात आलं की त्याच्या वाडवडिलांना आम्ही ओळखत होतो आणि आमचेही काही लांबचे नातलग त्याच्या परिचयाचे होते. मी तपासणीसाठी त्याच्या समोरच्या खुर्चीवर स्थानापन्न झाले. मी काय करते याची त्यानं चौकशी केली. 'मी रेडिओवर जॉकी म्हणून काम करते आणि नुकतीच डेंटिस्ट झाले आहे.' असं मी पुटपुटले. त्यानं थबकून सरळ माझ्यावर नजर रोखत विचारलं, 'का?'

'का म्हणजे? मला संधी मिळाली आणि मला ते काम आवडलं म्हणून.' त्यानं ऐकून घेतलं. लगेच अगदी तिथल्या तिथेच मी कशी आहे याचा त्याला अंदाज आला असावा.

योगायोगानं आम्ही दोघांनी एकाच सरकारी कॉलेजमधून शिक्षण पुरं केलं होतं; अर्थात काही वर्षांच्या अंतरानं. माझे डोळे तपासून झाल्यावर आईनं अगदी सहज कुतूहलानं त्याच्या कुटुंबाविषयी विचारलं. त्यानं लाजून अजून लग्न झालं नसल्याचं सांगितलं आणि त्याने त्याचे आई-वडील त्याच्यासाठी सुयोग्य वधूच्या म्हणजे गोऱ्या, सुशिक्षित, गृहकृत्यदक्ष असे गुण असलेल्या मुलीच्या शोधात असल्याचं सांगितलं.

माझे आई-वडीलही माझ्यासाठी योग्य मुलाच्या शोधात होतेच, त्यामुळे तत्क्षणीच माझ्या आईच्या प्रश्नाचा रोख माझ्या लक्षात आला. आईनं आता पुढे

'मीच ती योग्य मुलगी आहे, जिच्या शोधात त्यांचे कुटुंब आहे आणि ती वाग्दत्त वधू त्यांच्या समोर अगदी पुढ्यात बसली आहे' असं म्हणू नये म्हणून मी इकडेतिकडे बघत बसले. अगदीच पंचाईत झाली होती माझी. नशिबानं गोष्टी इतक्या थराला गेल्या नाहीत आणि मला त्यांनी आणखी काही तपासणीसाठी पुन्हा दोन दिवसांनंतर बोलावलं. आम्ही पुन्हा एकदा गेलो त्यावेळी मात्र आम्ही एकमेकांचे फोन नंबर्स घेतले. 'माझ्या लेन्सेस तीन दिवसांत मिळतील' असं सांगून 'मी संपर्क साधेन' असा त्यांनी दिलासा दिला. अगदी दुसऱ्याच दिवशी लगेचच माझ्या लेन्सेस तयार असल्याचा त्यांचा फोन आला. खरं तर माझी ट्रीटमेंट कधीच संपली होती, पण फोनवरचं संभाषण मात्र चालूच राहिलं आणि जोडीला कॉफी शॉपच्या फेऱ्या सुरू झाल्या. त्याच्या घरी कोणाला याचा पत्ताच नव्हता, पण माझी आई मात्र सावध झाली.

काही आठवड्यांनंतर मात्र आईला वाटू लागलं की फोनवरचं संभाषण बरेच दिवस टिकलंय, मग एका मैत्रिणीला घेऊन तिनं थेट हॉस्पिटलच गाठलं आणि सोक्षमोक्ष लावायचं ठरवलं. त्या सुज्ञ डॉक्टरला काय बोलावं ते सुचेना; पण इतरही मुली सांगून आल्या असल्याचं त्यानं सांगून टाकलं, झालं, मग काय आईचं पित्तच खवळलं. आमच्या फोनवरच्या गप्पा चालूच होत्या आणि हा सद्‌गृहस्थ पेचात पडला होता. त्यांच्या वाढणाऱ्या फोन बिल्समुळे कुठेतरी पाणी मुरतंय याची कल्पना त्याच्या आई-वडिलांना आली होती; पण ही गोष्ट उघडकीला यायची ते वाट पाहात होते.

जे काही थोडं फार समजलं होतं त्यावरून त्याच्या आई-वडिलांनी कल्पना केली की त्यांचा मुलगा रात्री बेरात्री पार्ट्यांना जाणाऱ्या, अपेयपान करणाऱ्या कसल्याशा डी.जे.चं (मी आर. जे. नसून डी. जे. आहे असं त्यांना वाटलं होतं.) काम करणाऱ्या मुलीला बायको म्हणून आणणार आहे. माझी आई तिच्या भावी जावयाच्या अगदी प्रेमातच पडली होती, पण वडिलांना हे कसं सांगायचं हा तिच्यापुढे मोठा प्रश्न होता; मग असं ठरलं की माझ्या काकांनी 'आपल्या पाहण्यात असा एक योग्य मुलगा आहे' असं माझ्या वडिलांना सांगायचं. त्यांचं या डॉक्टरशी लांबचं नातं होतं. माझे वडीलही त्या डॉक्टरच्या माहितीनं अगदी भारावून गेले. असा अगदी सुयोग्य मुलगा सुचवल्याबद्दल त्यांनी काकांचे आभार मानले. मग काय, लांबलचक खलिते रवाना झाले. फोनाफोनी झाली, दोन्ही कुटुंबं भेटली आणि मग एक नेत्रतज्ज्ञ आणि त्याची पेशंट यांच्या गोष्टीचा शेवट अनेक योगायोग साधत विवाहबंधनात अडकण्यात झाला!

गमतीची गोष्ट अशी की आम्ही आमच्या या प्रियाराधनाचं गुपित कधीच उघड केलं नाही आणि ज्या अनेकांचा असा समज झाला की हे आमचं ठरवून झालेलं

लग्न आहे, त्यातलेच एक माझे वडीलही आहेत. लग्नानंतरचे पहिले काही महिने फार धावपळीचे होते. कामाच्या वाढत्या जाबाबदाऱ्या, कुटुंबातली आजारपणं, मुलगी, सून आणि बायको म्हणून वाढलेल्या माझ्या जबाबदाऱ्या वगैरे सांभाळताना उसंतच मिळत नव्हती. आता तर आम्ही आमच्या बाळाच्या प्रतीक्षेत आहोत. हे सगळं पार पाडताना काही कठोर निर्णय घ्यावे लागले, त्यामुळे आमची दोघांची आयुष्यं बदलून गेली, पण आमचं परस्परांवरचं प्रेम आणि विश्वास अधिक दृढ झाला. माझ्या हातून नक्कीच चांगलं काही तरी कृत्य घडलं असणार!

थोडक्यात काय, तुमची योग्यता असली किंवा तुम्ही कष्ट घेतलेत तरच आयुष्यात काही तरी साध्य करू शकता हा माझा विश्वास दृढ झालाय. मी माझ्या नवऱ्याला भेटले हा माझ्या आयुष्यातला सर्वोत्तम योगायोग होता, पण ही भेट ठरवल्याबद्दल माझ्या आईचीच मी ऋणी राहायला हवं!

– श्रुती प्रकाश

जन्मभराची ठेव

रीवा जाऊन सहा वर्षे झाली. ती गेल्याची बातमी ऐकून माझ्या डोळ्यासमोर सगळं जग गर्रकन् फिरलं. तिला जे काय झालं होतं ते मी कणभरही बदलू शकले नाही की त्यावर मला ताबा ठेवता आला नाही. किती हतबल झाले होते मी! रीवा उपरोधानं मला 'सगळ्यांवर हुकमत गाजवणारी' म्हणत असे, पण जेव्हा त्याची खरी गरज होती तेव्हा त्याचा उपयोग झाला नाही. आजसुद्धा तिची आठवण आली की माझं काळीज जोरात धडधडायला लागतं. माझा थरकाप होतो. रीवा शाळेपासूनच माझी जीवश्चकंठश्च मैत्रीण होती, व्रात्यपणा, खोड्या करण्यात साथीदार होती. गेली दोन वर्षे ती पोटाच्या कॅन्सरशी झगडत होती आणि अखेर एक दिवस सकाळी ती निघून गेली.

एकमेकींकडे रात्री झोपायला जाणे, अभ्यास करणे, मुलांच्या मागे लागणे, पार्ट्यांना जाणे, फालतू गप्पाटप्पा ह्या सगळ्या गोष्टी मी आणि रीवा मिळून करत होतो. रीवा स्वतंत्र वृत्तीची होती. खूप प्रेमळ, क्षमाशील, ईश्वरावर श्रद्धा ठेवणारी आणि सगळ्यात महत्त्वाचं म्हणजे अतिशय प्रामाणिक आणि हुशार मुलगी होती.

दोन वर्षे ती कॅन्सरशी झुंज देत होती. ते माझ्या आयुष्यातले फार कष्टप्रद दिवस होते, पण तिनं कधी तक्रारीचा सूर लावला नाही. ती वाचन करायची. जेव्हा शक्य होई तेव्हा माझ्यासाठी काही पदार्थ बनवत असे, कितीही दमलेली असली तरी फोनवर गप्पा मारत असे, अंगात ताकद असे तेव्हा माझ्याकडे चक्कर मारत असे; पण बहुतेक वेळा ती लिखाण करत असे. 'एवढं काय लिहितेस?' असं मी अनेकदा विचारूनसुद्धा तिनं कधीच काही सांगितलं नाही.

फार तरुण वयात रीवा दुर्धर रोगाला बळी पडली, पण आपल्या काळजाचा एक कोपरा जगासाठी ठेवून गेली. मला असं वाटलं, कारण जेव्हा ती कायमची लांब निघून गेली तेव्हा 'तुझ्यासाठी, सप्रेम' असं लिहिलेली तिची एक शेवटची भेट मला मिळाली होती.

त्यात तिचं एक पत्र, शाळेतला फोटो आणि एक डायरी होती– ज्यात तिनं आपल्या आठवणी लिहून ठेवल्या होत्या. ती ज्या दिव्यातून गेली त्याचं सविस्तर वर्णन तिच्या डायरीत होतं, पण पत्रातला मजकूर आज मला तुमच्यापुढे ठेवावासा वाटतोय. हे पत्र असं होतं...

हाय,
माझ्या सखीस,

तुला असं सोडून जाण्याची मला फार खंत वाटतेय. तुझा गेली दोन वर्षे देवाशी झगडा चालू आहे, त्याला तू साकडं घालत्येस मला ठाऊक आहे; पण आता त्याला पूर्णविराम दे. माझी निरोप घ्यायची वेळ आलीय. शिवाय दुखण्यानं मला कवेत घेतलंय. सखे, मी गेल्यावर तुला खूप काही करायचंय. डोळे पुसून टाक म्हणजे मला काय म्हणायचंय ते तुला स्पष्ट वाचता येईल. तेव्हा तुझ्या त्या दुसऱ्यावर अधिकार गाजवायच्या पद्धतीनं माझ्या सगळ्या इच्छा पुऱ्या करण्याच्या दृष्टीनं तुला कामाला लागायला हवं.

सगळ्यात अग्रक्रम माझ्या आईला. मला ठाऊक आहे आत्ता या क्षणी ती कोसळलेली असेल, पण तू तिला आधार दे, दुःखातून बाहेर काढ. तिची नेहमी विचारपूस करत जा. तू आणि मी आपण दोघी नेहमीच तिच्या मुली होतो. तिला कधीही अंतर देऊ नकोस. तिला समजावून सांग की तिला खूप काही करायचंय. माझं हे दुखणं सुरू होण्यापूर्वीच तिला मालदीवला जायची इच्छा होती.. ते तिनं बोलून दाखवलं होतं. तिच्यासाठी मी ओपन तिकीट बुक करून ठेवलंय. पुढील वर्षी केव्हाही ती जाऊ शकते आणि मन रिझवू शकते. शाळा पुन्हा सुरू करण्यासाठी तू तिला गळ घाल आणि लवकरात लवकर शिकवणं सुरू करायला सांग. जितक्या लवकर ती शाळेत काम करायला लागेल आणि छोट्या मुलींच्या सान्निध्यात येईल ना तितक्या लवकर, तिची छकुली तिला सोडून गेलेली नाही, ती कायम तिच्या बरोबरच आहे ही भावना तिच्या मनात जागी होईल.

आता कियासाठी– माझी छोटी बहीण– तिला म्हणावं आता लहान मुलासारखं वागणं सोडून दे. आता ती माझे कपडे, बॅग्ज आणि सँडल्स, बूट्स वापरायला मोकळी. माझी सगळी सौंदर्यप्रसाधनं तिला देऊन टाक. ती छोटी परी–तिचं लक्ष सारखं त्याच्याकडेच लागलेलं असायचं. तिची काळजी घेशील ना? वाईट प्रवृत्तीच्या मुलांपासून तिला दूर ठेव. एखाद्या विचारी - शिकलेल्या मुलाबरोबर तिनं लग्न करावं. जो तिची आणि आईची योग्य काळजी घेईल! पण इतर कशाहीपेक्षा तिनं मनापासून अभ्यास करून फॅशन डिझाइनर बनावं असं मला वाटतं. मी कायम तिची

चेष्टा करत आले, पण तिला सौंदर्याभिरुची आहे हे मला माहीत आहे, मग तिनं ते करावं म्हणून तिचं मन वळवशील ना? आणि माझ्या दागिन्यांच्या पेटीतला तो काळ्या मण्यांचा सेट तुझ्यासाठी आहे. तो तुला आवडतो ना? कारण मी तो खरेदी केला तेव्हापासून तुझा डोळा त्याच्यावर होता!

माझ्यासाठी आणखी एक गोष्ट करशील ना? करणनं (रीवाचा जिवलग मित्र) मला किती साथ दिली तुला ठाऊकच आहे. माझ्या मृत्युनंतर तो कधीच लग्न करणार नाही असं त्यानं मला सांगितलं होतं, त्यानं मला एक अंगठी दिली होती. ती प्लीज त्याला परत देशील का? आणि जेव्हा तो त्याच्या कल्पनेतल्या एखाद्या मुलीला मागणी घालेल ना तेव्हा ती अंगठी त्यानं तिला द्यावी असा माझा निरोप त्याला सांगशील ना? माझा एक फोटो त्याला दे, पण तो फोटो सतत नजरेसमोर राहावा म्हणून त्याची फ्रेम त्यानं टांगावी असं मला वाटत नाही गं! हे त्याला सांगशील? माझे फोटो बघत त्यानं माझ्या आठवणीत झुरू नये म्हणून मी माझे सारे फोटो त्याच्याकडून परत मागून घेतलेत. त्याला सांग मी इथूनच त्याच्यावर लक्ष ठेवून असेन आणि त्याच्यासाठी मुलगी शोधेन. माझ्यापेक्षा वेगळ्या, विरुद्ध स्वभावाची मुलगी त्याला मिळाली पाहिजे. जी कधीच आपलं गाऱ्हाणं गाणार नाही, जी थोडी आपल्या अधिकाराच्या बाबतीत जागरूक असेल. दिवसातून शंभरवेळा त्याची चौकशी कर, खाण्यापिण्याची काळजी घे, त्याच्याशी गप्पा मार. मला अंत:करणापासून त्याच्याविषयी कृतज्ञता वाटते. मी फार फार प्रेम केलं त्याच्यावर!

सखी, तुझ्याविषयीचं प्रेम, भावना मी कोणत्या शब्दात व्यक्त करू? तुझी सारी स्वप्नं प्रत्यक्षात उतरव. मोठी लेखिका होऊन आपल्या मैत्रीला शब्दबद्ध करशील ना? माझ्यासाठी, तुझ्या अंत:करणातलं प्रेम ज्याला दिसेल असा समजूतदार, तुझ्यावर मनापासून प्रेम करणारा जीवनसाथी तुला मिळो. तू नववधूचा साजशृंगार करून विवाहाच्या दिवशी आरशात बघशील ना तेव्हा हास्यवदनानं नृत्य करताना, तुझ्यावर चुंबनांचा वर्षाव करताना मी दिसेन तुला!

आई, किया, करण यांच्यावर मी फार फार प्रेम करते. मला त्यांचा विरह सतत जाणवत राहील, हे सांगशील ना त्यांना? तुझ्या तर मी हृदयातच राहीन. प्रत्येक विचारात, प्रत्येक कृतीत, मी असेनच तुझ्याबरोबर. मी तुझ्या काळजाचा एक हिस्साच बनून राहीन.

पुन्हा भेटण्यासाठी आता इथेच थांबते. माझ्या गाढ आलिंगनांचा आणि चुंबनांचा स्वीकार कराल ना? माझं जीवन इतकं समृद्ध केलंत, मी तुम्हा सर्वांची फार फार ऋणी आहे.

रीवा

रीवाच्या ह्या पत्रानं आम्हा सर्वांवर जादू केली. पुढच्याच वर्षी मालदीवला जाऊन रीवाच्या आईनं तिचं मन राखलं. तिनं शिकवण्याच्या कामाला पुन्हा वाहून घेतलं. आजकाल ती घरातच फक्त मुलींसाठी एक नर्सरी चालवते. अवतीभवती बागडणाऱ्या छोट्या रीवांनी तिचं आयुष्य व्यापून टाकलंय. करणनं कियाशी– तिच्या बहिणीशी– विवाह केलाय. ती रीवाच्या अगदी बरोबर विरुद्ध आहे स्वभावानं– छोट्या बाळाचं (आणि ती मुलगी आहे.) त्यांच्या संसारात आगमन झालंय. त्यांनी तिचं नाव ठेवलंय रीवा. करण एक निष्णात कॅन्सरतज्ज्ञ झालाय. त्याचं वास्तव्य रीवाच्या आईकडेच असतं. कियाचा व्यवसाय भरभराटीला आलाय. लेखिका होऊन आमच्या मैत्रीची कहाणी लिहून रीवाला दिलेलं वचन मी पाळलंय. मला सुयोग्य जोडीदार मिळालय, पण तिला दिलेलं एक वचन मात्र मी पूर्ण करू शकले नाही. ती माझ्या अंत:करणातच आहे हे माहीत असूनसुद्धा रीवाचा विरह मला जाणवतोच. माझ्या विवाहाच्या दिवशी तर मला अश्रु आवरेनातच. मी त्या गर्दीत रीवाला शोधत राहिले. रीवा एकच होती. माझ्या विवाहाच्या वेळीही ती माझ्याबरोबर नव्हती, पण रीवा माझ्या आयुष्यात असणं हे माझं भाग्य होतं. ते माझं अल्पकालीन भाग्य असलं तरी...

– रोमा कपाडिया

मातृत्वाची शिडी

मुलीची मातेप्रमाणे काळजी घेणं यात केवढं सुख आहे! हो, ती माझी मुलगी आहे खरी; पण मी तिची सख्खी आई नाही.

हे अंतर पार करण्यापूर्वी जे काही माझ्या वाचण्यात, ऐकण्यात आलं होतं त्यावरून 'सावत्र आई' हा शब्दच दुर्गुणदर्शक वाटायचा. मी यत्किंचितही कल्पना केली नव्हती, की काही वर्षांतच मी स्वत:च सावत्र आई होईन आणि सावत्रपणाची गोष्ट सांगेन.

मातृत्वाची विशेष लज्जत अनुभवण्यापूर्वी 'आईपणाचं उपजत ज्ञान माझ्या ठायी नाही' अशी माझी जवळजवळ खात्रीच पटली होती. माझ्या कुमारवयात किंवा त्यानंतरही छोट्या मुलांना हाताळण्याचं कौशल्य माझ्याकडे कधीच नव्हतं, रडणाऱ्या हट्ट करणाऱ्या छोट्या बाळांना कसं शांत करायचं अथवा त्यांच्याशी गोड कसं बोलायचं, हे मला ठाऊकच नव्हतं. हट्टी बाळांशी त्यांच्या भाषेत बोलण्याचं कसब माझ्याकडे नव्हतंच. प्रत्येक लहान मूल मला छोटा राक्षसच वाटत असे हे कबूल करायला मी घाबरते, त्यामुळे आधीच्या लग्नापासून एक सहा वर्षांचं अपत्य असलेल्या एका पुरुषाशी लग्न करण्याचा माझा निर्णय जेव्हा मी जाहीर केला तेव्हा मला ओळखणाऱ्या प्रत्येकाला धक्काच बसला असेल!

मातृत्वाचा जिला चांगला अनुभव आहे अशा एका प्रेमळ आईची जागा घ्यायला मी निघाले होते– जी एक कडवी झुंज देऊन एका अतिशय घातक रोगाला बळी पडली होती– अशा वेळी आईची भूमिका उत्तम निभावण्यासाठी माझा हा डळमळणारा निश्चय काही कामाचा नव्हता.

मी त्या छोट्या मुलीला भेटले. ती आता माझी सावत्र मुलगी होणार होती. तिनं मला जो प्रतिसाद दिला तो कसाही असला तरी स्नेहभावाचा होता. मी गोंधळूनच गेले. मी त्याच्या विरुद्ध ऊर्मींची अपेक्षा करत होते. मी कसला विचार केला होता? प्रतिकूल, ठरावीक लेबलं लावलेल्या प्रतिक्रियेची मी अपेक्षा करत होते का?

समाजाचा उपहासाने पाहणारा दृष्टिकोन, दबाव आणि अव्यवहार्य अपेक्षा यांना तोंड द्यायची माझी तयारी होती का? पण मी निश्चयानं पुढे पाऊल टाकलं, मनात ही खूणगाठ बांधूनच की या असल्या सगळ्या घटकांमुळे जीवनाला आता न्याराच स्वाद येणार आहे. अशा स्थितीत मी त्या भावकल्लोळांच्या उंबरठ्यावर उभी ठाकले होते!

आमच्या लग्नाआधी काही महिने मी आणि माझा होणारा नवरा दोघं मिळून मूल कसं वाढवायचं याचा एकत्रितपणे विचार करत होतो, यात माझी भूमिका एका अननुभवी आईपेक्षा एका मैत्रिणीची किंवा कायदेशीर पालकाची अशीच जास्त होती.

'आई' ह्या संबोधनाची अपेक्षा मी किंचितसुद्धा केली नव्हती, नव्हे 'आई' अशी हाक कानावर पडेल अशी माझ्या मनाची तयारीच मी केली नव्हती.

'अहो, शुक् शुक्, काकू, दुसरी आई, सावत्र आई' ह्या आणि अशा वेगवेगळ्या नावांचा विचार मी येता-जाता, उठता-बसता करत होते. मला, माझा मार्ग अनेकदा बदलून माझी उपयुक्तता सिद्ध करावी लागेल, अशी खात्रीच होती. म्हणजे माझ्या या तयारीच्या महिन्यात अगदी स्वप्नातसुद्धा चुकूनही मी माझ्या विवाहानंतर अगदी पहिल्या दिवशीच मला ती 'आई' म्हणेल याचा विचारच केला नव्हता!

बाळ होण्यापूर्वी कोणत्याही आई-वडिलांची आठ/नऊ महिने मानसिक तयारी चालू असते त्या आईबाप होण्याच्या क्षणासाठी! आईच्या भूमिकेसाठी मी अगदी नवखी होते. तिच्याशी चांगलं मित्रत्वाचं नातं असावं एवढीच इच्छा बाळगून होते. 'आई' ही हाक म्हणजे मला मोठाच धक्का होती.

खरंच सांगते, माझ्याच मनातल्या शंकाकुशंकांनी त्या मुलीचा निष्पापपणा आणि तिलाही असलेली आईची भूक यांचा मी विचारच केला नव्हता. पहिल्या प्रथम 'आई' या शब्दानं माझ्या भावना उचंबळून आल्या. मग हळूहळू तो शब्द माझ्यात मुरत गेला.

ते तिचे पहिले दिवस कसे गेले? याविषयी मला नेहमीच कुतूहल वाटतं. सर्वसामान्यपणे ही परिस्थिती थोडी विचित्रच समजली जाते आणि हे सावत्र आई किंवा सावत्र मूल हे लेबल सगळंच कष्टप्रद होऊन जात असेल.

आता ह्या गोष्टीला तीन वर्षे झालीत. आम्हा आई आणि मुलीसाठी प्रत्येक दिवस म्हणजे एक नवा शोध आणि जाणीव असते असं आमच्या लक्षात आलंय. सहाव्या वर्षीसुद्धा तिच्या जवळ असलेली आकलनशक्ती आणि समज पाहून मी थक्क झाले होते. अगदी आजही ती माझी मती गुंग करत असते.

मुलगी म्हणून ती आता माझ्या आयुष्याचा एक स्वाभाविक भाग आहे, ह्या वास्तवाची जाणीव म्हणजे आम्हा दोघींचं आयुष्य बदलून टाकणारी गोष्ट होती,

कारण त्यामुळे कोणत्याही पूर्वसूचनेशिवाय माझं 'आई'त रूपांतर झालं.

साधारण एक वर्षापूर्वी मला एकटीलाच काही दिवसांसाठी परदेशी जावं लागलं. माझ्या निघण्याच्या दिवसाच्या आधीच्या काही रात्री मी नसताना ती सगळ्या गोष्टी कशा काय करेल याचीच चर्चा आमच्यात चालत असे. माझं सगळं कौशल्य पणाला लावून तिला 'काही कळायच्या आतच मी घरी परतही येईन' असं सांगून मी तिला शांत करायचा प्रयत्न केला, पण मी निघण्याच्या आदल्या रात्री ती दु:खावेगानं इतकी रडली की सगळ्या प्रवासात मला अपराधी वाटत राहिलं. पुढच्या दोन रात्री आम्ही फोनवरून सतत एकमेकींच्या संपर्कात होतो आणि परतल्यावर मी कधीही असं तिला टाकून जाऊ नये अशी ती मला पुन्हा पुन्हा गळ घालत होती. मी अवाक झाले. त्या छोटीच्या मनात कसला गुंता झाला होता? खरं म्हणजे ती तिच्या बाबांची इतकी लाडकी होती की 'बाबा माझी अनुपस्थिती तिला जाणवू देणार नाहीत' असं मी माझ्या मनाचं समाधान करून घेतलं होतं; पण तिचं दु:ख जराही कमी झालं नाही, उलट तिच्या वडिलांनी व्यवसायानिमित्त केलेल्या दौऱ्याच्या वेळी मी तिला कधीच टिपं गाळताना पाहिलं नव्हतं.

आमच्या सत्त्वपरीक्षेचे क्षण आले, नाही असं नाही आणि ती जेव्हा तारुण्यात पदार्पण करेल तेव्हाही कदाचित असे कठीण प्रसंग येतील, हे मला मान्य करायला हवं. जेव्हा चुकीच्या वर्तणुकीबद्दल मी सक्त ताकीद देते तेव्हा आई नाहीशी झाली तर बरं होईल अशी इच्छा तिला होत असेल किंवा अशा वेळी मी तिच्या दृष्टीनं अगदी दुष्ट सावत्र आईही होत असेन. त्यासाठी मला ग्रिम ब्रदर्स आणि मि. अँडरसन यांना त्यांनी लिहिलेल्या गोष्टींचा जाब विचारावासा वाटतो; विशेषत: रात्री जेव्हा मी तिला दुष्ट सावत्र आईच्या गोष्टी मोठ्यांदा वाचून दाखवताना अस्वस्थ होते तेव्हा.

भविष्यात मला आणखी कोणत्या गोष्टींना तोंड द्यावं लागणार आहे? आणखी थोडा संयम, धीर, दुसऱ्याचे ऐकून घेण्याची हातोटी या गोष्टी अवघड असल्या तरी शिकायला हव्यात. मला आशा आहे त्यांच्या बळावर मी आणि माझी मुलगी आणखी एक पूल ओलांडून एकमेकींकडे येऊ. जशा आम्ही सुरुवातीला आलो होतो - तिनं मला पहिल्यांदा 'आई' म्हटल्यावर!

– कॅरोल परेरा

चिरप्रेमाची लज्जत

सोमवारी सकाळी कामानं गरगरल्यासारखं झाल्यावर आम्ही सगळ्या सहकाऱ्यांनी नवीन कामाला सुरुवात करण्यापूर्वी एक चहाची सुट्टी घ्यायचा बेत केला. सगळ्यांचाच ताण हलकाफुलका करण्यासाठी किंवा वीकएण्डची मजा पुन्हा अनुभवण्यासाठी आमच्या ह्या अशा मैफली होतच असतात, पण पुष्कळदा असे 'टी ब्रेक' आम्ही विनाकारणच घेत असतो.

आमचा पाचजणांचा ग्रुप आहे. सहा वर्षांपूर्वी मी इथे कामाला लागले, तेव्हा सर्वप्रथम माझी राहुलशी ओळख झाली. तो अगदी गमत्या आहे आणि तो असला की अगदी मजा येते. स्नेहा तापट आहे. तिच्या-माझ्यात बरंच साम्य आहे. ॲश्ले जरा गंभीर आहे वृत्तीनं. निधी खूप उत्साही आहे आणि मी अंजुली. माझ्याविषयी सांगणं तसं अवघडच आहे, पण सगळे मला लहरी म्हणतात. हो, मी तशीच आहे– कधी गमतीदार तर कधी कधी गंभीरसुद्धा.

तर, चहाच्या घुटक्यांबरोबर आमच्या मैफलीला रंग भरू लागला.

'मग काय दोस्तांनो? कसं काय चाललंय?' निधीनं नेहमीच्या सवयीनं सुरुवात केली.

'ऐका, ऐका. ॲश्ले लवकरच बाप होणार आहे.' राहुल ओरडला.

'अभिनंदन' मी एकदम अत्यानंदानं म्हणाले.

'आभार' ॲश्लेनं प्रत्युत्तर दिलं. तो अगदी उत्तेजित झाला होता.

'अगदी आकाश ठेंगणं झाल्यासारखं वाटत असेल ना तुला?' मी विचारलं.

मी तिशीची होते आणि अद्यापि अविवाहित होते, त्यामुळे पालक होण्याचा विचारच काय, पण अगदी बायको होण्याचा विचारसुद्धा मला परकाच वाटत होता. खरं म्हणजे असं कोणाबरोबर तरी राहणं, त्याची काळजी घेणं हा विचारसुद्धा मला कठीण वाटत असे. विशेषत: मुंबईत गेली सहा वर्षे मी अगदी एकटी राहून स्वातंत्र्य उपभोगत आलेली असताना असं कोणाशीतरी जुळवून घेणं नक्कीच

कठीण होतं.

'खरं सांगू का? मी गेली पाच वर्षे माझ्या आणि श्रेयाच्या आई-वडिलांचं मन वळवत होतो. त्यांनी आमच्या लग्नाला संमती द्यावी म्हणून; पण जे होतं ते सगळं भल्याकरताच होतं आणि आता तर मी बाबा होणार आहे!' ॲश्ले म्हणाला.

मला आठवतंय, एक पंचविशीतला उंच, बेडौल तरुण तीन वर्षांपूर्वी आमच्या ऑफिसात रुजू झाला होता. तो अतिशय सच्चा आणि मेहनती होता. ट्रेनी असतानाही त्याने अनेक सन्मान मिळवले होते. त्याच्याबरोबर जे इतर नवीन लोक ऑफिसात भरती झाले होते त्या सर्वांच्यात तो हुशार असल्यानं त्याला मागील वर्षीच बढती मिळाली होती, पण त्याच्या चेहऱ्यावर सदैव एक ताण जाणवत असे.

मग एक दिवस ॲश्लेनं माझी श्रेयाशी ओळख करून दिली. ते दोघेही एकाच कॉलेजात शिकले होते आणि तीन वर्षांहूनही अधिक काळ एकमेकांना ओळखत होते. श्रेयाच्या साधेपणानं ॲश्ले तिच्याकडे आकर्षित झाला होता; अर्थात आपलं लग्न कधी होऊ शकणार नाही हे तो जाणून होता. तो ख्रिश्चन तर ती ब्राह्मण होती. पण प्रेम असे अडसर मानीत नाही, मग त्यांनी त्यांच्या आई-वडिलांजवळ आपलं प्रेम उघड केलं, पण ते आई-वडिलांना लग्नासाठी राजी करू शकले नाहीत, मग ताणतणाव निर्माण होणं साहजिकच होतं. अखेर दोघांनीही आई-वडिलांच्या इच्छेपुढे जवळजवळ माघार घेतली होती, पण मन थोडंच ऐकतं? अखेर त्यांची चिकाटी आणि प्रामाणिकपणा फळाला आला आणि श्रेयाच्या आईचा एक दिवस ॲश्लेला फोन आला.

श्रेयाच्या वडिलांचं निधन झालं होतं आणि दोघी मायलेकी दुःखात होत्या. त्यामुळे 'आता काय ऐकावं लागणार आपल्याला' असं ॲश्लेला वाटलं.

'बेटा, मला तुझ्या आणि श्रेयाच्या लग्नाविषयी तुझ्या आई-वडिलांशी बोलायचंय.' पलीकडून मृदु आवाजात ऐकू आलं. मग काय विचारता? ॲश्लेच्या आनंदाला पारावार राहिला नाही. त्याचा आपल्या कानांवर विश्वासच बसेना.

'आत्ता तुम्ही काय म्हणालात ते खरं समजायचं का?' त्याची खात्री पटवायला त्यानं पुन्हा फोन केला होता, तेव्हा श्रेयाच्या आईनं हसत हसत त्याचा पुनरुच्चार केला. ॲश्लेच्या आई-वडिलांना हे पटविण्यात पुन्हा काही वेळ गेला, पण शेवटी ते दोन प्रेमी जीव विवाह बंधनात अडकले.

'आयुष्यात असं छान प्रेम असावं, मलासुद्धा वाटतं की माझ्याही आयुष्यात असं घडावं. रोलर कोस्टरवरच्या रपेटीप्रमाणे प्रेम कहाणीपण जबरदस्त असते!' निधीला आपली निराशा लपवता येईना.

'निधी, तुला प्रेम म्हणजे काय बॉलिवुडचा सिनेमा वाटला की काय? पडद्यावर

ते मस्त वाटतं, पण नात्याबरोबर अनेक कर्तव्यंही येतात आणि खूप कष्ट केल्याशिवाय त्याची मधुर फळं तुम्हाला चाखायला मिळत नाहीत.' ॲश्लेनं गंभीरपणे म्हटलं.

ॲश्लेची ही गोष्ट नुसती प्रेमाची नव्हती तर तो होता एक विश्वास– एका स्त्रीनं पुरुषावर दाखवलेला आणि पुरुषानं त्या स्त्रीवर दाखवलेला. जे प्रतिकूल परिस्थितीत अतिशय खंबीरपणे एकमेकांच्या पाठीशी उभे राहिले त्यांची ही गोष्ट होती आणि आजकाल बहुतांश जोडपी हे यशस्वीपणे करू शकत नाहीत.

'मला वाटतं, स्त्रीला सुखी ठेवणं अवघड नसतं. तुम्ही तिची काळजी घेता, येणाऱ्या प्रत्येक प्रसंगात तुम्ही तिच्या जोडीनं तिच्या बरोबर आहात अशी तिची खात्री पटली की मग ती तुमची झालीच म्हणून समजा.' ॲश्ले चतुराईनं म्हणाला.

माझ्या कामाकडे वळताना मला अमितची आठवण झाली. माझा कॉलेजातला दोस्त. मी मुंबईत आले तेव्हापासून तो माझ्या प्रत्येक निर्णयात माझ्या बरोबरीनं होता. इथे मी एकटीच सगळं करत होते आणि ऑफिसमध्ये काही मनाविरुद्ध घडलं की खुशाल त्यांच्या खांद्यावर डोकं टेकून रडत होते. माझ्या कामाची वाहवा झाली की माझ्यापेक्षा त्यालाच जास्त आनंद होत असे. तोच अशी एकमेव व्यक्ती होता ज्याला माझी सुखदु:खं, माझ्या मागण्या, माझा आनंद, माझी उत्कंठा अंतर्बाह्य समजू शकत होती. मी रागारागानं पाठवलेले एस.एम.एस. तोच सहन करू जाणे. त्यानं कधी तक्रार केली नाही आणि मीही प्रत्येक गोष्टीत त्याचं अस्तित्व गृहीतच धरून टाकलं. मला एक अतिशय खंबीर, स्वतंत्र, सगळ्या जगाला आपल्या मुठीत घेणारी स्त्री व्हावंसं वाटत होतं आणि हे फक्त त्यालाच चांगलं समजू शकत होतं. त्याचं माझ्यावर प्रेम होतं, पण मी मात्र स्वत:तच मग्न होते. स्वातंत्र्याची मला भुरळ पडली होती आणि ते सहजासहजी गमवायची माझी तयारी नव्हती, पण कोणाची तरी साथ असणं म्हणजे तुम्ही तुमचं स्वातंत्र्य गमावणं किंवा परावलंबी होणं असा त्याचा अर्थ नसतो. ते असतं परस्परावलंबित्व. हे मला त्या क्षणापर्यंत उमगलं नव्हतं.

मी माझ्या टेबलापाशी पोहोचल्यावर फोन उचलून झटकन अमितचा नंबर फिरवला.

'तू माझा जीवनसाथी होशील?' मी विचारलं.

'मला वाटलं होतं की तू कधीच विचारणार नाहीस.' त्याला झालेला आनंद मला स्पष्ट ऐकू आला!

– अंजुली धिमन

प्रेमाचं अस्तित्व

पावसाळ्यातला एक दिवस होता. कोवळी हिरवी पालवी चकाकत होती. टियाचा जन्म त्याच दिवशी झाला. तिला प्रथमच हातात घेताना अनिता आणि माधव अगदी हर्षभरित झाले होते. टिया तरतरीत, गोबरी गोबरी होती. चमकणारे डोळे, मऊ, निर्मळ कांती– खरोखरीच ती परीच भासत होती. विवाहानंतर जवळजवळ बारा वर्षांनी जन्मलेल्या टियाला पाहून तिच्या आई-बाबांची– अनिता माधवची– छाती अभिमानानं फुलून आली.

वर्षामागून वर्षे सरली. टिया आता लवकरच दहा वर्षांची होणार होती. ती अभ्यासात चमकत होती, खेळात आणि सांस्कृतिक उपक्रमांत हिरिरीनं भाग घेत होती, पण अचानक त्यांच्या आयुष्यानं भलतंच वळण घेतलं. माधवची नोकरी सुटली. तो मद्यपानाच्या आहारी गेला. अनिता कमवत होती, टियाच्या शिक्षणाच्या आणि संसाराच्या गरजा भागवत होती, पण तिचे प्रयत्न तोकडेच पडत होते. अखेरीस ह्या बाह्य उणिवांच्या आघातानं सगळं कुटुंब आतून ढवळून निघालं, अनिता आणि माधव यांच्यात एवढ्या तेवढ्या कारणांवरून खटके उडू लागले, मग त्यांच्या अहंकारांच्या संघर्षात बिचारी टिया सापडू लागली.

टिया विषण्ण झाली. आतल्या आत कुढू लागली. याचा तिच्या प्रगतीवर परिणाम झाला. तिचं शाळेतलं रेकॉर्ड दिवसेंदिवस खराब होऊ लागलं. टिया मित्रमैत्रिणींच्यात मिसळेनाशी झाली. अनिताला टियातला बदल दिसत होता, पण परिस्थिती कशी हाताळावी तेच उमगत नव्हतं. आख्ख्या कुटुंबाची कोणतीच गोष्ट योग्य दिशेनं चालल्याचे संकेत नव्हते. माधवला घर चालवावंसं वाटं, प्रेमळ पित्याची भूमिका पार पाडावीशी वाटे, पण अपयशाच्या जाणिवेनं तो अधिकच नाउमेद होऊन जाई.

एका रविवारी टियाचं मन रमविण्यासाठी म्हणून अनितानं तिला एका जत्रेला न्यायचं ठरवलं. जाताना वाटेत दोघीही गप्प गप्पच होत्या. त्यांनी जत्रेतल्या मजेच्या

राइड्स घेतल्या, कँडी खाल्ली, बाहुलीसुद्धा खरेदी केली, पण तरीही त्यांचा नूर पालटेना. शेवटी अनिता आणि टिया पार्कात एका बाकावर बसल्या. पक्ष्यांचा चिवचिवाट चालू होता, अवतीभवती मुलांचं खिदळणं चालू होतं, पण तरीही त्या दोघी मूकपणे बसून होत्या. स्वच्छ सूर्यप्रकाश होता, प्रसन्न दुपार होती, पण त्या दोघींची मात्र फक्त बघ्याची भूमिका होती. भोवतालच्या कोणत्याच गोष्टीत त्यांना सहभागी व्हावंसं वाटत नव्हतं. त्या दोघींना सांधणारा फक्त एकच दुवा होता तो म्हणजे शांततेचा. हजारो भावभावना व्यक्त करणारी शांतता!

माधवचं आणि अनिताचं एक सुखी सहजीवन होतं आणि मग टिया त्यांच्या आयुष्यात आली. अनिता जुन्या आठवणींत बुडून गेली. सगळं कसं दृष्ट लागण्यासारखं चाललं होतं, मग अचानक परिस्थिती बदलली. आज सगळं निराशाजनक, उदासवाणं झालं होतं, सुधारण्याच्या पलीकडचं.

इतक्यात एक छोटा मुलगा घसरगुंडीवरून वेगात खाली आदळला. त्याच्या आईनं त्याला घसरगुंडीच्या पायथ्याशी अलगद झेललं. ते पाहून 'आपल्याही कुटुंबात नेमकं हेच होतंय का?' असा विचार अनिताच्या मनात क्षणार्धात चमकून गेला. हीच आधाराची भावना आणि एकरूपता आयुष्यात प्रत्येकाला हवी असते. पूर्वी हीच भावना टियाच्या आनंदी वृत्तीत अथवा तिच्या आणि माधवच्या प्रसन्न मुद्रेवर दिसून येत होती, पण तिचा आज कित्येक दिवस कोठे मागमूसही दिसत नहता.

अनिताच्या मनात ही चलबिचल होत असतानाच टिया एकदम उठली, आईच्या मांडीवर बसून तिचे हात पकडून तिनं हसत हसत म्हटलं, 'आई, सगळ्या गोष्टी मनासारख्या होत नाहीयेत, बाबांचंही चांगलं चाललेलं नाही, पण लवकरच सगळं सुरळीत होईल. आई, मला तुला इतकंच सांगायचंय, की तू मला फार फार आवडतेस गं! तू खूप छान सांभाळते आहेस सगळं. मला माझी ती पूर्वीची आईच परत हवीय गं! मला तिची फार फार आठवण येते. तू प्लीज माझ्यासाठी ती पूर्वीची आई होशील का?' हे ऐकून आपल्या गोठलेल्या हृदयाला पुन्हा हिरवे, कोवळे अंकुर फुटतायत असा अनिताला भास झाला. सगळं जग एकाएकी ताजंतवानं, टवटवीत वाटलं. अगदी टियाच्या जन्माच्या वेळी दिसलं होतं तस्संच!

अनिताच्या मनाचा बांध फुटला, ती रडू लागली, पण तिच्या चेहऱ्यावर अनामिक आनंद पसरला होता; जणू काही हे शब्द ऐकायलाच तिचे कान आसुसले होते. तिनं टियाला पोटाशी धरलं. दोघी मनमोकळं हसल्या. अनिताला टियाचे लाड करावेसे वाटले. एकमेकींच्या सहवासाचा हा आनंद त्या विसरूनच गेल्या होत्या. दोघी घरी परतल्या. आपल्या कुटुंबावरच्या आपल्या प्रेमाहून दुसरी कोणतीच गोष्ट श्रेष्ठ असू शकत नाही, हे अनिता अंतर्यामी जाणून होती. तिच्या भावना रास्तच

होत्या. या वादळातून पार होताना अनिताचं कुटुंब अधिक जवळ आलं, सुखी झालं.

पार्कमधील ती प्रसन्न दुपार अनिता कधीच विसरू शकणार नाही. जिनं तिच्या मनावर हळुवार फुंकर घातली आणि तिच्या कुटुंबाची विस्कटलेली घडी पुन्हा पूर्ववत केली. अनिताला ती आठवण पुन्हा जागवायला आवडतं. सर्वांना एकमेकांशी घट्ट बांधून ठेवण्याची जादू फक्त प्रेमात असते आणि ते प्रेम करण्यातच आपण इतकी कुचराई का करतो? याचं अनिताला आश्चर्य वाटतं. प्रेमात शक्ती असते, आयुष्य सुखी करण्याची किमया फक्त प्रेमातच असते हे अनिताला मनोमन पटलंय.

– आदिती शाह

चिरबहर

पहाटेपूर्वीच्या प्रहरात मी आईला घट्ट धरून बसले होते. अचानक मला बारा महिने फुलणाऱ्या फुलाची आठवण झाली. पाऊस असो की दुष्काळ, बर्फ असो की वणवा, ऋतुप्रमाणे सुंदर रूप धारण करणाऱ्या बागेत ते शाश्वत फूल आपली जागा कधीच सोडत नाही. मला झोपवताना सांगितलेल्या गोष्टींपैकी ही गोष्ट नेमकी कधी उसळी मारून वर आली आणि माझ्या सुप्त मनात घर करून बसली मला माहीत नाही. मी सहा वर्षांची असताना माझ्या ठाम शहाणपणानं ही 'गोष्ट नाहीच' म्हणून कधीच उडवून लावली होती, अर्थात इतक्या लहान मुलांचा हा शहाणपणा म्हणजे मूल अकाली मोठं झालंय असा आपण चुकीचा अर्थ लावतो.

पण भल्या पहाटे आत्ता एक पोक्त स्त्री झाल्यावर– बाबा राजधानीत एका बंगाली कॉलनीच्या उद्‌घाटनप्रसंगी फीत कापताहेत असा तपकिरी छटा आलेला फोटो आईनं हातात घट्ट पकडलेला पाहून– त्या चिरकाळ टिकणाऱ्या फुलाचा मंद सुगंध माझ्या मनाला एकाएकी स्पष्टपणे जाणवला. ही माझ्या प्रतिभेनं निर्माण केलेली कल्पित गोष्ट नाही, फक्त यातलं फूल आहे मृत्युला आव्हान देणाऱ्या प्रेमाच्या रूपातलं. हे प्रेम म्हणजे उमललेलं हजार पाकळ्यांचं ब्रह्मकमळ आहे. डोंगरातलं एक दुर्मीळ फूल– ज्याचं आयुष्य फक्त एक दिवसाचं असतं. आई-बाबांचं परस्परांवरील प्रेम म्हणजे सहसा न आढळणाऱ्या ब्रह्मकमळाप्रमाणे होतं; ते आयुष्याला पुरून उरलं.

लहानपणी मला वाटे की लग्न झालेल्या व्यक्तींचं परस्परांवर गाढ प्रेम असणं ही स्वाभाविक गोष्ट आहे. मी स्वत: संघर्षाला घाबरते, त्यामुळे माझ्या आई-वडिलांनी एकमेकांवर हातचं न राखता जे प्रेम केलं, परस्परांना दिलेली वचनं पाळली ते सगळं विलक्षणच होतं. आपल्यापैकी बहुतांश लोकांचा अनुभव असा नसतो. आई सतरा वर्षांची आणि बाबा बावीस वर्षांचे होते त्यांचं लग्न झालं तेव्हा! सप्तपदीच्या वेळी आई चक्कर येऊन पडली. आजोबांना वाटलं पोरीनं दिवसभराचा

उपास केलाय त्याचे हे परिणाम; मग नवपरिणित एकांतात असताना त्या चक्कर येण्यामागचं रहस्य उकललं आणि आईला रडू कोसळलं.

शरच्चंद्र आणि ब्रॉंट सिस्टर्सच्या कथांवर मोठ्या झालेल्या आईनं नाटकातल्याप्रमाणे एक विधान केलं की, 'हे लग्न माझ्या मनाविरुद्ध केलं गेलंय, मी माझं मन दुसऱ्याच व्यक्तीला अर्पण केलंय.' बायकोच्या सौंदर्यानं मोहित झालेल्या नवऱ्यानं बायकोनं केलेला हा वार उदारपणे झेलला. माझे वडील तत्त्वनिष्ठ होते. बायकोच्या बोलण्याची त्यांनी चेष्टा केली नाही. सत्य दडवून ठेवायचं नाही असा त्यांचा विश्वास होता. त्यांनी उलटून विचारलं, 'त्या माणसाशी तू का नाही लग्न केलंस?' त्या शोकांतिकेची नायिका असल्याप्रमाणे तिनं उत्तर दिलं, की 'तिचा राजपुत्र आता तुरुंगवास भोगतोय. ब्रिटिशांविरुद्ध देशाच्या स्वातंत्र्यासाठी केलेल्या गुप्त कारवायांच्या आरोपाखाली त्याला अटक झालीय.'

आपण फसवले गेलोय, आपला अपमान झालाय, आपण दुखावले गेलोय अशी कोणतीही भावना बाबांच्या मनात आली नाही; उलट गंभीरपणे बायकोचा हात हातात घेऊन त्यांनी वचन दिलं, की 'मी तुझ्यावर प्रेमाचा इतका वर्षाव करीन की तुझ्या तुरुंगातल्या प्रियकराचा तुला विसर पडेल.' कायद्याचं शिक्षण घेत असताना त्यांनी मार्कांचा उच्चांक प्रस्थापित केला होता. ते त्यांचं रेकॉर्ड पुढे तीस वर्षं अबाधित राहिलं; शिवाय पाच सुवर्णपदकांचीही कमाई केली होती. हे सगळं करताना त्यांनी जे कष्ट केले होते तसेच कष्ट त्यांनी बायकोचं प्रेम संपादण्यासाठी केले.

आम्हा भावंडांवर आई-वडिलांचे आत्यंतिक प्रेम होते; पण ते दोघेही परस्परांसाठी मुद्दाम वेळ काढत आणि त्यावर कोणालाही अतिक्रमण करू देत नसत. जन्मभर अशी एकमेकांना साथ देताना बाबा मुलांशी संगनमत करून आईसाठी एखादी अनपेक्षित भेट उशीखाली लपवून ठेवत असत. बाबा सरकारी सेवेत उच्च पदावर काम करत होते, पण दिवसातून २-३ वेळा तरी आईची चौकशी करायला / गप्पा मारायला ऑफिसातून फोन करायला ते कधीच विसरत नसत. आईलासुद्धा तिच्या तीव्र अंतर्ज्ञानानं बाबांचं मन जणू वाचता येई, एखाद्या येऊ घातलेल्या बाबांच्या आजारपणाची आधीच चाहूल लागे. एकमेकांना कविता वाचून दाखवणं, त्यांना आवडणाऱ्या पुस्तकांवर प्रेम व्यक्त करणाऱ्या अर्पणपत्रिका लिहिणं हे सगळेच पती-पत्नी करत असतील असं मला वाटायचं.

लाडक्या मुलाचा अचानक मृत्यू ओढवल्यावर, तो आघात सहन न झाल्यानं बाबाही आम्हाला सोडून गेले; त्यांच्या जाण्यानं आम्हा सर्वांचंच भावविश्व उद्ध्वस्त झालं, पण त्या क्षणी त्या दोघांच्या मृत्युमुळे आईवर जो असह्य आघात झाला होता त्यातून तिला बाहेर काढणं ही प्राथमिक गरज होती; अर्थात ह्या धक्क्यातून

सावरायला आईला कोणाची तरी गरज आहे असं वाटणं म्हणजे आमच्याच मनाचा कोतेपणा होता. ती म्हणते, 'कशाला दु:ख करता? ते फक्त काळाच्या पडद्याआड गेलेत. ते आत्तासुद्धा माझ्या अंत:करणात आहेत. अगदी पूर्वीपेक्षाही जास्त.'

हा फक्त आशावाद नव्हता– ही ढळढळीत वस्तुस्थिती होती. बाबा गेल्यानंतर दोनच दिवसांनी, बाबा ज्या बंगाली कॉलनीसाठी काम करत होते त्यांच्या सेक्रेटरींचा फोन आला. बाबांना श्रद्धांजली अर्पण करण्यासाठी त्यांनी जो कार्यक्रम आयोजित केला होता त्यासाठी त्यांना बाबांचा फोटो हवा होता. फोटो दुसरा तिसरा नव्हे तर ते उद्घाटन करत असल्याचाच हवा होता. त्या फोटोची त्यांच्याकडची कॉपी गहाळ झाली होती, म्हणून आमची कॉपी पाठवण्याची त्यांनी विनंती केली होती. बाबांचे इतर अनेक फोटो घरात होते, पण नेमका तोच फोटो सापडत नहता. आम्ही चक्रावूनच गेलो. सगळं घर पालथं घातलं, पण सापडण्याचं चिन्ह दिसेना. या सगळ्या गोंधळाचा आईवर काहीच परिणाम झाला नव्हता. ती शांतच होती. तिनं फक्त एकदाच म्हटलं की, 'योग्य वेळी तो आपोआप दृष्टिपथात येईल.' आणि आत्ता भल्या पहाटे ती मला झोपेतून उठवत होती.

ती म्हणाली, 'ते माझ्या स्वप्नात आले आणि त्यांनी फोटो कुठे आहे ते सांगितलं.' ती इतकं बोलून माझ्या चेहऱ्यावरचा अविश्वास पाहून हसली आणि पुढे म्हणाली, 'ते नेहमीच माझ्याजवळ असतात.'

आम्ही तातडीनं भावाचं आर्मीचं सामान ठेवलेले जे कप्पे होते (जे तिला स्वप्नात दिसले होते,) ते तपासले. जराही विचलित न होता ती थेट सगळ्यात वरच्या कप्प्यापाशी गेली. भावाच्या मृत्यूनंतर त्याच्या रेजिमेंटनं परत केलेलं ते सामान होतं. फोटो तिथेच पडून होता आपल्या हक्काच्या व्यक्तीच्या प्रतीक्षेत!

– संघमित्रा पॉल

माता

एक सुरेख सकाळ आणि विरळ धुक्यात लपेटलेलं गाव... त्या अरुंद रस्त्यावरून मी फिरायला निघालो होतो. वृक्षांची हिरवी तोरणं आणि शांत, प्रसन्न सळसळ! पॅरिसच्या दक्षिणेला ४५० कि.मी.वर, डि लिमोझिनच्या पठारावर वसलेलं व्हिला - रा - होजे - अवघ्या डझनभर कुटुंबांचं गाव : एक इटालियन, एक रशियन, एक अमेरिकन आणि अगदी एक चायनीज कुटुंबसुद्धा गावात आहे. आर्ट कलेक्टर रिचर्ड रेगिस माझा मित्र आहे. त्याचं इथे एक फार्म हाऊस आहे. वरच्या मजल्यावरच्या भरपूर उजेड असलेल्या मोठ्या लाकडी खालीचं त्यानं माझ्यासाठी एका स्टुडिओत रूपांतर केलंय. गेले काही महिने मी इथे पेंटिंग करतोय. माझ्या आजपर्यंतच्या पेंटिंगच्या कारकिर्दीतली अतिशय मोठी आकर्षक मालिका करतोय– 'द काइट्स' नावाची! पृथ्वीच्या ह्या भागातील वातावरण आणि प्रकाश आपल्याला कला आणि साहित्याच्या आधुनिक युगात घेऊन जातात. मलाही हे वातावरण नव्याने विचार करायला उद्युक्त करतं. लक्षावधी तारकांनी उजळून गेलेल्या आकाशाकडे टक लावून पडून राहण्याचा मोह मला आवरता येत नाही. अशा वेळी व्हिंसेंट व्हॅन गॉगचं 'स्टोरी नाइट' माझ्या मनात गाणं बनून रुंजी घालू लागतं.

दुतर्फा झाडे असलेल्या त्या रस्त्यावरून मी आज सकाळी नेहमीप्रमाणेच फिरावयास निघालो आहे. मी फिरता फिरता अधून मधून भेटणाऱ्या एखाद्याला अभिवादन करत होतो. आपल्यात राहणाऱ्या चित्रकारावर हे गावातले लोक मनापासून प्रेम करतात. नव्वदच्या दशकाचा हा आरंभ आहे आणि फ्रान्सच्या या दूरवरच्या भागात माझ्या कलायात्रेतील एका नव्या पर्वाचादेखील आरंभ आहे. आठवणींचा पट माझ्या मनात उलगडू लागतो. या आठवणी माझ्या संघर्षाच्या, माझ्या आयुष्याला आकार देणाऱ्या अनेक वर्षांच्या आहेत.

वडिलांच्या निधनानंतर अवघ्या सहा महिन्यांत मी आईलाही गमावलं. माझं वय होतं तेव्हा फक्त सात वर्षांचं. सोळाव्या वर्षी मी घरातून पळून गेलो. माझं

आयुष्य म्हणजे एक कादंबरीच आहे. सगळी सुखं लाथाडून मी भिकार रस्ते आणि रेल्वे प्लॅटफॉर्म्सचा आश्रय घेतला. एवढ्या मोठ्या शहराची मला काडीएवढीसुद्धा माहिती नव्हती. चित्रकाराला आपल्यात सामावून घेईल असं माझ्या कल्पनेतलं सुंदर गाव कोठे अस्तित्वातच नव्हतं. त्या महानगरात मी सर्वस्वी परका होतो. माझ्याजवळ ना धड पैसा होता, ना मित्र, ना थंडीपासून रक्षण करायला लोकरी कपडे. मी वेगवेगळी कामं पत्करली. कधी रस्त्याच्या कडेच्या गॅरेजमधून, कधी अस्वच्छ कारखान्यातून, कधी मोडकळीला आलेल्या चहाच्या टपरीत, तर कधी बांधकामावरचा मजूर म्हणून- केवळ अन्न आणि आसऱ्याच्या आशेनं! काही दिवस असेही होते की खायला अन्नही नव्हतं आणि कुठे आसराही! रेल्वे प्लॅटफॉर्मच काय पण दफनभूमीतही झोपण्याची माझ्यावर वेळ आली. 'मोठा चित्रकार होण्याचा काही मार्ग सापडल्याशिवाय आपल्या कुटुंबात परतायचं नाही' हा माझा निर्धार होता. गतायुष्याचा विचार करताना असंही वाटतंय की रस्त्याच्या कडेला काढलेल्या त्या वर्ष दीड वर्षांनी मला माणूस बनवलं. मला जीवनातलं उत्कृष्ट शिक्षण देणारं ते एक उपयुक्त विद्यापीठही होतं, कारण त्यांनीच माझं पॅलेट समृद्ध केलं होतं.

लवकरच म्हणजे सत्तरच्या दशकाच्या सुरुवातीला मी माझं चित्रकलेचं शिक्षण पूर्ण केलं, मग वेगवेगळी माध्यमं आणि वेगवेगळे जिन्नस वापरून मी प्रयोग करू लागलो. हे म्हणजे अगदी कोणत्या तरी दिशेनं अंधारात चाचपडल्यासारखं होतं. त्यावेळी ॲब्स्ट्रॅक्ट आणि तांत्रिक चित्रकलेचं खूळ आलं होतं. तांत्रिक चित्रकला हे माझं क्षेत्र नव्हतं, त्यामुळे ॲब्स्ट्रॅक्ट चित्रकलेकडे मी माझा मोर्चा वळवला. प्रारंभी खूप चुका झाल्या, पण सत्तरच्या दशकाच्या शेवटी पेंटिंग्जची एक मालिका आकार घेऊ लागली, त्यावेळी मी विमानाच्या कारखान्यात कारागीर म्हणून काम करत होतो. रोजच्या रोज माझा असंख्य चाकांशी संबंध येत होता. त्या कामातूनच मला स्फूर्ती मिळत गेली. या चित्रमालिकेचं नाव अर्थातच 'द व्हील्स' असं ठेवलं गेलं. ह्या चित्रमालिकेला खूप प्रसिद्धी मिळाली आणि पर्यायानं त्याला सर्वोच्च ॲकॅडमी ॲवॉर्ड मिळालं. चित्रांचा खप वाढला आणि प्रत्येक उद्योग समूहाला ते आपल्याकडे हवं असं वाटू लागलं. 'द व्हील्स'ला इतकं अभूतपूर्व यश मिळाल्यावर माझ्या मनात विचार आला, की मी जर माझा मार्ग बदलला नाही तर व्हील पेंटर एवढीच माझी ओळख राहील.

काही काळासाठी मग मी पेंटींग थांबवलं आणि खूप वाचन केलं. अल्बर्ट काम्, फ्रांझ काफ्का, ज्याँ पॉल सार्त्र, अर्नेस्ट हेमिंग्वे, वैकम महम्मद बशीर अगदी हेराल्ड रॉबिन्ससुद्धा. ह्या वाचनानं मला ह्या लेखकांचे अनुभवाचे बोल समजून घेण्यात मदत झाली. त्यांनी त्यांच्या कामाला आणि भविष्याला कसा आकार दिला ते जाणवलं, पण खरं तर अशा परिस्थितीत मला भावनिक आधार हवा होता.

नेमकं त्याच वेळी थोर जर्मन चित्रकार कॅथी कोलविझ या चित्रकाराचं काम माझ्या पाहण्यात आलं. तिच्यावरचं एक आर्टिकल माझ्या नजरेस पडलं. तिचं सगळं काम काळ्या-पांढऱ्या रंगात होतं. अगदी एखाद्या छायाचित्रासारखंच भासत होतं, पण त्याहीपेक्षा अधिक गहन आणि अर्थपूर्ण. ते पाहून मी अगदी अवाक् झालो. त्या पेंटिंगचं नाव होतं 'द वॉर विडोज!' त्यात रेखाटला होता अत्यंत निराश स्त्रियांचा मोठा जमाव, गळा काढून रडणारी आणि घाबरून त्यांना चिकटलेली मुलं, आणखीही बरंच काही... पुढे कित्येक महिने ते वारंवार माझ्या मनात येत राहिलं. एक अत्युत्तम कलाकृती होती ती. त्या पेंटिंगनं माझ्या भविष्यातील कामाची दिशा आणि तत्त्वज्ञानाचे माझे विचार एकत्र सांगायचं मोठंच काम केलं. कदाचित माझं आयुष्यही त्यामुळे बदलणार होतं.

मी पुन्हा पेंटिंगची एक नवी मालिका सुरू केली. ह्या वेळी माझ्या मनातील प्रतिमांना वास्तव रूपात रेखाटण्यासाठी, पण 'द व्हील्स'च्या यशानं टीकाकारसुद्धा आता माझ्या कामाबाबात जास्त चोखंदळ झाले होते. असा विषयांतर करणारा मार्ग सोडून देण्याचा सल्ला मला मिळू लागला, पण माझी दिशा मी पक्की केली होती, उलट मीच टीकाकारांकडे दुर्लक्ष केलं.

कॅथी कोलविझनं केवळ मला स्फूर्ती दिली असं नाही तर तिच्या ठायी मला आईची प्रतिमा दिसू लागली आणि मग आयुष्यभर माझ्या कलाजीवनात ती दुसरी आई बनून मार्गदर्शन करीत राहिली. हे सगळं किती विलक्षण होतं! केवळ तिच्या कामाची नक्कल माझ्या पेंटिंगमध्ये उतरू नये म्हणून मी दक्ष झालो; पण माझ्या विचारांवर, चिंतनावर आणि कामाच्या दिशेवर तिचा किती प्रभाव होता ते मला जाणवू लागलं. माझ्या मनातला गोंधळ कमी करण्यासाठी मला तिचीच मदत झाली, इतकंच नव्हे तर मी भरकटलोही नाही. नॅशनल ॲकॅडमी, दिल्लीच्या सौजन्यानं चित्रकारांचा एक कम्युनिटी स्टुडिओ गढी येथे स्थापन करण्यात आला होता, त्यात ८०च्या दशकाच्या प्रारंभी काम करण्याची मला संधी मिळाली. तिथे जवळ जवळ वर्षभर मी कार्यरत होतो. तिथेच मी 'द पाईप्स' नावाची एक पेंटिंग्जची मालिका केली. ड्रेनेज पाईप्स पाहून मला त्याची कल्पना सुचली. कधी कधी आयुष्यात अगदी दुरवस्था झालेली बेघर माणसं या ड्रेनेज पाइपांतून राहतात. त्यांना अगदी मुलं बाळंसुद्धा होतात आणि त्यांच्या आयुष्याचा शेवटही तिथेच होतो. वेदना, संताप, असाहाय्यता या सगळ्यातून या मालिकेचा जन्म झाला. मी चित्रकार असल्यानं माणुसकीचा अभाव आणि विषमता हे सगळं माझ्या कामातून व्यक्त होणं अपरिहार्यच होतं, तरीही ह्या मालिकेचं प्रेरणास्थान पुन्हा कॅथी कोलोविझच होती. मी लिथोग्राफीतच ही मालिका बनवली. तिचं तत्त्वज्ञान आणि पददलितांबद्दल तिला वाटणारी अनुकंपा यावरच ही मालिका आधारलेली होती. समीक्षकांनी याचं

खूपच उत्साहानं स्वागत केलं.

मी कॅथी कोलोविझकडून प्रेरणा घेऊन ही मालिका केल्याला आता दहा वर्षं उलटून गेली आहेत. फ्रान्सच्या या दूरवरच्या अद्‌भुत प्रकाश असलेल्या प्रदेशात एक अशीच पेंटिंग्जची भव्य मालिका करण्यासाठी मी तिष्ठत उभा आहे. त्या पेंटिंग्जवरचं आच्छादन दूर होण्याची वाट बघत. पेंटिंग्जमधली ही समृद्धी कोठून आली असेल? माझ्या मनावर प्रचंड आघात करणाऱ्या आयुष्यातल्या त्या अनुभवांतून मला काहीच समजेनासं झालंय. पुढच्याच आठवड्यात कॅथी कोलोविझ म्युझिअममध्ये शिकण्यासाठी आणि काम करण्यासाठी मी बर्लिनला जातोय. जिनं माझ्यावर आईप्रमाणेच छत्र धरलं आणि मला कामाची प्रेरणा दिली, तिच्याच सान्निध्यात राहण्यासाठी माझी निवड झालीय. एक स्त्री तुमच्या आयुष्याचा मार्ग बदलण्यासाठी, प्रत्यक्ष तुमच्या आयुष्यात असायलाच हवी असं नाही. कॅथी तर जन्मानं भारतीयही नव्हती; पण तिच्यातलं चैतन्य पृथ्वी मातेचंच तर होतं. आई कुठल्याही एका देशाची नसते, तिला ठाऊक असते फक्त ममता!

– युसुफ अरक्कल

थेंब आणि सागर

साठाव्या वर्षापर्यंत आईची तब्येत अगदी छान होती. चांगली पत्नी आणि आई होण्यापलीकडे तिला कशाचीच उत्कट इच्छा नव्हती. आयुष्यातल्या उलथापालथींचा धैर्यानं सामना करताना ती कधीच निराश झाली नाही. तिची दोन मुलं बालवयातच दगावली. आम्हा तिघा मुलांना तिनं मोठ्या निष्ठेनं, अगदी मनापासून वाढवलं. एखादा शूर सैनिक जसं आपल्या देशाला वाचवण्यासाठी आपलं सर्वस्व अर्पण करतो, त्याचप्रमाणे मुलांना वाचवण्यासाठी काही केलं पाहिजे अशी परिस्थिती उद्‌भवली असती तर माझ्या आईनंही अगदी आनंदानं तसंच केलं असतं.

पाच वर्षांपूर्वी तिला मोठं आजारपण आलं. ती अतिशय घाबरून, गोंधळून गेली, कारण असं हे पूर्वी कधीच झालं नव्हतं. ती पुन्हा बोलू लागली, पण सगळं समजण्याची तिची क्षमता कमी झाली, पण डॉक्टरांनी भाकीत केल्याप्रमाणे ती परत आजारी पडली आणि मग तिचा आत्मविश्वास अगदी डळमळीत झाला आणि जगण्याची इच्छाही कमी झाली. अनेकदा तिच्या नाकातली राईस ट्यूब तिनं ओढून काढायचा प्रयत्न केला आणि 'मला सुखानं मरू दे' अशी माझ्याकडे पाहून विनवणीही केली.

प्रत्येक वेळी तिच्या काळजीपोटी मी तिला भरवत असताना, स्वच्छ करत असताना ती मला ढकलून देई. तिची मन:स्थिती मला समजत असे. आपण मुलांची काळजी करायची तर मुलंच आपली काळजी करताहेत याचा तिला मनस्वी राग येत असे. तिचं प्रेम इतके वर्षं आम्ही गृहीतच धरलं होतं, हे जाणवलं. तिचं प्रेम आणि आमच्याकडे तिनं लक्ष देणं हे आम्ही अगदी हक्कानं मागत आलो आणि अर्थातच ते मिळालंही वेळोवेळी. एक दिवस तिच्या शेजारी बसून मी तिला समजवायचा प्रयत्न केला, की 'अगं, तू गेली पन्नास वर्षं माझी काळजी घेतेच आहेस. मग त्या प्रेमाची परतफेड करण्याची संधी तू मला देणार नाहीस का?' मानसिक संतुलन बिघडल्याच्या आणि गोंधळाच्या त्या अवस्थेतही तिला ही माझी

भावना समजली असावी. तिनं स्वत:ला माझ्या हवाली केलं, मग मी झालो तिचा बाप आणि ती माझं मूल. आमची काळजी करताना तिला कोणकोणत्या दिव्यांतून जावं लागलं असेल हे मला जाणवलं. बहुतेक सर्वच आया हे करत असतात आणि त्यांच्या त्या प्रेमाचं महत्त्व आपल्या क्षणभरही लक्षात येत नाही.

अशा अवस्थेत नंतर ती सहा महिने होती. सहा महिने तिच्याजवळ राहून तिची अशी शुश्रुषा करून मी मोठं पुण्यं मिळवलंय असं सगळेच माझं कौतुक करतात, पण वस्तुस्थिती अशी आहे की गेली पन्नास वर्ष तीच माझ्याजवळ होती. तिनं केलं त्याच्या लक्षांशानंसुद्धा मी काही केलं नाही तिच्यासाठी. तिनं स्वत:ला आयुष्यभर नि:स्वार्थीपणे केवळ आमच्यासाठी वाहून घेतलं होतं. त्याच्यापुढे माझी ही सेवा अगदीच थिटी होती.

गौतम बुद्धानं आपल्या कोणत्यातरी एका सूत्रात असं म्हटलंय की, 'तुम्ही तुमचं सगळं आयुष्य जरी अर्पण केलंत तरी आईच्या प्रेमाचं ऋण फिटू शकणार नाही.'

– महेश दत्तानी

एकाकी गायक

त्या रात्री माझी पत्नी मेधा आणि आमचं सहा महिन्यांचं बाळ झोपेचं सुख उपभोगत होते आणि मी लॅपटॉपवर काम करत होतो, इतक्यात मला परसदारी एका पक्ष्याची शीळ ऐकू आली. इतक्या रात्री हा कोणता पक्षी गात असेल असं वाटून नीट ऐकण्याच्या उद्देशानं मी खिडकीपाशी गेलो. त्याची शीळ कानाला अगदी गोड लागत होती. प्रत्येक वेळी तो वेगवेगळ्या पद्धतीने शीळ घालत होता.

तेवढ्यात आमचं बाळ उठलं, त्यामुळे मग मेधालाही जाग आली आणि परत झोपवण्यासाठी ती त्याला थोपटू लागली. बाळ परत झोपी गेल्यावर मी तिला गाणाऱ्या पक्ष्याविषयी सांगितलं. तिला खूप गंमत वाटली. रात्रीचं ते त्याचं एकाकी गाणं मग आम्ही दोघांनी मिळून ऐकलं...

आधी आम्हाला असं वाटलं, की एकच एक पक्षी त्या गाण्यात सामील नसावा, पण मग वाटलं की इतक्या वेगवेगळ्या प्रकारांनी ती शीळ ऐकायला येत असली तरी तो आवाज एकाच पक्ष्याचाही असू शकेल. सकाळ झाल्यावर तो रात्रीचा प्रकार आम्ही विसरूनही गेलो, पण मग रात्री तो आमचा दोस्त परत गाऊ लागला आणि आम्हीही ते गाणं लक्षपूर्वक ऐकू लागलो. त्या रात्रीच्या एकांतात आणि नीरव शांततेत ते गाणं मनाला सांत्वन देणारंच वाटत होतं. अतिशय गोड पण विषण्ण! तो आवाज रेकॉर्ड करून ठेवण्याचाही विचार माझ्या मनात आला.

माझ्या मनात त्या पक्ष्याचे पुन्हा पुन्हा येणारे विचार ऐकून मेधाला माझी काळजीच वाटायला लागली. रात्रीच्या वेळी ते आवाज ऐकायलाही नकोत असं तिला वाटू लागलं. त्या पक्ष्याला शोधायला बाहेर जाण्याचा विचारसुद्धा नको! 'अतृप्त आत्मे असे रात्रीच्या वेळी आपलं लक्ष त्यांच्याकडे वेधून घ्यायचा प्रयत्न करतात आणि मध्यरात्री लोकांना आपल्या जाळ्यात ओढतात.' तिनं अगदी गंभीरपणे मला सांगितलं. आपल्या भल्यासाठी असल्या अनैसर्गिक आवाजांकडे दुर्लक्ष करणंच इष्ट! मी ते सगळं हसण्यावारी नेलं, पण मेधा मात्र तिच्या मताबद्दल

आग्रही होती; त्याची काही कारणंही होती. लहानपणी हिमालयाच्या गूढ, अनाकलनीय, सुंदर पर्वतराजीत, हिमाचल प्रदेशात काही दिवस तिच्या कुटुंबाचं वास्तव्य होतं. रोज रात्री तिला घराच्या आवारात मागे-पुढे पावलांचे आवाज ऐकू येत, पण इतर कोणालाच ते ऐकू येत नसत. अगदी तिच्या थोरल्या बहिणीला, आई-वडिलांनासुद्धा! इतकंच काय, पण घरातल्या नोकराचाकरांनासुद्धा. तो आवाज ती सोडून इतर कोणाच्याही कानावर पडत नसे. हळूहळू ती त्या घुसखोराकडे दुर्लक्ष करायला शिकली, मग एकदा तिचा चुलत भाऊ त्यांच्याकडे राहायला आला होता. ऐन मध्यरात्री घराच्या आवारात कोणाची तरी पावलं वाजतायत असं वाटून त्याला जाग आली. मेधाच्या एकदम लक्षात आलं की हा आवाज म्हणजे फक्त आपल्याच डोक्यातून आलेला विचार नाही आणि त्या विचारानं ती अगदी गर्भगळीत झाली. ह्या सगळ्याचा संबंध अतृप्त आत्म्यांशी जोडण्यात आला, पण नंतर हळूहळू ती गोष्ट विसरूनही गेली. मी याचं कारण तिला सांगायचा प्रयत्न केला की वय वाढेल तसं कमी फ्रीक्वेन्सीचे आवाज आपल्याला ऐकू येत नाहीत. एखादा प्राणी आसपास वावरत असेल आणि त्याच्या आवाजाची फ्रीक्वेन्सी कमी असेल तर तिच्यापेक्षा त्यानं मोठ्या असलेल्यांना तो ऐकू येत नसेल. इ.इ. अर्थातच मेधानं नेहमीप्रमाणे माझे विचार मूर्खासारखे आहेत हे सांगायला कमी केलं नाही.

तर अशा तऱ्हेनं एका रात्री दोनच्या आसपास तो पक्षी अजूनही शीळ घालत होता. हा आमचा दोस्त कोण असेल हे इंटरनेटवर मी शोधायचा प्रयत्न केला, पण काहीच निष्पन्न झालं नाही त्यातून. असाच एक आठवडा गेला. रात्री मी उशिरापर्यंत काम करत असे आणि अगदी न चुकता त्याच वेळी तो आवाज येत असे आणि मी अगदी मनापासून त्याचा आनंद घेत असे. शेवटी एका रात्री मला माझी आतुरता स्वस्थ बसू देईना, मग मी पुन्हा पुन्हा त्याला इंटरनेटवर शोधायचा प्रयत्न केला आणि मला त्याचं उत्तर सापडलंही.

त्या गाणाऱ्या पक्ष्याला नाव होतं आणि त्यानं अशी उत्कंठेनं शीळ घालण्यामागे कारणही होतं. आसपासच्या अमेरिकनांच्या बागांपेक्षा आमची इंडियन बाग त्या एकाकी पाहुण्या मॉकिंग बर्डचं आगत स्वागत करत होती. आम्ही राहतो त्या परिसराच्या आसपास हे मॉकिंग बर्ड्स खूप संख्येत आढळतात. मैनेसारखं किंवा कोकिळेसारखं कूजन त्यांना जमत नाही. ते इतर पक्ष्यांचं ऐकून त्यांची नक्कल करतात, त्यामुळे ते विविध आवाज काढतात. जर एकाकी नर असेल तर तो रात्री त्याच्या मादीला साद घालण्यासाठी जोराजोरात शीळ घालतो. आमच्या भागात हे सर्रास होतं. मी आणि मेधानं अधिकाधिक माहिती काढायचा प्रयत्न केला आणि त्यात काही तथ्य आहे असं आम्हाला वाटून गेलं. त्या बिचाऱ्या पक्ष्याची आम्हाला कीव येऊ लागली. प्रत्येक सजीवाला शेवटी आपलं सुखदुःख वाटून घेण्यासाठी

आयुष्यभराच्या सोबतीची गरज असते, हे त्यानं आमच्या निदर्शनाला आणून दिलं. एका विलक्षण योगायोगानं त्या एकाकी पक्ष्यानं नकळत मला आणि मेधाला अधिक जवळ आणलं. जगात दुसऱ्याच्या सहवासासाठी, सोबतीसाठी आसुसलेले कित्येक एकाकी जीव आहेत; त्याच जगात आपण एकमेकांसाठी आहोत याचं मोल आम्हाला नव्यानं जाणवलं.

त्यानंतर थोड्याच दिवसांनी एका तारेवर दिवसा ढवळ्या बसलेला एक मॉकिंग बर्ड मेधाला दिसला आणि अचानक त्याच्या शेजारी दुसरा एक मॉकिंग बर्ड येऊन बसला. तोही असाच दीर्घ काळ एकाकी असणार! त्यांची साथीदाराची प्रतीक्षा आता संपली होती.

त्या रात्री आम्हाला शीळ ऐकू आली नाही आणि तेव्हापासून कधीच नाही...

– रिशी छिब्बर

आयुष्यभराचे प्रेम

माझ्या माहितीतल्या बऱ्याचशा स्त्रिया छुप्या रोमँटिक आहेत. प्रथमदर्शनी प्रेम असं काही असतं असं कबूल करायलाही त्या घाबरतात.

प्रेम म्हणजे तरी काय? हा एक शाश्वत प्रश्न आहे, याला काही ठरावीक उत्तर नाही. मला वाटतं ते असं– प्रेम म्हणजे दुसऱ्याबद्दलची जाणीव, जी त्याचा परकेपणा नष्ट करते. एखादी व्यक्ती काय कपडे घालते किंवा कोणत्या प्रकारचं अन्न त्या व्यक्तीला आवडतं अथवा तिचा आवडता रंग कोणता अशा सगळ्या पलीकडे जाऊन तिला समजून घेणं म्हणजे प्रेम. असे नातेसंबंधाविषयी प्रश्न विचारणाऱ्या क्विझमधूनही प्रेम म्हणजे काय याचे उत्तर मिळत नाही. कोण काय खातं आणि त्याला कोणतं गाणं आवडतं किंवा तो पलंगाच्या कोणत्या बाजूला झोपतो याला कोणी महत्त्व देत असेल असं मला वाटत नाही. जर हे प्रेम असेल तर ते प्रेम एखाद्या चटणी सँडविचसारख्या क्षुल्लक गोष्टीची आठवण तुम्हाला तुमच्या स्मरणमंजुषेत जन्मभर जपून ठेवायला लावतं. खरं प्रेम वेगळंच असतं.

प्रेम असतं तेव्हा एकांतातही तुम्ही एकटे नसता, मग तेव्हा तुम्हाला सगळं सगळं आठवतं. बेढब शरीरयष्टी, ओबडधोबड नखं, घाणेरडे बूट, तोंडचे अपशब्द आणि जेव्हा तुम्ही या सगळ्या गोष्टी 'कशा योग्य' जशा असायला हव्यात तशा आहेत, अशा भावनेनं हे सगळा आठवता, तेव्हा तुम्ही तोच आपला तारणहार आहे अशा तऱ्हेनं त्याच्याशी बोलता. तुम्हाला अगदी आतून काहीतरी हवे असते आणि प्रेम या हव्या असण्याइतकेच मर्यादित नसते; तेव्हा तुम्ही प्रेमात पडलेले असता.

आणि ती खरोखरच जादू असते असं नाही तुम्हाला वाटत? जगात सगळ्या गोष्टी तुमच्या मनाप्रमाणे घडत नसतात. एखादी व्यक्ती - प्रथम दृष्टिक्षेपातच किंवा प्रथम हास्यातच तुमच्यात चैतन्य निर्माण करील अशी शक्यता फारच थोडी असते. असं कोणी तुम्हाला भेटणं आणि ते अनंत काळ तुमच्या जवळ असणं ही दूरची

गोष्ट झाली. कल्पना करा, अशी व्यक्ती भेटणं केवढं रोमांचक असेल! मग ती भेट क्षणभराचीही का असेना!

असं प्रेम मला आयुष्यात मिळालं का? त्याचं उत्तर मलाही ठाऊक नाही, अजून तरी नाही, पण मला प्रेम सापडलंय असं मला वाटलं तो क्षण आणि मी ते गमावून बसलेय असं वाटण्याचा क्षण दोन्हींनी माझं आयुष्य बदलून गेलं. त्यानंतर माझं आयुष्य अधिक प्रगल्भ झालं, मग काही वर्षांनंतर चाळिशीला आल्यावर भिरभिरत वर गेलेलं आयुष्य हळूहळू खाली बसू लागलं. आवाज न करता त्याचे अनेक तुकडे इकडे तिकडे विखरून पडले. प्रेमाबद्दलची माझी कल्पना, स्वप्नं आणि वास्तव या दरम्यान कुठे तरी जमिनीवर उतरली, पण आश्चर्याची गोष्ट ही, की तो मुक्तीचा क्षण होता, कारण माझ्या आधाराला माझ्याखेरीज कोणी नव्हतं. वीस वर्षं मी पेंटिंग धरसोड वृत्तीनं करत होते; पण त्यानंतर मात्र मी पेंटिंग अगदी गंभीरपणे सुरू केलं, मग मी माझ्या पेंटिंग्जचं एक प्रदर्शनही भरवलं. चाळिसाव्या वर्षी मी रेडिओ जॉकी झाले. मी अठरा वर्षांची असतानाच मला एक पुस्तक लिहायचं होतं, त्याची मला आतूनच पुन्हा ऊर्मी आली आणि शेवटी ते माझ्या हातून लिहूनही झालं. मी नृत्य शिकायलाही सुरुवात केली, इतकंच नाही तर ते रंगमंचावर सादरही केलं, कारण एक स्वप्न भंगून आलेल्या बधिरपणानंतर मला दुसरं स्वप्न हाती घेणं आवश्यक होतं. आपल्याला काहीतरी आजारपण आल्यासारखं शरीराची वळकटी करून पांघरुणात नुसतं पडून राहायचं यापेक्षा अधिक काही तरी करावं अशी ओढ उत्पन्न झाली. असले अनेक उद्योग मी केले, कारण आयुष्यातील इतर आव्हानांचा– प्रकृतीअस्वास्थ्य, अनिश्चित भविष्य आणि इतर भेडसावणाऱ्या गोष्टी यांचा सामना करण्यापेक्षा ते उद्योग करणं सोपं होतं.

पण या सगळ्याचं खरं मर्म मला जाणवलं ते हे, की माझ्या आयुष्यभराचं प्रेम म्हणजे आयुष्यावरचं प्रेम होतं. जोपर्यंत मी जिवंत आहे तोपर्यंत कोणत्याही तऱ्हेच्या भीतीच्या छायेत मला जगायला आवडणार नाही. मी नेहमीच आशावादी राहीन, तरीही प्रामाणिकपणे कबूल करायचंच झालं तर अशीही कधी तरी वेळ येते की मला कधी कधी दु:खानं हतबल व्हायला होतं, मग दिवसभर मी पायजम्यातच वावरत असते, खूप झोपते, टी.व्ही.सुद्धा खूप वेळ पाहते, स्वत:चीच कीव करून रडते, पण मग मला हेही पटतं की आपण कृतज्ञ असावं असं काही ना काही तरी प्रत्येकाच्या आयुष्यात असतंच असतं. आई होण्याचं भाग्य मला मिळालंय. मी फोनवरून मित्र-मैत्रिणींशी संवाद साधते, त्यांचं लक्षपूर्वक ऐकते आणि इतक्या वर्षांत जो काही सुज्ञपणा आम्ही कष्टानं कमावलाय तोही आम्ही एकमेकांबरोबर वाटून घेतो.

माझ्या आवडीच्या कामाचेही उपकारच आहेत माझ्यावर. समुद्राच्या फेसातून

झिरपून आलेला प्रकाश माझ्या खिडक्यांकडे वळतो, वाऱ्याबरोबर मला जे सूर आळवावेसे वाटतात ते त्यातलं काव्य पुन्हा उलगडून ठेवतात, माझ्या नव्या बेडरूममध्ये टांगलेला फिका गुलाबी दिवा आणि नव्यानं रंगवलेल्या दिवाणखान्यात निळ्या दिव्यांचा मंद पसरलेला प्रकाश अशा छोट्या गोष्टींतलं समाधान आणि या सर्वांतून तरून नेणारा आत्मसाक्षात्कार या सगळ्यांची मी ऋणी आहे. आपण आयुष्यावर जेव्हा मनापासून प्रेम करतो तेव्हा आपल्यालाही भरभरून प्रेम मिळतं. कदाचित आपण कल्पना केली असेल त्या मार्गानं ते नसेलही मिळत, पण ही काळरात्र कधीच सरणार नाही का? असं आपल्या मनात येतायेताच गुलाबी पहाट आपल्या मस्तकाचं अवघ्राण करून आणखी एक नवा दिवस आपल्याला नजर करते.

– रीमा मोडगीळ

आठवणी दाटतात

माझ्या वडिलांकडून वापरायला मिळालेल्या घरात आम्ही पती-पत्नींनी संसार थाटला. आमची बिल्डिंग स्वतंत्र सोयी असलेल्या फ्लॅट्सच्या चाळींपैकी होती. चाळीतल्या भाडेकरूंना त्यांचं खाजगीपण फारसं जपता येत नाही. ह्या अडचणीखेरीज स्वत:चं घर घेणं, स्वत:ची गाडी असणं आणि कुटुंबविस्तार अशा अपेक्षांची मानसिक दडपणे होतीच. तिथे एकंदर तीन वर्षे राहूनसुद्धा ह्या तीनही गोष्टींबाबत आमची फारशी प्रगती झाली नाही, त्यामुळे आमचं सगळं चंबूगबाळं खोक्यात भरून आम्ही तिथून निघालो, तेव्हा खरं तर मी सुटकेचा नि:श्वासच टाकला. आम्ही आमच्या नव्या घराकडे प्रयाण केलं. माझ्या दृष्टीनं मागे वळून पाहण्यासारखं काही नव्हतं. त्या प्रकरणावर कधीच पडदा पडला होता.

अलीकडेच म्हणजे पाच वर्षांनंतर मी पुन्हा त्याच घरात उंबरठा ओलांडून प्रवेश केला तेव्हा मी अतिशय भावनाविवश झाले होते, म्हणजे आम्हाला हवं होतं म्हणून नव्हे तर केवळ गरजेपोटी आम्हाला परत यावं लागत होतं, त्यामुळे माझं भावनाविवश होणं धक्कादायक आणि आश्चर्यकारक होतं. कोळिष्टकांनी भरलेल्या कोपऱ्यात एका डुगडुगणाऱ्या स्टुलावर बसून मी डोळे फाडून बघत होते. जमिनीवरची धूळ कुठल्यातरी किड्यानं त्यातून केलेली वाट आणि ठिकठिकाणी तयार झालेली नक्षी, पावसाचं पाणी आत येऊन स्वयंपाकाच्या ओट्यावर पडलेले पाण्याचे डाग आणि कोणे एका काळी छान निळ्या रंगानं रंगवलेल्या दिवाणखान्याच्या भिंतींचे ढलपे!

मग एकदम आठवणींचं मोहोळ उठलं!

खिडकीच्या तावदानांच्या काचा आमच्या एका मित्राच्या मदतीनं आम्ही केशरी-निळ्या रंगांनी रंगवल्या होत्या. रॉट आयर्नचे पडद्याचे नक्षीदार बार फॅब्रिकेटरनं एकदा केले आणि मग नीट जमले नाहीत म्हणून पुन्हा पुन्हा केले होते. विविध देवदेवतांच्या समुदायापुढे तेवणाऱ्या समईच्या काजळीचे भिंतीवरचे डाग, खिडक्यांच्या

कमानी आणि खिडक्यांच्या चौकटी व्यापून टाकणारी माझी बाग...! ह्याच बागेतून एकदा भल्या पहाटे एक लाल डोळ्यांचा भीतिदायक बोका मांजरीच्या दोन अशक्त पिल्लांची शिकार करताना मला दिसला होता. रंग नसलेल्या भिंतीच्या भागात आमचा वॉर्डरोब होता. स्वयंपाकघरात माझी स्वयंपाक करणारी बाई टिवल्याबावल्या करीत असे आणि एकीकडे कालची मटण बिर्याणी किती उत्तम झाली होती हे मला सांगत असे आणि मग माझ्यासाठी तिला घाईघाईनं केवळ कोशिंबीर करावी लागत्येय याचं दु:ख करत असे. मुद्दाम रंगसंगती साधून बनवलेलं रात्रीचं जेवण-चिकन इन व्हाईट सॉस, पालकाचं रायतं, स्टीम्ड राईस - खास माझ्या नवऱ्यासाठी आणि मग 'लाल रंगाची आणि मसाल्याची उणीव भासतेय' हा त्याचा शेरा! रोजचा आनंद आणि दु:ख. क्षणात एकी तर क्षणात भांडण, कधी निराशा तर कधी परिपूर्तीचा आनंद याहूनही महत्त्वाचं म्हणजे उद्याची उमेद! 'तुमचं मन जिथे रमतं तेच तुमचं घर' असं म्हणतात. सध्या माझं जिथे वास्तव्य आहे तिथेच माझं मन रमलेलं असलं तरीही असं वाटतं की ते त्या जागीही थोडं राहून गेलंय ज्या जागेला मी 'माझं घर' म्हणत होते!

– रूपाली सेबॅस्टिअन

आईचं खरं रूप

मला आईचा विरह जाणवत होता आणि तिचं गोड हसूही आठवत होतं. शिक्षण पूर्ण करून, लग्न होऊन मी माझं कलकत्ता सोडून दिल्लीला आले होते, त्याला आता जवळजवळ वर्ष झालं होतं. माझ्या प्रपंचाची घडी आता कुठे बसत होती आणि पब्लिक स्कूलमधली शिक्षिका म्हणून माझं करियर आत्ता कुठे सुरू होत होतं. मी या सगळ्यात रमले होते आणि तरीही मला आईची वारंवार आठवण येत होती. माझ्या वर्गातल्या विद्यार्थ्यांना हस्तकलेच्या गोष्टी शिकवताना माझं बालपण मला जिवंत झाल्यासारखं वाटे. मी शाळेत असताना आई तिच्या खास शैलीत मला माझे प्रोजेक्ट करताना मार्गदर्शन करत असे, ते मला पक्कं आठवतंय. सर्वच बाजूंनी एक सर्जनशील माणूस होण्यासाठी तिच्या कल्पनांनी मला उत्तेजन दिलं. आयुष्याच्या प्रत्येक अंगात सौंदर्याचं किती मोल आहे, हे ती माझ्या मनावर बिंबवत असे आणि ते तिचे विचार मला आजही मार्गदर्शक वाटतात.

मी माझ्या उद्योगात अगदी मग्न होते आणि आई-वडिलांशी संभाषण करायला मला क्वचितच वेळ मिळत असे. १९८० साली मोबाईल फोन्स इतक्या मोठ्या प्रमाणात वापरात नव्हते आणि माझ्याकडे तर लँडलाईनही नव्हती.

अनेकदा निवांत क्षणी, सुंदर रंगसंगती असलेली मोठ्या काठाची बंगाली पद्धतीची सुती साडी नेसलेली, भांगात सिंदूर घातलेली, स्नानानंतर मोकळे सोडलेले लांब केस, हातात बांगड्या आणि गळ्यात नाजूक नक्षीचं पदक असलेली साखळी घातलेली आईची मूर्ती माझ्या डोळ्यासमोर यायची. ती अतिशय मोहक दिसे. मनापासून काळजी घेणारा आणि प्रेम करणारा पती असला की स्त्री जशी आनंदी दिसते तशीच तीही दिसे. आईला दुःखाचा स्पर्शही होऊ नये, अशी काळजी माझ्या वडिलांनी सततच घेतली होती, त्यामुळे मी त्या दोघांची काळजी कधीच केली नाही. त्यांना एकमेकांची साथ होती.

अशा तऱ्हेनं तीन वर्षं गेली. माझ्या एक वर्षाच्या बाळाला वाढवण्यात मी मग्न

होते. एका रविवारी सकाळी मी बाळाबरोबर आरामात वेळ घालवत होते आणि अचानक कोणी तरी दरवाजा खटखटवला. दारात माझे शेजारी होते. एकदम काळजीच्या स्वरात त्यांनी विचारलं, 'तुझा नवरा कोठे आहे?'

'ते बाहेरगावी गेलेत' असं मी सांगितलं; पण त्यांच्या चेहऱ्यावरची अस्वस्थता माझ्या नजरेतून सुटली नाही.

'त्यांच्यासाठी कलकत्त्याहून फोन आहे,' ते पुढे म्हणाले, 'तुमच्यासाठी नाही.' त्यांनी घाईघाईनं सांगितलं, कारण तो फोन घेण्यासाठी मी घाईनं पुढं सरसावल्याचं त्यांच्या लक्षात आलं होतं, पण क्षणार्धात, माझ्या चेहऱ्यावरचं प्रश्नचिन्ह पाहून त्यांनी सांगितलं, 'ठीक आहे. त्यांना फक्त सांगा की फोन त्यांच्या भावानं केला होता. त्यांच्या सासऱ्यांचं निधन झालंय.'

ते काय सांगतायत ते कळायला मला जरा वेळच लागला. मी पुटपुटले, 'त्यांचे सासरे... म्हणजे माझे वडील... त्यांचं काय? ते आता या जगात नाहीत?'

'फार वाईट झालं. सकाळी अकराच्या सुमारालाच ते गेले.' शेजाऱ्यांनी बातमी पुरवली.

ती बातमी अगदी धक्कादायक आणि अनपेक्षित होती. क्षणभर मी भानच विसरले. मी माझ्या बाळाकडे पाहिलं आणि भानावर आले. मला एका क्षणात उडून माझ्या माहेरी कलकत्त्याला जावंसं वाटलं, पण नवरा परत येईपर्यंत वाट पाहाणं क्रमप्राप्तच होतं, शिवाय शाळेत रजेचा अर्ज पाठवणं आवश्यक होतं आणि रजाही कदाचित आणखी सहा दिवसांनी मंजूर झाली असती. मला काही सुचेनासं झालं. नोकरीत मी अजूनही कायम झाले नव्हते, त्यामुळे नियमानुसार सर्व गोष्टी करणं भागच होतं.

मी आईला फोन केला. तिचा तोल कोठेच ढळलेला नव्हता आणि ती अगदी शांत होती.

'काळजी करू नकोस, सगळी कामं करून ये.' तिनं शांतपणे समजूत घातली. ती अगदी नेहमीच्याच स्वरात बोलत होती, जणू काही घडलेलंच नाही. माझा तर विश्वासच बसेना. मला जेवणखाण सुचेना, माझी झोप उडाली. मी ह्या घटनेनंतर दहा दिवसांनी कलकत्त्याला पोहोचले. आईला भेटण्याच्या विचारानं अस्वस्थ झाले. घराचं मुख्य दार उघडंच होतं. घरात माणसांची वर्दळ दिसत होती. तेराव्याच्या पूजेची सगळी तयारी चालू होती. घरी जमलेल्या नातलगांसाठी चहा करण्यात आई व्यस्त होती. सगळेजण आरामात बसून गप्पा मारत होते. जशी काही पार्टीच चालू होती.

आईनं विधवेचा पोषाख केलेला पाहून मला धक्काच बसला. बिन काठापदराची साडी, दागिन्यांशिवाय गळा, हात अगदी ओकेबोके दिसत होते. भांगात सिंदूर

नव्हता, केसांची नुसती गाठ मारलेली.. एकाएकी तिची रयाच नष्ट झाली आहे असं मला वाटून गेलं.

'ह्या सगळ्याची गरज होतीच का अगदी?' ह्या माझ्या प्रश्नावर ती अगदी रूक्षपणे हसली.

'आपल्या सगळ्या नातेवाइकांनी मी हे तुझ्या वडिलांसाठी केलंच पाहिजे असं मला पटवून दिलंय.' ती उत्तरली.

मला माहीत होतं की तिला जबरदस्तीनं हे सगळं करावंच लागलं असेल. सगळ्यांना अभिप्रेत असलेले समाजाचे संकेत पाळण्यासाठी, माझ्या वडिलांच्या शब्दांचं स्मरण करायलासुद्धा त्यांनी रोखलं असेल आईला. आईनं काही झालं तरी नेहमी चांगले कपडे घालावेत आणि टापटीप आणि सुंदर दिसावं असा त्यांचा आग्रह असे. आईनं सदैव आनंदी असावं अशी त्यांनी अपेक्षा असे. आईच्या भावनांची जराही पर्वा न करता हे सगळे नातेवाईक एकत्र जमून मजा मारत होते.

मी आईच्या खोलीत जाऊन बाबांची आवडती साडी बाहेर काढली आणि आईला पूर्वीसारखाच पोषाख करायला लावला. काही न बोलता आईनं कपडे बदलले. जणूकाही ती कोणाच्या तरी आधारासाठी खोळंबली होती. अश्रूंनी डबडबलेला तिचा चेहरा पाहून मी फार व्यथित झाले. ती माझी आई होती, सुंदर आणि मोहक तिचं आयुष्य हे तिचंच होतं. कोणालाही ते तिच्यापासून हिरावून घेण्याचा अधिकार नव्हता. आम्ही दोघी भावनाविवश झालो. आम्ही एकमेकींच्या कवेत शिरलो. बाबा आमच्या जवळ नव्हते; पण तरीही आसपास त्यांचं अस्तित्व जाणवत होतं.

आरशात स्वतःला न्याहाळत आई हळूच पुटपुटली, 'अगं तुला सांगू का, सदैव आनंदी राहा, मी शरीरानं नसलो तरी सदैव तुझ्याजवळच असेन, हेच त्यांचे अखेरचे शब्द होते. ते आपल्याजवळच आहेत असं तुला नाही वाटत का?'

'वाटतं ना आई,' मी उत्तरले– हसत आणि रडत.

– शाश्वती चौधरी

दयाळूपणाची भाषा

पुढच्या दाराबाहेर भल्या मोठ्या बॅग्ज ठेवलेल्या पाहून रीना अगदी आश्चर्यचकित झाली. टोकियोत घरमालक घरात नसताना जर कोणी पाहुणे आले तर ते अशा प्रकारच्या भेटवस्तू बंद दारासमोर खुशाल ठेवून जाऊ शकत असत. टोकियो ह्या दृष्टीनं सुरक्षित असल्यामुळे रीनानं त्या बॅग्ज उचलून आत आणल्या. एक अतिशय अनपेक्षित गोष्ट तिची वाट पाहात होती; तिच्यासाठी तो गोड धक्काच होता. अतिशय कलात्मकतेनं आणि काळजीपूर्वक सुंदर वेष्टनात बंद केलेली ती भेटवस्तू पाहून रीनानं अगदी आ-वासला, बराच वेळ हातात पत्र घेऊन ती त्याकडे बघत उभी राहिली. मोठ्या कष्टानं तिनं डोळ्यातले अश्रू अडवून धरले होते.

केकोसाननं आपली दोन मुलं– बारा वर्षांची युकी आणि दहा वर्षांची युताका– यांना इंग्लिश शिकायला म्हणून पाठवायला सुरुवात केली, तेव्हापासूनच ह्या सगळ्याला प्रारंभ झाला. नाजूक, छान पण व्यवस्थित पोषाख करणारी, सडपातळ, काहीशी लाजरी आणि सुंदर दिसणारी केको असेल तिशीच्या आसपास. तिची दोन्ही मुलं हुशार, तरतरीत होती– विशेषत: मोठी मुलगी– इंग्रजी शिकण्याची तिची फार उत्कट इच्छा होती. मुलांचे वडील तिथल्या स्थानिक ज्युकू ट्यूटोरिअल स्कूलचे– म्हणजे हायस्कूलचं शिक्षण पूर्ण करून बरीच मुलं ज्या शाळेत जातात– अशा एका शाळेचे व्यवस्थापक होते. ज्यूकू स्कूल म्हणजे मुलं पास होण्यासाठी घोकंपट्टी करून घेणाऱ्या शाळा! तिथे परीक्षा द्यायला सोपं जावं म्हणून इंग्रजीची तयारी करून घेतली जात असे, पण इंग्रजी संभाषण उत्तम करता यावं या दृष्टीनं इंग्रजी शिकवलं जात नसे. नुसतं परीक्षेत पास होण्यापेक्षा आपल्या मुलांनी इंग्रजी उत्तम बोलावं आणि जगात वावरताना त्यांना व्यवहारात इंग्रजी नीट वापरता यावं या बाबतीत केकोसान फार दक्ष होती. मनापासून शिकवणारी आणि घराजवळच असणारी शिक्षिका भेटल्यावर केकोसानला फार हायसं वाटलं, कारण रीना अतिशय नावाजलेल्या वासेदा युनिव्हर्सिटीत शिकवत असे. केकोसान पण एक अर्धवेळाची

नोकरी करत होती आणि ती या शिकवणीचे पैसे स्वत:च भरत होती. चांगलं वळण असलेल्या या दोन मुलांना शिकवणं रीनाला फार आवडत असे, शिवाय मुलांची शिकवणी संध्याकाळी उशिरा संपल्यावर त्यांना नेण्यास केको येत असे, तेव्हा थोडा वेळ तिच्याबरोबर गप्पाटप्पा करण्याची संधी रीनाला मिळत असे, त्यामुळे रीनाही केकोच्या वाटेकडे डोळे लावून बसत असे. काम करून कितीही थकलेली असली तरी केकोनं येण्याची वेळ कधीही चुकवली नाही, त्यावेळी सायकलला लावलेल्या बास्केटमध्ये तिचं धाकटं हसरं आणि अवखळ बाळ असे.

केको आल्यावर रीना अगदी आवर्जून तिचं चहापाणी करत असे, कारण त्या निमित्तानं रीनाला स्वत:चं जपानी सुधारण्याची संधी मिळे, शिवाय त्या थकल्याभाकल्या तीन मुलांच्या आईला आपली नोकरी आणि घरकाम यात निदान १५ मिनिटांची तरी विश्रांती मिळावी असं रीनाला मनापासून वाटे. केकोचं गोड हसणं आणि सभ्य आचरण पाहून रीनाचं मन भरून येत असे. कामाबद्दल केको, कधीच नाराजीचा सूर लावत नसे. रीना स्वत: नोकरी करणारी आई होती, त्यामुळे अशी अनेक व्यवधानं सांभाळताना केकोला किती कष्ट पडत असतील हे रीना मनोमन जाणून होती, त्यामुळे केकोच्या सोशिकपणाला तिला मनापासून दाद द्यावीशी वाटत असे. केकोचा नवरा लवकर सकाळी घर सोडे आणि रात्री उशिरा मित्रांबरोबर पिण्याचा कार्यक्रम उरकल्याशिवाय कधीच परतत नसे, हे रीनाला ठाऊक होतं, शिवाय रविवारी कायम 'बिझिनेस गोल्फ' ठरलेलाच! थोडक्यात काय, घरकाम सांभाळून तीन लहान मुलांचं नीटपणे संगोपन करण्याची जबाबदारी एकट्या केकोच्याच खांद्यावर होती. केकोतल्या आईला इतकंच कळत होतं की मुलांना आयुष्यात योग्य संधी मिळावी आणि त्यासाठीचे माझे प्रयत्न कमी पडता कामा नयेत.

एकदा संध्याकाळी केकोला फारच उशीर झाला. रीनाला आश्चर्य वाटलं, त्याहीपेक्षा काळजीच जास्त वाटली. आपली अस्वस्थता लपवत रीनानं आपल्या कुटुंबाबरोबर त्या दोन पोरांनाही जेवू घातलं. त्या मुलांचा संकोच आणि चांगली वर्तणूक रीनाच्या मनाला स्पर्शून गेली; शेवटी पायात घोटाळणाऱ्या छोट्या बाळाला घेऊन केको आली. तिनं रीनाशी बोलण्याची इच्छा व्यक्त केली.

तिनं सांगितलं, की विद्यार्थ्यांच्या घटणाऱ्या संख्येमुळे तिचा नवरा काम करत असलेली ज्युकू बंद पडलीय आणि पर्यायानं नवऱ्याला नोकरी गमवावी लागलीय. हे सगळं नुसतं सांगणंसुद्धा त्या आईला किती अपमानास्पद वाटत असेल हे रीनाला कळत होतं, पण वाईट गोष्ट तर पुढेच होती. केकोनं अधिक पैसे मिळवण्याच्या उद्देशानं कामाचे तास वाढवून घेतले होते, त्यामुळे मोठ्या मुलीला छोट्या बाळाला सांभाळण्यासाठी शाळा सुटल्यावर घरी राहणं भाग होतं. मधलं मूल एकटं येणं शक्य नाही, झालंच तर ते घर सोडून त्यांना अपार्टमेंटमध्ये हलणं

आवश्यक होतं. मुलं पण फार व्यथित झाली.

या कुटुंबाला मदतीचा हात देता यावा म्हणून रीनाची घालमेल होत होती; पण मी फुकट शिकवीन हे सुचवणं म्हणजे त्यांच्या अभिमानाला धक्का देणं होतं हे ही तिला कळत होतं. त्यांना फार अपमानास्पद वाटेल, कदाचित आपल्याला त्यांची मैत्रीही गमवावी लागेल, पण रीनानं यातूनही मार्ग काढला. मुलांची इंग्लिशमध्ये चांगली प्रगती होत असताना ट्यूशन बंद करणं योग्य होणार नाही, म्हणून तुम्ही रविवारी घरी असताना सकाळी त्यांना शिकायला पाठव असा युक्तिवाद रीनानं केकोपाशी केला. दुर्दैवानं रविवारी रीना शिकवू शकली नसती, म्हणून तिची मुलगी मिया– जी केकोच्या मोठीपेक्षा दोन वर्षांनी मोठी होती– तिनं वाचन, लेखन आणि संभाषणाचा सराव करून घ्यायचा असं ठरलं, याचा मियालाही फायदाच होणार होता, कारण मोठं झाल्यावर तिचीही इंग्लिश शिकवण्याचीच इच्छा होती.

मियाचा वेळ यात खर्च होणार, त्याबद्दल केकोनं तिला काही देऊ करण्याची इच्छा व्यक्त केली, पण रीनानं त्याला नकार दिला. मियाचा काही हा व्यवसाय नाही, त्यामुळे ती काहीही फी आकारणार नाही असं रीनानं सांगितलं, उलट मियाला शिकवण्याचा अनुभव फुकट मिळणार होता. तेव्हा यात सर्वांचाच फायदा होता. मुलांचीही फार इच्छा दिसली आणि मियालाही मदत करण्याची फार इच्छा होती, त्यामुळे त्या स्वाभिमानी आईनं जाणीवपूर्वक माघार घेतली. बऱ्याचदा असं होत असे की मिया तिच्या कामात बुडालेली असे, मग रीनाच शिकवण्यात पुढाकार घेत असे. रीना बरेच वेळा भरपूर कुकीज, केक्स बनवत असे आणि मग तिच्या तरुण विद्यार्थ्यांना ते संपविण्यासाठी हाताशी धरत असे. त्यांना आपल्या लहानग्या भावंडाची आठवण येत असेच म्हणून मग त्यातल्याच काही बांधून घरी पाठवल्या जात. असं पुढे काही महिने चालू राहिलं.

अशीच अचानक एका संध्याकाळी केको आली. ह्या वेळच्या बातमीनं ती फारच अस्वस्थ झाली होती. राहतं भाड्याचं अपार्टमेंट सोडून त्या कुटुंबाला आपल्या गावी परतावं लागणार होतं– टोकियोपासून १०० मैलांवर. सगळ्याच मुलांचं आता एकमेकांशी छान सख्य झालं होतं, त्यामुळे तो आठवडा सर्वांसाठीच फार वाईट गेला. शेवटच्या दिवशी शेवटची ट्यूशन झाल्यावर एक छोटासा निरोप समारंभ होऊन मुलं घरी गेली. रीनाच्या एकदम लक्षात आलं की तिच्या हातून एक घोडचूक झालीय. त्यांचा नवा पत्ता, संपर्क नंबर, तिनं घेतलाच नव्हता. सध्या राहात असलेल्या अपार्टमेंटचा पत्ताही रीनाकडे नव्हता. रीना आणि मियानं त्यांच्या जुन्या घरी जाऊन शोध घेण्याचा खूप प्रयत्न केला; पण आसपास कोणालाच त्या कुटुंबाचा पत्ता माहीत नव्हता. आता कुठे रीनाच्या डोक्यात प्रकाश पडला की त्या

कुटुंबाशी संपर्क ठेवण्याचा कोणताही मार्ग तिच्यापाशी नव्हता, म्हणजे ती आता केकोला कधीच पुन्हा भेटू शकणार नव्हती. तिच्या लाडक्या विद्यार्थ्यांची प्रगतीही तिला कधीच कळणार नव्हती.

आणि आत्ता काही महिन्यांच्या अवधीनंतर– ती जेव्हा बाहेरून परतली– तेव्हा दारात तिला ह्या बॅग्ज दिसल्या होत्या. आत अतिशय सुबकपणे गुंडाळलेल्या नाजूक, जपानी पद्धतीनं खाण्याच्या काड्या, जपानी राईस पेपर, एक २४ कॅरेटचं शुद्ध सोन्याचं पेंडंट तिच्यासाठी, पारंपरिक जपानी पोषाख तिच्या नवऱ्यासाठी, नाजूक सोन्याचे ब्रेसलेट मियासाठी आणि एक घड्याळ तिच्या मुलासाठी. या सर्वांहून मौल्यवान असं एक पत्र त्यात होतं. आपली शिक्षिका आणि तिच्या मुलींविषयी वाटणाऱ्या जिव्हाळ्यानं आणि त्यांच्या प्रेमाबद्दल, त्यांनी दाखवलेल्या औदार्याबद्दल वाटणारी कृतज्ञता यांनी ओत:प्रोत भरलेलं! पत्रात तिनं शेवटी म्हटलं होतं, 'माझ्या चोहो बाजूंनी निराशा दाटून आलेली असताना तुम्ही मला आशेचा किरण दाखवलात. खरा, अकृत्रिम स्नेह म्हणजे काय ते तुम्ही मला शिकवलंत. जगात जगावं कसं आणि माणसांनी एकमेकांशी संबंध कसे प्रस्थापित करावेत ते तुम्हीच दाखवून दिलंत.'

साश्रू नयनांनी रीना म्हणाली, 'नाही सखे, औदार्य आणि सन्मान म्हणजे काय याचा खरा अर्थ तू मला सांगितलास. अगं, आपल्याजवळ जेव्हा दुसऱ्याला देण्यासारखं खूप काही असतं, तेव्हा औदार्य दाखवणं सोपं असतं, पण मला तुम्हाला जी मदत करायची होती ती तुम्हाला स्वीकारायला लावता आली नाही. तुमच्या स्वाभिमानानं अशी मदत तुम्हाला घेऊ दिली नाही.'

पत्रावर पत्ता नव्हता आणि तरीही वेगवेगळ्या दोन देशांतल्या दोन स्त्रियांनी एकमेकींना शोधून काढलं होतं.

– राणी राव इन्स

प्रेमाचं पार्सल

आमच्या घरी लता कामाला येऊ लागली तेव्हा मी आणि माझा भाऊ अगदी २/४ वर्षांचे असू. लता खूप कामसू, प्रेमळ आणि प्रामाणिक होती. तिची परिस्थिती खरं तर खूप हलाखीची होती, पण तिनं त्याचा कधी उच्चारही केला नाही. माझ्या आईनं तिला खूपच मदत केली आणि अगदी बरोबरीनं वागवलं. आम्हाला मग ती आमच्या कुटुंबातलीच वाटू लागली, मग एकदा अचानक अशी घटना घडली की आमचं आयुष्यच त्यानं बदलून गेलं. मी असेन तेव्हा नऊ वर्षांची. अंथरुणावर पालथी पडून मी 'फेमस फाईव्ह'नावाचं एक पुस्तक वाचत होते, इतक्यात शेजारून हुंदक्यांचा आवाज माझ्या कानावर आला. आवाज बहुधा स्वयंपाकघरातून येत असावा. 'आपण ते चोरून ऐकतोय असं आईच्या लक्षात आलं तर ती भयंकर चिडेल आपल्यावर' असा विचार मनात आल्यावर मी अगदी गुपचूप स्वयंपाकघराच्या दिशेनं सरकले. गुप्त चौकशीच्या अशा पद्धती मला त्या पुस्तकातून कळल्या होत्या.

जवळ गेल्यावर दोन ओळखीचे आवाज कानावर आले, पैकी एक आईचाच होता माझ्या.

'तुला नक्की खात्री आहे का संजयसिंग?' ती आमच्या ड्रायव्हरला विचारत होती.

'भाभी, माझ्यावर विश्वास ठेवा, तीच गुन्हेगार आहे.' तो म्हणाला.

'हे सगळं खोटं आहे.' लता म्हणाली, 'मी कधीच तुमच्या घरातलं काही चोरणार नाही, हे तुम्हाला माहीत आहे ना भाभी?' ती रडत होती.

मी एकदम दचकून तिथेच थबकले. हे सगळं कशाविषयी चाललंय हे आपल्याला कळावं या हेतूनं मी दारामागे लपले. तिच्या निष्पापपणाचा काही पुरावा आपल्याला सापडावा अशा आशेनं. मला एकदम आठवलं की लता तिच्या बालपणातील गोष्टी सांगायची. उपासमारीच्या, घरादाराचा आसरा नसल्याच्या

आणि लुबाडलं गेल्याच्या! पण अशा परिस्थितीचा सामना धैर्यानं आणि सचोटीनं कसा करायचा याचे धडे तिला तिच्या आई-वडिलांनी दिले असल्याचं ती पुन्हा पुन्हा सांगत असे.

'लता, तू शांत हो पाहू. माझा तुझ्यावर पूर्णपणे विश्वास आहे, पण संजयला काय म्हणायचंय ते ऐकून घेतलं पाहिजे ना.' आईनं तिची समजूत घालत म्हटलं.

संजयसिंगचं बोलणं खोटं होतं. तो ते बोलण्यापूर्वीच समजत होतं. मला उगीचच 'पुढं काय होणार' अशी भीती वाटली.

'भाभी, मी माझ्या खोलीकडे जात होतो, तेव्हा लताच्या खोलीवरूनच गेलो. मी सहज आत डोकावलो तर तिच्या पलंगावर मला साखरेचं एक मोठं पुडकं दिसलं.' त्यानं सांगितलं. तो क्षणभर गप्प बसला, 'आणि मग साखर गायब का होतेय याचा उलगडा झाला. बाकी सगळ्यांच्या कानावर हे घातल्यावर मी सरळ तुमच्याकडेच आलो भाभी,' त्यानं स्वत:वर अगदी खूश होऊन आपलं म्हणणं संपवलं.

काही क्षण शांतता पसरली, मग शांतपणे सगळ्या गोष्टींचं आकलन असल्यासारखी आई उत्तरली, 'हे बघ संजयसिंग, लता आमच्याकडे गेली सहा वर्षे काम करत्येय, असा प्रकार यापूर्वी कधीही घडलेला नाही.'

'पण भाभी...' त्यानं मध्येच तोडत म्हटलं.

आईनं घसा खाकरला. संजयसिंगनं संभाषण थांबवावं म्हणून ही सूचना होती.

'हे बघ, गेले काही महिनेच हा असा प्रकार घडतोय साखरेबाबत, संजयसिंग. म्हणजे तू इथे कामाला लागल्यापासूनच हे प्रकार सुरू झालेत, कळलं का?'

मला अगदी हायसं वाटलं.

'मी लताच्या खोलीत गेले तर तिथे साखर सापडेल हे अगदी कोणत्याही क्षणी माझ्या मनात आलं नाही.' आईनं उघडपणे म्हटलं.

लताला हुश्श झालं. आईनं पुढं म्हटलं, 'उलट मला तर अशी शंका आहे, की लताचं ह्या घरातलं स्थान पाहून कोणी तरी मुद्दाम दुष्ट बुद्धीनं साखर तिच्या खोलीत नेऊन ठेवलीय, केवळ तिच्यावर बालंट यावं या उद्देशानं.'

पुन्हा शांतता पसरली.

'मला पक्की खात्री आहे की ते दुसरंतिसरं कोणी नसून तूच आहेस, संजयसिंग.'

लताला रडू आवरेना, पण त्या हुंदक्यात सुटकेचा नि:श्वास होता.

'तू इथे काम करावंस असं मला वाटत नाही, संजयसिंग.' आई शांतपणे म्हणाली, 'तुझं सगळं सामान गोळा कर आणि मग तुझा पगार माझ्याकडून घेऊन जा.'

संजयसिंगला शब्दच सुचेनात. तो रागानं वेडापिसा झाला.

आई समजूत काढत असताना लता मुसमुसत होती.

मी गुपचुप परत वळले. प्रत्येक पावलाबरोबर लताच्या रडण्याचा आवाज मंदावत होता आणि दुपारच्या रस्त्यातल्या वाहनांचा आवाज वाढत होता.

दिवसभर लता तिच्या खोलीतून बाहेर आलीच नाही. लताला फार वाईट वाटलं होतं, हे आईच्या लक्षात आलं होतं.

दुसऱ्या दिवशी सकाळी आम्ही दोघं शाळेत जायला निघालो असताना लता आम्हाला दारातच भेटली. तिला पाहून आम्ही दोघांनी एक आरोळी ठोकली. आम्ही दोघं तिच्या दिशेनं पळत सुटल्यावर ती समाधानानं हसली.

'टाटा लता.' असं ओरडत आम्ही गाडीकडे गेलो आणि खिडकीतून मागे वळून तिच्याकडे पाहिलं. 'टाटा' ती हळुवारपणे म्हणाली आणि तिनं आमच्याकडे पाहून हात हलवला.

दुपारी आम्ही शाळेतून परत आलो तर ती निघून गेलेली होती. 'का गेली ती?' असं आईला विचारताच तिनं सांगितलं, की घरातल्याच कोणाला तरी तिनंच साखर चोरली आहे असा संशय येत होता. लतानं आपला स्वाभिमान गमवावा असं आईला वाटत नव्हतं. आईनंच तिला काम सोडण्याचा सल्ला दिला होता. आपल्याला ठेवून घ्यावं म्हणून लतानं विनवण्या केल्या, पण आई आपल्या मतावर ठाम होती. तेव्हा आई बेचैन होती हे मी खात्रीनं सांगू शकते.

'मी काम सोडायला का सांगितलं ते बहुधा लताला कळलं असेल अशी मला आशा आहे.' आईचा आवाज मृदू झाला होता. 'आपल्या कुटुंबातल्याच इतर कोणी जर तिच्यावर विश्वास ठेवला नाही तर लताला याचा त्रासच होईल. सगळ्यांच्याच भल्यासाठी मी हा निर्णय घेतला, विशेषत: लताच्या भल्यासाठी.'

ह्या घटनेला सात वर्षं होऊन गेली. एक दिवस अचानक लता दारात येऊन उभी राहिली. आमच्या भेटीचा लताला विलक्षण आनंद झाला होता. ती भावनाविवश झाली होती. घडून गेलेल्या घटनेविषयी तिच्या मनात कसलाही आकस नव्हता.

सध्या लता वॉशिंग्टन डी.सी.ला एका कुटुंबात सगळं घर सांभाळत होती असं तिनं आईला सांगितलं. व्हिसाची औपचारिकता पुरी करायला ती काही दिवसांसाठी भारतात परत आली होती. 'माझा भाऊ कोठे असतो' अशी लतानं आईजवळ चौकशी केली, तेव्हा तो अमेरिकेतच शिकत असल्याचं आईनं तिला सांगितलं. तिथं युनिव्हर्सिटीत हॉस्टेलमध्ये जेवणं म्हणजे शिक्षाच आहे, त्याला आपल्या भारतीय पदार्थांची फार आठवण येते असं आईच्या बोलण्यात आलं.

लतानं माझ्या भावाचा पत्ता आईकडून घेतला आणि अमेरिकेला परतल्यावर 'जमलं तर मी नक्कीच त्याला भेटेन' असं आश्वासन दिलं.

निघताना तिनं आईला सांगितलं, 'भाभी, तुम्ही मला काम सोडायला का

सांगितलंत ते मला कळायला जरा वेळ लागला.'

आई ते ऐकून अस्वस्थ झाली. लता हसून पुढे म्हणाली, 'भाभी, तुम्हाला खरोखरच माझी काळजी वाटत होती. त्या घटनेनंतर बाकीचे लोक मला कसं वागवतील याचीच तुम्हाला काळजी होती ना?'

'बाकीच्यांनी अविश्वास दाखवला असता तर मग मला फार दुःख झालं असतं म्हणून तुम्ही मला जायला लावलंत. भाभी, तुमच्या या कृत्यानं इतरांनी मला कमी लेखू नये याचीच तुम्ही काळजी घेत होतात हे मला जाणवलं. तुमचे आभार कसे मानावे तेच मला कळत नाही आणि हे मी माझ्या मनात कायमच जपून ठेवीन.'

आणि लता निघून गेली.

असेच अनेक आठवडे गेले. आयुष्य असंच चाललं होतं. एकदा रात्री भावाचा फोन आला आणि एक विलक्षण गोष्ट घडल्याचं त्यानं आईला सांगितलं. लतानं भारतीय पदार्थांचं आणि मिठाईचं एक मोठं पार्सल त्याला पाठवलं होतं. 'आईच्या अंतःकरणातलं प्रेम आणि दयाळूपणा तिनं अनुभवला होता, त्याचं ऋण म्हणून हा माझा खारीचा वाटा' अशा अर्थाचं एक पत्रसुद्धा त्यात होतं.

पुढची दोन वर्षं दर काही महिन्यांनी असं खाद्यपदार्थांचं पार्सल लताकडून येतच राहिलं. त्यावर फक्त पोस्ट ऑफिस बॉक्स नं.चा उल्लेख असे, पण पत्ता नसे. त्यात शुभेच्छा आणि तिचं प्रेम व्यक्त करणारी एक चिठ्ठी मात्र जरूर असे!

मागच्या वेळी भावाला पाठवलेल्या पार्सलमध्ये त्या कुटुंबाबरोबर त्यांच्या नव्या पोस्टिंगच्या ठिकाणी– दुसऱ्या देशात ती जाणार असल्याचा उल्लेख होता आणि त्यामुळे आता असं पार्सल पाठवता येणार नसल्याचाही!

त्यानंतर मात्र आम्हाला लताची काहीच बातमी समजली नाही. तिचं प्रेम, तिचा विचारीपणा हे कायमच स्मरणात राहील.

पाठवलेलं पार्सल फक्त खाद्य पदार्थांचं नव्हतं. लतासाठी ते आमच्या कुटुंबाच्या आणि तिच्या कुटुंबाच्या प्रेमाचं प्रतीकच होतं!

– जया कौशिक धवन

खरंखुरं प्रेम

मी असेन तेव्हा पंधरा वर्षांची. मंगळवारची दुपार होती. गेले काही महिने कॉम्प्युटर क्लासमध्ये सतरा इंचांच्या दोन मॉनिटर्सच्या पुढ्यात बसून आम्ही एकमेकांकडे कटाक्ष टाकून होतो, विनोद सांगत होतो. त्याचं फोटोशॉपचं कौशल्य तो ज्या फोटोवर आजमावून पाहात होता, त्यात मला त्याच्या गर्लफ्रेंडचा फोटो दिसला. तेव्हा माझ्या असं लक्षात आलं की एखादा माणूस जर तुमच्याशी गोडगोड बोलत असेल तर त्याचं तुमच्यावर प्रेम आहे असा त्याचा अर्थ होत नाही आणि मी इतके दिवस समजत होते की त्याचं माझ्यावर प्रेमच आहे!

गेल्या दहा वर्षांत अनेकांनी असं पुढे पुढे करून प्रेमाचा आभास निर्माण केला. काही वेळा प्रेमभंग झाला. यांपैकी कोणाशी अगदी उत्तम संबंध आहेत? तर कोणाशी कामापुरतेही नाहीत. पंधराव्या वर्षी मी प्रेमाची जी कल्पना केली होती त्यापेक्षा प्रेम हे किती तरी श्रेष्ठ असतं. प्रेम भावना विलक्षण असते हे मला कळलं; पण हे मला कळायला मात्र दहा वर्षं जावी लागली. मला खरंखुरं प्रेम अनुभवायचं होतं. मी जागोजागी वेगवेगळ्या मार्गांनी प्रेमाचा शोध घ्यायचा प्रयत्न केला होता. म्हणजे पुस्तकात, सिनेमात जसं कट करून तुम्हाला खऱ्या प्रेमात पाडलं जातं– लायब्ररीत, पार्टीत, कॉफी शॉपमध्ये, विमानतळावर जाताना– उतरताना, मित्रांद्वारे वगैरे वगैरे. पण मला कुठेच यश आलं नाही. असा योगायोग माझ्या नशिबात नव्हता.

मी पंचविशीत पदार्पण केलं. आपल्या महान देशात आई-वडिलांनी आपल्या मुलीसाठी स्थळं शोधून तिनं त्यानंतर सुखानं नांदावं यासाठी हे वय अगदी योग्य! एकाएकी 'पाहून केलेलं लग्न' मला अगदी आदर्श वाटू लागलं. 'मूलभूत गोष्टी जर योग्य असतील तर काय, बाकीचं सगळं आपोआपच जुळून येईल.' हे आईचं मत होतं. मग काय विचारता? अगदी थोड्याच अवधीत माझ्या कुंडलीच्या अनेक प्रती वेगात तिच्या सामाजिक वर्तुळात फिरू लागल्या आणि ते वर्तुळ अगदी

जगभर पसरलेलं होतं. ज्या जग प्रवासाची मी स्वप्नं पाहिली होती, त्याचा आनंद माझी कुंडली घेऊ लागली. ती अनेक खंडांत हिंडायला लागली. आईवर माझं प्रेम होतंच, पण आता अचानक पंचवीसच्याऐवजी मी पाच वर्षांचीच असल्यासारखी तिच्यावर विसंबले. ती नक्कीच माझ्यासाठी जोडीदार शोधेल. तिला काहीही अशक्य नाही. किती उदात्त होती माझी भावना!

अनेकदा अशा भावना फार दिवस टिकत नाहीत, तसंच झालं!

भपकेदार ट्रे मध्ये मुलाच्या आवडीच्या पेयानं काठोकाठ भरलेले कप, आईनं ठरवलेले निवडक खाद्य पदार्थ अशा शस्त्रांनी सुसज्ज होऊन मी जन्माचा साथीदार शोधणार होते. पुढच्या काही आठवड्यांत मी तिघांना भेटले. माझ्या दृष्टीनं ते मुळीचच (सु) योग्य नव्हते. त्यातल्या एकाला प्राण्यांची किळस होती, दुसऱ्याचं मत मी जीन्स वापरता कामा नये असं होतं आणि तिसरा मला का आवडला नाही कुणास ठाउक.

मग मी वर्षभरात अनेकांना भेटले. काहींनी मला नाकारलं, तर काहींना मी. कधी गोष्टी फिसकटल्या. काहींच्या अपेक्षा मी कधीच पूर्ण करू शकले नसते. पुन्हा माझं हे डेटिंग सुरू झालं. पहिल्या डेटला– डेट बरोबर आई-वडिलांच्या दोन जोड्या आणि असंख्य नातेवाईक पण येत. 'अगं, सगळ्या कुटुंबालाच त्यात गोवलं ना म्हणजे जरा गंभीरपणे विचार केला जातो.' हे माझ्या आईचं मत.

आई कायम एखाद्या सैनिकाप्रमाणे मोहिमेवर निघाल्यासारखी असे आणि ती सतत माझं आणि पर्यायानं स्वत:चं सांत्वन करत असे. परस्परविरोधी विधानं करून 'अगं, एका भेटीत का लग्न ठरतात?' असं एकदा तिला वाटे, तर लगेच दुसऱ्या क्षणी 'मी सांगते बघा, कधी कधी लगेच ठरतं. आपण आपल्या बाजूनं कायमच तयारीत असलं पाहिजे.' असं बोलून माझ्या वडिलांना बुचकळ्यात टाकत असे. या, मुलीचं लग्न ठरवण्याच्या मोहिमेत वडिलांची भूमिका दुय्यम असे. एखाद्या आत्मसंतुष्ट साहाय्यकाची. आपल्या सगळ्या चांगल्या गोष्टींचं प्रदर्शन आधी एकापुढे, मग दुसऱ्यापुढे, मग तिसऱ्यापुढे करायचं ही सगळी प्रक्रिया आता कंटाळवाणी होत चालली होती; त्यातही काही वेळा मजेदार किस्से होत. उच्च विद्याविभूषित मुलानं मला 'व्हॉट इज टोकियन?' असं विचारलं होतं किंवा एकाला 'कम्प्युट' म्हणायचं होतं तर तो 'कम्युनिकेट' म्हणाला; पण त्यामुळे माझं त्याच्याशी फारसं का जुळणार नाही हे माझ्या अतिउत्सुक आईला पटवून देणं दिवसेंदिवस अवघडच होत होतं.

ह्या अशा गोडगोड बोलण्याच्या नाटकाला मी कंटाळले. 'सुयोग्य वर' ह्या व्याख्येत मुळीच न बसणाऱ्या मुलाबरोबर डेटिंग करू लागले. तो मुलगा दुसऱ्या धर्माचा होता. पदवी परीक्षेपर्यंत तो कसाबसा पोहोचला होता, त्याच्या नोकरीचीही

शाश्वती नव्हती. हे प्रकरण अगदी अविचारीच होतं, पण मला आता कशाची तरी गरज होती.

अपेक्षेप्रमाणेच हे काही फार दिवस टिकलं नाही. एक वर्षभर नाकारलं जाणं आणि नाकरणं आणि पुढे सहा महिने ज्याच्यातून फार काही निष्पन्न होणार नाही असं प्रकरण ह्या सगळ्यातून स्वत:ला सावरायला मी थोडा वेळ द्यायला हवा होता. पण तसं न करता पुन्हा मी 'यंदा कर्तव्य' असणाऱ्यांच्या यादीत सामील झाले. आईचं जे सोशल सर्कल होतं, त्यात काही माझी डाळ शिजली नाही आणि वर संशोधनाकरता जाहिरात द्यावी अशी चर्चा सुरू झाली. त्या विचारानं माझा अगदी थरकाप उडाला. माझ्या जाहिरातीत 'सावळी, कॉन्व्हेंटमधून शिक्षण न घेतलेली, गृहकृत्यदक्ष नसलेली, प्रसार माध्यमात काम करणारी इ...' असं लिहावं लागलं असतं आणि माझा निभाव लागला नसता.

खरं म्हणजे मला वेगळ्याच माध्यमाची गरज होती, ज्यात मी स्वत:ला नीट व्यक्त करू शकेन. इंटरनेटच्या विवाहांच्या साइट्स हा पर्याय त्यातल्यात्यात बरा होता. त्यात २५० शब्दांत आपलं वर्णन करायचं होतं. मी तो पर्याय स्वीकारला. त्यात मला अगदी विविध तऱ्हेच्या इंटरेस्टिंग व्यक्ती भेटल्या. बहुसंख्य दुसऱ्या शहरातलेच होते. मग चॅट, फोन, ई-मेल्स मधूनच त्यांची माहिती करून घ्यावी लागत असे. 'हो मी एकदा ड्रग्ज घेऊन पाहिले होते' असं मी टाइप करताना ते वाचायला आजूबाजूला कोणी नातेवाईक किंवा आई-वडील नव्हते. मी मोकळेपण दाखवू शकत होते आणि त्या भावी वरांना थोडंसं जास्त समजून घेऊ शकत होते. ह्या सगळ्यातून ईप्सित साध्य झालं असं नाही; पण त्यातल्या काहींशी मैत्री झाली, ती टिकली आणि काहींनी तर त्यांच्या विवाहाचं निमंत्रणसुद्धा दिलं मला!

माझ्या अपेक्षेप्रमाणे मला त्यात एक खास माणूस भेटला त्या साइटवर. तो अगदी उमदा, यशस्वी आणि विनोदाची चांगली जाण असणारा होता. आम्ही बरेचदा चॅट केलं, इंटरनॅशनल टेलिफोन कॉल्स झाले. अनेक मेल्स एकमेकांना पाठवल्या. हे सगळं चांगलं चार महिने चाललं होतं, मग तो भारतात आला, पण मला भेटलाच नाही. माझी अशी समजूत झाली होती की तो माझ्याबरोबर साखरपुडा करायलाच येतोय इकडे. सगळं कसं साधं, सोपं, सरळ वाटलं होतं. जसं इतरांच्या बाबतीत 'पाहून' केलेल्या लग्नात होत असतं!

आता पुन्हा पुढे काही करायला माझं मन धजेना. आई सांगत होती म्हणून मी आणखी काही लोकांना नाखुशीनंच भेटले. यावेळी आईनं बजावलं होतं की, 'असे ४/४ महिने घालवू नकोस, एखाद्या महिन्यातच निर्णय घे.' दरम्यान मी त्या न भेटलेल्या सद्‌गृहस्थाच्या बाबतीत काय झालं असावं याचं विश्लेषणही करून पाहिलं मनाशी, त्यातून मी काही विलक्षण तर्कही केले, पण पंधराव्या वर्षी जो धडा

मी शिकले होते त्यानंच खरं माझं समाधान केलं. एखादा जरी अव्याहतपणे तुमच्या पुढे पुढे करत असेल तरी त्याचा अर्थ असा होत नाही की त्याचं तुमच्यावर प्रेम आहे; म्हणजे या वेळी असं म्हणावं लागलं की तो तुमच्याशी लग्न करू इच्छितो.

एखाद्या परिस्थितीतला शब्द किंवा एखाद्या व्यक्तीनं दिलेला शब्द हा वज्रलेप असतोच असं नाही. अशा गोष्टी घडतच असतात आणि त्या गृहीत धरून पुढे जात राहणंच केव्हाही चांगलं!

असा हा जोडीदाराचा शोध मी दहा वर्षं घेत होते आणि तीन वर्षं माझं कुटुंबही त्यासाठी प्रयत्न करत होतं, मग हे आता थांबवायचं असं मी ठरवलंय आणि वेळ काढून स्वत:वरच प्रेम करायचं ठरवलंय. इतके दिवस मी ज्या गोष्टी करणं थांबवलं होतं त्या मी आता करते आहे. मी माझी नोकरी सोडून आता घरूनच काम करते. हे माझं पूर्वीपासूनचं स्वप्न होतं. आधी मी लग्नानंतर असं करावं असं ठरवलं होतं. आता मी एकटीच प्रवास करते आणि मी स्वत:च्या सहवासात रमते, तसंच प्रवासात भेटणाऱ्या इतर व्यक्तींच्या सहवासातही. मी नवी भाषा शिकते आणि माझ्या भावना व्यक्त करण्यासाठी शब्द निवडते. त्या भावना ज्या मी वयाच्या पंधराव्या वर्षी त्या मंगळवारी अनुभवल्यानंतर पुन्हा तशा अनुभवल्याच नव्हत्या– शांतता, निवांतता आणि आनंद!

– आरती गुन्नुपुरी

बंडखोर साथी

मी तेव्हा अकरा वर्षांचा होतो आणि माझी बहीण नऊ वर्षांची होती. आपल्या मनात येईल ते करण्याचंचं ते वय होतं. काही तरी विचारपूर्वक करण्याचे दिवस नंतर आले.

माझी बहीण मला 'भैय्या' म्हणत असे. एक गोष्ट कोणाकडून शिकलो माहीत नाही; पण कोण कोणाचा 'बॉस' आहे ते तिला दाखविण्याची एकही संधी मी सोडत नसे. मी खरोखरच तिला छळत असे, पण ज्यांना आपण अगदी दुर्बल समजतो तेसुद्धा कसे कणखर असतात हे आपलं आयुष्यच आपल्याला दाखवून देत असतं.

त्याचं असं झालं, की एक दिवस आमच्या घराजवळ एक नवं रेस्टॉरंट सुरू झाल्याचं आम्ही पाहिलं. 'पूर्णपणे शाकाहारी' अशी ओळख सांगणारी काही हॉटेल्स असतात त्यातलंच हे एक होतं. आई-बाबांनी आम्हाला तिथे घेऊन जायचा बेत केला. मग काय, आमच्या अपार्टमेंटमधल्या मित्रांच्यात 'आम्ही तिथे जाणार आहोत' अशी आम्ही लगेच शेखी मिरवली आणि तिथल्या स्वादिष्ट पदार्थांचा आस्वाद आम्ही घेणार असल्याबद्दल त्यांना वाटणाऱ्या हेव्याचीही मजा लुटली.

तर आम्ही तिथे गेलो, आमच्याप्रमाणेच अनेक लोक हे नवीन रेस्टॉरंट कसं आहे हे पाहण्याच्या उत्सुकतेपोटी आलेले दिसले. एखाद्या समंजस मध्यमवर्गीय कुटुंबासारखा आम्हीही त्या मेन्यूकार्डचा अभ्यास केला. उजवीकडून डावीकडे म्हणजे आधी किमती आणि मग पदार्थ ह्या क्रमानं ते वाचून काढलं, मग प्रत्येकानं आपल्याला काय हवंय ते ठरवलं. मी व्हेज क्लब सँडविच मागवलं माझ्यासाठी. माझ्या बहिणीनं– माझी चमची– तिनंही अर्थात तेच मागवलं, हे वेगळं सांगायला नकोच. आई-बाबांनी काय सांगितलं ते आता आठवत नाही, पण क्लब सँडविच नक्कीच नाही मागवलं.

त्यांनी मागवलेले पदार्थ आम्ही मागवलेल्या पदार्थांच्या आधीच आले आणि

अर्थातच ते आधी संपलेसुद्धा. त्यांनी काय मागवलं होतं ते खाऊन पाहायचं नाही असं मी स्वत:ला बजावलं. तुमच्या पदार्थांत आम्ही डोकावणार नाही आणि आमचेही तुम्हाला देणार नाही; आम्ही मर्यादा ठरवून टाकल्या. जरा वेळानं सँडविचेस आले. मऊ, लुसलुशीत ब्रेडमध्ये टोमॅटो आणि बटाटा हिरव्या चटणीत घोळवलेला. त्यावर उदार हातानं पसरवलेलं चीज आणि केचप. मी आणि माझी बहीण अगदी अधाशीपणानं त्यावर तुटून पडलो.

अर्धं खाऊन झाल्यावर उरलेलं काही आपल्या पोटात मावणार नाही हे माझ्या लक्षात आलं. मी चोरून हळूच माझ्या बहिणीकडे पाहिलं. तिचीही तशीच अवस्था होती. 'हे आम्ही संपवण्याच्या पलीकडचं आहे.' असं आमच्या चेहऱ्यावर उघड उघड वाचता येण्यासारखं होतं, पण आमचा अहंकार आमचा पराभव मान्य करायला तयार नव्हता आणि ते उरलेलं आई-वडिलांना द्यायचीही आमची तयारी नव्हती.

आमचा खायचा वेग हळूहळू मंदावत गेला, ते पाहून वडिलांनी विचारलं, 'मी संपवायला मदत करू का?' 'नाही.' ढेकर देत मी म्हटलं, 'मी संपवीन.' मी तोंडात इतकं कोंबलं होतं की कसंबसं उत्तर देऊ शकलो.

नंतर किती तरी वेळानं त्यातलं पाव हिश्शापेक्षासुद्धा जास्तच उरलं होतं. मग काय प्रत्येक घासाबरोबर आम्ही पाणी पिऊन ते ढकलायला लागलो, पण तरीही प्लेटमधलं संपण्याची चिन्हं दिसेनात.

आमची ती खाण्याची झटापट बाबांच्यानं सहन होईना. त्यांनी माझ्या प्लेटमधला एक तुकडा उचलला. 'नाही.' मी म्हणालो. मला अगदी अपमान झाल्यासारखा वाटला, पण त्यांच्या चेहऱ्यावरचं मिश्कील हसू पाहून ते माझी खोडी काढण्याच्या मूडमध्ये आहेत हे माझ्या लक्षात आलं. माझ्या विरोधाला न जुमानता त्यांच्या तोंडात तो तुकडा जाऊ लागला. 'तुम्ही खाल्लंत तर मी निघून जाईन.' माझ्या धमक्या त्यांना पोरकट वाटत होत्या आणि बघता बघता तो तुकडा गेलासुद्धा.

'मला नको हे.' मी जाहीर केलं. मी उठून चक्क बाहेर चालू लागलो. मागून हाक येईल अशा आशेनं क्षणभर थबकलो; पण छे! म्हणजे आणखीनच अपमान! मी दाणदाण पावलं टाकत घराकडे निघालो.

'मी आता कध्धीसुद्धा त्यांच्याबरोबर हॉटेलात जाणार नाही.' मी जीभ चावून म्हणालो. ' नाही नाही. मी जाईन पण व्हेज क्लब सँडवीच कधी नाही मागवणार.'

तेवढ्यात एक चिरपरिचयाची नाजूक हाक कानावर आली 'भैय्या' मी मागे वळलो. माझी बहीणही तितक्याच आवेशानं माझ्या दिशेनं येत होती. 'तू काय करतेयस इथे?' मी विचारलं. 'नाही भैय्या, मीपण नाही खाणार त्यांच्याबरोबर, चल आपण घरी जाऊ.' एकमेकांवरच्या विश्वासाची एक खोल जाणीव मला झाली.

अगदी युद्ध हरण्याच्या बेताला आलेल्या एखाद्या जनरलला, त्याच्या सैन्यानं एकत्र येऊन काही न बोलता पाठिंबा दिल्यावर, जे समाधान मिळेल, तसंच काहीसं मला झालं. मी पुन्हा एकदा हॉटेलच्या दिशेनं नजर टाकली. अगदी एखाद्या बॉलीवुड हीरोनं सूड घ्यायची शपथ घ्यावी आणि त्या मावळणाऱ्या सूर्याच्या साक्षीनं निघून जावं अशा थाटात!

त्या घटनेनं माझ्या बहिणीकडे पाहायची माझी नजर मात्र बदलली. माझी छोटी बहीण माझा अपमान म्हणजे तिचाच अपमान असं समजून खंबीरपणे माझ्या पाठीशी उभी राहिली होती आणि मी मात्र तोंड लपवून कोपऱ्यात बसलो होतो, पण माझी बहीण मात्र जराही विचलित झाली नाही. ती अजूनही माझ्यासाठी तितकीच एकनिष्ठ, निरागस, भक्तीभाव बाळगणारी छोटी मुलगी आहे. खरं तर तिचं हे निरपेक्ष प्रेम स्वीकारायची माझी पात्रता नाही.

अरे हो, आणखी तासा दीड तासानं मी आणि माझा लेफ्टनंट आम्ही दोघेही आई-वडिलांबरोबर पुन्हा त्याच रेस्टॉरंटमध्ये गेलो, अर्थात दुसऱ्या टेबलावर. हावरटपणानं आम्हाला संपवता येईल असं चॉकलेट आईस्क्रीम खायला. अर्थात आमच्या आई-वडिलांनी त्यांचं हसू आवरून धरलं होतं. मोठ्या कष्टानं– पुन्हा एखादं घरगुती बंड उद्‌भवेल या भीतीनं!

– सागर हवेली

५

आपत्तीपलीकडे

तुम्हाला जर इंद्रधनुष्य हवं असेल तर पाऊस सोसायलाच हवा.

– डॉली पार्टन

भूमिकांची अदलाबदल

'ढोली' 'जाडी' ही माझ्या शाळेतल्या मित्रांनी मला ठेवलेली टोपण नावं. माझ्या टोपणनावांचा आणि गुबगुबीतपणाचा मला फार राग येई. रोज मी रडत रडतच शाळेतून घरी येत असे आणि मग डोकं खुपसून रडण्याची सगळ्यात योग्य जागा म्हणजे आईची मांडी. मग मला अगदी सुरक्षित वाटे. आई हसून माझ्या डोक्यावरून हात फिरवत असे. आईच्या चेहऱ्यावर असे भाव असत की माझ्या वृत्तीत एकदम बदल होऊन जात असे.

माझा उत्साह वाढावा असंच संभाषण ती माझ्याशी सतत करत असे. 'लोक काय म्हणतात तिकडे लक्ष देऊ नये, उलट कष्टाची तयारी ठेवावी आणि आपल्याला अधिकाधिक चांगलं घडवायचा प्रयत्न करावा म्हणजे मग आपण कसे आहोत ते आपोआपच इतरांच्या लक्षात येतं. लठ्ठ असणं म्हणजे कुरूप असणं असा त्याचा अर्थ नाही. जगात तूच एकमेव सुंदर मुलगी आहेस.' आईचा हा मंत्र, ती रोज माझ्यासाठी गुणगुणत असे.

तिनं माझ्यावर दाखविलेल्या या विश्वासानंच मला सतत प्रोत्साहन मिळालं आणि जे काही आयुष्यात करायचं ते उत्तमच करायचं ही दुर्दम्य आकांक्षाही! त्यामुळे ज्या कॉलेजमध्ये शिकायची माझी इच्छा होती तिथे प्रवेश मिळावा म्हणून मी अतिशय जिद्दीनं अभ्यास केला आणि त्यात यशस्वीही झाले. आई-बाबा दोघंही मला हॉस्टेलवर सोडायला आले. आईनं नेहमीप्रमाणे माझ्या पाठीवरून हात फिरवून मला प्रोत्साहन दिलं, माझ्यावरचा विश्वास व्यक्त करणारे तिचे शब्द माझ्या मनात घोळत राहिले.

ह्या तिच्या विश्वासाला मी एकदा नव्हे तर तीनदा धक्का दिला. एकदा हॉस्टेलमधून बाहेर जायची परवानगी न घेताच आम्ही बाहेर गेलो तेव्हा वॉर्डननं आम्हाला पकडलं. माझ्या आई-वडिलांना बोलावण्यात आलं. मी अतिशय घाबरून गेले, पण माझी आई नेहमीप्रमाणेच शांत होती. तिनं सांगितलं, 'एक गोष्ट लक्षात

ठेव, आयुष्यात तू जे करशील त्यानंच तू घडणार आहेस किंवा बिघडणार आहेस. जो मार्ग निवडायचा आहे, तो विचारपूर्वक निवड. मजा करावीशी वाटेल आणि ते स्वाभाविकही आहे; पण आपली मर्यादा कधीही ओलांडू नकोस.' अजूनही तोच दृढ विश्वास माझ्यावर! शरमेनं पुढे कित्येक दिवस मी रडत होते. म्हणतात ना शहाण्याला शब्दांचा मार! कसलीही जाणीव करून न देता तिनं जे धडे मला दिले ते मुलांना वाढवताना माझ्या कामी आले.

मी प्रथम नोकरीला लागले तेव्हा ती आवर्जून मला आधार द्यायला आली होती. अशीच अनेक वर्षे उलटली. माझ्या क्षेत्रात मी नावाजली जाऊ लागले, तेव्हा तर तिच्या आनंदाला सीमाच राहिली नाही. मला एखादा पुरस्कार मिळाला किंवा माझा फोटो वर्तमानपत्रात आला की तिला अत्यानंद होत असे. माझ्याबद्दल तिला वाटणारा अभिमान इतरांसमोर प्रकट होत असे.

मला मिळालेले सगळे मानमरातब हे केवळ तिच्याच प्रयत्नांचं फळ आहे असं मला प्रामाणिकपणे नमूद करावंसं वाटतं. याचं सगळं श्रेय तिला जातं. माझं यश म्हणजे माझ्यावरच्या तिच्या विश्वासाचा परिणाम होय. हो, आज मी जी काही आहे, त्याबद्दल मी आईची शतश: ऋणी आहे. माझ्यात, जगाला सामोरं जाण्यासाठीचं धैर्य तिनंच निर्माण केलं. मला आधार दिला. माझ्यातल्या नकारात्मकतेला तिनं कधीच खतपाणी घातलं नाही. स्वत:वर विश्वास ठेवण्याला आणि देवावर श्रद्धा ठेवायला तिनंच शिकवलं.

आज ती अतिशय अशक्त झालेय, थकलेय, एका कानानं तिला ऐकू येत नाही. ज्या आईनं आमच्यावर कायम विश्वास ठेवला, तीच आज आमच्या प्रत्येक कृतीबद्दल साशंक असते. आईच्या जादुई स्पर्शानं आमचं दु:ख हलकं व्हायचं, पण आज आई लहान मुलाप्रमाणे रडू लागली की आमच्या सांत्वनाचा स्वीकार करायला तयारच नसते.

वडिलांच्या मृत्यूनंतर आईचं व्यक्तिमत्त्व पार बदलून गेलंय.

शाळेच्या पार्टीसाठी मला हवा असलेला सुंदर स्वेटर विणून देण्यासाठी हीच आई रात्र रात्र जागत असे. पहाटे तीनला उठून मला दूध देत असे. बोर्डाच्या परीक्षांच्या दिवसात आम्हाला कोणत्याही वेळेला अभ्यासासाठी उठता यावं यासाठी ती अनेक रात्री झोपेवाचून काढत असे. तीच आई आज दोन्ही मुलींकडे त्या काही अंत:स्थ हेतूनं आलेल्या अपरिचित आहेत अशा भावनेनं रोखून पाहात असते.

आज ज्या नजरेनं ती आम्हाला न्याहाळते, त्या नजरेनं आम्ही विद्ध होतो. ती अशीच तर राहणार नाही ना?

मला तर तिची आत्यंतिक गरज आहे. अजूनही मी कितीतरी गोष्टींची काळजी

करते. इतरांनी जर कधी माझी परिस्थिती अवघड केली तर मी कोणाच्या तोंडाकडे पाहू? माझं कोणी ऐकून घ्यावं, माझं सांत्वन करावं अशी जर कधी गरज वाटली तर मी कोणाच्या आश्रयाला जाऊ? आईखेरीज कोणाचा विचार माझ्या मनाला शिवतच नाही. आई ही एकच अशी व्यक्ती आहे जिनं आजपर्यंत माझी हळुवारपणे, चिकाटीनं काळजी घेतली आहे. मला चालायला, बोलायला शिकवलंय, मला वाचून दाखवलंय, मला हसवलंय. माझ्या यशानं इतकं हुरळून कोणीही गेलं नसेल. मी जेव्हा चुकले तेव्हा तिनं मला मार्गावर आणलं, वादळाला तोंड देण्याचं धैर्य मला दिलं. प्रतिकूल परिस्थितीतसुद्धा हसतमुख कसं राहायचं ते तिनंच मला दाखवून दिलं. हे सगळं तिच्याखेरीज कोण करेल आता?

आईच्या आजारपणावर उपचार शोधण्यासाठी मी माझ्या एका डॉक्टर मित्राला सल्ल्यासाठी गाठलं. 'एखाद्या व्यक्तीनं ती व्यक्ती ज्याच्यावर सर्वस्वी अवलंबून आहे अशा आपल्या जोडीदाराला कायमचं गमावलं तर त्याला किंवा तिला हा असा धक्का बसू शकतो. आई आत्ता जे अनुभतेय तो धक्काच आहे, यातून ती सावरेल पण त्याला काही काळ लागेल.' त्यानं माझी समजूत काढली.

'जन्मभराच्या जोडीदाराला गमावणं ह्या इतकं भयंकर दुःखदायक काही असू शकत नाही.' हे त्या डॉक्टरचे शब्द रात्रभर माझा पाठलाग करत राहिले. 'आपल्या उधळल्या गेलेल्या सगळ्या इच्छांचा विचार आपल्या मनात येतो. आपल्या लाडक्या व्यक्तीबरोबर त्या सगळ्या इच्छा मरून जातात. त्या व्यक्तीच्या अस्तित्वाची आपल्याला अजूनही ओढ असते. त्याचं असणं, त्याचं साहचर्य अथवा त्याचे आशीर्वाद आपल्याला हवे असतात. आपले त्याच्याशी असलेले बंध आपल्याला तसेच हवे असतात. कदाचित शेवटचे काही बोलायचे असते. ती आता पुन्हा एकाकी झाली आहे आणि त्या परिस्थितीशी ती जुळवून घ्यायला बघते आहे, हे लक्षात घ्या.'

तिच्या डोळ्यातले भाव वारंवार माझ्या डोळ्यासमोर येत आणि मला टोचत. इतके दिवस आम्ही ते भाव म्हणजे आमच्याविषयीचा अविश्वास, शंका असंच समजत होतो, पण खरं म्हणजे त्या वृद्धेची नजर आमच्याकडे तिला समजून घेण्याची, आधाराची याचना करत होती.

अनेक अनेक वर्षांनंतर मला पुन्हा एकदा स्वतःची लाज वाटली. मी अशी स्वतःशीच रडत स्वतःच्याच चिंतेत मग्न होऊन कशी बसू शकते? आणि तेही ज्या स्त्रीवर मी जन्मभर आत्यंतिक प्रेम केलं ती इतकी अगतिक असताना? वेळोवेळी तिनंच माझी पाठराखण केली होती ना? मला जेवढी तिची गरज होती, त्यापेक्षा आज तिलाच माझी जास्त गरज नाही का?

ही वेळ आता मी तिला सुखात ठेवण्याची आहे. माझ्या अंतःकरणातलं प्रेम

मी तिला दाखवून द्यायची वेळ आली आहे. ती नेहमीच माझ्यासाठी होती– आज मी तिच्यासाठी असायला हवं.

ह्या सगळ्याची उपरती व्हायला मला फारच वेळ लागला. आई मला क्षमा करशील ना?

– शालिनी नंबियार

प्रेम गमावले, आयुष्य कमावले

रितू द्विधा मन:स्थितीत अडकली होती. खोलीत अस्वस्थपणे येरझारा घालता घालता तिचा लग्नातल्या अंगठीशी अस्वस्थपणे चाळा चालू होता. त्या दिवशी सकाळी सकाळीच मोबाईलवर 'व्हॉट आय् मिस अबाऊट यू' ही धून वाजली आणि एस. एम. एस. झळकला. नवऱ्याच्या मोबाईलवरच्या त्या एस. एम. एस. मुळे तिचे मन गोंधळ आणि अविश्वास यात हेलकावे घेत होते. नीलेशबरोबरच्या वीस वर्षांच्या वैवाहिक जीवनात तिनं हा असा सुन्न करणारा भयानक अनुभव घेतला नव्हता. ह्या पूर्वी एकमेकांवरच्या प्रेमाविषयी तिला कधी शंकासुद्धा घ्यावीशी वाटली नव्हती. रितूच्या दृष्टीनं ही घटना म्हणजे, त्यांच्या एकमेकांवरच्या विश्वासालासुद्धा तडा गेला आहे का याची लिटमस टेस्टच म्हणायला हवी.

प्रथम जेव्हा तिनं तो एस. एम. एस. वाचला तेव्हा तिला जरा विचित्रच वाटलं; पण बराच विचार केल्यावर आपले संबंध संपण्याच्या बेताला आले आहेत का काय याचं आश्चर्यही वाटलं.

ज्या व्यक्तीनं हा एस. एम. एस. केला होता त्या व्यक्तीशी संपर्क साधायचं तिनं मनोमन ठरवून टाकलं. रितूनं आपल्या मोबाईलवरून नंबर फिरवला आणि पलीकडून प्रतिसादाची वाट पाहिली. प्रथम क्लिक झालं, नंतर पुन्हा डायल टोन आला तेव्हा रितूच्या पोटात गोळा आला. तीच धून पुन्हा वाजली. त्या छोट्याशा गीताचे शब्द पुन्हा पुन्हा तिच्या कानात घुमू लागले.

'द शेअरिंग ऑफ सिक्रेट्स वुई थॉट नो वन एल्स न्यू,
दॅट्स व्हॉट आय्, मिस अबाऊट यू. '

'ह्या गाण्याचं माझ्यासाठी काही विशेष महत्त्व आहे, कारण माझ्या आवडत्या व्यक्तीलाही ते खूप आवडतं.' असा उल्लेख एकदा नीलेशनं केला होता.

'हॅलो.' ते गाणं थांबून एका बाईचा आवाज आला. रितूला क्षणभर काय

बोलावं तेच सुचेना. ही व्यक्ती कोण आहे हे तिला शोधून काढायचं होतं आणि त्याचवेळी नवऱ्यालाही अडचणीत टाकायची इच्छा नव्हती.

'हा सोफीचा नंबर आहे का?'

'सॉरी, तुम्ही चुकीचा नंबर फिरवलेला दिसतोय.' फोन बंद करण्यापूर्वी त्या स्त्रीनं उत्तर दिलं.

मनातल्यामनात रितूनं त्या एस. एम. एस.ची पुन्हा उजळणी केली. 'नीलेश, काल एकदाची आपली भेट झाली ते बरं झालं. काही काळ आपण दुरावलो होतो; पण तो दुरावा मला आता पुसून टाकायचाय. आपल्या जीवनात पुन्हा ते चैतन्य येऊन आपल्या दोघातलं प्रेम उजळून टाकेल का?'

त्या दिवशी नीलेश घरी येण्याचीच रितू वाट पाहात होती. तिनं हसून त्याचं स्वागत केलं. खोलीत तो येता क्षणीच तिनं त्याला गाढ आलिंगन दिलं. त्याच्यात आणि आपल्यात आता कायमचाच दुरावा निर्माण होऊ शकेल या विचारानं तिचे डोळे पाणावले.

'रितू, काय झालं गं? रडतेस का तू?' नीलेशनं विचारलं. आपल्या भावना आता आपल्याला नवऱ्यापासून फार काळ लपवून ठेवता येणार नाहीत, हे रितू समजून होती. त्याच्या मोबाईलवरचा एस. एम. एस. कसा योगायोगानं आपल्या वाचनात आला हे तिनं त्याला सांगितलं आणि प्रेमावरचा विश्वास कसा डळमळीत झालाय तेही.

शतशः तुकडे करणारं ते सत्य जाणून घ्यायची वेळ आता रितूवर आली. गेली पंधरा वर्षं दुसऱ्याच एका बाईबरोबर नीलेशचे संबंध चालू होते, पण गेले वर्षभर मात्र त्यांनी एकमेकांना भेटणं थांबवलं होतं. खूप पूर्वीच घटस्फोट घ्यायची माझी इच्छा होती हेही त्यानं कबूल केलं. दोन मुलांच्या विचारानं त्याला घटस्फोटाच्या निर्णयापासून परावृत्त केलं होतं. सध्या ती मुलं परदेशात शिक्षण घेत होती.

रितूला राग आवरेना. ती फार दुखावली गेली होती, पण तिनं तसं मुळीच दिसू दिलं नाही. पुढचा एक तासभर ती नीलेशचं म्हणणं चुपचाप ऐकून घेत होती, तरीही एक शब्दही न बोलता तिनं दुसऱ्या दिवशी घर सोडलं. आशेचा अंधूकसा किरणही तिला दिसत नव्हता किंवा स्वप्नभंगाचं दुःख तिला नको होतं म्हणून नाही. तिनं घर सोडलं, कारण तिच्या विश्वासाला तडा गेला होता. तिनं तिच्या पद्धतीनं त्याच्यावर विश्वास दाखवला होता. त्याच्या आयुष्यातून कायमचं निघून जाण्याचा तिनं निर्णय घेतला, कारण ज्याला तिची कदर नव्हती, तिच्या प्रेमाचीही किंमत नव्हती अशा कोणावर तिला तिचं आयुष्य उधळून टाकण्याची इच्छाच नव्हती.

अनेक वर्षे तुकडा-तुकडा जोडून गुंफलेलं तुमचं जग असं ठोकरून जाताना किती यातना होत असतील ना? गतायुष्यातल्या आठवणी आपल्या आयुष्यात

आनंदाचा खोटा आभास निर्माण करू शकतात का? गमावलेला विश्वास हेच आपल्या नशिबात होतं, असं म्हणून स्त्रीनं त्याचा स्वीकार करावा का? विवाहाचं बंधन, अनेक दशकं एकमेकांच्या सहवासात काढल्यावर, एकमेकांची काळजी घेतल्यावरसुद्धा एक ढोंग, एक बतावणी वाटत असेल, तर ते बंधन सहन करीत राहण्यात काय बरं अर्थ आहे?

रितू माझी मावशी आहे. आज ती पन्नास वर्षांची आहे– तिचा विचार माझ्या मनात येतो. तिची माझी नजरभेट होते, ती हसते. अनेक रूपेरी आठवणी तिच्या सुंदर चेहऱ्यावरच्या सुरकुत्यांत दडून बसल्या आहेत, पण त्यात खेदाचा लवलेशही नसतो. पाया ढासळलेली प्रेमाची इमारत पुन्हा बांधायचा प्रयत्न तिनं केला नाही. ते प्रेम पुन्हा परतून यावं अशीही तिची इच्छा नाही. नवऱ्याबरोबर व्यतीत केलेले चांगले क्षण तिनं हृदयात जपून ठेवलेत, पण भूतकाळ पुन्हा जगण्याची तिची इच्छा नाही. तिच्या कृतीनं, तिला ओळखणाऱ्या सगळ्या स्त्रियांना– म्हणजे त्यात मीसुद्धा आले– तिनं हेच दाखवून दिलंय की प्रेम ही काही तडजोड नाही. ती तुमची बांधीलकी असते आणि त्याचा कोणी अनादर केला तर आपण निदान आपल्या स्वाभिमानाचा आदर केला पाहिजे.

– पूजा नायर

माझे शक्तिमान बाबा

तो जून महिन्यातला दिवस होता. हवेत फार उष्मा होता. तेवढ्यात ती भयंकर बातमी देणारा आईचा फोन आला. माझ्या बाबाचं पँक्रिॲटिक कॅन्सरचं निदान झालं होतं. माझं सगळं जग त्या बातमीनं हादरून गेलं.

१८ जून, २००२ला डॉक्टरांनी त्यांची शस्त्रक्रिया करण्याचा निर्णय घेतला. त्याच दिवशी माझा वाढदिवस होता. बाबांना जीवनदान मिळालं तर त्या इतकी वाढदिवसाची मौल्यवान भेट माझ्यासाठी दुसरी कोणतीच असणार नाही असं क्षणभर मनात आलं. ऑपरेशन थिएटरमध्ये जाण्यापूर्वी बाबांनी आम्हा सर्वांना एकवार न्याहाळत म्हटलं, 'अरे, काळजी कसली करता? मी डॉक्टरांशी बोललोय त्यांनी मला सांगितलंय की मी बरा होईन. मी आलोच, तुम्ही माझी वाट पाहा.' आम्ही अश्रू परतवायचा प्रयत्न करत होतो. शस्त्रक्रियेनंतर ते बाहेर आले. ठीक ठाक वाटत होते; पण यातना आणि दु:ख संपलेलं नाही याची जाणीव आम्हा सर्वांनाच होती.

मी त्यांची मुलगी अन् दोन मुलांची आई होते. मी जेव्हा देशाच्या पार दुसऱ्या टोकाहून त्यांना भेटायला येईन तेव्हा ते पूर्ण बरे झालेले असतील असं आश्वासन त्यांनी मला दिलं.

डॉक्टरांनी त्यांना आणखी फार तर दोन वर्षांचं आयुष्य देऊ केलं होतं, पण एवढ्यानं खचून जातील, निराश होतील, आयुष्यातून उठतील असे माझे बाबा नव्हतेच; ते लढवय्ये होते. आयुष्यानं आजपर्यंत त्यांच्यावर कधीच कृपा केली नव्हती. फाळणीच्या वेळी लाहोरमधून आपलं समृद्ध घर सोडून आई-वडील आणि दोन लहान बहिणी यांच्यासकट त्यांना परागंदा व्हावं लागलं; त्यावेळी त्यांचं वय होतं अवघं दहा वर्षांचं. तेच सगळ्या भावंडांत मोठे. सहाजिकच पैसे मिळवण्यासाठी ते वडिलांना मदत करू लागले. ज्या वयात बहुतांश मुलं चैनीच्या गोष्टींसाठी आई-वडिलांच्या मागे लागत असतात त्याच वयात माझे बाबा फुगे विकत असत.

रस्त्यावरच्या दिव्याखाली बसून त्यांना अनेकदा अभ्यास करावा लागायचा. इतक्या सगळ्या प्रतिकूल परिस्थितीशी झगडून ते प्रोफेसर म्हणून निवृत्त झाले, हे खरंच त्यांचं कर्तृत्व होतं. आयुष्यातल्या ह्या अशा लढाया खरं तर आपण आपल्या मनात जिंकतो, हे त्यांनीच मला शिकवलं होतं. निराशावाद सोडून द्यावा आणि प्रत्येक परिस्थितीतील सकारात्मक बाजू पाहावी असं त्यांचं सांगणं असे.

त्यांच्या ऑपरेशननंतर त्यांना भेटण्यासाठी मी पुन्हा गेले, तेव्हा त्यांना फार आनंद झाला आणि हसून ते म्हणाले, 'बघ मी दिलेला शब्द पाळला की नाही? मी जिवंत आहे!'

हो, माझे बाबा दिलेला शब्द पाळतातच हे मला ठाऊक होतं. मी अगदी लहान असताना– तिसरीत असताना त्यांनी असंच त्यांचं वचन पाळलं होतं. शाळेच्या वार्षिक स्नेहसंमेलनात सतारीवर वाजवण्यासाठी मला राग यमन शिकवण्याचं! दुसऱ्या दिवशी स्थानिक वर्तमानपत्रात बाबांच्या हुशार आणि अष्टपैलू मुलीचा फोटो झळकला होता. बाबांच्याइतका आनंद कोणालाच झाला नव्हता. दुसऱ्या दिवशी मी शाळेतून घरी आले तेव्हा पलंगावर माझ्यासाठी एक भेटवस्तू वाट पाहात होती, त्यावर लिहिलं होतं, 'भविष्यातल्या एका सतारवादकासाठी खास' आणि शेजारी वर्तमानपत्रातला माझा फोटो ठेवला होता. पुढे मी काही सतारवादक झाले नाही, पण त्या छोट्याशा गोष्टीनं मला मात्र आत्मविश्वास दिला आणि जे काम आपण हातात घेऊ त्यात उत्तमोत्तम यश संपादन करण्याची जबरदस्त इच्छा!

थोड्याच दिवसांत डॉक्टरांनी बाबांना कोठेही बाहेरगावी जाण्यास मनाई केली. प्रवास त्यांना झेपण्यासारखी त्यांची स्थिती नव्हती. शेवट जवळ येत चालला होता, हे आम्ही सगळेच जाणून होतो. बाबांना फार यातना होत. ते शारीरिकदृष्ट्या फार अशक्त झाले होते. पहिल्यासारखे राहिले नव्हते, पण ते सदैव हसतमुखच असत. 'जोपर्यंत हे जग सोडायची मला इच्छा होत नाही तोपर्यंत मला मृत्यूही नेऊ शकणार नाही. माझ्या मृत्यूनंतर माझ्या मुलींनीच माझे अंत्यसंस्कार करावेत. ते माझे मुलगेच आहेत.' बाबांनी आपली इच्छा व्यक्त केली होती. हॉस्पिटलमधल्या डॉक्टरांचा निरोप घेताना हसून त्यांनी सांगितलं, 'मी येणार आहे पुन्हा तुम्हाला त्रास द्यायला.' डॉक्टरांनी हसून मान हलवली, पण ते पुन्हा हॉस्पिटलमध्ये परतणार नाहीत हे सगळ्यांनाच कळून चुकलं होतं.

घरी त्यांच्या यातना बघणं म्हणजे एक धक्कादायक अनुभव होता, पण त्यांची इच्छाशक्ती दुर्दम्य होती. एका रात्री अखेर त्यांनी आपला पराभव मान्य करून अंतिम क्षणासाठी तयारी करायचं सुचवलं. मृत्यूची चाहूल लागताच त्यांनी आम्हाला पलंगावरून उचलून खाली ठेवण्याची विनंती केली, कारण आता वेळ आली होती आणि खरोखरच दिलेला शब्द पाळून त्या सायंकाळीच त्यांची प्राणज्योत मालवली.

त्यांच्या चितेला अग्नी देताना त्यांना मृत्यूच्या दाढेतून ओढून काढण्याची मला अनिवार इच्छा झाली. मी छोटी असताना एका उधळलेल्या बैलापासून वाचवण्यासाठी त्यांनी मला उचलून खांद्यावर घेतलं होतं, अगदी तश्शीच इच्छा मला झाली...!

पण मी जेव्हा जेव्हा हताश होते तेव्हा मला त्यांच्या शब्दांचं स्मरण होतं, 'कोणत्याही संकटाकडे सकारात्मक दृष्टीनं पाहावं म्हणजे आयुष्यात कधीच अपयश वाट्याला येत नाही.'

– कानन गौतम

पूर्णविराम

'बस्स झालं! हे आता अखेरचंच' असं तिला कधी जाणवलं हे तिला ठाऊक नाही. व्यसनमुक्ती केंद्रातून परतल्यानंतर तिचा नवरा आज काही प्रथमच झिंगून आला नव्हता आणि पिऊन येण्याची ही त्याची शेवटचीच वेळ असणार नाही, हेही ती मनोमन जाणून होती. 'झिंगलेला' हा शब्द स्वत:शी उच्चारायलासुद्धा तिला नको वाटे. त्या शब्दाला एक दर्प होता. या साऱ्याची सुरुवात कशी झाली ते तिला आठवत होतं आणि हे सगळं भलत्याच मार्गानं चाललंय असे संकेत मिळत असतानाही तिनं त्याच्याकडे दुर्लक्ष केलं होतं.

मित्रांबरोबर एखाददुसरा पेग घ्यायला म्हणून तो अनेकदा बाहेर पडत असे किंवा मग तणावाच्या सबबीवर अनेक पेग रिचवत असे. तिचं मन अनेक वर्षे मागं गेलं. ती तेव्हा ह्या माणसाच्या प्रेमात पडली होती आणि आता तोच तिच्यासमोर उभा होता, सगळ्याचा विचका करून टाकलेल्या अवस्थेत! तो अगदी उमदा, तरतरीत, सुविद्य तरुण होता आणि ती होती स्वत:पेक्षा इतरांचा विचार करणारी, आनंदी, जगण्यावर प्रेम करणारी तरुणी! ते एकमेकांना पूरक होते; पण त्यांच्या आई-वडिलांची मात्र याला मान्यता नव्हती. चित्रपटातल्या एकमेकांवर मनापासून प्रेम करणाऱ्या प्रेमिकांसारखं आई-वडिलांच्या विरोधाला न जुमानता त्यांनी पळून जाऊन देवळात लग्न लावलं. त्यावेळी आपल्या आयुष्याला हे असं नाट्यमय वळण लागेल याची तिला पुसटशीही कल्पना नव्हती.

हे सगळं गेली सात वर्षे चालू होतं; पण तिला मात्र ते वर्षानुवर्षं चालू असल्यासारखंच वाटत होतं. त्याच्या पिण्यानं तिला इतकं उद्ध्वस्त करून टाकलं होतं की कधी काळी आपण समाधानी, आनंदी, चिंतामुक्त होतो हेच ती आता विसरून गेली होती. दारूच्या नशेत तो तिला शिव्या घालत असे, तेव्हा 'हे आता आणखी सहन करायचं नाही' असं ती स्वत:ला बजावत असे. दुसऱ्या दिवशी तो समंजसपणे वागला की घरातून निघून जाण्याचा तिचा विचार बारगळत असे.

यापूर्वी दोनदा ती अशी जवळ जवळ निघून गेली होती. एकदा त्यांच्या लग्नाच्या चौथ्या वाढदिवशी पार्टीतल्या शंभर पाहुण्यांसमोर त्यानं तिचा पूर्ण नशेत अतिशय अपमान केला होता तेव्हा आणि दुसऱ्यांदा, मातृत्वाची चाहूल लागल्याची आनंदाची बातमी द्यायला ती उत्सुकतेनं घरी आली, त्याचवेळी त्याला नशेत पाहिलं तेव्हा. पण या पूर्वीच्या अनेक प्रसंगांप्रमाणेच तिनं आपण त्याला बदलू शकू अशी स्वत:चीच समजूत काढली होती. काळाबरोबर तो बदलेल. आपलं प्रेमही त्याला बदलायला लावेल आणि तो हे व्यसन सोडेल अशी एखाद्या कुमारवयीन मुलीप्रमाणेच तिला भाबडी आशा वाटत असे. फोफावणारं तण कसं, त्याकडे फार काळ दुर्लक्ष केलं तर नंतर उपटून टाकणं अशक्य होतं तसंच ह्या सवयीचं असतं. दिवसेंदिवस तो अधिकाधिक व्यसनाधीन होत गेला; त्याच्याबरोबर तीही अंधाऱ्या तळ नसलेल्या पोकळीत असाहाय्यपणे गटांगळ्या खाऊ लागली.

अश्रूंनी भिजलेली तिची बाही कोणीतरी खेचतंय असा तिला भास झाला. तो होता चिमुरडा तीन वर्षांचा सिद्धार्थ. तिचा मुलगा! रडता रडता तो तिला हलवून शांत करायचा प्रयत्न करत होता. खरं तर तिनं त्याची समजूत काढायला हवी होती, त्याला शांत करायला हवं होतं. भावनांच्या कल्लोळातून त्याला आधार द्यायला हवा होता, पण दरवेळी दारूचा उग्र दर्प घेऊन हा माणूस घरात शिरला की पुन्हा ती हतबल होत असे.

अचानक आपल्यात काही तरी बदल होत असल्याचं तिला जाणवलं. 'आता हे शेवटचंच' असं मनाशी म्हणून तिनं ह्या अत्यंत घाणेरड्या गोष्टीला पूर्णविराम द्यायचं ठरवलं. या अकल्पित आघातानं कधी नव्हे ते तिच्यात धैर्य निर्माण केलं. आपले अश्रू पुसून लहानग्या सिद्धार्थला तिनं छातीशी कवटाळलं आणि आपल्या खोलीत जाऊन दार बंद करून घेतलं. आता यातून आपण बाहेर पडलंच पाहिजे असं तिनं ठरवलं. मुलासाठी आपल्या सुखावर पाणी सोडायला हवं या विचारातच तिनं आजवर हा निर्णय लांबणीवर टाकला होता; पण त्यात काही अर्थ नव्हता. ज्या माणसाला आपल्या कुटुंबाची जराही किंमत वाटत नाही आणि त्यासाठी आपलं वर्तन जराही सुधारावंसं वाटत नाही अशा माणसासाठी आपण आपलं आणि आपल्या मुलाचं आयुष्य बरबाद करण्याची काही गरज नाही.

दुसरा दिवस उजाडला आणि जणू काही घडलंच नाही अशा थाटात तिच्या नवऱ्यानं तिला हाक मारली; पण काहीच उत्तर आलं नाही. प्रथम त्याला वाटलं ती आंघोळीला गेली असेल, पण एक तास उलटला– ती कोठेच दिसेना... आणि मुलगा? तो कुठे गेला? त्याचाही कुठेच पत्ता नव्हता. गेली तरी कुठे ही त्याला घेऊन? पित्त उसळून यावं तशा अनामिक भीतीनं त्याला ग्रासलं, दारूचा अंमल उतरला की तो वेगळाच भासे. बराच शोध घेतल्यावर उशीखाली त्याला एक चिठ्ठी

सापडली, ती त्याच्यासाठीच होती.

'अमित' त्यात म्हटलं होतं, 'तुझ्या पिण्याचा मला आता अगदी तिटकारा आलाय आणि तुझ्या बेपर्वाईला मी कंटाळले आहे. इतकी वर्षे तू बदलशील अशी मला आशा वाटत होती, पण आता मात्र मला तसूभरही आशा वाटत नाही. माझ्या मुलाचं आयुष्य बरबाद करण्याचा तुला काहीही हक्क नाही. मी त्याला घेऊन दूर निघून जाते आहे. मला त्याच्यातून एक चांगला, निष्ठावान सहृदयी आणि प्रेमळ माणूस घडवायचाय. तू दिलं नाहीस आणि कधीही देऊ शकणार नाहीस असं आयुष्य मी त्याला देईन. तुझी आणि त्याची कधीही भेट व्हावी असं मला वाटत नाही.'

ही गोष्ट इथेच संपली नाही. तो छोटा सिद्धार्थ तिला वाटत होतं तसाच मोठा झाला... आणि त्याची आई? ती आजही एक कणखर स्त्री आहे. काहीच तथ्य नसणारी कहाणी संपवण्याचा तिने आटोकाट प्रयत्न केला होता. मोठ्या होणाऱ्या तिच्या मुलाप्रमाणेच दिवसेंदिवस आनंदात भर घालणाऱ्या नव्या पर्वाचा आरंभ केला होता. तिच्या या निर्णयाचं तिला अतीव समाधान आहे.

– सोनाली ब्रह्मा

पावसाचे थेंब

पावसाचे थेंब माझ्या गाडीच्या खिडकीला स्पर्श करतात आणि त्यातलेच काही घरंगळत खाली पडतात. शर्यत जिंकायची असल्यासारखा एकाहून दुसरा अधिक वेगात खाली घरंगळतो. एक थेंब मी माझ्या बोटाच्या टोकावर झेलते, पण तोही हळूच त्याच्या गन्तव्याच्या दिशेनं घरंगळून जातो.

आकाशातून बरसणारं प्रेम जमेल तेवढं हात पसरून आपल्या कवेत घेण्याचा तिचा प्रयत्न माझ्या दृष्टीस पडतो. तिनं मान उंच करून चेहरा आकाशाकडे केलाय. पावसाचे थेंब त्यावर चमकतात आणि कधीच न संपणारं हसू त्यावर पसरतं.

ही मीरा. वाहतुकीच्या सिग्नलपाशी गेली काही वर्षे ती फुलं विकते. रोज संध्याकाळी शेजारच्या कबरस्तानात चक्कर मारून तिथल्या थडग्यांवरची फुलं ती नियमित गोळा करते, जणू काही ती तिथल्या काही सुखद आठवणी तर काही धूसर झालेल्या सुहृदांच्या आठवणी तिथून चक्क चोरून इतरांना विकते. उन्हानं तिची त्वचा रापली आहे, बघू न शकणाऱ्या तिच्या डोळ्यात प्रखर प्रकाश घुसतो. कधी कधी तिला तिच्या डोळ्यासमोर चकाकणाऱ्या रंगांचा भास होतो. ती कबरस्तानात असते तेव्हा तिच्या दृष्टीला हिरवे आणि निळे रंग जाणवतात. फुलाच्या सुगंधानं तिच्या समोर साकारतो गुलाबी रंग आणि ती फुलं विकताना साकारतो करडा रंग.

पण सतत दृष्टीला जाणवणारा एकच रंग काळा!

एकदा फुटपाथवर ही दिवसभराची मिळकत मुठीत घट्ट धरून ती बसलेली असताना तिला एक देवदूत भेटला. तिच्या चट्टे पडलेल्या, धुळीनं माखलेल्या त्वचेवर कुणीतरी अमृत सिंचन करावं असाच त्याचा ममतेचा स्पर्श होता. तो होता कोणी फुलांचा व्यापारी. केवळ फुलांच्या सुगंधानं फुलं ओळखण्याच्या तिच्या क्षमतेचं गेले काही दिवस तो निरीक्षण करत होता. त्यानं तिच्यावर मायेची पाखर घातली. दिवसा त्या ताज्या फुलांच्या सहवासात ती त्याच्या दुकानात असे आणि

मग तो तिला अंधांच्या सायंशाळेत पाठवायचा.

आता रोज सायंकाळी शाळेत जाण्यासाठी ती दुकानातून निघते. ज्या कबरस्तानातून ती फुले चोरीत असे, त्या कबरस्तानाजवळ तिची पावले काही काळ कृतज्ञता व्यक्त करण्यासाठी थबकतात. आता ती अर्पण केलेली मौल्यवान फुलं चोरून नेण्याची तिला गरज नसते.

आणि ही दुसरी राधा. माझ्या गाडीच्या खिडकीच्या काचेवर टकटक करणारी, सिग्नलपाशी इतर अनेकांप्रमाणेच वर्तमानपत्रे विकणारी! ती नुसतीच वर्तमानपत्रं विकत नसते किंवा नुसतंच 'पेपर लेलो' 'आजकी ताजा खबर' असं म्हणून ती माझं लक्ष वेधून घेत नाही, पण त्यातले मथळे ती खरोखरच मोठ्यानं वाचत असते. कधी बॉलिवुडमधल्या एखाद्या गरमागरम बातमीविषयी बोलत असते आणि कधीकधी एखाद्या खेळाविषयीसुद्धा! तिच्या चेहऱ्यावरचं बुद्धिमत्तेचं तेज लपत नाही.

सिग्नलपाशी, दोन रुपयांचं वर्तमानपत्र विकण्याच्या तिच्या व्यवसायातल्या कौशल्याचा ती जो नमुना पेश करते ते पाहून मी स्तंभित होते, इतकंच नाही तर तिच्याजवळच्या वेगवेगळ्या प्लॅस्टिक बॅग्जमध्ये पैशाची निरनिराळी नाणी खुळखुळत असतात. अडचणीतून वाट काढण्याची तिची ही क्लृप्ती कौतुकास्पद आहे.

माझ्या खिडकीच्या काचेवरून घरंगळून जाणाऱ्या पावसाच्या थेंबांप्रमाणेच ह्या मीरा आणि राधा आहेत. प्रत्येकीचं स्वतःचं असं स्थान आहे. ह्या अशा धुळीनं माखलेल्या अनेक छोट्या नाजूक चेहऱ्यांनी साकारलेल्या हिंमतीच्या प्रत्यक्षातल्या कहाण्या अनेक असतील, पण त्या अज्ञातच राहतात. सिग्नल हिरवा होईपर्यंतच्या त्या काही क्षणांत, आपल्या खिडकीबाहेरच्या त्या गडबड गोंधळात बरंच काही निसटून जातं. या छोट्या पावसाच्या थेंबांना आपल्या पंखाखाली घेऊन योग्य ती दिशा देण्याइतकी संवेदनशीलता आपल्यात असण्याची गरज आहे. 'एका छोट्या नाण्यापलीकडेही काही अधिक मिळण्याच्या अपेक्षेनं मी इथे थांबलेय.' एक आवाज आपल्याला सांगतोय-- तिकडे लक्ष द्या.

– वैशाली श्रॉफ

तापलेल्या गच्चीवर

लहानपणापासूनच डॉक्टर किंवा इंजिनिअर होण्याची माझी महत्त्वाकांक्षा होती. माझं कुटुंब सुशिक्षित आहे. सर्वांचे एकमेकांशी अगदी मोकळेपणाचे संबंध आहेत; पण वडिलांचं म्हणणं असं की लवकरातलवकर शिक्षण संपवून मी लग्न करावं. मला तर डॉक्टर किंवा इंजिनिअर व्हायचं होतं; पण वडिलांनी कधीच प्रोत्साहन दिलं नाही. ते त्यांच्या मतांच्या बाबतीत अगदी काटेकोर होते. मी मात्र आपल्याला काय हवंय तेच करायचा निश्चय केला होता.

मी बारा वर्षांची असताना माझं सगळं कुटुंब महाराष्ट्रात स्थायिक झालं, पण मी महाराष्ट्रात येऊ इच्छित नव्हते, कारण मला मराठी येत नव्हतं. शिवाय इयत्ता दहावीत मला मराठीचा पेपर सक्तीनं द्यावाच लागला असता, म्हणून मी काका, काकू, त्यांची दोन मुलं आणि आजोबा यांच्याबरोबर चेन्नईत राहायचं ठरवलं. हळूहळू माझ्या लक्षात येऊ लागलं, की माझी त्यांना अडचण होत होती, मग गोष्टी इतक्या थराला आल्या की संभाषणच अवघड होऊन बसलं.

एका रात्री अशाच वाद विवादानंतर माझे अश्रू थांबेचनात. त्यानंतर माझी बोर्डाची परीक्षा आली. शांतपणे बसून अभ्यास करावा अशी जागाही घरात मिळणं कठीण झालं, मग अभ्यासासाठी मी सरळ तापलेल्या गच्चीचा रस्ता धरला. ह्या सगळ्या हाल-अपेष्टा सोसून मी चांगला अभ्यास केला. दहावी मी उत्तम गुणांनी पास झाले, मग माझ्या इच्छेप्रमाणे मी विज्ञान शाखा घेतली. पहिला मैलाचा दगड मी पार केला होता. मग आली बारावीची बोर्डाची परीक्षा. गॅरेजमध्ये नाहीतर गच्चीवर पाण्याच्या टाकीखाली मी अभ्यास करत असे. आज आता या डोक्यात घर करून असलेल्या गोष्टी उगाच उगाळण्यात अर्थ नाही. मला आठवतंय की मला एकाएकी भयंकर ताप आला होता; त्यातून मी सहीसलामत बाहेर आले; पण त्यावेळी आजोबांखेरीज माझ्याजवळ कोणीही फिरकलंसुद्धा नाही; पण आयुष्यात काही तरी मिळवायचा माझा दृढ निश्चय मात्र या प्रतिकूलतेनं अधिक दृढ केला.

पत्नी म्हणून आईला जी कर्तव्यं पार पाडावी लागत त्यात ती माझ्याबरोबर फारसा वेळ घालवू शकत नसे आणि वडीलही स्वत:च्या काही गोष्टींमुळे फारसा वेळ देऊ शकत नसत; पण तरीही त्यांचं माझ्यावर फार प्रेम आहे हे मी ओळखून होते. ती चार वर्षे मी माझ्या ध्येयावर केंद्रित केली होती. अभ्यासाव्यतिरिक्त इतर काहीही उद्योग, सहली इ. कशालाही थारा नव्हता. याला अपवाद असे फक्त आई-वडिलांच्या भेटीचा काळ! मी एकटीच स्वत:शी रडते आणि धैर्य आणि सोशिकपणासाठी देवाची प्रार्थना करते असंही अनेक वेळा घडत असे त्या काळात. मी मोठी होत होते. बाहेरच्या जगात जगताना सगळ्या गोष्टींवर नियंत्रण कसं ठेवायचं ते माझं मीच शिकले. सायकल चालवायला शिकणं म्हणजे काही तरी अधिकार प्राप्त केल्यासारखंच वाटलं मला आणि मग जणू काही आपल्या आयुष्याचीच सूत्रं आपल्या हातात आली आहेत असं वाटून गेलं.

गणितात मला शंभर पैकी शंभर गुण मिळाले. इतरही विषयांतली माझी टक्केवारी नव्वद किंवा त्यापेक्षा जास्तच होती; पण माझा तो आनंद अगदी अल्प काळ टिकला, कारण ज्या राज्यात मी शिकले नव्हते तिथल्या कॉलेजात प्रवेश मिळणं अशक्यच होतं. मला असंही सांगण्यात आलं, की ज्या विद्यापीठात मी शिकत होते ते मान्यताप्राप्त नव्हतं, त्यामुळे माझे गुण विचार करण्यासारखे नव्हते. माझ्यासाठी हा सगळा काळ फार कष्टप्रद, दु:खद होता. मी आत्मविश्वासही गमावून बसले.

त्याचवेळी पंतप्रधान असलेल्या श्री. राजीव गांधींना पत्र लिहायचं मी ठरवलं. मी लिहिलं, की 'मी एक बुद्धिमान विद्यार्थिनी असून आणि भारत हा एक अखंड देश असूनदेखील केवळ जागेतल्या बदलामुळे मला इतरत्र प्रवेश मिळू शकत नाही, हे मला समजतच नाही!' हे पत्र पाठविल्यानंतर मी त्याबद्दल विसरूनही गेले. मी मग नागपूरच्या कॉलेजात प्रवेशही घेऊन टाकला, मग एक दिवस आईचा फोन आला. तिनं सांगितलं, की 'मला पंजाब विद्यापीठानं त्यांच्या महाविद्यालयात एक जागा देऊ केली आहे. ह्या वर्षी किंवा पुढील वर्षीही मी तिथे प्रवेश घेऊ शकते.' माझा आनंद गगनात मावेना. एक तर अतिशय चांगल्या कॉलेजात प्रवेश मिळाला होता आणि त्यापेक्षा आनंद याचा झाला की अन्याय्य विभागणीवर मला मात करता आली. आज मी एका मल्टिनॅशनल कंपनीत वरिष्ठ एरिया मॅनेजर म्हणून काम करते आहे. अनेक आव्हानांना मी तोंड देऊ शकले, कारण मला माहीत होतं की जर मी माझ्या स्वप्नांचा पाठपुरावा करण्याचा निर्णय घेतला नसता तर यश माझ्याकडे चालत आलं नसतं.

– सोनिया संत

एक लालभडक धैर्य

विमला अगदी नाजूक आणि कृश आहे, पण वास्तवाचे कठोर चटके आणि कठोर संघर्षातून तिनं जी आंतरिक शक्ती कमावली आहे ती खरोखरच समजण्यापलीकडचीच आहे. एका स्थानिक एन.जी.ओ.त काम करण्याचा हा फायदा आहे, असं विमला मानते. अनेक वेढेवळसे असणाऱ्या तिच्या यातनामय दुःखद गोष्टीतलं हे एक सुखद वळण म्हणायला हरकत नाही.

१४व्या वर्षीच तिचं लग्न झालं आणि १६व्या वर्षी ती आईही झाली. ती आता साधारण तिशीची असेल, पण ही मधली काही वर्षे फारशी सुखाची नव्हती.

विमलाचा नवरा रंगारी म्हणून काम करतो, पण या कामात त्याला फारसे पैसे मिळत नाहीत आणि अनिश्चितता खूपच असते. एका छोट्याशा खोलीतच तिनं तिचा संसार थाटलाय. स्वयंपाकघरातच त्यांना स्नान उरकावं लागतं. स्वच्छतागृहाची सोयही उपलब्ध नाही. तिच्या तुटपुंज्या मिळकतीतून ७००रु. भाडं आणि ३००रु. विजेसाठी द्यावे लागतात.

चौथ्या बाळंतपणानंतर विमलाला फॅमिली प्लॅनिंगचं महत्त्व पटलं आणि एका एन.जी.ओ.च्या संपर्कात आल्यावर तिच्यातली स्त्री जागी झाली. तीन मुलांना घरीच जन्म दिल्यावर चौथ्यावेळी ती हॉस्पिटलमध्ये गेली. आता तिला पुन्हा गर्भारपण नको होतं. आपलं काय चुकतंय ते आता तिच्या लक्षात आलंय आणि शिक्षणानं आपलं आयुष्य बदलून गेलं असतं हे आता तिला पुरेपूर पटलंय, त्यामुळे कोणत्याही परिस्थितीत मुलांना शिक्षण द्यायचंच हा तिचा विचार पक्का झालाय. तिची मुलं महानगरपालिकेच्या शाळेत जातात. त्यांना दुपारचं जेवण तिथे मिळतं आणि एन.जी.ओ.ची मदतही. ११ ते ६ विमला त्या एन.जी.ओ.त गोधड्या शिवण्याचं काम करते. कधी तरी ते तिला घरी आणूनही करावं लागतं.

मानवी चेहरा हरवलेल्या शहरीकरणाची प्रक्रिया आता खेडोपाडीही पोहोचली आहे त्यामुळे आपण 'आपल्या गावात आता पुन्हा जाऊ शकणार नाही' याची

विमलाला खात्री आहे. 'गावात काय राहिलंय?' ती म्हणते, 'जमिनी नाहीत, गुरं ढोरं नाहीत आणि शिवाय पोरीबाळींना तिथे शिकूही देणार नाहीत.'

दारिद्र्यापेक्षासुद्धा अडाणीपणाशी तिला मुकाबला करावासा वाटतो, कारण त्या अडाणीपणानंच तिचा घात केलाय. 'माझ्या पोरींनी शिकून सवरून शहाणं व्हावं, गावंढळ आणि अडाणी राहू नये माझ्यासारखं. त्यांना त्यांचे निर्णय घेता यावेत, जे मला घेता आले नाहीत.' असं तिला वाटतं. आपले निर्णय घेण्याचं स्वातंत्र्य आपल्याला नव्हतं हेच तिचं खरं शल्य आहे.

'मी शिकलेच नाही, त्यामुळे किती तरी गोष्टी मला समजल्याच नाहीत. माझ्या पोरी शिकतील, शहाण्या होतील आणि त्यांना जाणीवही येईल. त्या जरी महानगरपालिकेच्या शाळेत शिकत असल्या तरी मी त्यांना प्रयत्नांचा मार्ग दाखवीन त्यानंच त्यांचं आयुष्य बदलेल. माझ्या पोरांवर माझं प्रेम आहेच, पण माझी पोरींवर जास्त माया आहे आणि मला त्यांना खंबीर करायचंय.'

असे क्लेश भोगल्यावर कोणीही खचून जाईल, पण विमलाला 'हे सगळे नशिबाचे भोग आहेत, पण मी प्रयत्नपूर्वक ते बदलणार आहे.' याबद्दल खात्री वाटते. ती कधीच पड खात नाही. तिची लाल पॉलिस्टरची साडी, डिझाईनचा लाल पॉलिस्टरचा ब्लाऊज, लाल लिपस्टिक हे आगीच्या बंबाप्रमाणे सगळं धडाकेबाज असतं. तिच्याकडे साडी-ब्लाऊजचा हा एकच जोड आहे; पण त्यानं काही फरक पडत नाही. रात्री ते धुवून सकाळी कामावर जाताना ती तेच पुन्हा नेसते; जणू काही तो रंग तिचा आशावाद आणि धैर्य यांचं प्रतीक आहे. तिचे ते लटकणारे खोटे दागिने तिच्या हास्यासारखी मधुर किणकिण करतात. हीरो हा नेहमी पुरुषच असतो, पण मला वाटतं हीरोपेक्षा ती कुठेही कमी पडत नाही. अशा भडक लाल जाड्याभरड्या साडीतसुद्धा तुम्हाला कधी कधी हीरो दिसू शकतो.

– अनु चोप्रा

ईशस्तुति करणारी मुलगी

२००५ साल होतं. प्रदीर्घ आजाराशी झुंज देता देता शेवटी माझी आई कोमात गेली; ती अत्यवस्थ होती, मृत्यूच्या दारात होती. जीवनरक्षक प्रणालीच्या साहाय्यानं कशीबशी तग धरून होती. प्रत्येक येणाऱ्या नव्या दिवशी प्रकृतीची गुंतागुंत वाढतच होती. तिच्या शरीरावर जखमा झाल्या होत्या. रक्त वाहिन्यांत होणाऱ्या गुठळ्या, वरखाली होणारी रक्तातील साखर, रक्तदाब, सतत तीन महिने वारंवार उद्भवणारी आणीबाणीची परिस्थिती. हॉस्पिटलचा सगळा कर्मचारी वर्ग आणि काही डॉक्टरांच्या मते आम्ही लोक म्हणजे वाजवीपेक्षा जास्त पाहुणचार घेणारे नको असलेले पाहुणेच होतो. वॉर्डमध्ये पेशंट्सची विचारपूस करत असलेल्या एका डॉक्टरनं तर, 'काय? मिसेस बिजूर अजून इथेच आहेत? त्यांच्यासाठी आता स्वतंत्र कक्षच उभारायला हवा.' असे उद्गार काढलेले मी ऐकले होते.

माझी आई कोमात होती, त्यामुळे असे टोमणे ऐकण्याच्या पलीकडेच गेली होती हे तिचं नशीबच! ते ऐकून कुणीतरी आपल्या आधीच दुखावलेल्या काळजात निर्दयपणे सुरी खुपसतंय असंच मला वाटलं. गेली तीन वर्षे चालू असलेल्या हॉस्पिटलच्या वाऱ्या, अतिशय वेदनामय गँगरिन, डायलिसिस, अवयवांची कापाकापी, रक्तवाहिन्यांची अयशस्वी शस्त्रक्रिया आणि आता कोमा! या सगळ्याने आईचं जिणं आधीच केविलवाणं करून टाकलं होतं आणि आता हा नवा अपमान! सगळी परिस्थिती हाताळणं माझ्या आवाक्याबाहेरचं होतं. मी त्या क्षणी अगदी असाहाय्य होते. हे सगळं किती काळ चालू राहणार होतं? मी मनाशीच विचार करत होते. अर्थात ही काही पहिलीच वेळ नव्हती. देवाचं नाव माझ्या ओठांवर येईचना. केवळ सवयीनं ओठांवर चुकून येणारी देवाची प्रार्थना मला पोकळ वाटत होती.

माझ्यासमोर एकच पर्याय होता– तो स्वीकारल्यासारखी मी तडक शाळा गाठली आणि मला प्रार्थना करायला शिकवणाऱ्या क्लूनी सिस्टर्सकडे धाव घेतली. माझा विश्वास डळमळीत झाला होता, पण त्यांची श्रद्धा अढळ होती. त्रिकालाबाधित

होती. मला माहीत होतं– त्या माझ्या मध्यस्थ होऊन देवाकडे आईसाठी प्रार्थना करतील.

खरं तर मला त्या शाळेत प्रवेश मिळण्यामागे एक छोटीशी लबाडीच होती. मी आणि माझी बहीण शाळेत जाण्याच्या वयाच्या होत आहोत इकडे आईचं बारीक लक्ष होतं. घरातल्या इतर कोणाला– निदान तिच्या नवऱ्याला– म्हणजे माझ्या वडिलांना तरी आम्हाला शाळेत पाठवायची मुळीच घाई नव्हती.

मला वाटतं, माझे वडील आम्हाला चाकोरीबद्ध शिक्षण देण्याच्या मताचे नव्हते; या उलट आईला ह्या नव्या कल्पना मान्य नव्हत्या, शिवाय तिच्या तीन भावंडांतली तीच एकटी कॉन्व्हेंटमध्ये शिकलेली नव्हती, त्यामुळे आमच्यासाठी कॉन्व्हेंट सोडून दुसऱ्या कुठल्याच शाळेचा विचार तिच्या मनात येणं शक्य नव्हतं.

शाळेत प्रवेश घेण्याच्या शर्यतीत तिच्यापेक्षा फार पुढे असलेल्या आयांकडून तिला शाळा प्रवेशाविषयी कळलं. ती जेव्हा शाळेत गेली त्या दिवशी शाळेत मुलांची प्रवेशपरीक्षा होती. मुलींची प्रवेशपरीक्षा आधीच पार पडलेली होती. आम्ही खोलीबाहेर वाट पाहात उभ्या होतो, तेव्हा एका सहज बाहेर आलेल्या सिस्टरनं आम्हाला पाहिलं आणि विचारलं, 'तुम्ही काल आला नव्हता का? ठीक आहे, या आत. मुलग्यांबरोबर परीक्षा देण्याची तुमच्या मुलीची तयारी आहे ना?' अर्थात हे आईनं खूप वर्षांनी मला सांगितलं.

आईच्या बेतामध्ये माझी नेमकी काय भूमिका आहे याबद्दल मी अगदीच अनभिज्ञ होते. आईनंच माझ्या वतीनं उत्तर देऊन टाकलं, मग आम्ही सिस्टरबरोबर आत गेलो. मी परीक्षेत पास झाले. ती सगळी घटना म्हणजे एक रहस्यच म्हणायला हवं आणि ते फक्त आई, त्या सिस्टर आणि त्यांच्या देवालाच ठाऊक! ही गोष्ट १९७४ सालची.

सिस्टर मेरी थेरेसा माझ्या शाळेच्या प्रिंसिपल होत्या. त्या एक दिवस संध्याकाळी आईला बघायला हॉस्पिटलमध्ये आल्या. त्या वेळच्या त्या छोट्या प्रार्थना सभेत आई, सिस्टर्स आणि त्यांचा परमेश्वर यांच्यात काही तह झाला असावा आणि त्या पापपुण्याच्या खतावणीतून आमचं ते 'निरुपद्रवी असत्य' गाळून टाकण्यात आलं असावं असा माझा समज आहे.

मी देवाची आळवणी करण्यापासून खरी तशी लांबच होते, पण तरीही प्रार्थनेवरची माझी श्रद्धा पुनर्स्थापित झाली, त्यानंतर एक दिवस माझी आई गेली आणि कदाचित त्यानंतरच हळूहळू प्रार्थनेला माझ्या आयुष्यात स्थान मिळालं.

आजपर्यंत मिळालेल्या नीतिमूल्यांच्या शिकवणुकीतून, प्रार्थना सभांतून, एकत्र चर्चांतून 'निंद्य आणि वंद्य' गोष्टी माझ्या मनावर पूर्ण ठसल्या आहेत. दरवेळी मी मोठ्यामोठ्या प्रश्नांसाठी उदाहरणार्थ, जागतिक शांतता किंवा उपासमारीचं निर्मूलन

असल्या गोष्टींसाठी प्रार्थना करते असं नाही हे मला कबूल केलंच पाहिजे; म्हणजे त्या गोष्टींसाठी मी देवाची विनवणी करतेच, पण मी वाहतुकीच्या कोंडीत सापडू नये किंवा दिलेलं काम माझ्या हातून वेळेत पूर्ण व्हावं यासाठीही मी देवाची प्रार्थना करते. मला जेव्हा लवकर सकाळी महत्त्वाची मीटिंग असते तेव्हा माझ्या स्वयंपाकिणीनं अचानक सुट्टी घेऊ नये आणि माझं प्रेझेंटेशन चांगलं व्हावं यासाठीसुद्धा मी देवाला विनविते.

अशा क्षुल्लक गोष्टींसाठी देवाची मदत न मागता ती मदत निकडीच्या गोष्टींसाठी राखून ठेवावी असं मला एका दूरच्या नातेवाईक स्त्रीनं सुचवलं होतं. तिला काय माहीत, शाळेत असताना हवामान खात्यानं पावसाचा अंदाज वर्तवला असता आम्ही देवाला साकडं घालून पावसाचा मार्गच बदलून घेऊन शाळेचा स्पोर्ट्स डे निर्विघ्नपणे साजरा केला होता आणि हे वर्षानुवर्षे दर पावसाळ्यात करीत आलो होतो. शिक्षक दिनाच्या संगीत जलशात वीजपुरवठा मध्येच खंडित होऊ नये म्हणूनही आम्ही प्रार्थना केली होती, जशी आम्ही सगळे विद्यार्थी, त्यांचे पालक आणि अशाच आमच्या कुटुंबात सामील झालेल्या सगळ्यांच्या दीर्घायुरारोग्यासाठी, रोग निवारणासाठी, संकट मोचनासाठी प्रार्थना केली होती.

प्रार्थनेला माझ्या मनात आता नेहमीच स्थान आहे आणि देवाला आळवणारी गाणी नेहमीच माझ्या ओठांवर असतात. शाळेत शिकलेली ती ईशस्तवनं तर स्मरणाचा मुख्य साठा आहेत आणि ती माझ्या नकळतही मी अनेकदा गुणगुणत असते. सवय नसल्यामुळे आवाज चढत नसला तरी त्या कर्णमधुर गीतांनी तरी त्या आकाशातल्या परमेश्वराला जाग येईल असं मला वाटतं. लहानसहान अडचणी आणि मोठ्या समस्या येतात, तेव्हासुद्धा 'हे ही दिवस जातील' अशा विश्वासावर मी तग धरू शकते. तेवढा कणखरपणा आणि सहनशक्ती आता माझ्यात आली आहे आणि कधी अपयश आलंच तर त्यातून सुखरूप सुटका करून घेण्यासाठीही माझी प्रार्थना असतेच!

– अनुपमा बिजूर

ममोची श्रद्धा

'अगदी नीट काळजी घे आणि सुखरूप परत ये. मला तुझ्याशिवाय कोण आहे?' मी घराबाहेर पडते तेव्हा ममो मला बजावते.

ममोच्या नुसत्या असण्यानंच मी कितीतरी गोष्टी शिकले. तिनं मला स्वावलंबी व्हायला शिकवलं. स्वतःवर विश्वास ठेवायला आणि या सगळ्यापेक्षाही श्रद्धा बाळगायला शिकवलं. माझी आई म्हणून तिचं एक वेगळंच अस्तित्व आहे. मी तिला ममो म्हणते– ती माझा आधारस्तंभ आहे. माझ्या विचारांना तिनं नेहमीच खतपाणी घातलं आणि मी अशक्यप्राय गोष्टीही करू शकेन अशी खात्री बाळगली. यातना आणि वेदनाही तिनं माझ्यासाठी आनंदानं झेलल्या.

'स्त्रीचं हृदय म्हणजे सहस्त्रावधी भाव भावनांचा अथांग सागर असतो.' हे तिनं सिद्ध केलंय.

'देवानं तुला अगदी मन लावून फुरसतीनं घडवलंय.' असं मी तिला नेहमी म्हणते.

लहानपणापासूनच ममोचं आयुष्य फार संघर्षमय होतं. लहान असताना सतत ३ वर्षे शाळेसाठी ती एकच गणवेष वापरत होती. कुटुंबाला हातभार लावण्यासाठी वयाच्या १३व्या वर्षापासूनच ती कमवायला लागली. एका वेळी ती तीन/तीन नोकऱ्या करत होती. केवळ कॉलेजची फी भरता यावी म्हणून नव्हे, तर कुटुंबाच्या चरितार्थासाठी! कुटुंबात सर्वांत बुद्धिमान असूनसुद्धा डॉक्टर होण्याची तिची इच्छा पूर्ण झाली नाही, कारण इतकी फी तिला परवडण्यासारखीच नव्हती. तिचं दुर्दैव एवढ्यावरच संपलं नाही. आय्.ए.एस.च्या पहिल्या दोन परीक्षांत विशेष प्रावीण्यासह उत्तीर्ण होऊनसुद्धा तिला आय्.ए.एस. सोडावं लागलं, ते केवळ कुटुंबाच्या असहकारामुळे! पण यातून खचून न जाता तिनं तिचं शिक्षण चालूच ठेवलं आणि आज कुटुंबात तीच सर्वाधिक शिकलेली आहे. अशी उत्तुंग भरारी घेण्यापूर्वी ममोच्या महत्त्वाकांक्षेला खीळ बसली ती २२व्या वर्षी लग्न झाल्यामुळे, पण तिनं

तरीही नेटानं शिक्षण पूर्ण केलं.

पण दैवाच्या उदरात तिच्यासाठी काही वेगळंच ठेवलं होतं. तिचा विवाह अयशस्वी ठरला. मारहाणीमुळे तिचं पहिलं मूल दगावलं आणि त्यानंतर आणखी तीन. बोलण्यासाठी तिच्याजवळ होतंच कोण? तिला काय सहन करावं लागतंय हे ती कोणाहीपाशी व्यक्त करू शकत नव्हती.

एका क्षणी ममोला आत्महत्येचा मार्ग जवळ करावासा वाटला, पण तिनं स्वत:ला सावरलं आणि आपल्या मनाशी एक निर्णय घेतला. ती नवऱ्याच्या घरातून बाहेर पडली. नवऱ्यानं पुन्हा काही काळ सलोखा केला आणि त्यातून एक चांगली गोष्ट निष्पन्न झाली; ती म्हणजे 'माझा जन्म' असं ममो सांगते. मी तिचं जगलेलं एकमेव अपत्य. या अपत्यामुळेच तिच्या जगण्याची उमेद निर्माण झाली असं ममो म्हणते.

तिनं माझ्यावर निरपेक्ष प्रेमाचा वर्षाव केला. माझी प्रत्येक इच्छा पूर्ण केली. तिला लहानपणी जे मिळालं नव्हतं ते सगळं मला मिळावं असा ममोचा कटाक्ष असे. आमचं दोघींचंच अगदी सुखी जग होतं. आयुष्यात असं वळण आलं की ममो पुन्हा माझ्या वडिलांकडे माघारी गेली नाही. तिनं चुकूनही मागे पाहिलं नाही, कारण तिला मला त्यापासून दूर ठेवायचं होतं. मी कोणत्याही भीतीच्या अथवा चिंतेच्या दडपणाखाली वाढू नये असं तिला वाटत होतं. काळाच्या ओघात तिच्या इच्छेप्रमाणे मी घडत गेले. तिनं गमावलेली तिची सारी अपत्यं माझ्यात एकवटली होती. मी जसजशी मोठी होत गेले तसतसा वाढतच गेला ममोचा आनंद!

आज २०व्या वर्षी देशातल्या ज्या काही थोड्या दुचाकीवरच्या स्टंट करणाऱ्या स्त्रिया आहेत त्यांच्यापैकीच एक म्हणून मी स्वत:ला प्रस्थापित केलंय. 'अगं, तुझ्या मुलीनं तो स्टंट खरोखरच फार छान करून दाखविला.' असं कोणी ममोला सांगितलं की तिला फार अभिमान वाटतो माझा. मी जेव्हा इतर सहकाऱ्यांबरोबर या स्पर्धेत असते तेव्हा ममो माझी कामगिरी कौतुकानं बघते. मी स्वत:वर कोणत्याही मर्यादा न घालता नवनवीन आव्हानं पेलावीत म्हणून ममो मला प्रोत्साहन देते. स्वत:चं आयुष्य पूर्णपणे उपभोगता न आल्याचं दु:ख ममोला वाटतं; पण तरीही देवानं तिला खंबीर होण्यासाठी खूप संधी दिल्या, त्याबद्दल ती स्वत:ला उपरोधानं 'भाग्यवान' म्हणवते आणि परमेश्वराचे आभार मानते.

पण त्या सर्वांपेक्षाही माझ्या जन्मानं तिला उपकृत झाल्यासारखं वाटतं. आज तिच्यामुळेच मला 'आयुष्य हा किती अनमोल ठेवा आहे' हे उमगलंय. आयुष्यात मागे काय घडलं आणि आपल्या पुढे काय वाढून ठेवलंय याची पर्वा न करता आपण सर्वांनीच त्याचं मोल जाणून घ्यायची गरज आहे. पुष्कळांना जीवन म्हणजे काटेरी बिछानाच वाटतो, पण त्या नाजूक गुलाबाचं रक्षण काटेच करतात हे आपण

कुठे तरी विसरतो. आपल्यापैकी प्रत्येक स्त्री ही एक अद्वितीय नाजूक गुलाब पुष्पच आहे आणि याची खरी ओळख जेव्हा आपल्याला पटेल तेव्हाच आपण खऱ्या अर्थानं बहरू आणि सारा आसमंत सुगंधानं दरवळेल!

– डॉमिनिक टोरेट्टो

सहनशक्तीचा अंत

माझी मैत्रीण माझ्या पुढ्यात बसली होती. तिचे डोळे रडून रडून लाल झाले होते. काय घडलंय ते तिनं सांगण्याची गरजच नव्हती. गेल्या काही महिन्यांप्रमाणेच अपेक्षित असलेली आणखी एक लढाई! तिची भावी सासू आपल्या एकुलत्या एक मुलाच्या जवळ येऊन ठेपलेल्या लग्नात अडथळे आणत होती. त्यामुळे संजना आणि तिचा प्रियकर यांचे सबंध काहीसे तणावाखाली होते.

कारणं उघड उघड स्पष्टच दिसत होती. तिला त्याच्यावरची आपली पकड सोडायची नव्हती. त्याच्या आयुष्यातली आपण एकमेव स्त्री नाही हेही तिला पचवणं जड जात होतं. आपल्या व्यतिरिक्त इतर कोणाच्या तरी सल्ल्याची, आधाराची, प्रेमाची गरज त्याला पडावी हे तिला सहन होण्यासारखंच नव्हतं. ज्याच्यासंबंधी ही चर्चा चालू आहे त्या पुरुषाला मात्र आपल्या प्रेयसीनं जास्त काही प्रश्न उपस्थित न करता आपल्या दृष्टिकोनातून विचार करावा असं वाटत होतं.

अनेक महिने असं दु:ख सोसल्यावर संजनानं माझ्या हातात तिनं तयार केलेली ई-मेल ठेवली. 'हा माझा आता त्याच्याशी शेवटचा संवाद आहे. मी यापुढे आता आणखी सहन करू शकत नाही. माझी प्रकृती, माझं कुटुंब, माझा आत्मसन्मान ह्या सगळ्यांवरच ह्याचा परिणाम होतोय. आमच्या ह्या गोठलेल्या, घुसमटवून टाकणाऱ्या नात्याला संपवून टाकायला मी असमर्थ आहे; पण त्याची शिक्षा माझ्या कुटुंबाला देऊन मी त्यांच्यावर अन्याय करणं योग्य नाही,' असं तिनं मला सांगितलं.

त्या पत्रात म्हटलं होतं, 'तुझी आई आणि मी आम्ही दोघीच असताना तू तिथे कधीच उपस्थित नव्हतास. त्यामुळे आम्ही काय बोललो आणि काय केलं हे तुला काहीच माहीत नाही. तू आमचं दोघींचं म्हणणं ऐकून घेतलंस, पण दरवेळी तुझ्या आईलाच तू सावरून घेतलंस. माझं असं मत झालंय की एक मुलगा म्हणून तिच्याच दृष्टिकोनातून विचार करणं तुझं कर्तव्य आहे असं तुला वाटतं.

मला लोकांच्यात मिसळायला आवडतं. मी मला त्यांच्यातलीच एक मानते. इतरांशी जुळवून घेणं हा बायकांचा स्वभावधर्मच असतो आणि ते काही काळापुरतंच असलं तरी त्यानं कोणाच्याही आयुष्यात छोटा का होईना पण महत्त्वाचा बदल होऊ शकतो. माझ्या नेमक्या ह्याच गोष्टींबद्दल तुझ्या मनात अढी असते. तुला वाटतं, मी बारा महिने, चोवीस तास तुझ्याच तैनातीत असावं आणि मला स्वत:चं वेगळं असं आयुष्यच नसावं, कारण तू माझ्याशी लग्न करणार आहेस; पण आता मी ते चालू देणार नाही. मला माझं मीपण जपायचंय. मला जे वाटतं तेच मी करीन, मला जे आवडतं तेच बोलेन, माझ्या आवडीचाच पोषाख घालीन आणि मला ज्याला भेटावंसं वाटतं त्याला भेटेन. मला माझ्या मर्यादा कळतात. तू जसा वाढलास ना तशीच मीही मोठी झाली आहे; पण तरीही तुझं स्वतंत्र अस्तित्व मी मान्य करते. पण माझ्या अस्तित्वाचं काय?

आज मी एका २१ वर्षांच्या व्यक्तीला भेटले. त्यानं सहज गप्पांच्या ओघात त्याच्या २९वर्षांच्या मैत्रिणीबद्दल सांगितलं. ते सांगताना तो कोठेही अवघडलेला वाटला नाही. खरं म्हणजे त्यानं मला हे सांगायची काहीच गरज नव्हती, पण त्यानं सांगितलं. मला काय खटकलं असेल तर ते हे, की तुझ्या आयुष्यात मला काहीही स्थान नाही. मी तुला कधीच लपवलेलं नाही आणि लपवण्याचं कारणच काय? उलट माझ्या निवडीचा मला अभिमानच वाटत आला आहे, ह्यात मी काहीच गैर केलेलं नाही असा माझा पूर्ण विश्वास आहे. पण तसं पाठबळ आणि ठाम विश्वास तुझ्याकडून मला कधीच मिळाला नाही. माझ्या बाजूनं उभं राहणं म्हणजे आपल्या आई-वडिलांचा विश्वासघात करणं असं तुला वाटत राहिलं. तू माझ्याबरोबर असावंस यासाठी मी कधीच जबरदस्ती केली नाही. तो कायम तुझाच निर्णय होता.

तुझ्या सहवासात घालवलेले क्षण, तुझ्यासाठी मी जी काय होते त्याबद्दल आणि आपल्याबद्दल मी ज्या काय अपेक्षा केल्या होत्या त्याबद्दलही मी जरासुद्धा खंत करत नाही. रोज असा असाहाय्यतेला मनात थारा देऊन मला जगायचं नाही आणि आपल्यात निर्माण होणाऱ्या दुराव्याबद्दल वाईटही वाटून घ्यायचं नाही, कारण असं करून मी फक्त मला स्वत:लाच त्रास करून घेत राहीन. तूच माझं अवघं विश्व होतास; पण आता नवीन विश्व निर्माण करण्याची हीच योग्य वेळ आहे. मला तुझी सतत आठवण येत राहील, पण काळ हे दु:खावरचं औषध असतं ना? मला माझं सगळं आयुष्य असं घालवता येणार नाही हे मला कळून चुकलय. मी तुझं भलंच चिंतीन. माझ्या आयुष्यात तू आलास त्याबद्दल मी तुला धन्यवादच देईन. ज्यावर तू हुकमत गाजवलीस तो काळ आता संपलाय. नवीन अध्यायाला सुरुवात करण्यासाठी आता माझ्या मनानं तयारी केलीय. स्त्रीमध्ये जात्याच असे गुण असतात की ती मृदूपण असते आणि त्याचवेळी खंबीरपण असते. विसंबण्याजोगी

असते तरीही अभेद्य असते, समर्पणाची तिची वृत्ती असते पण एखादी गोष्ट मिळवायची कशी हेही ती जाणून असते.'

संजनानं अखेर तिचं आयुष्य पुन्हा नव्यानं जगायचं ठरवलं आणि मला तिचा प्रचंड आदर वाटला, जणू काही ती एक जाणती स्त्री झाली होती, नव्या वाटेवरून चालताना ती आपल्या जीवनरथाची सूत्रं आपल्या हातात ठेवणार होती. त्या नव्या वाटेवर आता एकतर्फी त्याग आणि अश्रू असणार नव्हते. संजना आता सावली बनून राहणार नव्हती. ती होती आता सूर्याकडे झेप घेणारी एक खरीखुरी स्त्री!

– हेमंत पाटील

इच्छाशक्तीचा चमत्कार

शेरनाझ पुणेकरला मी प्रथम एका समारंभात पाहिलं ते आपल्या चाकाच्या खुर्चीतून खाली पडल्यानंतर कोणाच्याही मदतीशिवाय पुन्हा उठून बसताना! पुन्हा भेटीचा योग आला त्यावेळी ती एका बाईला, अलीकडेच अपंगत्व आलेल्या तिच्या नवऱ्याच्या गरजा कशा समजून घ्याव्यात याबद्दल सल्ला देत होती. या गोष्टीला आता तीन वर्षे झालीत, पण आजही ही वादळी स्त्री आणखी काय नवीन करत असेल सांगता येणार नाही. जन्मभराच्या अपंगत्वानं किंवा त्यापेक्षा तिच्यातल्या विशेष कर्तबगारीनं तिला स्वत:चं जीवन अर्थपूर्ण करण्यासाठी, इतकंच नव्हे तर इतरांच्या जीवनातही सकारात्मक बदल घडवून आणण्यासाठी उद्युक्त केलं.

अतिशय उत्साही आणि न झुकणारी हीच विशेषणं शेरनाझला शोभून दिसतात. अपंगांसाठी असलेला १९७८चा अर्जुन पुरस्कार शेरनाझच्या खात्यात जमा आहे. आंतरराष्ट्रीय खेळांच्या स्पर्धेत बारा सुवर्ण, तीन रौप्य आणि सहा कास्य पदकं पटकावलेली ती एक जागतिक दर्जाची ॲथलिट आहे, इतकंच नव्हे तर ती अपंगांच्या कल्याणासाठी आयुष्य वेचणारी, आपल्या सुदृढ मुलीचं संगोपन करणारी आणि आयुष्य आनंदानं जगणारी कणखर स्त्री आहे.

हे सगळं साध्य करणं सोपं नव्हतं, विशेषत: जेव्हा अव्यंग व्यक्तीत आणि अपंग व्यक्तींच्यात उघड उघड भेदभाव केला जातो अशावेळी! पण तिची आई गोव्हर इराणी हिनं पहिल्यापासूनच आपल्या मुलीला उत्तेजन दिलं. या यशामध्ये तिचा मोठाच वाटा आहे. शेरनाझला शाळेत प्रवेश द्यायला बहुतेक मोठ्या शाळांनी नकार दिला, तेव्हा गोव्हरनं तिला सर्वसामान्यांच्याच शाळेत घातलं.

दहा वर्षांच्या शेरनाझनं आपण आयुष्यात कधीच चालू शकणार नाही हे स्वीकारलं होतं, पण आयुष्यात कोणतीही गोष्ट करण्यापासून वंचित राहायचं नाही, या निर्धारानं ती फरशीवरून सरपटत इतर अव्यंग मुलांप्रमाणे शिवाशिवी खेळायला जात असे.

डॉ. जेरू मंचरशॉ या फिजिओथेरेपिस्टशी झालेली भेट शेरनाझच्या पुनर्वसनाला कारणीभूत झाली. 'तू चालू शकणार नाहीस तेव्हा तुझे हाताचे स्नायू बळकट करण्यावर विशेष भर दे' असा तिनं शेरनाझला सल्ला दिला. शेरनाझ जे करायला शिकली होती तेच तिनं केलं. हरेक गोष्ट. तिनं वजनं उचलली, पायांपेक्षा हातानंच पोहायला शिकली आणि तिनं सर्व प्रकारचे हाताचे व्यायाम केले. अपंगांच्या विशेष खेळात तिनं भाग घेतला. पोहणे, शॉर्ट पुट, थाळीफेक, चाकाच्या खुर्चीतून १०० मीटर पळण्याची शर्यत आणि भालाफेक या सर्व क्रीडाप्रकारांत मुलांच्या बरोबरीनं ती स्पर्धेत उतरली. खेळातली अनेक आंतरराष्ट्रीय अजिंक्यपदं शेरनाझनं पटकावली. शेरनाझ म्हणते, 'तेल अविवला माझ्या पहिल्या आंतरराष्ट्रीय स्पर्धेत मी दुर्दैवानं अपयशी ठरले. मुंबईला अनेकदा विजेतेपद मिळवल्यावर मला वाटलं मी आंतरराष्ट्रीय स्पर्धेत पदक सहज मिळवू शकेन, पण वस्तुस्थिती पचवणं मला जड गेलं, पण मी हारल्यानंतरसुद्धा एका इटालियन प्रशिक्षकानं मला निराश न होण्याचा सल्ला दिला. माझ्या हाताचे स्नायू चांगले बळकट असल्यामुळे 'तू लवकरच यशस्वी होशील' असं त्यानं सांगितलं. त्या शब्दांमळेच मला, इतरांना शर्यतीत मागे टाकायला प्रोत्साहन मिळालं,' शेरनाझला आठवतं. त्यानंतर तिनं कधीच मागे वळून पाहिलं नाही. १९७७-७८च्या अमेरिकेत झालेल्या चाकाच्या खुर्चीतल्या स्पर्धांत तिनं चार सुवर्ण, चार रौप्यं आणि चार कांस्य पदकं पटकावली.

तिच्या वडिलांनी तिच्या तीन चाकीत काही सुधारणा केल्या, पण ती चालवणं शेरनाझच्या दृष्टीनं धोक्याचं आहे असं वाटून त्यांनी ती कुलूपबंद करून बाजूला ठेवली. त्यांच्या बंडखोर मुलीच्या डोक्यात काही वेगळंच शिजत होतं. अनेक प्रकारांनी तिनं ते कुलूप तोडलं, नंतर शेरनाझ स्वतंत्रपणे राहण्यासाठी दुसऱ्याच शहरात स्थलांतरित झाली. तिला हे सुरक्षित आयुष्य नको होतं. 'माझ्या लग्नापूर्वी आणि माझं स्वत:चं असं कुटुंब तयार होण्यापूर्वी मला स्वत:ची काळजी घेता आलीच पाहिजे. माझ्या कुटुंबाला किंवा नवऱ्याला कोणालाच माझं ओझं वाटता कामा नये.' असा विचार तेव्हा शेरनाझनं केला होता.

त्यानंतर तिच्यापेक्षा पाच वर्षांनी लहान असलेल्या आर्मीतल्या एका सर्जनशी तिचा विवाह झाला. 'वय आणि अपंगत्व यामुळे गर्भधारणा अथवा मूल पोटात वाढवणं हे जिवावर बेतू शकतं' असं तिला सांगण्यात आलं होतं; पण शेरनाझच्या दृष्टीनं हे इतर आव्हानांसारखंच एक आव्हान होतं. तिनं चक्क पुढे पाऊल टाकून एका सुदृढ, अव्यंग मुलीला जन्म दिला.

शेरनाझला मधुमेह आहे, एक छोटा हृदय विकाराचा झटकाही येऊन गेलाय पण आजपर्यंत तिनं कधीच स्वत:ची कीव केली नाही किंवा निराशेला स्थान दिलं नाही, त्याउलट आपलं आयुष्य आणि यश हे इतरांना उत्तेजन देण्यात ती खर्च

करते. गेली २८ वर्षे विशेष मुले, त्यांचे पालक, जोडीदार यांना काही विशिष्ट परिस्थितीत अथवा पुनर्वसनासाठी शेरनाझ मार्गदर्शन करत आली आहे. ती लोकांना चाकाच्या खुर्च्या, कुबड्या, कॅलिपर्स आणि ज्यांना परवडत नाहीत अशांना औषधंसुद्धा पुरवते.

गतायुष्याचा विचार करताना तिला वाटतं की, 'अपंगत्वाकडे सगळ्या कुटुंबानंच अडथळा म्हणून न पाहता एक संधी म्हणून त्याचा स्वीकार करावा. धडधाकट मुलं जे करू शकतात ते सर्व विशेष मुलांनाही शिकवण्याची गरज असते. अगदी लहानसहान बाबतीतसुद्धा. म्हणजे आंघोळीपासून ते व्यवस्थित कपडे घालणे इथपर्यंत. या सगळ्यांबाबत त्या मुलांना स्वावलंबी केलं पाहिजे.

माणसाच्या खऱ्या कर्तृत्वाला त्याच्या देहाशी काही देणं घेणं नसतं आणि तुम्ही तुमचं आयुष्य कसं सत्कारणी लावू शकता हे शेरनाझनं दाखवून दिलंय, त्यामुळे लोकच तिच्याकडे मार्गदर्शनासाठी येतात. जीवन समरसून जगा. तुमच्याकडे तीव्र इच्छाशक्ती असेल तर तुम्हाला कोणी अडवू शकणार नाही.' असं शेरनाझ म्हणते आणि हे तिनं सिद्ध केलेलं असतं!

– खुर्शीद दिनशॉ

स्मरण-विस्मरण

आज नुसते मटार सोलायचे म्हटले तरी आईला त्यावर आपलं सगळं लक्ष केंद्रित करावं लागतं. समजा सोलता सोलता ती काही सेकंदच जरी थांबली ती तिला पूर्णपणे विस्मरण होतं आणि मांडीवरच्या मटारांकडे ती नवलानं बघते आणि 'ते इथे कसे आले' या विचाराने चकित होते. मटारच्या शेंगा सोलणे ही एकच कृती अशी आहे जी अजून माझ्या आईला करता येते. ह्या विचित्र आजाराला 'अल्झायमर' म्हणतात. ज्या स्मृतीमुळे तुमचं अस्तित्व असतं तीच मुळी या आजारात नष्ट होते. तुमच्या बालवयापासून तुम्ही शिकून आत्मसात केलेल्या गोष्टी तुम्ही विसरून जाता. एका वर्षातच ती स्वयंपाक कसा करायचा, साडी कशी नेसायची, कपडे कसे घालायचे, आंघोळ कशी करायची, दात कसे घासायचे हे सगळं सगळं विसरून गेली.

टी.व्ही. बघायला तिला फार आवडत असे. आज तर ती टी.व्ही.चा रिमोट कसा वापरायचा, दिवा कसा लावायचा, कपड्यांच्या घड्या कशा घालायच्या, खायचं कसं, कोणत्याही भाषेत वाचायचं कसं, इतकंच काय बोलायचं कसं हेही ती विसरलीय. विलक्षणच! हे वर्णन करायला शब्दच नाहीत आणि आम्हाला तर असं सांगण्यात आलं की थोड्याच दिवसात ती बाथरूममध्ये जाणं विसरेल, तोंड धुणं, गिळणं आणि अगदी चालणंसुद्धा विसरेल. आपण वाढतो त्याच्या अगदी ही उलट प्रक्रिया आहे असं एका प्रेमळ डॉक्टरनं आम्हाला समजावून सांगितलं. लहान मूल जसं रोज काही ना काही नवीन शिकतं तसं अल्झायमर झालेलं मोठं माणूस आयुष्यभरातल्या गोष्टी एकेक करून विसरून जातं. माझी आई आता फक्त चौसष्ट वर्षांची आहे. कधी कधी या अन्यायाचा मला संताप येतो.

मी कधी कधी अगदी निराश होते; पण बरेचदा माझा धाकटा भाऊ जसं वागतो तसं वागायचा प्रयत्न करते. तो म्हणतो आपल्या नशिबात जे असेल ते स्वीकारून त्यातूनच जे चांगलं करता येईल ते केलं पाहिजे. आम्ही कोणीतरी अपरिचित

असल्यासारखी आई आम्हाला न्याहाळते; पण अजूनही बऱ्याचवेळा काही ओळखीचे भाव चेहऱ्यावर उमटतात आणि आमच्या सहवासात अजूनही तिला बरं वाटतं, आणि मग अचानक ती निर्विकार होते. त्याचा अर्थ काहीही असू शकतो किंवा नसतोही.

ज्या बाईनं एकटीनं मुलांना वाढवलं, शाळा-कॉलेजात पाठवलं तीच गोंधळून आरशात बघते. प्रत्यक्षाहून तिला प्रतिमा वेगळी काढताच येत नाही.

बहुतांश आयांप्रमाणे माझी आईही शूर वीर आहे. मी चौदा वर्षांची आणि भाऊ अकरा वर्षांचा असतानाच माझ्या वडिलांचं निधन झालं आणि मग आईनं आम्हाला एका समर्पित वृत्तीनं वाढवलं. पाच भाषांमध्ये ती लिहू, वाचू, बोलू शकत असे. वयाच्या ४०व्या वर्षी ती सहावी भाषा शिकत होती आणि परीक्षा देत होती. ती उत्तम गात असे आणि तिला चार भाषांतली गाणी येत असत. गाण्याच्या स्पर्धांत तिनं अनेक बक्षीसंही मिळवली होती. आपण शास्त्रीय संगीत शिकू शकलो नाही याची तिला फार खंत वाटे. आम्ही संगीत आणि नृत्य शिकावं म्हणून तिनं मनापासून प्रयत्न केले, पण आम्हाला त्याचं अंगच नसल्यामुळे आम्ही ते लगेचच सोडून दिलं, मग तिनंही आग्रह धरला नाही. जास्तीतजास्त गुण आणि पहिला वर्ग यांचा आग्रह तिनं कधीच धरला नाही. आम्ही त्यात आनंद घ्यावा एवढीच तिची इच्छा असे. तिची माहिती आणि ज्ञानपिपासा अजब होती. जे काही हाती लागेल ते ती झपाटल्यासारखी वाचत असे. आम्ही तीन चित्रपट मासिकं आणि दोन वर्तमानपत्रं घेत असू. लाईफ स्टाईल मॅगेझिन आणि इंग्लिशमधील ग्लोसिज ती ऑफिसच्या वाचनालयातून आणत असे. रोजच्या वर्तमानपत्राचे पान अन् पान ती वाचीत असे. वर्तमानातल्या घडामोडींचं तिला जबरदस्त ज्ञान असे. टी.व्ही. शोच्या 'क्विझ टाइम' मधील बहुतेक उत्तरं तिला येत असत. 'डॅनिअल ऑरटेगा'च्या विरोधात 'व्हायोलेरा कॅमोरा' आहे ही एक महत्त्वाची घडामोड आहे हे लक्षात ठेव' असं माझ्या दहावीच्या वेळी शाळेच्या वार्षिक क्विझच्या वेळी तिनं मला सांगितलं होतं. निकाराग्वातल्या राजकारणाविषयी काहीही त्या क्विझमध्ये आलं नाही हे सांगायलाच नको, पण मी मात्र जागतिक परिस्थिती माझ्या आईला ठाऊक असते असा भाव खाऊन घेतला होता, कारण कित्येकांना देशातल्या घडामोडीसुद्धा ठाऊक नसतात आणि आज तिला एकही भाषा येत नाही. तिला आता शब्दसुद्धा परके झालेत. आम्ही तरीही एक जुनं परिचित गाणं तिच्यासाठी म्हणतो तेव्हा काही तरी आठवल्यासारखी ती पाहात राहते.

आयुष्यभराच्या स्मृती अशा कशा नष्ट करता येतील? आठवणींचे हजारो तुकडे आणि खपल्या मेंदूत कुठे तरी साठवलेल्या असतीलच ना? मला त्यांची काही संगतीच लागत नाही. मला एवढंच कळतं की शेवटी ते महत्त्वाचं नाही.

तिला आठवत नाही त्याचंही काही विशेष नाही. पूर्वीप्रमाणे ती आता आम्हाला गोष्टी सांगत नाही, त्याचंही एवढं काही नाही. इतर आयांप्रमाणे ती आता आमच्याबरोबर बाहेर येऊ शकत नाही, आमच्या अडचणींच्या काळात आम्हाला मार्गदर्शन करू शकत नाही, त्याचंही काही आता विशेष नाही. आम्हा मुलांचं बालपण केव्हाच मागे पडलंय. आम्ही आता तिच्या पालकांच्या भूमिकेत शिरलोय. ती आमचं लहान मूल आहे अशा तऱ्हेनं आता आम्ही तिची काळजी करतो. तिला खूश करायला जुनी गाणी गातो, तिनं हसावं म्हणून वेडेपणाचे विनोद सांगतो. तिचा हा आजार बरा होणार नाही, याच्याशी आम्ही जुळवून घेतलेय. तिनं तिचं आयुष्य उत्तम तऱ्हेनं घालवलं. आम्ही तिच्यावर प्रेम करतो, तिची काळजी घेतो. तिची क्षमता किंवा तिला काय आठवतं ते महत्त्वाचं नाहीच. ती आमची आई आहे, आम्ही तिच्यावर माया करतो. तिनं सुखी, समाधानी असावं असं आम्हाला वाटतं. ही वस्तुस्थिती आहे आणि तेच महत्त्वाचं आहे. आपल्या स्मृती गमावून आईनं आमच्या जुन्या स्मृती जागवल्या आहेत आणि त्यात तिचे अस्तित्व आहे. आमचा वर्तमान कधी नव्हता इतका झळाळून उठलाय. तिनं तिची स्मृती गमावलेली असली तरी तिचं अस्तित्व ही येणाऱ्या प्रत्येक नव्या दिवसानं दिलेली ईश्वरी देणगीच असते.!

– निर्मला रविंद्रन्

धीरमूर्ती आई

काही वर्षे मी मुंबईत असताना, अरबी समुद्राच्या बाजूनं वाढणाऱ्या उपनगरात ज्यो आणि मेरी डिसूझा हे दोघे डॉक्टर्स अगदी प्रसिद्ध होते. समुद्रकिनाऱ्याकडे तोंड करून असलेल्या त्यांच्या खोलीला सगळे पेशंट्स कौतुकानं डॉ. अल्बर्ट श्वाइत्झरची गुहा असं संबोधत असत. आफ्रिकेतल्या सुप्रसिद्ध धर्मप्रसार करणाऱ्या त्या डॉक्टर्सप्रमाणेच या डॉक्टर दांपत्याला इतरांबद्दल वाटणारी अनुकंपा आणि अर्थातच त्यांचं रोगनिदानाचं कौशल्य यामुळे मुंबईतले आणि वेगवेगळ्या थरांतले, पेशांतले पेशंट्स त्यांच्याकडे धाव घेत असत. मोठमोठ्या उद्योगपतींपासून ते चित्रपट ताऱ्यांपर्यंत, कोळीवाड्यातल्या गरीब मच्छिमारांपासून ते आमच्यासारख्या मध्यमवर्गीयांना त्यांच्याकडून तेच प्रेम, स्नेहाची वागणूक आणि उपचार मिळत. चाळीस वर्षे या व्यवसायात असूनही त्यांची वृत्ती इतरांपासून फटकून वागण्याची नव्हती. बरेचदा अशा अलिप्त वृत्तीमुळे डॉक्टर्स रोग्याच्या मानसिक आणि भावनिक गरजा नीट समजूनच घेऊ शकत नाहीत.

त्याचं असं झालं, की माझ्या सासूबाई ब्रेन स्ट्रोकमुळे कोमात गेल्या होत्या. त्यांना तपासायला आठवड्यातून दोनदा डॉ. ज्यो डिसूझा येत असत. त्यांचं दिवसभराचं वेळापत्रक धावपळीचं असे, पण त्यातूनही वेळ काढून ते येत. या त्यांच्या प्रेमळपणानं आम्ही भारावूनच गेलो होतो, पण ही गोष्ट त्यांच्या चांगुलपणाविषयीची नाही. ही गोष्ट आहे त्यांनी वर्णन केलेल्या एका प्रसंगाची.

एक दिवस डॉक्टर जेव्हा आमच्या घरी आले त्या दिवशी त्यांच्या चेहऱ्यावर ते नेहमीचं मार्दव दिसत नव्हतं. ते कसल्यातरी विचारात गढल्यासारखे वाटत होते. 'सगळं ठीक असू दे' अशी मनोमन प्रार्थना करत मी त्यांच्या पाठोपाठ दरवाजापर्यंत गेले. माझ्या मनातली चिंता त्यांना जाणवली असावी. काहीही प्रस्तावना न करता त्यांनी माझ्या न विचारलेल्या प्रश्नाचं उत्तर दिलं. तीन वर्षाचा एक छोटा मुलगा ल्युकेमियाच्या एका दुर्मीळ प्रकारानं आजारी होता. त्याच्यावर डॉक्टर उपचार करत होते आणि तेव्हा ते त्याच्याच काळजीत बुडाले होते. त्या मुलाचे वडील प्रसिद्ध

उद्योगपती होते. कोणताही उपचार करायचा त्यांनी बाकी ठेवला नव्हता आणि आपल्या एकुलत्या एका मुलाला वाचवण्यासाठी पाण्यासारखा पैसा खर्च केला होता. जगभरातल्या डॉक्टरांचं निदान एकच होतं आणि ते या कुटुंबासाठी आशादायक नव्हतं. रोगावर उपचार करण्याचा प्रचंड अनुभव असलेल्या डॉ. डिसूझांनाही ते छोटं पोर वाचण्याची शून्य शक्यता वाटत होती. 'त्याचे किती दिवस उरले होते कोण जाणे? पण मला त्याच्या आईचीच काळजी वाटते. ती वास्तव स्वीकारायलाच तयार नाही. तिचा ठाम विश्वास आहे की तिचं बाळ जगणारच आहे, कारण देवानंच तिला तसा दृष्टांत दिलाय.' आयुष्यात पहिल्यांदाच डॉक्टर असाहाय्य वाटत होते. त्या सगळ्या कुटुंबाप्रमाणेच डॉक्टरांना त्या आईची फार काळजी वाटत होती. त्या येऊ घातलेल्या दुःखापासून आणि आघातापासून त्या आईला कसं वाचवायचं ते डॉक्टरांना कळत नव्हतं.

काही दिवस गेले. माझ्या सासूबाईंना तपासायला डॉक्टर पुन्हा आले. त्यांना तपासून झाल्यावर माझ्याकडे वळून ते म्हणाले, 'मला माझ्या एका आश्चर्यकारक अनुभवाबद्दल सांगायचंय.' त्यांच्या मागच्या भेटीनंतर, त्यांच्या त्या छोट्या पेशंटच्या आणि त्याच्या आईच्या विचारानं मीही कित्येक रात्री झोपेवाचून तळमळत होते. त्यामुळे त्यांचं बोलणं पूर्ण होण्यापूर्वीच मी पुटपुटले, 'कसा आहे तो मुलगा?' डॉक्टर हसून म्हणाले, 'मी जे काही सांगणार आहे त्यात तुम्हाला त्याचं उत्तर शोधावं लागेल.'

मागच्या वेळच्या आमच्या भेटीनंतर डॉक्टरांना सकाळच्या त्यांच्या गडबडीच्या वेळात त्या पेशंटच्या घरून फोन आला. शांतपणे कोणीतरी पलीकडून बोललं, 'डॉक्टर सगळं संपलंय. तुम्ही कृपा करून येऊ शकाल का?' तो आवाज त्या मुलाच्या आईचा होता. एकट्यानंच त्या आईला भेटण्यासाठी डॉक्टरांचं मन धजावेना. त्यांनी आपल्या पत्नीला आपल्या बरोबर चलण्याची विनंती केली. ते दोघे घरात शिरले, तेव्हा आईच्या मांडीवर ते बाळ होतं; जणू काही अंगाईगीत गाऊन आईनं झोपवलेल्या अवस्थेत! आई बाळाला शांतपणे थोपटत होती. 'डॉक्टर मी तुम्हाला म्हणाले नव्हते का, की माझं बाळ जगणार आहे म्हणून? माझा विश्वास खोटा नक्कीच नव्हता. बघा 'त्याचा' दृष्टांत खरा ठरलाय!'

डॉक्टरांना वाटलं ती अशा तऱ्हेनं तिच्या मनाचा तोल सांभाळण्याचा प्रयत्न करते आहे. डॉक्टर तिला दुखवू इच्छित नव्हते. जरा वेळानं डॉक्टर जाण्यासाठी उठले, तेव्हा त्या आईच्या शब्दांनी त्यांच्या काळजाचा ठाव घेतला. ती म्हणाली, 'डॉक्टर तुम्हाला वाटत असेल की मी स्वत:ची फसवणूक करून घेते आहे, पण तसं नाहीये. मी आज प्रथमच वास्तव स्वीकारलंय. माझ्या बाळाचे प्राण आता ह्या शरीरात नाहीत; पण तो माझ्या समवेत कायमच असणार आहे आणि तो आहेच. आजच माझ्या एका जिवलग मैत्रिणीनं एका मुलाला जन्म दिलाय.'

हे सगळं सांगून ते सहृदय डॉक्टर निघून गेले, पण मी मात्र मुळापासून

हादरून गेले. माझ्या आजीचा असा ठाम विश्वास होता की श्रद्धेनं डोंगरसुद्धा हलवता येऊ शकतो आणि त्या दिव्य शक्तीला आपण सर्वार्थानं शरण गेलो की माणसाचा सदसद्‌विवेक बुद्धीरूपी तिसरा डोळा उघडतो हे माझ्यातही कुठे तरी रुजल्याचा मला भास झाला, पण प्रामाणिकपणे कबूल करायचं झालं तर त्या बाळाचा वियोग झालेल्या मातेच्या त्या आत्मसंयमी विश्वासाचं पूर्णपणे आकलन झालं नाही. पुढं दहा वर्षांनंतर मी जेव्हा बंगलोरच्या ध्यानधारणा केंद्रात एका तरुण स्त्रीला भेटले तेव्हा हे आकलन पूर्णत्वाला गेलं.

मी मुक्त लेखिका म्हणून त्या ध्यानधारणा केंद्राला भेट द्यायला गेले होते. आजकालचे अस्वस्थ भारतीय तरुण आपलं आयुष्य आपल्या ताब्यात कसं ठेवायचं, भावनांना लगाम कसा घालायचा यासाठी अध्यात्माकडे वळताना दिसतात, त्यासंबंधी मला काही लिखाण करायचं होतं. ध्यानानंतर मी तरुणांच्या एका गटाशी चर्चा केली. ते सर्व आपल्या निवडलेल्या मार्गावर यशस्वीपणे वाटचाल करत होते. त्यांच्याशी मी बोलत असतानाच एका तिशीच्या स्त्रीनं माझं लक्ष वेधून घेतलं. आश्रमात ह्या पूर्वी मी तिला कधी पाहिल्याचं स्मरत नव्हतं. तिच्या भोवती असलेली शांत प्रसन्नता आश्रमाच्या त्या वातावरणात बेमालूमपणे मिसळून गेली होती. तिला काही विचारावं या हेतूनं मी तिच्या दिशेनं सरकले आणि संभाषणाला सुरुवात केली, 'तू सॉफ्टवेअरमध्ये आहेस का?' तिनं काही सांगण्यापूर्वीच तिच्या शेजारी उभ्या असलेल्या तिच्या आईनं म्हटलं, 'नाही, ती एक आई आहे.'

'त्या दोघी प्रथमच आश्रमात आल्या आहेत का' असं मी विचारलं. ह्यावेळी मुलीनं उत्तर दिलं. त्या दोघी अनेक वर्षे ध्यानधारणा करत होत्या. अध्यात्माचं आयुष्यात जे महत्त्व आहे त्यावर त्यांचा दृढ विश्वास होता. ती हैदराबादची होती आणि तिच्या दोन वर्षांच्या मुलाच्या उपचारासाठी बेंगलोरला आली होती. 'मग आता बाळ कसं आहे?' असं मी नम्रपणे विचारलं.

तिनं उत्तर दिल्यावर माझं मन एकदम भूतकाळात गेलं. ती म्हणाली, 'माझं बाळ कालच ह्या जगातून निघून गेलं, पण मी ध्यानधारणा करताना त्याला देवदूताच्या मांडीवर पाहिलं. ते हसत-खेळत होतं. वेदनेचं कोणतंही चिन्ह त्याच्या चेहऱ्यावर नव्हतं. ते अगदी मजेत होतं.'

इतकं बोलून त्या आईनं मंद स्मित केलं. तिच्या मुखावरही मला समाधान दिसलं. ह्या वेळी मात्र माझी खात्रीच पटली, की आयुष्यातल्या अनेक नकारात्मक गोष्टींपेक्षा श्रद्धा नेहमी मोठी असते आणि एखादी माता जेव्हा दुःखापेक्षा आशेला जीवनात स्थान देते तेव्हा तो तिचा दुर्बलपणा नसतो, तर आयुष्य तिला जे सोसायला लावतं त्यापेक्षा ती जास्त कणखर असते.

– संघमित्रा पाल

कधीही भीती बाळगू नका

चांदीच्या फोटो फ्रेममध्ये एका चार वर्षांच्या मुलीचा मांडीवर मांजर घेतलेला एक फोटो आहे. टर्किश अंगोरा जातीच्या त्या मांजरीसाठी त्या मुलीची मांडी अगदी छोटी आहे, पण कितीही छोट्याशा जागेतसुद्धा मांजरं ज्या ऐटीत बसू शकतात तसंच ते मांजरही बसलंय. तो फोटो कृष्णधवल आहे. त्या छोट्या मुलीची काळी कुरळी केसांची झुलपं आणि ते काळं मांजर यांची सुंदर संगती साधली गेलीय.

फोटो पाहणाऱ्याच्या हे लक्षात येत नाही की ते मांजर त्या मुलीच्या मांडीवर दुपारभर बसलं होतं. त्या मुलीनं दुपारच्या जेवणाला आणि आजीच्या घरून आपल्या घरी जायलाही नकार दिला होता. अगदी बाथरूमला जाणंसुद्धा तिनं शूरपणे टाळलं होतं, कारण तिला त्या मांजराला त्रास द्यायची इच्छा नव्हती. तिचे आई-वडील अखेर हार मानून घरी परतले. त्यांना मनातून वाटत होतं की, संध्याकाळी आपण परत येऊ तेव्हा मांजर तिच्या मांडीवरून उतरलेलं असेल आणि आपल्याला मुलीला घरी परत घेऊन जाता येईल.

एक दिवस हीच छोटी मुलगी स्वीडनमधल्या स्वत:च्या घरी शेकोटीपाशी बसून आपल्या एन्साइक्लोपीडियातील काही हे फोटो बघत होती. तिनं आणखी एक फोटो पाहिला आणि आपल्या आईचं त्याच्याकडे लक्ष वेधलं. तिच्या आईनं तो फोटो पाहिला आणि ती म्हणाली, 'हो मला माहीत आहे, एक दिवस तूही तिथे जाशील आणि तिथून कधीही परत येणार नाहीस.' तो फोटो होता गंगा नदीचा आणि त्याबरोबर होतं भारताचं वर्णन! एका अपरिचित परदेशाच्या दिशेनं मग माझ्या आईचा प्रवास सुरू झाला असावा, मग बऱ्याच वर्षांनी तिची रक्षा त्या नदीत अर्पण केल्यावर तिचा तो प्रवास समाप्त झाला.

पण ही खरी माझ्या आईची कहाणी नाही. ही कहाणी भारतातल्या तिच्या वास्तव्याविषयीचीही नाही. ही कहाणी आहे आतल्या प्रखर शक्तीची आणि एका व्यक्तीबद्दल वाटणाऱ्या अनुकंपेची! ज्या व्यक्तीनं आपल्या दोन अयशस्वी विवाहांचे

धक्के शूरपणे पचवले आणि जीवघेण्या कॅन्सरशी लढताना आपल्या चेहऱ्यावरचं हसू मावळू दिलं नाही. ही आतली शक्ती आणि जबर इच्छाशक्ती याचं श्रेय कोणाही आध्यात्मिक गुरुला नाही. धैर्य आणि आयुष्य कितीही उदासवाणं, कितीही छोटं असलं तरी चेहऱ्यावरचं हास्य कधीही मावळू न देण्याचा निर्धार ही तिनं मला दिलेली अनमोल देणगी आहे.

जेव्हा आईच्या एण्डोमेट्रिअल कॅन्सरच्या तिसऱ्या स्टेजचं निदान झालं तेव्हा तिनं तिचं म्हणणं ऐकवण्यासाठी मला शेजारी बसवून घेतलं. तिच्याशी मला हे असलं काही बोलायचं नव्हतं, कारण मला वाटलं होतं की ती मला 'मी आता मरणार' असंच सांगणार आहे. मी अवघी वीस वर्षांची होते आणि हे ऐकण्याची माझी मुळीच तयारी नव्हती. हे शब्द जर तिनं उच्चारले नाहीत तर तिला मृत्यू येणार नाही कदाचित, असंच मला वाटत होतं.

तिच्या मृत्यूचा विचार मी मनाच्या कप्प्यात बंद करून टाकला होता. एक दिवस दुपारी बागेत तिनं त्या विषयाला तोंड फोडलं.

'अम्मा, हे बघ तू मरणार नाहीयेस.' तिनं काही बोलण्यापूर्वीच मी सांगून टाकलं. त्या तळपत्या उन्हातसुद्धा मला थंडीनं कापरं भरलं होतं. दुःखानं रडू फुटू नये म्हणून मी जीभ दाताखाली दाबून धरली होती. तिनं मला रडताना पाहावं अशी माझी इच्छा नव्हती.

भीतीनं मी निर्बल झाले होते. डोक्यातून भीतीची लहर उठली. मी, आमची मांजरं आणि कुत्रा तिच्याशिवाय कसे जगणार होतो? दिवसभर तिच्याकडून लाड करून घेणारा कुत्रा, तिच्यावर मनापासून प्रेम करणारी मांजरं... आमचं काय होणार होतं? लहानपणच्या आठवणी माझ्या मनात दाटून आल्या. मी लहान असताना मांजराच्या एका पिल्लाला तिनं वाचवलं होतं. कुत्र्याचं पिल्लू मी घरी घेऊन आले होते आणि तिनं मनापासून त्याचं स्वागत केलं. एका जखमी डोम कावळ्याची तिनं मलमपट्टी केली आणि त्याला पुन्हा उडायला शिकवलं. इतक्या वर्षांत आम्ही असंख्य प्राण्यांचे जीव वाचवले होते. तिच्या रोगाचं निदान झालं, त्यावेळी आमच्याकडे खूप मांजरं आणि एक कुत्रा होता. तिनं जशी त्यांची काळजी घेतली होती तशी घेणं मला जमेल का?

ती हसली आणि कॅन्सर खूप पसरलाय, तेव्हा मृत्यूचीही शक्यता आहे असं तिनं सांगितलं, पण कॅन्सरचं निदान जरी खूप शेवटच्या अवस्थेला झालं असलं तरी उत्तमातले उत्तम उपचार घेऊन ती त्याच्याशी लढा द्यायला तयार होती. ती अतिशय शांत होती, कुठलीही गोष्ट नाकारत नव्हती किंवा कशाचे समर्थनही करत नहती. वास्तवाचा तिनं शांतपणे स्वीकार केला होता. 'मृत्यूचं भय कधीच वाटू नये,' तिनं मला सांगितलं. 'हे तर एक स्थित्यंतर आहे. एक देह सोडून दुसरा

धारण करणं. आपल्याला जे प्राप्त झालेलं असतं ते मृत्यू बदलू शकत नाही. माझ्याविषयी तिला वाटणारं प्रेम मृत्यू थांबवू शकत नाही.' मला माहीत आहे की हे सगळं अध्यात्माशी तोंडओळख असलेली कोणतीही व्यक्ती सांगेल, पण हे सगळं ज्या तऱ्हेनं तिनं मला सांगितलं त्याने मी निश्चिंत झाले. मृत्यूला तिनं फार महत्त्व दिलं नव्हतं. ती दूर जाण्याची शक्यता हळूहळू मी स्वीकारू लागले होते.

तिला माझी काळजी वाटत होती. मी पदव्युत्तर शिक्षण पूर्ण करून चांगली नोकरी मिळवून स्वावलंबी व्हावं अशी तिची इच्छा होती. 'पुरुषावर कधीही अवलंबून राहू नकोस.' ती उपदेश करत असे. 'पैसे हवे असतील तर त्याचं कारण देण्याची वेळ नाही येता कामा तुझ्यावर. लग्न करावंसं वाटत नसेल तर करू नकोस. मित्रमैत्रिणी हवेतच. 'लग्न कर' असं सगळे म्हणतात, म्हणून केवळ कोणाशी तरी लग्न करून बंधनात अडकू नकोस. तुझ्या आवडीच्या गोष्टींचा पाठपुरावा कर. तुझ्या करिअरला वळण दे. स्वावलंबी हो. मग तुझ्या आयुष्यात पुरुष असो किंवा नसो' तिनं पुढं म्हटलं...

त्यानंतरचे कित्येक महिने अतिशय यातनामय– क्ष-किरण उपचार आणि केमोथेरपी– यात गेले. चार महिन्यांनी कॅन्सरचा पाडाव झाला. ऑपरेशनच्या वेळी ट्यूमर फक्त १ सें.मी. उरला होता. डॉक्टर्सवरही आश्चर्य करण्याची वेळ आली, पण त्यांना समाधान वाटलं. ती वाचेल असं त्यांना वाटलंच नव्हतं. पुढे पाच वर्षे ती कॅन्सरमुक्त होती. तिची प्रकृती चांगली होती; त्यानंतर मात्र एक दिवस ती अतिशय आजारी पडली. काही निदानच होईना आणि तीन दिवसांतच सगळा खेळ संपला...

शेवटी ती व्हेंटिलेटरवर असताना मी तिच्याशी झालेला संवाद पुन्हा पुन्हा आठवत होते. 'ठीक आहे. तिची इच्छा असेल तर तिनं जावं' असं मी हसून तिला म्हटलं. मी स्वत:ला सावरेन. कुत्र्या, मांजरांची आणि स्वत:ची काळजी घेईन.

मी हॉस्पिटलमधून परतले त्यावेळी आमची मीरा नावाची मांजरी आईच्या फोटोला विळखा घालून बसली होती. फोटोवर तोंड घासत होती. असं तिनं पूर्वी कधी केल्याचं मला आठवत नव्हतं. दुसऱ्याच दिवशी चिट्टी– आमची काळी मनी माऊ– विक्षिप्तपणे आपल्या पंजांची कातडी फाडू लागली. मी तिला उचलून गोंजारलं आणि 'आता मी तिची आई होऊन काळजी घेईन' असं आश्वासन दिलं.

मागे वळून बघताना असं वाटतं, की त्या आमच्या दुपारच्या गप्पात, आई आपल्या लेकीला जी सर्वोत्तम देणगी देऊ शकते ती तिनं मला दिली होती. ती म्हणजे 'धैर्य!' ते आता कायमच माझ्याजवळ असणार होतं.

ती शेवटपर्यंत निर्भयच राहिली आणि तिनं त्या निर्भयतेचा अंश मला दिला. म्हणजे केवळ तिच्या मृत्यूला तोंड देण्याची नाही, तर माझ्या वाटेत येणाऱ्या

कोणत्याही गोष्टीला तोंड देण्याची निर्भयता! तिच्या मृत्यूनं मी काळोखाच्या खोल गर्तेत बुडाले, पण मी तिचे शब्द कधीही विसरू शकले नाही. तिच्या आठवणी शिवाय माझा एकही दिवस जात नाही. तिचा उल्लेख इतरांजवळ करताना, माझ्या डोळ्यातून आज सहा वर्षांनंतरही घळाघळा अश्रू वाहतात, ते मी कमकुवत आहे म्हणून नव्हे, तर मी तिला दिलेलं वचन पाळलं आहे हे मी तिला दाखवून देऊ शकत नाही याचं मला वाटणारं ते दु:ख असतं. कदाचित ते तिला उमगलं असेल. हे मला तुमच्या बरोबर वाटून घ्यावंसं वाटतंय. आयुष्यात तुमच्यावर जर असा काही प्रसंग आलाच तर निर्भय बना. तुम्ही निर्भय असाल तर कोणीच– अगदी मृत्यूसुद्धा– तुमच्यावर विजय मिळवू शकणार नाही. तुम्ही ताठ मानेनं जगू शकाल आणि तुमच्या चेहऱ्यावरचं हास्यही कधी मावळणार नाही.

– यास्मिन क्लेअर

घर परतीच्या वाटेवरती

एखादी गोष्ट बिघडायचीच असली तर ती काहीही करून बिघडेलच असं मर्फीचा नियम सांगतो आणि ही 'एखादी' जी 'तो' म्हणतोय ती माझ्या बाबतीत नसू दे अशी मी कायम आशा करत आले आहे.

आम्ही तिघे व्यवसायातले भागीदार, एके काळचे वर्गमित्र आणि एकमेकांचेही चांगले दोस्त होतो. आज आम्ही बसलो होतो आमच्या चार्टर्ड अकाउंटंटच्या ऑफिसात. पाच वर्षे आम्ही जो इंटिरिअर डिझाइनचा व्यवसाय मस्त चालवत होतो तो आता संपुष्टात आला होता, तेवढ्यात समीरनं माझ्याकडे वळून मला 'तो खरंच चालू ठेवायची इच्छा आहे का' असं विचारलं. नाही म्हटलं तरी ही कल्पना माझ्याच डोक्यातून निघालेली होती. इंजिनिअरिंगचं माझं फक्त शेवटचं सत्र उरलं होतं आणि ते सोडून हा व्यवसाय मला सुरू करणं भाग पडलं होतं. माझ्या चार माणसांच्या कुटुंबातली फक्त मी कमावती होते आणि माझं उत्पन्नाचं साधन केवळ माझा हा व्यवसाय होता. ह्या वळणावर आता पुन्हा नव्यानं सुरुवात करायची म्हणजे माझ्यासारख्या लहानपणापासून एक कृत्रिम पाय वापरणाऱ्या मुलीसाठी अवघडच गणित होतं.

तरीही मी ठाम होते. माझ्या सगळ्या साइट्सची सुपरव्हिजन करणाऱ्या ज्या माणसावर मी विश्वास टाकला होता त्यानंच आज मला खाली मान घालायला लावली होती; त्यानंच मला जेरीला आणलं होतं. दुसरा कोणताही विचार मनात न आणता मी ते व्यवसाय बदं करण्याचे कागद घेतले आणि त्यावर सही केली.

घराच्या वाटेवर ह्या माझ्या सही करण्याच्या प्रतिक्रियेवर मी गंभीरपणे विचार करत होते. हा निर्णय माझ्यासाठी अपरिहार्यच होता. इतकी वर्षे धंद्याचा जम बसून मिळालेला दर्जा आणि पत हे सगळं मी त्या कागदपत्रांवर सही केली त्या क्षणीच धुळीस मिळालं होतं. भविष्यात मी कशी तग धरणार होते? माझा नवा उद्योग मी

कसा सुरू करणार होते? मला उमेद मिळावी म्हणून मी सत्तावीस वर्षांपूर्वी माझं आयुष्य कसं सुरू केलं ते आठवू लागले.

मुलाच्या स्वागताला उत्सुक असलेल्या कुटुंबात अचानक माझं आगमन झालं. माझं स्वागत होणं शक्यच नव्हतं. माझ्यावर स्वतंत्रपणे वाढण्याची वेळ आली. मी अगदी दुर्लक्षित होते; साहजिकच परदेशी जाण्याची आलेली पहिली संधी आई-वडिलांनी सोडली नाही. माझ्या छोट्या भावासह ते परदेशात गेले. काहीही पर्वा न करता मला नशिबाच्या हवाली करून इथेच ठेवण्यात आलं. लग्न न झालेल्या माझ्या एका आत्याच्या हाती मला सोपवण्यात आलं. तिचं स्वतःचं एकाकीपण तिला माझ्याही दैवात लिहिलेलं दिसलं असावं. शेजारी पाजारी काळजी वाटून मी जिवंत आहे का ते पाहायला डोकावत आणि अर्थातच मी असे स्वतःच स्वयंपाक करणं, भांडी घासणं, धुणं धुणं, घराची झाडलोट करणं, अभ्यास करणं, शाळेची तयारी करणं आणि रात्रीच्या भयाण एकाकी अंधारात घरी सुखरूप परतणं अशी सहा वर्षे गेली. सगळे बघे माझ्यावर आदर आणि कौतुकाचा वर्षाव करत, तो मला चक्क आवडत असे. मी इतकी अजाण होते की ही वस्तुस्थिती नॉर्मल नाही हेही मला जाणवत नसे.

पण मला आणखीही काही भोगायचं होतं. एकदा शाळेतून परतताना रेल्वेरूळ ओलांडताना मला अपघात झाला. झालं! मी माझा उजवा पाय कायमचा गमावला... तेव्हा मी होते फक्त नऊ वर्षांची!

परिचित, अपरिचितांच्या झुंडी ज्या मला हॉस्पिटलमध्ये भेटायला आल्या त्यात नातेवाईक, मित्रमंडळी, सामाजिक कार्यकर्ते आणि अगदी माझे आई-वडीलसुद्धा होते. माझ्यावर जी दुसरी शस्त्रक्रिया करायची ठरली त्यानंतर एक तासाभरातच त्यांची परतीची फ्लाइट होती. आणखी असाच मोठा संघर्ष पुढे आहे याची आत खोल कुठेतरी मला जाणीव झाली. तो प्रसिद्ध 'जयपूर फूट' बसवून घेण्यासाठी म्हणून माझ्या आत्यानं मला राजस्थानला नेलं. तो खोटा पाय लावून मी थोड्याच दिवसांत चालू, पळू लागले, अर्थात या कर्तृत्वाच्या बढाया मारण्यात अर्थ नाही. मी जे काही करत होते त्या खेरीज दुसरं काही करताच येणार नव्हतं.

ते माझं किशोर वय होतं. माझी उंची दिसामासांनी वाढत असल्यानं त्या पायाच्या भेगा माझ्या मांसात घुसत. दरवेळी पाय बदलण्यासाठी जयपूरला जाणं व्यवहार्य नसायचं. मुख्य म्हणजे ज्या व्यक्तीनं मला जन्म दिला नव्हता आणि माझ्या आयुष्याची जबाबदारी जिच्यावर नव्हती तिला हा भुर्दंडच होता. त्यामुळे माझा खरा पाय आणि खोटा पाय यांच्या उंचीत काही इंचाचा फरक पडेपर्यंत मी लंगडत चालत असे.

अभ्यासात किंवा फाईन आर्ट्समध्ये हुशारी दाखवूनसुद्धा शाळा व्यवस्थापनानं मी काही खेळात भाग घेण्यासाठी केलेला अर्ज नामंजूर केला. ज्या वयात खरं तर बाहेरच्या समाजात मिसळणं किंवा बाहेरून काही प्रोत्साहन मिळणं आवश्यक होतं त्या वयात मी मात्र स्वत:ला अध्यात्माच्या जगात बुडवून टाकलं आणि बाहेरच्या वातावरणापासून मी बराच काळ स्वत:ला बंदिस्त करून टाकलं.

माझ्या बारावीच्या महत्त्वाच्या वर्षी माझ्या पायावर आणखी एक शस्त्रक्रिया करावी लागली. मग काही महिने सक्तीची विश्रांती घ्यावी लागली, त्यामुळे दुसऱ्या सत्राच्या शेवटी रात्र रात्र अभ्यास करूनही मी आर्किटेक्चरसाठी पुरेसे गुण मिळवू शकले नाही, पण कधीच निराश व्हायचं नाही हे मला आजपर्यंतच्या आयुष्यानं शिकवलं होतं, मग मी सिव्हिल इंजिनिअरिंगच्या डिग्री कोर्सला प्रवेश घेतला. तोपर्यंत परदेशातील उद्योग पुरा करून वडील परतले होते. मनातून त्यांना अपराधी वाटत होतं. त्यांनी माझ्या अभ्यासक्रमाची फी भरण्याचं कबूल केलं.

मला अशी शंका होती की त्यांनी आपल्या न परवडणाऱ्या खर्चीक राहणीनं जे काही पैसे जमवले होते ते संपवून टाकले असावेत आणि आता भारतात परत येऊन माझ्या उच्च शिक्षणासाठी खर्च करणं म्हणजे हे एखाद्या गुंतवणुकीसारखं वाटत असावं, ज्या योगे सर्व कुटुंबाच्या चरितार्थाचा भार कायमचा उचलणं मला भाग पडेल. कुटुंबाला अशा तऱ्हेनं पोसण्याची नव्यानं उद्‌भवलेली जबाबदारी माझ्या व्यवसायाला कारणीभूत ठरली आणि आज तो व्यवसाय साफ बुडाला होता... 'अशा या बिघडलेल्या परिस्थितीत माझं कुटुंब मला पाठिंबा देईल का?' हा प्रश्न स्वत:ला विचारण्याचंही धाडस मला होईना.

आणि अपेक्षेप्रमाणेच त्यांनी 'नाही' म्हटलं, त्यामुळे मी एक दिवस घर सोडलं. 'सहाव्या वर्षीही मी एकटी राहू शकले तर आता का नाही राहू शकणार?' या आत्मविश्वासाने! माझा नवा व्यवसाय चक्क भरभराटीला आला. आमच्या जुन्या कंपनीतल्या कामगारांनी मला विश्वासानं साथ दिली. त्यांना विश्वास वाटला म्हणून त्यांनी जास्त वेळ कामाला दिला. व्यवसायाला सदिच्छा, पत, बाजारातला भाव हे सगळं पाठोपाठ मिळतच गेलं. या वाटेवर प्रत्येकानं माझ्या निश्चयालाच आपला विजय मानला. त्यानंतर ४ वर्षांनी मुंबईतल्या उपनगरात माझ्या ऑफिसच्या दुप्पट मोठं घर मी घेतलं. महत्त्वाकांक्षी आर्किटेक्ट्स, इंजिनिअरिंगचा शिक्षणक्रम पुरा करू न शकलेल्या एका दुर्दैवी मुलीच्या ऑफिसात नोकरी मिळवतात. ह्याच अपार्टमेंटमध्ये मी मला आधार देणाऱ्या माझ्या आत्यासह राहते आणि हो, माझं कुटुंबही मला अधूनमधून भेटायला येतं.

तो मर्फीज लॉ काहीही सांगो, माझ्या प्रत्येक लढाईत मला मात्र सगळं काही

अजून ठीक होईल असंच वाटतं. तेच विचार सर्वप्रथम माझ्या मनात येतात, म्हणून आयुष्यात विचार करताना सावधगिरी बाळगा, कारण जो विचार तुम्ही मनापासून करता ना तोच खरा होतो.

– आम्रपाली भोगले

श्रद्धा हेच औषध

माझी गोष्ट चांगल्यानं वाइटावर मिळवलेल्या विजयाबद्दलची नाही, ती आहे श्रद्धेच्या पोटी निर्माण झालेल्या शक्तीची.

आयुष्यात काही वेळा सगळे दरवाजे आपल्यासाठी बंद झालेत असं वाटतं. आपण पूर्णपणे कोलमडून जातो; अशा क्षणी आपल्याला परमेश्वराची आठवण येते, आपण त्याला शरण जातो. मग एकदम सगळ्या गोष्टी सुरळीत झाल्यासारख्या वाटतात. अशा त्या क्षणाचीच ही गोष्ट आहे.

मी काही आस्तिक नाही, पण आपण योग्य मार्गावरून चालावं असं मात्र मला वाटत आलंय. माझ्या नवऱ्याला दुबईत खूप छान नोकरी मिळाली आणि मग आम्ही तिकडे गेलो. आपलं सगळं बस्तान नव्या देशात बसवण्याची जी एक उत्सुकता आणि उत्साह असतो तो सगळा आम्ही अनुभवला, पण नजीकच्या भविष्यात आमची खरी कसोटी असणार आहे याची आम्हाला त्यावेळी काडी इतकीही कल्पना नव्हती. माझा नवरा मर्चंट नेव्हीत होता आणि दोन्ही मुलांना घेऊन मीही अनेकवेळा त्याच्याबरोबर खूप प्रवास केला होता. मोठा मुलगा तिसरीत गेल्यावर मात्र मी त्याच्या अभ्यासावर परिणाम होऊ नये म्हणून प्रवास न करण्याचा निर्णय घेतला, त्यामुळे एकटीनंच राहून दोघा मुलांचं करणं आणि वेगवेगळ्या परिस्थितींना तोंड देणं हे सगळं माझं मीच करत आले होते; पण दुबईत आल्यावर माझ्यावर जो प्रसंग आला त्याची मात्र मी कधीच कल्पना केली नव्हती.

माझा मोठा मुलगा त्यावेळी बारा वर्षांचा होता. नवरा काही कामानिमित्त चेन्नईला गेला होता. मोठा एक दिवस सकाळी पोट दुखतंय अशी तक्रार करतच उठला. त्या दिवशी मे ची २२ तारीख होती. मी त्याला जिऱ्याचं पाणी दिलं आणि 'शाळेत न जाता घरीच विश्रांती घे' असं सांगितलं. दुसऱ्या दिवशी तो शाळेत गेला, पण थोड्याच वेळात 'त्याचं पोट दुखत असल्यानं त्याला घरी जायचंय' असा शाळेतून फोन आला. मी त्याला शाळेतून घरी घेऊन आले. तो घरी येऊन

झोपला. इथपर्यंत सगळं ठीक चाललं होतं. चोवीस तारखेलाही त्याची तब्येत ठीक होती. त्या दिवशी त्याचा वाढदिवस होता, पण संध्याकाळी तो शाळेतून परत आला तेव्हा त्याला धड चालताही येत नव्हतं.

शाळेतून तो रडतच घरी परतला. त्याला तापही खूप भरला होता. त्यानं त्याचा गणवेष उतरवला आणि माझी तर दातखीळच बसली. त्याचे गुडघे आणि घोटे सुजून लाल झाले होते आणि दोन्ही पायांवर असंख्य लाल ठिपके दिसत होते. मी घाबरून गोठूनच गेले. क्षणभर काय करावं तेच सुचेना. धड उभंही राहवत नसल्यानं तो कोसळलाच. धाकटा तेव्हा सात वर्षांचा होता. कोणाही अनोळखी व्यक्तीसाठी दार उघडायचं नाही असं त्याला बजावून, मोठ्याला उचलून घेऊन मी तत्क्षणी घराजवळचं हॉस्पिटल गाठलं. तिथला बालरोगतज्ज्ञ अंगावरचे ते ठिपके पाहून माझ्याप्रमाणेच गोंधळून गेल्या. मग काय, तपासण्यांची मालिकाच सुरू झाली. तपासण्यांचे निकाल आले आणि 'ऱ्हुमॅटॉईड फीवर' असं रोगाचं निदान झालं. डॉक्टरांनी ताबडतोब हॉस्पिटलात दाखल करायला सांगितलं. मी ह्या दुखण्याबद्दल ऐकून होते, पण त्याची नक्की लक्षणं मला माहीत नव्हती. त्या डॉक्टरीण बाईंनी मला पुढं सांगितलं की जर मुलाची प्रकृती सुधारली नाही तर त्याला पेनीसिलीनची इंजेक्शन्स जन्मभर घ्यावी लागतील. आणखी एक निदान असं झालं की त्याला हृदयाचा त्रास असावा. हे ऐकून मला धक्काच बसला. मी नवऱ्याला फोन केला. त्यानं लगेच घरी परतायचा निर्णय घेतला.

त्यानंतर पुन्हा काही तपासण्या झाल्या आणि हृदय विकार तज्ज्ञानं हृदय विकार नसल्याचं जाहीर केलं. एकाच हॉस्पिटमध्ये हे दोन वेगवेगळे मतप्रवाह! मी घाबरून दुसऱ्या हॉस्पिटलमधल्या बालरोगतज्ज्ञांकडे त्याला घेऊन गेले. त्यांनी पुन्हा सगळ्या तपासण्या करायला लावून ऱ्हुमॅटॉईट फीवरची शक्यता खोडून काढली. त्यांनी सांगितलं माझ्या मुलाला Henoch Schonlein Purpura (HSP)चा त्रास आहे आणि त्यानुसार त्याला औषध दिलं गेलं. हा आणखी दुर्मीळ आजार होता आणि लगेच उपचार नाही केले तर मूत्रपिंडे निकामी होतात अशी माहिती मला मिळाली. हे सगळं चालू असताना मुलाची पोटदुखी तशीच चालू होती. पोटाच्या खालच्या भागात गोळा येणं चालू होतं आणि तो सलाईनवरच होता. दुसऱ्या दिवशी माझा नवरा आला. मुलाच्या तब्येतीच्या ह्या वेगवेगळ्या निदानांमुळे आम्ही इतके घाबरलेले होतो की त्यानं आम्हाला घेऊन मुंबईला जाण्याचा बेत ठरवला. इतकं पोट दुखत असूनसुद्धा मुलानं कधी तक्रार केली नाही की रडारड केली नाही. त्याची ही ताकद पाहून मलाही धैर्य आलं आणि मी स्वत:ला सावरलं.

मुंबई विमानतळावरून आम्ही सरळ लीलावती हॉस्पिटल गाठलं. तिथल्या वरिष्ठ डॉक्टरांनी HSPचंच निदान केलं आणि मग तेच उपचार पुन्हा सुरू केले.

डॉक्टरांनी सांगितलं की वर्षभरात हे दुखणं पुन्हा उद्‌भवण्याची शक्यता आहे. रक्तवाहिन्यांवर झालेल्या परिणामामुळे मुलाच्या दोन्ही पायांवरचे ते लाल ठिपके अजून तसेच होते.

माझ्यावर या सगळ्याचा इतका ताण आला होता की मी त्याला घेऊन कोइमतूरला आई-वडिलांकडे जायचं ठरवलं. रोग बरा व्हावा म्हणून आईकडे इतरही काही उपचार असतात. तिनं मला आणि माझ्या मुलाला ध्यानधारणा करायला उद्युक्त केलं. औषधोपचारांबरोबरच ध्यानधारणा सुरू झाली आणि थोड्याच दिवसांत त्याचे चांगले परिणाम दिसू लागले. मुलाची प्रकृती सुधारली आणि त्या दुखण्यानंही पुन्हा डोकं वर काढलं नाही. तो पूर्ण बरा झाला, पण वर्षभरात त्यानं कधी पोट दुखण्याची तक्रार केली किंवा त्याला ताप भरला की माझं धाबं दणाणत असे, पण प्रत्येक वेळी तो चांगला बरा होत असे. चमत्कारांवर माझा हळूहळू विश्वास बसू लागला. असल्या चमत्काराचा विचार करायला पूर्वी कधी वेळच झाला नव्हता. आम्ही सगळेच आजकाल ध्यानधारणा आणि प्रार्थना करतो. त्या प्रकरणामुळे नातेसंबंधांचं आणि आशीर्वादांचं महत्त्व आणि सुख मला कळून आलं.

तशी मी नास्तिक नव्हते, पण परमेश्वराच्या अस्तित्वाचा किंवा माझ्यावर त्याची कृपा असल्याचा विचार करण्याची वेळ माझ्यावर आली नव्हती किंवा तशी मला कधी इच्छाही झाली नव्हती म्हणा. मला ह्याची जाणीव मी आयुष्यात असा धक्का खाल्ल्यावरच झाली. आपलं मन जेव्हा भीतीनं आक्रंदत असतं तेव्हा आपला आतला आवाज कान देऊन ऐकावा. मनाची शांतता फक्त एका हाकेच्या अंतरावर असते!

– कला राजू

मांजरं की देवदूत?

मांजरांच्या विषयीची ही माहिती आपल्याला असायलाच हवी. मांजरं म्हणजे कुत्री नव्हेत. प्रत्येक मांजराचं काही वैशिष्ट्य असतं, पण सगळ्यांचे काही गुण सारखेच असतात. मांजरं नीटनेकी, काही विशिष्ट कल्पना बाळगणारी, स्वच्छतेचं वेड असणारी, घाणेरडी, केर भरणी न आवडणारी म्हणून ओळखली जातात. त्यांच्या मनाला (तुमच्या नाही) योग्य वाटलं तरच ती प्रेम करतात. तशी ती गोंडस आणि प्रामाणिक असतात.

तुम्ही त्यांना आवडलात तर ती ते सरळ व्यक्त करतात. जर नाही आवडलात तर ते तुम्हाला कळतंच. मांजरं जेव्हा माणसांच्या कुटुंबात राहतात तेव्हा ती मुलांची जबरदस्त रक्षणकर्ती असतात. मी जेव्हा माझ्या मुलाला रागावते तेव्हा बेला– आमची मांजर जिथे कुठे झोपलेली असेल ना तिथून काहीही कारण नसताना माझा हात चावायला येते. ते चावणं नुसतं वरवरचं नसतं. अशावेळी ते हेतुपुरस्सर दात उमटवून चावलेलं असतं.

मला हे सगळे धडे नवीनच होते, कारण मांजरांच्या विश्वाबद्दल मी खूप काळ अनभिज्ञच होते. त्याचं विश्व मी असं फार जवळून पाहिलेलं नव्हतं. असंच एक दिवस माझ्या ११ वर्षांच्या मुलानं एका भटक्या मांजराच्या प्रेमात पडून त्याला घरी आणलं आणि तेव्हा प्रथमच मांजरांनी माझ्या जगात प्रवेश केला असं म्हटलं तरी चालेल. त्यांच्यातली दोन मी येता जाता कधी तरी पाहिली होती. हे असलं लाघट, नसतं चिकटणारं, पण अपरिहार्य प्रेमाचं बंधन कधी कधी माणसं आणि प्राण्यांच्यात निर्माण होतं आणि मग एक लाडेलाडे बोलतो आणि दुसरा गोंधळून अस्वस्थपणे काही तरी चुळबुळ करतो, त्यात मला गुरफटायचं नव्हतं. लहानपणी जीव जडलेल्या एका भटक्या पाळीव जिवाला गमावल्यावर त्या व्याकूळ करणाऱ्या प्रेमात मला पुन्हा अडकायचं नव्हतं.

मी अगदी अलिप्त राहून त्यांच्यापासून जरा फटकूनच होते. अगदी माझा

मुलगा 'आई, बघ कशी माझ्या मांडीवर बसलेय, गळ्याला खाजवलेलं बघ तिला कसं आवडतंय, तिचं पोट कसं मऊ आहे ना?' अशी पुन्हा पुन्हा तिची तरफदारी करत होता तरीही! एक-दोनदा मी जवळ जायचा प्रयत्न केला, पण तिला स्पर्श नाही केला.

त्यानंतर स्नोई घरी आली. मला वाटलं तिच्या नजरेला नजर द्यावी. तिच्या दृष्टीच्या टप्प्यात येण्यासाठी मी गुडघ्यावर बसले आणि तिनं पण विशेष उद्देशानं माझ्याकडे पाहिलं. मी मान हलवल्यावर ती पुढे आली आणि मग तिनं माझं हृदय काबीज केलं. स्नोईच्या हातावर तिचं हृदय होतं. ती अतिशय सुंदर होती, कृश होती. पांढरं डिझाइनचं कापड असावं तसे तिच्या अंगावर तपकिरी, पांढरे काळे डाग होते आणि तिच्या खांद्यावर चक्क हृदयाच्या आकाराचा ठिपका होता! खरं तर तिला मांजर म्हणणं म्हणजे तिला कमी लेखल्यासारखंच होईल. तिच्या अंगावरच्या फरखाली एक मन होतं माझ्या मनाला जाणणारं. ते मला सतत म्हणे. 'जाऊ दे ना! काय मनाला लावून घेतेस?' अवतीभवतीच्या गोष्टी ती चटकन ग्रहण करत असे. माणसं, त्यांच्या भावना, त्यांचे आवाज; स्वत:च्या गरजाही तिला समजत. समजा मी चिडचिड करत असले तर ती माझ्याकडे एक दृष्टिक्षेप टाकून सांगे, 'शांत हो. होशील ना?'

तिच्या आसपास असताना तुम्हाला तुमची वागणूक नीटच ठेवावी लागे. तिच्या नेमून दिलेल्या उशीखेरीज ती इतरत्र कधीही झोपत नसे. ती कधी स्वयंपाकघरातही घुसली नाही. ती उगाचच एखाद्या वस्तूशी झटापट करत नसे. रोज सकाळी जोरात म्याव म्याव करत ती तळमजल्यावर येई आणि दार उघडून मी हाक मारली की तीन पायऱ्या एकदम गाळून दुसऱ्या मजल्यावर माझ्या घरी येई. मग तात्काळ तिच्या वाडग्यापाशी जाऊन दिवसभरातलं तिचं जेवण चाटून पुसून गट्टम करून तिथेच गुंडाळी करून तास दोन तास ताणून देई, मग दुपारी ती तिथून निघे आणि मग थेट दुसऱ्या दिवशी सकाळी ठीक ६.३०लाच पुन्हा उगवे.

मग एक दिवस आम्हाला शोध लागला की तिला पिल्लं होणार आहेत. उन्हाळा फारच भयंकर होता. तीही अस्वस्थ आणि लहरी झाली होती, मग ती वरचेवर आमच्याकडे येऊ लागली. जास्त वेळ घरातच काढायला लागली. मी तिला झोपवावं असा तिचा आग्रह असे. मी संगणकावर काम करण्यात मग्न असले की ती मी जवळ जाईपर्यंत म्याव म्याव करून बेजार करे. पाठीवर पडून मजेत लोळायला, गुदगुल्या करून घ्यायला आणि थोपटून घ्यायला तिला फार आवडत असे. जर मी लक्ष दिलं नाही तर ती सरळ कीबोर्डवर उडी मारून बसे. तिच्या गळ्याला खाजवलं की काही क्षणांतच ती डोळे मिटून घेत असे. अत्यंत सुखात असलेल्या माणसाच्या तोंडावरसुद्धा असं अतीव सुखसमाधान दिसणार नाही असं

त्यावेळी तिच्या तोंडावर दिसे. तिची जणू समाधीच लागे, त्यानंतर थोड्याच दिवसांत भुऱ्या डोळ्याचा तिचा साथीदार, तीन पिल्लं आणि तिनं आमच्या बाल्कनीसमोरच्या एका गॅरेजच्या अडगळीत आपलं बस्तान बसवलं. आपल्या कुटुंबावर लक्ष ठेवता येईल अशी जागा तिनं मुद्दामच निवडली असावी. ती आपल्या पिल्लांना पाजताना दिसत असे. ती त्यांना गोंजारायची, कप केक सारखी त्यांची तोंडं चाटायची आणि क्वचित दमली असली तर त्यांना बाजूला लोटायचीसुद्धा.

या सुंदर चित्राला एक दिवस अचानक तडा गेला. एका रानटी बोक्यानं त्या पिल्लांवर हल्ला केला. तो तिथून लंगडत लंगडत पळून जाईपर्यंत स्नोईनं त्याच्याशी मुकाबला केला, पण नंतर तिचं एक पिल्लू आणि ती गायब झाले. तिचे व्हिडीओज, फोटो पाहून मी आणि माझा मुलगा अक्षरशः आसवं गाळत होतो. त्या अडगळीतून उरलेल्या दोन पिल्लांपर्यंत पोहोचायचा आमचा प्रयत्न मात्र सफल झाला नाही.

आपलं काळीज फाटून जाईल अशी जी भीती मला वाटत होती ती हीच. मनातल्या मनात मी तिच्याशी बोलत असे. मग एक दिवस दमलेल्या, जखमी झालेल्या अवस्थेत ती परतली. अन्नपाण्यावाचून १०/१२ तास झोपली आणि पुन्हा मध्यरात्री केव्हातरी नाहीशी झाली ती पुन्हा दिसलीच नाही. मग बाहेरच्या जगात वावरण्याइतकं मोठं होऊन त्यांच्यातलं एक पिल्लू तिथून बाहेर पडेपर्यंत आम्ही त्या दोन पिल्लांवर लक्ष ठेवून होतो.

तिचा जोडीदार आणि तिसरं पिल्लू आता आकारानं सारखेच दिसतात आणि दोन अंड्यांच्या ऑम्लेटसाठी रोज सकाळी म्याव म्याव करत असतात.

ती तर गेलीच, अगदी ठरवल्यासारखी, पण आमच्या घरात, आमच्या अंतःकरणात बेलासाठी तिनं जागा निर्माण केली. छोट्या बेलानं आम्हाला पिडलंय, कारण तिचे स्वतःचे काही नीतिनियम आहेत. ती मला मर्यादा शिकवत असते, पण स्वतः त्या पाळत नाही. चोखंदळपणा अंगी बाणलेला नसेल तर स्त्री म्हणून पूर्णत्व येत नाही आणि 'प्रेम करण्याची जी मनुष्यप्राण्याची तऱ्हा असते तीच इतर प्रत्येकाची असली पाहिजे असं समजण्याची मोठी चूक माणसं करतात' असं ती मला शिकवते.

तिची ती मालकीण असते. जास्त लाड केलेले ती खपवून घेत नाही, पण रोज सकाळी ऑफिसला जाण्यासाठी मी तयार होत असतानाची २० मिनिटे बेला माझ्या मागे मागे असते, मग हलकेच माझ्या घोट्याचा प्रेमानं चावा घेऊन ती मला निरोप देते. तिनं प्रेमानं घेतलेल्या या मुक्याचा कधी कधी त्रास होतो. माझा मुलगा अभ्यास करत असताना तिला अवतीभवती घोटाळायला खूप आवडतं. 'तुला काही हवं असलं तर...' असंच जणू काही तिचं सांगणं असतं.

आपल्या भावनांवर संयम ठेवणं माणसांच्यापेक्षा मांजरांना जास्त चांगलं जमतं असं मी गेल्या दोन वर्षांत शिकले आहे. मांजरं तुमच्या मनगटांवर ओरखडतील, पण मनावर फुंकर घालतील. मांजरं ध्यानधारणा करणाऱ्या योग्यांप्रमाणेच असतात. त्यांना स्वत:त मग्न असण्याचं स्वातंत्र्य हवं असतं. त्यांची शुचिर्भूतता काही औरच असते आणि त्यात तुम्ही ढवळाढवळ केलेली त्यांना चालत नाही. सगळ्यात महत्त्वाची गोष्ट म्हणजे आपल्याला प्रेमाचा स्वीकार करता यायला हवा, जरी अगदी ते मांजराच्या पावलानं येत असलं आणि अचानक गायब होत असलं तरीही!

– रीमा मोडगीळ

आशेची पालवी

'अडचणी फार काळ टिकाव धरू शकत नाहीत; पण खंबीर माणसं मात्र तग धरू शकतात.' ही काही नुसतीच म्हण, वाक्प्रचार किंवा अवतरणातलं वाक्य नाही. त्याचा अर्थ त्यातूनच सूचित होतो. समस्या किंवा कठीण परिस्थिती ही एक प्रकारे संधीच असते. समस्या येतात आपली आतली शक्ती जागृत करायला, आपली क्षमता, आपली हुशारी जोखायला! परिस्थिती जितकी जास्त बिकट, तितकी तिला तोंड देणारी व्यक्ती जास्त संवेदनक्षम होते, कारण ती परिस्थिती तुमच्यातल्या शक्तीला अधिक काम करायला लावते. त्या व्यक्तीची जाणीव अधिक प्रगल्भ होते. विचारांची एकाग्रता वाढते.

माझे विचार, दहा वर्षांपूर्वी घडलेल्या एका भयंकर गोष्टीकडे पुन्हा पुन्हा धावताहेत. त्या दिवशी रात्री अखंड वाजणाऱ्या टेलिफोनच्या घंटेनं मला खडबडून जाग आली. आता असं वाटतंय, की तो फोन म्हणजे एक वरदानच होतं. त्या फोननेच आम्हाला पुढच्या भयंकर घटनेपासून वाचवलं होतं. जाग आल्यावर माझ्या लक्षात आलं की आमच्या पुढच्या पोर्चमधून ज्वाळा येत होत्या. आमच्या घराचा तो पुढचा भाग आम्ही एका तयार कपडे विकणाऱ्याला भाड्यानं दिला होता आणि ओणमच्या वेळीच त्यानं तिथं दुकान थाटलं होतं. वरून गेलेल्या विजेच्या तारांमध्ये अचानक शॉर्ट सर्किट होऊन आग लागली होती. संपूर्ण दुकान ज्वाळांनी वेढून टाकलं होतं आणि आता ती आग उरलेल्या घरात पसरत चालली होती. मी मुलीला आणि नवऱ्याला घेऊन बाहेर पळत सुटले. ते दृश्य इतकं भयंकर होतं की काय करावं तेच सुचेना.

आमच्या घराच्या बरोबर मागेच राहणाऱ्या माझ्या भावाला मी आरडाओरडा करून उठवलं आणि अग्निशामक दलाला बोलावून घेण्यास सांगितलं. ते येईपर्यंत कपड्यांचं दुकान जळून भस्मसात झालं होतं आणि आमच्या त्या सुंदर घराचा पुढचा भागही जळून न ओळखण्याच्या स्थितीत पोहोचला होता. टेलिफोन आणि

विजेच्या तारा पुन्हा नव्यानं टाकाव्या लागणार होत्या. माझ्या बहिणीच्या व्यवसायाची जी जागा होती त्याचाही काही भाग या आगीनं जळाला होता. नशिबानं फक्त बाजूच्या भागाचं नुकसान झालं होतं. आतल्या भागाला काहीही हानी पोहोचली नव्हती. शेजाऱ्यांच्या फ्रेंच विंडोजचेही तुकडे तुकडे झाले होते.

मी रडण्याइतकीही भानावर नव्हते. आर्थिक अडचणीतून मार्ग काढण्यासाठी या छोट्या कपड्याच्या दुकानाच्या भाड्यावर माझी भिस्त होती. म्हणजे ते उत्पन्नाचं साधन तर नष्ट झालंच होतं आणि वर आता घराची दुरुस्तीही करणं भाग होतं.

शेजाऱ्यांनी नुकसानभरपाई न मागून मनाचा मोठेपणा दाखवला, पण प्रसार माध्यमांना तोंड देणं, वीजकेंद्राकडे खेटे घालणं, अग्निशामक दलाच्या अधिकाऱ्यांना उत्तर देणं आणि अपघाताबद्दल पोलिसांना सांगणं हे चुकणार नव्हतं. सगळ्या गोष्टी मार्गी लावण्यासाठी आता पैशाची फारच गरज होती. जवळच्या एका नातेवाइकाकडे मदतीसाठी हात पसरले. शिक्षकी पेशाच्या माझ्या किरकोळ पगारातून दरमहा थोडी रक्कम परत करण्याच्या बोलीवरच ही हिंमत केली होती, पण ते निष्फळच ठरले.

पण म्हणतात ना जे स्वत: हातपाय हलवतात त्यांचा परमेश्वर पाठीराखा असतो! पैसा उभा करण्याचे माझे प्रयत्न चालू असतानाच अनपेक्षितपणे एका ठिकाणाहून मला मदत मिळाली. माझ्या सासऱ्यांनीच काही रक्कम मला दिली. तिला उधारी म्हणता येणार नाही. त्यांच्याकडे पैसे मागताना माझा स्वाभिमान आड येत होता, पण मला जेव्हा पैशाची खरी निकड होती त्याचवेळी ते मला मिळाले.

घराची रंगरंगोटी, घर स्वच्छ करणं, अपघातात जळालेल्या गोष्टींचे अवशेष काढून टाकणं या सगळ्यासाठी माणसं लावून मी पुन्हा घराची मांडामांड सुरू केली. तुमच्या उद्दिष्टाच्या दिशेनं हळूहळू केलेली वाटचाल हा नेहमीच तुलनेनं सोपा आणि खात्रीशीर मार्ग असतो. हळूहळू का होईना पण माझ्या पगारातून आणि बचतीतून मी घराला पुन्हा नवं रूप दिलं. हार्डवेअरचा व्यवसाय करणाऱ्या माझ्या दिरानं रंगाचे डबे खूप कमी किमतीत दिले.

घराचं बांधकाम पुन्हा करण्याचं कठीण काम मी माझ्या एकटीच्या हिमतीवर पार पाडलं. माझा स्वत:वरचा विश्वास दृढ झाला, हे मी अभिमानानं सांगू शकते. मी स्वत:ला कमकुवत समजत असे; पण मी ही खंबीर आहे ह्याची मला जाणीव झाली.

आत्मविश्वास, आतली शक्ती, शांतता यांचे अजूनपर्यंत मला ज्ञात नसलेले माझ्यातले स्रोत मला अचानक सापडले. लवकरच पहिल्यापेक्षाही माझं घर अधिक सुंदर दिसू लागलं. आवारातल्या आगीनं होरपळलेल्या झाडाला नवी पालवी फुटली. हा पुनर्जन्मच होता. हो! माझाही हा पुनर्जन्मच होता. एक तऱ्हेची जागृतीच

म्हणा ना! तो दुर्दैवी प्रसंग माझ्या आयुष्यात घडला नसता, तर माझा आत्मा इतका खंबीर आहे, तो सहजासहजी हार मानणारा नाही हे मला कधीच कळलं नसतं.

आज इतक्या वर्षांनंतरसुद्धा मला ती भयानक रात्र आठवते; पण मला त्याची खंत वाटत नाही. मला जागं करण्यासाठी दैवानं दिलेला तो एक जोरदार तडाखा होता आणि जीवनात माझ्या दिशेनं आलेला चेंडू झेलण्याची खबरदारी मी घ्यायला हवी हे दाखवून देण्यासाठी दिलेली चपराक होती. घराला पुनर्जन्म देऊन मग मी नव्या शहरात स्थलांतर केलं. नव्या आणि वेगळ्या अनुभवांसाठी. आपल्याला निभावून नेता येणार नाही अशी कोणतीच परिस्थिती परमेश्वर आपल्या पुढ्यात ठेवत नाही. कठीण परिस्थिती फार काळ टिकाव धरू शकत नाही; पण मी तग धरू शकते!

– वलसला मेनन

जेव्हा शांततेला वाचा फुटते

पाऊस नुसता कोसळत होता. रस्त्यावरून घाईघाईनं जाणाऱ्या पावलांचा आवाज त्या पावसात ऐकूच येत नव्हता. रस्त्याच्या अगदी टोकाला असलेल्या एका छान, टापटीप घरापाशी ती पावलं पोहोचली. तेच त्यांचं मुक्कामाचं ठिकाण होतं.

'रुची, अशी अचानक?' घराची मालकीण हसून दार उघडत म्हणाली. पायावरच्या जखमा उघड्या करण्यासाठी तिनं साडी वर उचलल्यावर मालकिणीच्या चेहऱ्यावरचं हसू मावळलं. नवऱ्यानं रुचीला पुन्हा मारहाण केली होती. रुची तुमच्या घरात काम करत असेल तर तुमची काय प्रतिक्रिया असेल? मालकिणीला वाटलं की नुसती कोरडी सहानुभूती दाखवून काही उपयोग नाही आता रुचीसाठी त्या पलीकडे जाऊन काही तरी केलं पाहिजे. थोड्याच दिवसांत ब्यूटी पार्लरच्या कोर्ससाठी तिनं रुचीचं नाव दाखल केलं; जेणे करून रुचीला स्वत:साठी नव्यानं काही करता येईल. रुचीनं हे नवं आव्हान पेललं. एकीकडे घरकाम करून तिनं ही नवी गोष्ट मनापासून आत्मसात केली.

'रुचीच्या कोर्सची अर्धी फी मी भरली.' असं रुचीच्या मालकिणीनं मला त्यावेळी सांगितलं, 'पण उरलेली अर्धी मी तिला तिच्या स्वत:च्या खिशातून भरायला लावली. तिनं माझ्यावर पूर्णपणे विसंबावं अशी माझी इच्छा नव्हती. दुसरं म्हणजे जे पैसे ती स्वत: भरत होती त्यासाठी ती जास्त कष्ट करेल असंही मला कुठेतरी वाटत होतं.'

त्यांच्या या कष्टाचं चीज झालं. रुची आज गावातली यशस्वी ब्युटिशिअन म्हणून ओळखली जाते. एके काळी जे काही थोडे फार पैसे ती बाळगून होती त्याहीपेक्षा कितीतरी जास्त पैसे तिच्या खिशात आता खुळखुळत असतात हे मला मुद्दाम नमूद केलं पाहिजे. आज ती अधिकार असलेली परिपूर्ण स्त्री आहे. ज्या स्त्रीनं तिच्या आयुष्याला कलाटणी दिली तिलाही आज रुचीचा अभिमान वाटतो.

अशा सहन न करता येण्यासारख्या परिस्थितीपुढे हार न मानता या दोन स्त्रियांनी जे काही करता येण्यासारखं होतं ते केलं, पण असं करणाऱ्या त्या काही फक्त दोघीच नाहीत. घरकाम करणाऱ्या एका स्त्रीची आणि तिच्या दोन मुलींचीही अशीच कहाणी मी नुकतीच ऐकली. त्यांच्या घरातला पुरुष त्यांना मारहाण तर करीतच असे, शिवाय दारूही पीत असे आणि बायकोनं कमावलेले पैसेही उडवत असे. यथावकाश या सगळ्याला विरोध करण्याइतक्या मुली मोठ्या झाल्या, मग एक दिवस जेव्हा बापानं आवाज चढवला आणि हातही उगारला तेव्हा पोरींनी आईच्या मदतीनं त्याला बदडून काढलं. नंतर मी असंही ऐकलं की आता त्यानं आपलं वागणं सुधारलंय आणि तो मवाळ झालाय. पुष्कळ स्त्रिया अशी वाईट परिस्थिती सहन करत असतात. गप्प बसण्याच्या त्यांच्या चुकीमुळे परिस्थिती 'जैसे थे' राहते; पण ही शिवीगाळ आणि मारहाण यांचं दुष्ट चक्र थांबवण्यासाठी एक खंबीर कृती आवश्यक आहे, हे त्या विसरतात.

मुकाट्यानं सोसण्याची ताकद असणं ह्यापेक्षा अधिक काही स्त्रीत्वाचा अर्थ असू शकतो. जोपर्यंत तुम्ही स्वत: खंबीरपणे उभं राहात नाही आणि नकाराधिकार वापरत नाही तोपर्यंत तुमच्या स्त्रीत्वाला पूर्णत्व येऊ शकत नाही.

– अपर्णा श्रीवास्तव

मदर इंडिया

रेमादेवी काही कुणी असामान्य नाही. ती कुणीच नाहीये, पण तिनं फक्त जगायचा निर्णय घेऊन आपलं असामान्यत्व सिद्ध केलं. एखाद्या विशिष्ट कारणासाठी मृत्यूला कवटाळलंत तर ती मर्दुमकी म्हणता येईल, पण काही वेळा त्या कारणासाठी जगणं हीच मर्दुमकी होऊ शकते.

१९९५च्या नोव्हेंबरमध्ये प्रथम रेमादेवीच्या बातमीनं सगळ्यांचं लक्ष वेधून घेतलं. तिनं एकाच वेळी पाच बाळांना जन्म दिला होता. चार मुली आणि एक मुलगा. प्रसार माध्यमांनी या बातमीचा खूप गाजावाजा केला. सगळ्या बाळांची तब्येत चांगली होती, त्यामुळे पुढचे काही दिवस प्रसारमाध्यमे त्यांच्याच प्रगतीच्या बातम्या देत राहिली. पाचांसाठी कपडे आणि खेळणी खरेदी करणाऱ्या समाधानी बापाची छायाचित्रं सगळीकडे झळकली. सगळ्यांचे पाय जणू जमिनीवर नव्हतेच! बाळांची नाव एकमेकांशी मिळती जुळती ठेवली गेली. अशा तऱ्हेनं मासिकांना हे खाद्य बरेच दिवस पुरलं.

एकाच तऱ्हेचा गणवेष, पाण्याच्या बाटल्या आणि शाळेची दप्तरं एकाच रंगाची असा शाळेत नेणाऱ्या रिक्षाच्या पुढ्यातला या पाच पांडवांचा फोटो बहुतेक सर्व वर्तमानपत्रांच्या पहिल्या पानांवर झळकला होता. जिथे जिथे ते सर्व जात असत तिथे तिथे ते कुतूहलाचा, चर्चेचा विषय होत. प्रेमकुमारचं– त्यांच्या बापाचं महत्त्व तुलनेनं कमी झालं. प्रेमकुमार पाचहीजणांना खांद्यावर, डोक्यावर एकाच वेळी घेऊन किंवा सायकलवरून नेत असे. एखाद्या कारणावरून रेमादेवीनं पोरांना फैलावर घेतलं तर तिलाच नवऱ्याची बोलणी खावी लागत. हॉस्पिटलमध्ये मुलांना वेगवेगळ्या लशींचे डोस दिले जात असताना प्रेमकुमारचा जीव खालीवर होत असे. अतिशय काळजी घेणाऱ्या आणि रक्षणकर्त्या बापाचीच प्रेमकुमारची भूमिका होती.

त्या कुटुंबाचे सुरुवातीपासूनच बेकरी आणि स्टेशनरी विकण्याचे असे दोन

व्यवसाय होते. दोन्ही व्यवसाय चांगले चालले होते, पण एकाएकी व्यवसायाला ग्रहण लागलं आणि उत्पन्नही घटलं. प्रेमकुमारला पाठीच्या कण्याचं दुखणं जडलं. महागड्या उपचारांची गरज निर्माण झाली. वैद्यकीय उपचाराचा आणि रोजच्या जगण्याचा वाढता खर्च यात कुटुंबाची आर्थिक परिस्थिती बिघडली आणि शेवटी कोलमडली. मोठी देणी चुकवायला त्यांनी कर्ज काढली. ही परिस्थिती काबूत आणायला त्यांनी मालमत्तेचा काही भाग विकला, थोडं सोनंही विकलं. अशी त्यांची परिस्थिती घसरतच गेली.

जास्त व्याजानं आणखी पैसे कर्जाऊ घेऊन सगळं कुटुंब त्या कर्जाच्या सापळ्यात फसलं. व्याज वेळेवर न फेडल्यानं प्रेमकुमारला सगळे घेणेकरी सतावू लागले. 'जीव देऊन नाही तर पळून जाऊन मला सगळ्यापासून सुटका करून घ्यावीशी वाटते आहे' असं तो बायकोला वारंवार सांगू लागला.

फेब्रुवारी, २००५मध्ये पुन्हा एकदा सगळं कुटुंब प्रकाशझोतात आलं, पण बातमी वाईट होती. प्रेमकुमारनं आत्महत्या केली होती. जीवन संपवून प्रेमकुमारनं सगळ्या प्रश्नांतून आपली सुटका करून घेतली. पाच मुलं आणि कुटुंबाची खालावलेली भयानक आर्थिक स्थिती या सगळ्याला तोंड द्यायला रेमादेवीच एकटी मागे राहिली.

तिच्यावर कसोटीच्या क्षणांतून तावून सुलाखून निघण्याची आणि खरी हिंमत दाखवण्याची वेळ आली होती. काय वाट्टेल ते होवो पण पोरांसाठी जगलंच पाहिजे असा रेमादेवीनं निश्चय केला. आयुष्याची गती राखण्यासाठी ज्या स्त्रीला आता पेस मेकरवर अवलंबून राहणं भाग होतं– तिला नवऱ्याच्या आत्महत्येचे पडसाद मुलांच्या आयुष्यात उठू नयेत असं मनापासून वाटत होतं. तिनं आक्रोश केला नाही, नशिबाला बोल लावला नाही, तिनं कोणालाच दोष दिला नाही. मुलांचं आयुष्य बळकट करण्यावर तिनं सगळं लक्ष केंद्रित केलं. नवऱ्यानं आत्महत्या का केली याचं तिला कोडंच होतं.

नवरा आयुष्यातून जाईपर्यंत ती भावनिक आणि आर्थिक दृष्ट्या नवऱ्यावर अवलंबून असलेली एक सर्वसामान्य गृहिणी होती. तिला स्वत:ला गंभीर हृदय विकार असल्याचा शोध नवऱ्याच्या मृत्यूनंतरच लागला, त्यासाठी तिला शस्त्रक्रिया करून घ्यावी लागली. तिची तब्येत आता इतकी ढासळली आहे की तिला वजनानं हलकी वस्तूसुद्धा उचलता येत नाही. आपल्या धैर्याचं उदाहरण तिनं मुलांसमोर ठेवलंय. आयुष्यात आव्हानं स्वीकारायची असतात, पेलायची असतात. आयुष्य अर्ध्यावर टाकून जाणं हा पळपुटेपणा झाला हे ती मुलांना सांगू इच्छिते.

पाऊलो कोएलोच्या नायिकेनं–व्हेरॉनिकानं–जसं जगायचं ठरवलं अगदी तसंच ह्या स्त्रीनं निराशेवर मात केली आणि आयुष्य सत्कारणी लावलंय. प्रेमकुमारनं

अगदी सोपासा मार्ग आपलासा केला, या उलट दिवसेंदिवस तब्येतीनं खचत जाणाऱ्या रेमादेवीनं किल्ला लढवायचा ठरवलं. आयुष्यात काही वेळा असे कठीण प्रसंग येतात. जी स्त्री परिस्थितीपुढे नमत नाही तीच कौतुकास पात्र होते.

स्वत:ची यशोगाथा लिहू शकते.

– सुनीता बी.

आई

ह्या जगात आता आपले फारसे दिवस उरलेले नाहीत हे आई जाणून होती. डॉक्टरांनी ब्रेस्ट कॅन्सरचं निदान केलं होतं. ५५व्या वर्षी तिचं ब्रेस्ट कॅन्सरचं पहिलं ऑपरेशन झालं. बायोप्सीच्या रिपोर्टमध्ये 'स्टेज २-B' असा उल्लेख होता. म्हणजे 'स्टेज ३'ची सुरुवात आहे हे सौम्य शब्दांत सांगितलं होतं, हे मला खूप उशिरा कळलं. सेकंडरीज वाढल्यावर तीन वर्षांनी तिचं दुसरं ऑपरेशन झालं. आपला शेवट जवळ आला असल्याची तिला तेव्हा जाणीव झाली असावी. आता तिला जाऊन २ वर्षे झालीत; पण प्रेम, योग्यता, धैर्य आणि सौंदर्य ह्या रूपात ती आमच्या आणि तिच्यावर प्रेम करणाऱ्या सर्वांच्या स्मरणात राहील.

ह्या जीवघेण्या आजाराचं निदान झाल्यावर तिनं जे धैर्य दाखवलं ते मी कधीच विसरणार नाही. हा एकाएकी झालेला आघात पचवणं इतकं कठीण होतं की आम्ही बहिणी दिङ्मूढच होऊन गेलो, पण आई आणि बाबा या दोघांची एकमेकांना सहकार्य करण्याची पद्धत इतकी विलक्षण होती की त्यांनी तात्काळ पुढची कार्यवाही सुरू केली. त्यांनी आणखी दुसऱ्या कोणाचं मत विचारण्याच्या किंवा इतरांचे सल्ले घेण्याच्या फंदात न पडता शस्त्रक्रियेचा निर्णय लगेच अमलात आणला. अगदी दुसऱ्याच दिवशी या रोगाचा प्रादुर्भाव झालेला भाग काढूनसुद्धा टाकला गेला. आम्ही त्यावेळी जेमतेम आमच्या भावनांवर नियंत्रण ठेवण्याचं काम करू शकलो होतो, मग आईच्या केमोथेरेपीसाठी आम्ही आणि आई मानसिक तयारी करू लागलो.

डॉक्टरांच्या म्हणण्याप्रमाणे तिचा कॅन्सर हा वैद्यक शास्त्रात सांगितला गेलेला खूप भरभर वाढणारा कॅन्सर होता, त्यामुळे तिच्या केमोसाठी वापरण्यात येणाऱ्या औषधांचे परिणाम अशक्तपणा, वजन कमी होणे, केस गळणे ह्या परिणामांपेक्षाही अधिक तीव्र असणार होते. केमोचे तीव्र उपचार सुरू करण्यापूर्वी शस्त्रक्रियेतून सावरण्यासाठी आईला चार आठवडे मिळाले, अर्थात तिनं स्वत:ला दोन आठवड्यांतच

सावरलं. इतरांच्या बोलण्याकडे आणि सूचनांकडे काणाडोळा केला. आपला भार आपल्या दोन लग्न झालेल्या आणि एक अद्याप लग्न न झालेल्या मुलीवर, बहिणीवर, भाऊ-भावजयांवर पडू नये असा तिनं निर्धार केला होता. तिच्या उपचारांदरम्यान आम्ही सगळेच आळीपाळीनं तिच्याबरोबर असणार होतो. तिनं उरलेले दोन आठवडे घराची व्यवस्था लावण्यात आणि आमच्या दैनंदिन गोष्टी विस्कळीत होऊ नयेत म्हणून कामवाली ठेवण्याची व्यवस्था करण्यात घालवले.

ह्या सगळ्या काळात आई-बाबांचे एकमेकांशी भावबंध घट्ट जुळलेले होते. त्या दोघांच्या वैयक्तिक सामर्थ्यापेक्षाही त्यांच्यातला सुयोग्य समन्वय आणि मनातलं निर्मळ प्रेम यांनी आम्हाला भक्कम आधार दिला. केमोनंतर तिचे केस एका रात्रीत गळून गेले. तिच्या सुंदर, जाड, कुरळ्या केसांच्या बटा पुंजक्यानं तिच्या आसपास पडलेल्या पाहणं हे केवळ तिच्यासाठीच नाही तर आमच्यासाठीही फार धक्कादायक होतं. 'वा! तू खरंच माझी सहधर्मचारिणी आहेस. माझ्या वाढणाऱ्या टकलातील साथीदार.' बाबा विनोदानं म्हणाले आणि तिला हसूच आलं, मग तिच्यासाठी तऱ्हेतऱ्हेचे केसांचे टोप आणि ऐटबाज टोप्या खरेदी करण्याचे आपले मनसुबे त्यांनी ऐकवले आणि म्हणाले, 'म्हणजे दर आठवड्याला वेगळ्या रूपातली सुंदर बायको मला मिळेल.'

शरीरानं जरी एकमेकांजवळ नसलो तरी मनानं आम्ही सगळे एकमेकांसमवेत असतो ही निव्वळ कविकल्पना नाही, याचं प्रत्यक्ष उदाहरण माझ्याकडे आहे. आईचे केमोथेरेपीचे उपचार अर्धे झाले असताना मला नवऱ्याच्या नोकरीच्या बदलीच्या ठिकाणी अमेरिकेला जावं लागलं, तरीही मला सतत स्वप्नात आई भेटत असे. मी इथे हजर नसताना, तपासणीत आईचे रक्ताचे रिपोर्ट्‌स खूप वाईट आले होते. रेडिओथेरेपी चालू असताना तिला त्वचेत इनफेक्शन झालं होतं, हाताची बोटं, पायाची बोटं, नखं यांच्यावर केमोचे वाईट परिणाम झाले होते आणि हे सगळं मला शक्यतो कळू नये अशी खबरदारी घरी सर्वांनी घेतली होती, पण मी मनातून अस्वस्थ होते आणि मला पडणाऱ्या स्वप्नांमुळे माझ्या मनात कुठेतरी शंकेची पाल चुकचुकत होती.

त्यानंतर जवळ जवळ १५ महिन्यांनी अमेरिकेहून मी परत आले. आई तेव्हा भयंकर अशक्त झाली होती, पण तिचा दुर्दम्य उत्साह तसाच होता. तऱ्हेतऱ्हेची लोणची बनवणं, भरपूर भाज्या सुकवून ठेवणं आणि आम्ही जेव्हा तिला भेटायला जात असू तेव्हा आमच्यासाठी स्वादिष्ट पदार्थ करणं... हे सगळं नेहमीप्रमाणे चालू होतं. माझ्याकडे तिने वाळवून दिलेला पुदिना आणि तिच्या हातचं मला आवडणारं लोणचं अजूनही आहे. माझी मुलगी आणि बहिणीचा मुलगा या आपल्या नातवंडांचे लाड करणं, त्यांच्या आवडीचे पदार्थ करणं, पुस्तकं, खेळणी आणणं हा तिचा

त्यावेळचा फार मोठा विरंगुळा होता. वागणुकीच्या बाबतीत आमच्यावर जी बंधनं होती तितकीच कडक बंधनं या नातवंडांवरही असत, पण त्यांच्याशी मूल होऊन खेळण्यात तिला विलक्षण आनंद वाटत असे. माझ्या धाकट्या बहिणीचं लग्न ही तिच्या दृष्टीनं मोठी चिंतेची गोष्ट होती.

मनात कुठेतरी तिचं लग्न होऊन ती सुखात असलेली पाहण्याची तिची तीव्र इच्छा होती. ती अतिशय कृश झालेली असूनही लग्नाच्या दृष्टीनं लागणाऱ्या वस्तूंची यादी बनवून आम्हाला खरेदी करायला लावत असे. (मनात हेच असे की समजा काही जुळून आलंच तर ह्या अवस्थेत मी एकटी सगळ्या गोष्टी करू शकणार नाही.) तिची अविश्रांत मेहनत चालूच असे; त्याला आम्ही विरोध करत असू. त्यावर 'माझ्या मागे सगळ्या चांगल्याच आठवणी राहाव्यात. तुमच्या आईची चांगलीच प्रतिमा तुमच्या मनात असावी. आजारी, चिडखोर, कमकुवत, वृद्ध बाई अशी माझी आठवण असू नये आणि शिवाय या सगळ्या उद्योगांमुळे मला माझ्या दुखण्याचा विसर पडतो गं,' हे तिचं उत्तर असे.

मग दुसरा मोठा धक्का बसला. तत्पूर्वी धोक्याची घंटा वाजली होती. तिच्या शरीरात दोन ट्युमर्स होते. ते कॅन्सरचे नव्हते तरी शस्त्रक्रियेनं काढून टाकावे लागले होते. तिच्या पहिल्या शस्त्रक्रियेनंतर तीन वर्षांनी तिच्या दुसऱ्या ब्रेस्टमध्ये कॅन्सरच्या सेकंडरीज आढळल्या होत्या. हा रिपोर्ट आणायला मीच तिच्याबरोबर गेले होते. तेव्हा हा रिपोर्टही फार चिंताजनक नसेल अशी आशा करत होते. तपासणीतला 'मॅलिग्नंट' हा शब्द पुन्हा पुन्हा वाचत होते. हे सगळं स्वप्नच असू दे असं मनात म्हणत होते, पण माझ्या चेहऱ्यावरचे भाव स्पष्टपणे ओळखल्यासारखं आईनं कागद माझ्या हातून काढून घेतले.

सावरून घेण्यासाठी मी घाईनं उद्गारले, 'काही विशेष नाही.'

'हो ते मला तुझ्या चेहऱ्यावरच दिसतंय.' ती म्हणाली. कॅन्सरतज्ज्ञांनी तपासून शस्त्रक्रियेपूर्वीच्या तपासण्या ठरवून टाकल्या. 'मला माहीत आहे की तुझ्या बहिणीच्या लग्नापर्यंत मी असणार नाही.' ती विचारमग्न होऊन म्हणाली.

मी काही म्हणणार तर माझं बोलणं मध्येच तोडत ती म्हणाली, 'आता तुम्हाला देण्यासारखं माझ्याजवळ अधिक काही नाही, पण माझं कोणालाही ओझं होण्यापूर्वीच माझा शेवट व्हावा. तुमच्या बहिणीच्या लग्नात कसलीच उणीव राहू नये, इतकंच मला तुमच्याकडून वचन हवंय. बाबांची काळजी उत्तम प्रकारे घ्या. सुदैवानं ते धीराचे आहेत, पण आता मात्र त्यांना एकटेपण येईल. त्यांना असं एकटं टाकून जाणं एवढंच मला शेवटी कठीण जातंय.' इतकं बोलून ती कोसळलीच.

ह्या घटनेनंतर ती नऊ महिने होती, पण शेवटपर्यंत तिनं कॅन्सरशी निकरानं लढा दिला. शेवटचा महिना ती हॉस्पिटलमध्ये होती. कन्सरनं तिच्या हाडांवर

हल्ला चढवला होता. त्यानंतर यकृत आणि मग सगळंच शरीर, पण तिच्या निर्धाराला तो जराही धक्का लावू शकला नाही. भेटायला येणाऱ्या प्रत्येकाचं ती हसून स्वागत करत असे. हास्यविनोद करत असे, असह्य वेदना सहन करत असे, पण या वेदना नंतर एवढ्या वाढल्या की तिला अधूनमधून मॉर्फिन द्यावे लागे. तिच्या मृत्यूपूर्वी दहा दिवस आधी बाबांचा वाढदिवस तिनं हॉस्पिटलमध्ये डॉक्टर्स, नर्सेस, इतर स्टाफला मिठाई देऊन साजरा केला.

शेवटच्या आठवड्यात जेव्हा चेष्टा-मस्करी करणं शरीराला सोसेनासं झालं त्यावेळी तिनं इतर लोकांना खोलीत येऊन भेटण्यास मनाई केली. बाबा जेव्हा जवळ असत तेव्हा ती फार समाधानी दिसे आणि शेवटी असंच बाबांकडे नजर लावलेल्या अवस्थेतच तिचं प्राणोत्क्रमण झालं.

आजही एखादी अडचण उद्भवली की मला तिचंच स्मरण होतं. ती आत्ताही माझ्या पाठीशी असते.

– पारुल गुप्ता

दुहेरी शक्ती

लग्न न करता झालेलं मूल वाढवणं ही गोष्ट जे मनानं खंबीर नाहीत अशांसाठी नसते हाच याचा सारांश आहे.

ज्यांनी याचा अनुभव घेतलाय त्यांना मला काय म्हणायचंय हे नक्की कळेल आणि या वरच्या दोन वाक्यांच्या कसल्याही स्पष्टीकरणाची त्यांना गरजही पडणार नाही, पण ज्यांना ही कल्पनाही करवत नाही त्यांना मी एवढंच सांगेन, की दुसऱ्या कुठल्याच गोष्टीनं असा अनुभव येत नाही. जगाचे आणि तुमचे स्वत:चे असे जे तुम्हाला वाटत असतात त्यांचे खरे रूप एरव्ही तुमच्या समोर प्रकट होत नाही.

नशिबाच्या फेऱ्यात, काही अपघातांनी, काहींना एकट्यानं मूल वाढवावं लागत असेल, पण जे हा मार्ग स्वेच्छेनंच पत्करतात त्यांचं मोठेपण तेवढ्यानं कमी होत नाही. कदाचित त्यांना हा निर्णय घेणं भाग पडलं असेल.

माझी मुलगी आमच्या प्रेमातून जन्मली. तिच्या वडिलांना तिची जबाबदारी घ्यावी असं वाटलं नाही; पण मी प्रेमात ठार बुडालेली होते, त्यामुळे मी अगदी लाचार होऊन त्याला चिकटून राहिले. अगदी त्याच्या आमच्याकडे ढुंकूनसुद्धा न पाहण्याच्या वृत्तीलाही माफ करत राहिले, पण तो कसा आहे हे जेव्हा माझ्या लक्षात आलं, तेव्हा मला फार फार दु:ख झालं. ह्या असल्या चिखलातच हे नाजूक फूल उगवलं होतं आणि तिची काळजी घेण्याचं काम माझ्यावर सोपवण्यात आलं होतं. मला पुन्हा पुन्हा वाटायचं 'देवानं असं करताना काय विचार केला असेल?'

एकट्यानं मूल वाढवताना वेळेचं व्यवस्थापन करावं लागतं, त्याग करावे लागतात, पण इथे त्याहीपेक्षा अधिक काही लागत होतं.

काहींना अगदी फाजील कुतूहल होतं ते उगवायचे अचानक आणि त्या छोटीची, तिच्या वडिलांची चौकशी करायचे 'येतात का तिला भेटायला?' 'ते येत नाहीत आणि येत नाहीत तेच बरं आहे. आमची खुशाली त्यांच्यावर मुळीच अवलंबून नाही.' असं मी जोरात सांगितल्यावर ते पाठ फिरवून तात्काळ चालू

लागायचे. या सगळ्याचं मला काहीच वाटत नाही याचाच त्यांना अधिक धक्का बसायचा.

मी ज्या मध्यमवर्गीय परिसरात राहते तिथे अशी एक सर्वसामान्य समजूत असते की माझ्यासारख्या स्त्रियांची मुलं एक तर मोलकरणी वाढवतात किंवा ती जादूनं वाढतात त्यामुळे मी स्वत: माझ्या मुलीला वाढवतेय हे पाहिल्यावर सगळे बुचकळ्यातच पडायचे. सर्वसामान्यांप्रमाणेच स्कूल बसपाशी सोडणं, डॉक्टरकडे नेणं ह्या माझ्या चकरा बघून अर्थातच त्यांची आपसात कुजबूजही व्हायची. प्रसिद्धीच्या झोतात असलेली एक अभिनेत्री अशी मध्यमवर्गीय आई झाली होती!

नीतिमत्तेची बंधनं आणि प्रवचनं यांचा माझ्यावर काही परिणाम होत नाही. जिद्दीनं असं पालकत्व सतत चार वर्षे निभावल्यावर आता कोणी मला काही विचारतही नाही, याचं कारण जर माझ्या मुलीबद्दल उघडपणे कोणी विचारलंच तर मी जे सरळ आणि प्रामाणिक उत्तर देईन त्यावर काय प्रतिक्रिया द्यायची हे त्यांना कळत नसतं.

रोलर कोस्टरच्या राईडप्रमाणे ही तीन वर्षे गेली आणि ही राईड सर्वसामान्यांच्यांसाठी नाही. वैयक्तिक किंवा व्यावसायिक पातळीवर मिळालेलं थोडंसं यशही मला एकदम उंचीवर नेतं, कारण काही तरी काम मिळणं आणि ते पूर्ण करणं फार अवघड असतं आणि एखादी छोटी निराशाजनक घटनासुद्धा मला पार तळाशी नेते. मी अगदी अंधाराच्या गर्तेत जाते. त्या सगळ्याच्या बरोबरीनंच एकटेपणाची भावना सावलीसारखी सतत सोबत असतेच. जेव्हा मला सल्ल्याची गरज पडते अथवा अडचणीतून मार्ग सांगणारा दुसऱ्या कोणाचा आवाज हवासा वाटतो, तेव्हा मदतीला असतो रित्या खोल्यांतला प्रतिध्वनी!

मला काय म्हणायचंय ते मी तुम्हाला समजावून सांगायचा प्रयत्न करते. एखाद्या अभिनेत्रीला दिवसाचे साधारण चौदा तास काम करावं लागतं. पाळणाघरं फक्त आठ तास चालवली जातात. फार तर फार तुम्ही जास्त पैसे दिलेत तर ते मुलांना बारा तास सांभाळतात, तसंच एखाद्या तंत्रज्ञाप्रमाणे नटाला आपल्या गंभीर आजारपणातही बदली माणूस देता येत नाही.

त्यामुळे माझं जेव्हा काही विशिष्ट काम चालू असतं तेव्हा मला भल्या पहाटेच पाचला उठावं लागतं. मी स्वयंपाक करते, मुलीचा नाश्ता, जेवण, शाळेचा डबा, दूध, दुपारचं खाणं हे सगळं त्या त्या डब्यात भरते. नंतर तिचं शाळेचं दप्तर तयार करते, माझं शूटिंगचं सामान गोळा करते. त्यानंतर मुलीला उठवते, मग ती आणि मी तयार होतो. साधारण ८ ते ८.३०च्या दरम्यान मी तिला पाळणाघरात सोडते आणि मी कामाला जाते.

शूटिंग ७ला संपवायचं असा माझा कटाक्ष असतो, कारण ७ला बाहेर नाही

पडलं तर अनंत अडचणी पुढे उभ्या राहातात, कारण पाळणाघर ८ला बंद होतं. घरी येता येता आम्ही दुसऱ्या दिवशी लागणाऱ्या गोष्टी खरेदी करतो, मग मुलीची आंघोळ. रात्रीचं जेवण किंवा दूध जे तिला हवं असेल ते आणि मग तिला झोपवायचं, त्यानंतर उद्यासाठी लागणारे सगळे डबे घासायचे, तिच्या युनिफॉर्मला इस्त्री करायची, उद्याच्या माझ्या शूटिंगच्या गोष्टी तयार करायच्या, मग धुणं मशिनला टाकायचं, त्यानंतरच अंथरुणात स्वत:ला झोकून द्यायला मी मोकळी होते... तरी काही तरी करायचं राहूनच गेलंय याची आठवण होते, पण ते करण्यासाठी उठण्याचं बळच राहत नाही अंगात.

आता काही काळ माझं कॅमेऱ्यापुढचं काम थांबलंय. आता मी घरकाम संथपणे करते. औदासीन्यावर मात करायला जरा जास्तच खाते आणि कधी काळी पुन्हा मला ५चा गजर लावावा लागेल का असा मला प्रश्न पडतो.

अंगात खूप ताप असला, पोट ठीक नसलं, पाठ दुखत असली तरीही मी उभी असते, कशाच्या तरी मागे धावत असते. त्याची प्रेरणा असते– माझ्या मुलीला माझ्याबद्दल वाटणारा विश्वास! तिला वाटतं की आईला सगळं काही येतं, एखादी गोष्ट मोडली तर आईला दुरुस्त करता येतं; काही दुखलं खुपलं तर आईच ते बरं करू शकते आणि वेड्यासारखं वागलो तर आई ते दाखवून द्यायला मागे पुढे पाहात नाही. माझं तिच्याकडे लक्ष आहे की नाही हे पाहायला ती कधी कधी मुद्दाम चुका करते. माझ्या नैराश्याला वाट करून देताना मी तिच्याशी गरजेपेक्षा जास्तच कठोरपणे वागते हेही मला कळतं.

वडिलांची भूमिका पार पाडणारं, आमच्या नात्यांचा समतोल साधणारं कोणीच जवळ असणार नाही. तिच्या–माझ्या आयुष्याला वेगळं परिमाण देणारं कोणीच असणार नाही याची जाणीव झाली की मला फार दु:ख होतं. प्रेमाचे सगळे रंग, आयुष्याच्या सगळ्या छटा दाखवणारा तिचा कॅलिडोस्कोप मीच असायला हवं. आई-वडील अशा दोघांपाशी वाढणाऱ्या मुलांना हे सहजच मिळतं.

तिचं गणित, तिचं स्केटिंग, सहली, शाळेचं स्नेहसंमेलन, गृहपाठ हे सगळं तिचा दृष्टिकोन सीमित न करता, मला कसं सांभाळता येईल, अशी मला भीती वाटते. हे सगळं सांभाळून घ्यायला माझ्याखेरीज तिच्याजवळ आहेच कोण? पुरुषी दृष्टिकोन तिला सहज आणि सतत उपलब्ध नसल्यानं तिचं काही नुकसान तर होणार नाही?

ह्या असल्या चिंता मला रात्र रात्र सतावत असतात. नेहमीच्या आर्थिक चिंता, अगदी डोक्यावरचं छप्पर आणि रोजचं जेवणखाणसुद्धा, दोघींचा चरितार्थ मी नीट चालवू शकेन का? हे ओझं सतत किंवा खूप काळ वाहण्याइतकी मी खंबीर नाही.

कित्येक वर्षांत मला मित्रमंडळींचा सहवास लाभलेला नाही. सोशल लाईफ

अनुभवता येत नाही, हेही मी विसरून गेलेय. दूरवरच्या पार्ट्यांचे आवाज खिडकीतून कधी कधी कानावर येतात, त्यानं मी दु:खी होते. त्याच वेळी असे दु:ख मला व्हावे याचा मला तिटकाराही वाटतो. माझ्या फ्रीजच्या दरवाजावर मी एक मॅग्नेटिक स्टीकर लावलाय माझ्या आयुष्याचं सार सांगणारा– त्यावर लिहिलंय, 'सुखी राहण्यासाठी मला पुरुषाची गरज नाही, पण एका मोलकरणीची मात्र आवश्यकता आहे.' मग कदाचित रात्री उशिरापर्यंतचा सिनेमा मला पाहता येईल.

कितीही कष्ट करावे लागले तरीसुद्धा आम्ही तो वेळ एकमेकींच्या संगतीत घालवतो, त्यात मी खूश असते. माझ्या मुलीचं विश्व मीच आहे. तिलाही माझ्याखेरीज आसपास कोणी असण्याची गरज वाटत नाही. काही काळानंतर हीही स्थिती बदलेल, ती स्वतंत्र होईल. तिला स्वत:च्या मित्र मैत्रिणी मिळतील; पण आजपर्यंत आमच्या दोघींचा हा एकाकी प्रवास होता. उरलेली वाटही किमानपक्षी इंटरेस्टिंग असेल असा मला भरवसा वाटतो. माझी मुलगी आणि मी मिळून एक अजोड दुहेरी शक्ती आहोत.

– मोना आंबेगावकर

माझी मीच

दिवस सरतो, रात्र होते. मग न संपणारी घरातली छोटी छोटी कामं संपवायचा प्रयत्न तुम्ही सोडून देता. तेव्हा तुमच्या हे कधी लक्षात आलंय का की जी कामं होऊन जायला हवी होती त्यांची जुळवाजुळव करण्यातच बराचसा वेळ खर्च झालाय, म्हणजे प्रत्यक्षात त्यांची कार्यवाही अजून बाकीच आहे; अर्थात ते ठरवलेलं काम पुरं करण्यासाठी बाकीच्या गोष्टी मार्गी लावण्याचं काम तुम्ही करता हीच एक जमेची बाजू. त्याला तुम्ही 'तुमचं ईप्सित साध्य झालं' असं म्हणाल का? ह्या आणि असल्या प्रश्नांवर मला चिंतन करावंसं वाटतं.

मुंबईत दोन बेडरुम्सचं घर खरेदी करण्यासाठी मी दोन वर्षे दर महिन्याला हप्ते भरत होते. ते पूर्णपणे माझे मीच भरत होते. अगदी शून्यातून मी ते घर काळजीपूर्वक सजवलं.

मग माझ्या मुलीचा जन्म झाला. तिच्या वडिलांनी चुकीचा सल्ला दिला आणि मी ते घर विकलं. सहा महिने निर्वासितासारखी राहिले– कधी बहिणीकडे तर कधी आईकडे; त्यांच्या मर्जीप्रमाणे माझं नवजात बाळ आणि बिऱ्हाड पाठीवर घेऊनच.

एक दिवस माझ्या मुलीच्या वडिलांनी मला फोन केला आणि सांगितलं की त्यांच्या एका मित्राच्या गोदामात मी जे घराचं सामान ठेवलं होतं ते सगळं भस्मसात झालंय. ती माझी आयुष्यभराची पुंजी होती. माझा कॉम्प्युटर, त्यावरच्या फाईल्स, माझ्या नोट्स, माझी काही स्क्रिप्ट्स, पुढच्या दृष्टीनं आखलेल्या योजना, माझं फर्निचर, कथा, आक्रोड, टीक आणि रोजवुडपासून बनवलेलं लाकडी सामान, ब्रासची चौकट असलेला लाकडी अवाढव्य पलंग– जो आज पैसे टाकूनही मिळणार नाही. माझे कपडे, माझी भांडीकुंडी आणि सगळ्या संसाराचीच राखरांगोळी झाली होती. फक्त माझी पुस्तकं– ती मी गोदामात ठेवण्यास नकार दिला म्हणून! ती तेवढी वाचली होती.

ही इतकी महत्त्वाची बातमी स्वत: जाऊन सांगावी असंही त्याला वाटलं नाही,

हे माझ्या लक्षात यायला हवं होतं. फोनवर तर त्यानं अशीच सुरुवात केली की, 'मी एक बातमी तुला देणार आहे, पण तू अपसेट होणार नाहीस असं वचन देत असशील तरच.' फोनवर मी अपसेट झाले नाही पण नंतर झाले. त्या दिवशी रात्री बिल्डिंगभोवती मी गरागरा चकरा मारत राहिले. माझ्या आयुष्यातली १० वर्षे, माझं स्वत:चं घर असं नष्ट झालं आणि अपसेट न होण्याच्या अटीवर हा माणूस हे मला सांगतो. माझ्या दु:खाचं ओझं त्याला वाटून घ्यायचं नव्हतं, म्हणून.

विरोधाभास असा की त्याच दिवशी बहिणीकडे स्वयंपाकघरात मी काम करत होते. उत्तर मुंबईतल्या जोगेश्वरीच्या भागातून येणारे धुराचे लोट सकाळभर पाहात होते. इतकंच कशाला? बहीण परतल्यावर त्यावर आम्ही चर्चासुद्धा केली की 'आगीचं कारण काय असावं आणि किती नुकसान झालं असावं?' वगैरे. सर्व बाजूंनी माझं आयुष्यच आगीच्या भक्ष्यस्थानी पडलं होतं आणि मीच ते पाहात होते, हे काही माझ्या लक्षात आलं नव्हतं.

मग मी निश्चयानं माझ्या बाळासाठी घर शोधण्याच्या मागे लागले. लोकांवर अवलंबून राहायचं म्हणजे त्यांच्या सहनशक्तीचा अंतच पाहायचा आणि आम्ही लवकरातलवकर इथून बाहेर पडावं ही त्यांची इच्छा लक्षात आल्यावर मी कामाला लागले. सिझेरियन ऑपरेशननंतर माझी प्रकृती फार हळूहळू सुधारत होती. जाणं मुश्कील झालं तरी जावंच लागत असे आणि हे कोणापाशी बोलताही येत नसे. प्रेमाचे दोन शब्दही महाग झाले होते. बाळंतपणाच्या त्या काळात उदासीनतेनं मन व्यापून टाकलं होतं. आईच्या आणि बहिणीच्या घरात हेटाळणीच्या वातावरणात मी एकाकीपणे माझ्या बाळाचं संगोपन करत होते. आजही ते विचार मला गुदमरवून टाकतात. आजही त्याच्या आठवणीनं माझं डोकं ठणकतं. अवसानघातकी अश्रूंच्या महापुरात डोळे वाहून जातात.

हा फ्लॅट मीच त्यानंतर शोधला आणि आता मी इथे तीन वर्षे राहते आहे.

ह्या फ्लॅटचा जो पहिला मालक होता तो मला उत्तर मुंबईत नागपाड्याच्या बँकेत कर्जाच्या कागदपत्रांवर सह्या करायला घेऊन गेला. माझी मुलगी बी.सी.जी.ची लस दिल्यानंतर आलेल्या, १०३ तापानं फणफणली होती. बँक मॅनेजरच्या खोलीत मी मान खाली घालून बसले होते. त्याच्या खोचक बोलण्यापासून स्वत:चा बचाव करत होते. माझं बाळ भुकेनं कळवळून रडत होतं, पण त्याच्या खोलीत बसून मी तिला पाजू शकत नव्हते. ह्या सगळ्या ताणानं हातोड्याचे घाव बसावेत असंच वाटत होतं. न संपणारं चेक्स, पेपर्स आणि फॉर्म्सवर सह्या करण्याचं किचकट वेळखाऊ काम करताना त्या मालकाच्या हातात मी मुलीला सोपवलं आणि तिनं हृदयभंग झाल्यासारखा रडून आकांत केला.

परतीच्या वाटेवर मी टॅक्सी केली. ती अतिशय तापली होती आणि धुराच्या

पेट्रोलच्या वासानं भरून गेली होती. मुलीला पाजायचा मी प्रयत्न केला, पण समोरच्या आरशातून ड्रायव्हर चोरून पाहात होता. या सगळ्या दिव्यातून जाताना ती हुंदके देऊन रडत होती, ताप आणि भुकेमुळे तिला झोपही लागत नव्हती. तिचा हात सुजला होता; कदाचित तो दुखत असावा पण माझ्या ते फार उशिरा लक्षात आलं.

परत जाता जाता मी तिच्या वडिलांना फोन केला. खरं तर माझ्या कुटुंबानं पाठिंबा दिला होता, पण त्यांची फारशी सहानुभूती नव्हती. मला तर कुणाशीतरी हे बोलावंसं वाटत होतं. बऱ्याच वेळानं अनेक प्रयत्नांनंतर त्यानं फोन उचलला, पण माझ्याशी बोलण्यात त्याला जराही रस नव्हता. 'मी काय करू? त्या बँक मॅनेजरला तुझं थोबाड आवडलं नसेल, उघडच आहे.' त्याला काय म्हणायचंय ते माझ्या लक्षात आलं.

त्यानंतर मीही सूडानं पेटून उठले. मग मी कोणालाच हाक मारली नाही. कोणाच्याही आधाराची अपेक्षा केली नाही. कराराचं काम पूर्ण झाल्यावर त्या फ्लॅटमध्ये लवकरातलवकर कसं हलता येईल इकडेच मी लक्ष एकाग्र केलं. तेव्हापासून मी माझ्या बाळाबरोबर आयुष्य घडवत आलेय आणि अजूनही ती प्रक्रिया चालूच आहे.

आत्ता माझ्या हातात काम नाही, पण जेव्हा काम करत होते तेव्हापेक्षाही मी आत्ता व्यग्र आहे. जगात जिथे मला शांतता लाभेल आणि मी माझ्या बाळाचं नीट संगोपन करू शकेन अशी जागा मला उभारायची आहे. हल्लीच्या काळात संधी आणि स्वातंत्र्याचं साधन पैसा आहे. उत्तमातली उत्तम संधी माझ्या बाळाला देण्यासाठी मला आर्थिक स्थैर्य हवं आहे. आमच्यासाठी हे घर उभं करताना मी मोठीच झुंज दिली. पैशापेक्षाही कितीतरी अधिक मी या घरात गुंतवलेलं आहे, पण हा फ्लॅट मी भाड्यानं द्यायचं ठरवलंय. वडिलांचं नाशिकचं घर रिकामंच आहे. विकत घेतल्यापासून ते दुर्लक्षितच आहे. तिथे आता मी राहायला जायचं ठरवलंय.

आता पुन्हा ही नव्यानं सुरुवात आहे. जे काही शक्य आहे ते सर्व एकत्र करून मुलीसाठी नवी शाळा, आमच्यासाठी नवं घर, नवी मित्रमंडळी, नवीन भाजीवाला, सगळं काही नवीन. पण हेही काही नवीन नाही.

हो, म्हणूनच मी व्यग्र आहे बेत करण्यात, योजना आखण्यात, त्या अमलात आणण्यात; पुन्हा पुन्हा... जिथून पुन्हा बाहेर पडावं लागणार नाही असं घर मिळेपर्यंत.

– मोना आंबेगावकर

बहिणी-बहिणींचं प्रेम

त्याच्याशी लग्न करण्यासाठी ती घरातून पळून गेली. ती फक्त १८ वर्षांची होती. तिच्या आईला वयाच्या २३व्या वर्षी वैधव्य आलं होतं. नवऱ्याच्या पश्चात मिळणाऱ्या पेन्शनवर, खूप हाल-अपेष्टा सोसत तिनं आपल्या दोन्ही मुलींना वाढवलं. अनेक आर्थिक विवंचनांतून लहानाचं मोठं होताना जे स्वातंत्र्य मिळालं नव्हतं ते ह्या माणसाशी लग्न केल्यानं मिळेल असं तिला वाटत होतं, पण तिचं चुकलंच.

नोकरी करण्यासाठी जितके काही कष्ट करता येतील तितके करण्यासाठी त्यानं तिला प्रोत्साहन दिलं आणि तिला घरचंही करायला लावलं. तो उदारमतवादी आहे, आधार देणारा आहे असं वाटून ती सगळं आनंदानं करत राहिली. एकसारखं काम करून ती थकली. कामाला जाण्यासाठी धावपळ करणे, पुन्हा धावत पळत घरी येणे, कौटुंबिक किंवा सामाजिक कर्तव्यं, बिलं भरणं, स्वयंपाकपाणी, स्वच्छता यांसारख्या गोष्टी ती रोज आणि दिवसांमागून दिवस करत होती, कारण ती होती एक आदर्श पत्नी!

लोकांना दिसायला ते एक अत्याधुनिक, सुखी जोडपं होतं. ती कामाला जाई, तो त्यांच्या पैशाचा विनियोग करी. ती घर छान ठेवी, तो तिला प्रोत्साहन देई. ते हसतमुखानं पार्ट्यांना जात. अगदी सगळं उत्तम चाललेलं होतं. ते एक सुखी जोडपं वाटे. सगळी बिलं चुकती करताना आपली वैवाहिक गुंतवणूक आपण भक्कम करतोय असंच तिला वाटे.

अखेर त्यांनी अपार्टमेंट खरेदी केलं. पैसा कमावून तिनं त्यात गुंतवणुक केली आणि त्यानं ते सगळं स्वत:च्या नावावर केलं, मग हळूहळू काम कधीच न करण्याचा त्याचा इरादा स्पष्ट होऊ लागला. ती त्याची सोन्याचं अंडं देणारी कोंबडी होती ह्याची जाणीव झाल्यावर ते वैवाहिक तेज काळवंडून गेलं. तिनं या सगळ्या विरुद्ध आवाज उठवायचा प्रयत्न केला, पण अडीच ग्रॅमचं एक कानातलं भेट देऊन

त्यानं तिची समजूत काढली. वर्षानुवर्षं जोपासलेल्या तिच्या भावनिक आणि मानसिक परावलंबित्वाचा त्यानं उपयोग करून घेतला. आपण त्याबद्दल चुकीचा ग्रह करून घेतला, याबद्दल तिलाच अपराधी वाटलं. खरं प्रेम सोनं-नाणं, हिऱ्या-मोत्यांनी थोडंच तोललं जातं?

लवकरच मानसिक छळ असह्य झाला आणि त्यांच्यातली शारीरिक जवळीकही संपुष्टात आली. सगळं असंच चालू राहिलं तिची शक्ती संपेपपर्यंत! मग उरलं सुरलं शहाणपण आणि आयुष्य वाचवायला ती बाहेर पडली.

घटस्फोटानंतर आपल्या वैवाहिक आयुष्यात गमावलेलं सर्वस्व आपल्याला मिळेल अशी तिची भावना होती. ही तिची मोठीच चूक झाली. घटस्फोटासाठी ती अजूनही लढतेच आहे आणि तिनं कमावलेल्या घरात तो अजूनही मजा मारतोच आहे, त्यालासुद्धा आता बारा वर्षे झाली.

तिथून बाहेर पडायचा शहाणपणा तिनं केला आणि पुन्हा नव्या आयुष्याला सुरुवात केली. काही काळानंतर ती पुन्हा कामाला जाऊ लागली, पण आता ती स्वत:साठी कमावते. प्रेम करण्यायोग्य पुरुष तिला भेटला आणि तिला त्याच्यापासून झालेला मुलगा आता सहा वर्षांचा आहे. ती लग्न न करताच राहते, पण तिच्या लग्नानं जे साध्य झालं नाही ते आता तिला मिळालंय.

मुलाला वाढवणे, आपल्या जोडीदाराबरोबर घराकडे लक्ष देणे, चरितार्थासाठी कमावणे यात तिचा वेळ जातो, पण मिळणारा पैसा सगळा, नवऱ्याबरोबर चालू असलेल्या न संपणाऱ्या कोर्ट खटल्यात खर्च होतो. ती किती कमावते हा प्रश्न नसतोच, कारण ते सगळं वकिलांचंच देणं असतं, त्यामुळे तिचा जोडीदार सगळी बिलं भागवतो.

एकतर तिला घटस्फोट हवाय. दुसरं तिचा फ्लॅट आणि आजपर्यंत तिच्या पैशांवर मजा मारणाऱ्या नवऱ्याकडून तिला पैसाही परत मिळवायचाय. तिसरं तिच्या मुलाचे कायदेशीर हक्क नवरा मिळवायला बघतोय. ते त्याचे प्रयत्न तिला हाणून पाडायचे आहेत. सगळ्यात शेवटी तिच्या जोडीदारालाही या खटल्यात ओढण्यात आलंय, कारण तिच्यावर केवळ व्यभिचारच नव्हे तर बहुपतीत्वाचाही गुन्हा त्याला सिद्ध करायचाय. शेवटी तिची केस कोर्टात उभी राहिली. कोर्टानं त्यांना समुपदेशकाकडे पाठवलं. त्यानं तिच्या नवऱ्याला, 'पूर्वीच मोडलेल्या ह्या विवाहबंधनात तो का अडकून पडलाय' असं विचारलं. त्यानं उत्तर दिलं, की 'मला तिचं कल्याणच व्हावंसं वाटतं. माझ्या मनात अजूनही कुठेतरी, ती परत येईल, अशी आशा आहे आणि जे अर्ध्यावर सोडलं होतं तेथून आम्ही परत सुरुवात करू.' तिनं त्याच्याकडे एक जळजळीत कटाक्ष टाकला.

समुपदेशकानं पुढं विचारलं, की 'ज्या व्यक्तीला तुला साथ द्यावीशी वाटत

नाही त्या व्यक्तीसाठी तू का अडून बसला आहेत?' ती तर घरातून कधीच बाहेर पडली आहे, तिनं दुसऱ्याबरोबर घर थाटलंय तर त्याला खरंच वाटतं का ती परत येईल? नवऱ्यानं उत्तरादाखल म्हटलं की 'त्या माणसानं त्याचं घर हिच्या नावावर करावं.' 'म्हणजे घटस्फोटाच्या कागदपत्रात तू त्याचाही समावेश करशील.' तिनं त्याचा कावा ओळखून म्हटलं, 'मला तिची काळजी वाटते तिला आयुष्यात स्थैर्य हवं.' असं नवऱ्यानं उत्तर दिलं. 'मग इतकंच असेल तर माझा फ्लॅट आणि पैसे परत दे.' असं तिनं म्हणताच नवऱ्यानं विषय बदलला आणि मुलाचं कायदेशीर पितृत्व मागितलं. तेव्हा समुपदेशकानं हे निरर्थक आणि निष्फळ संभाषण गुंडाळून केस पुन्हा कोर्टाकडे सुपूर्द केली.

स्वत:च्या मुलाचा ताबा मिळवण्यासाठी आता ती झगडते आहे, कारण हिंदू विवाह कायद्याप्रमाणे एखाद्या बाईला दुसऱ्या पुरुषापासून झालेल्या अपत्याचा ताबा तिच्या कायद्यानं लग्न झालेल्या नवऱ्याला मिळू शकतो. ही कायद्याची एक जुनी तरतूद आहे, त्यामुळे अपत्यहीन पुरुषांनासुद्धा दत्तकविधान न करता स्वत:ची मुलं होऊ शकतात; म्हणजे या देशातल्या कायद्यानं स्वत:चं मूल असलेला बाप त्या मुलाचा बाप होऊ शकतो, पण पोटच्या पोराची आई ही फक्त पालक होऊ शकते. वा! काय न्याय आहे. म्हणजे पोटचं पोर हे खरंच तिच्याच पोटी जन्माला आलंय असा पुरावा तिला द्यावा लागणार आहे.

तिला पोटदुखी जडलीय, डॉक्टरांचं म्हणणं ते दुखणं मानसिक आहे. तिची मानही दुखते, पण ती तरीही मुलाला वाढदिवसांना घेऊन जाते, जोडीदाराबरोबर राहते, मित्र-मैत्रिणींत मिसळते आणि सगळं काही छान चालू असल्यासारखी सदैव हसतमुख असते.

केस कोर्टात उभी राहण्याची ती रोज वाट बघते. या मार्गावर तिला समजलेल्या इतर काही खटल्याच्या गोष्टीही विलक्षण आहेत.

अशीच एक बाई आहे तिचं लग्न एअर इंडियाच्या एका पायलटशी झालं. त्या पायलटनं एका एअर होस्टेसच्या प्रेमात पडून तिच्याशी लग्न केलं, त्याचा या बाईला पत्ताच नव्हता. तिला जेव्हा त्याचा शोध लागला, तेव्हा नवऱ्यानं त्या बाईलाच सुधारण्याची एक संधी देऊ केली. 'तिच्या तोडीस तोड हो, मग मी तिला सोडून देईन' असं सांगितलं. ही बाई बावळट, तिने या ठरलेल्या वेळात स्वत:ला सुधारण्याचा पण केला. दरम्यानच्या काळात त्यानं 'हे आपलं डील' असं सांगून काही कागदपत्रांवर तिच्या सह्या घेऊन एक लाख रुपये तिला दिले. प्रत्यक्षात ते होते घटस्फोटाचे कागद. त्यानंतर एक महिन्यात तिच्या मुलांसकट त्यानं तिला घराबाहेर हाकलून दिलं. घटस्फोटाची पूर्व भरपाई म्हणून ते लाखभर रुपये दाखवण्यात आले आणि गेली वीस वर्षे मुलांना वाढवण्यासाठी आणि पोटगी

दाखल पैसे मिळावेत म्हणून ती केस लढवते आहे.

आणखी एका बाईनं मारहाण करणाऱ्या नवऱ्याविरुद्ध केस जिंकून पोटगी मिळवली, पण गेली बारा वर्षे तिला एक फुटकी कवडीसुद्धा मिळालेली नाही. कोर्टाच्या आदेशाची अंमलबजावणी होईल या आशेनं ती लढते आहे. अनेक वेळा नवऱ्यानं मारणं हे घटस्फोटासाठी, पोटगीसाठी पुरेसं कारण होऊच शकत नाही असं पोलिसांकडून तिला सांगण्यात आलं.

या सगळ्या कहाण्यांतली चांगली बाजू हीच की त्या बायका वाटलं नव्हतं इतक्या खंबीर झाल्या. त्या तिघीही कोर्टाच्या आवारात भेटतात, आपले डबे एकमेकींबरोबर वाटून खातात, हास्यविनोद करतात. त्या चांगल्या मैत्रिणी झाल्या आहेत. एक ना एक दिवस आपल्याला न्याय मिळेल ह्याची त्यांना खात्री आहे. तो दिवस येईपर्यंत त्या वाटून घेताहेत आपापले डबे, धीर आणि हास्यविनोद– जो त्यांना जगण्याची, आपला लढा चालू ठेवण्याची उमेद देतो.

– मोना आंबेगावकर

उबदार हिवाळा

अमृता नातीसाठी एक अवघड वीण घालून स्वेटर विणत होती. गेल्या चाळीस वर्षांत तिनं शेकडो तरी स्वेटर्स विणले असतील; त्यांचा नेमका आकडा सांगणंही कठीण आहे. विणायची आवड तिच्यात आईकडून आली आहे. एका पिढीकडून दुसऱ्या पिढीकडे अशी पिढ्यान् पिढ्या! विणता विणता तिचं मन वीस वर्षे मागे गेलं.

अमृता आणि तिचा नवरा केतन– त्यांना चार मुलं, सगळ्यात मोठा कपिल. त्याचं नाव महान अष्टपैलू खेळाडू कपिल देव याच्यावरून ठेवलं, कारण केतनचा कपिल देव हा आवडता खेळाडू होता. नंतर दोघी मुली अनुष्का आणि अर्पिता आणि धाकटा कार्तिक.

केतनला पॉवर प्लँट उभारण्याचं प्रशिक्षण घेण्यासाठी रशियाला जावं लागणार होतं आणि त्याचं तिथे दोन वर्षे वास्तव्य असणार होतं, मग त्यानं सगळ्या कुटुंबालाच तिकडे न्यायचं ठरवलं. मुलांना परदेशी संस्कृतीची ओळख व्हावी हाही त्यामागे हेतू होता, पण केतनला फुप्फुसाचा विकार होता, त्यामुळे भारतातलं समशीतोष्ण हवामानच त्याच्यासाठी योग्य होतं. रशियात भयंकर थंडी असल्यामुळे त्याला आणि त्याच्या कुटुंबाला थंडीचा भयंकर सामना करावा लागला.

पण तरीही हळूहळू ते सगळे रुळले. केतनचं काम बाहेरच उघड्यावर जास्त असे, त्यामुळे त्याच्या त्या जुन्या विकारानं डोकं वर काढलं. डॉक्टरांनी लिहून दिलेल्या औषधांच्या शोधात त्याला गाडीतून खूप लांब फिरावं लागे; शिवाय त्या औषधांचा उपयोग होण्यापेक्षा त्रासच जास्त होत असे. त्या औषधांनीच त्याच्या फुप्फुसावर हल्ला चढवला होता, हे अमृता आणि केतन दोघांच्याही लक्षात आलं नाही. दिव्यातलं तेल संपत आल्यावर दिवा जसा हळूहळू विझत जातो, तसंच केतनचं झालं असावं. फुप्फुसं हळूहळू काम करेनाशी झाली आणि एके दिवशी काम करत असतानाच त्याचं निधन झालं.

रशियातल्या तीव्र थंडीशी सामना करता करताच केतन निघून गेला आणि अमृता आणि तिच्या चार मुलांच्या वाट्याला न संपणारा हिवाळा आला. आपलं सगळं जग उद्ध्वस्त झाल्यासारखं अमृताला वाटलं. अमृता गोंधळून गेली, विमनस्क झाली. मनातलं दुःख, भीती बोलणार तरी कोणाजवळ? जवळचं असं कोणीच नव्हतं. अत्यंत विषण्णतेचं सावट घेऊन ती भारतात आली.

मुलांना चांगलं शिक्षण मिळावं म्हणून एखाद्या नामवंत शाळेत शिक्षिकेची नोकरी करण्याचा विचार अमृताच्या मनात आला. मनाचा निश्चय करून आणि थोडी तयारी करून तिनं शिकाऊ शिक्षिकेची जागा मिळवली. ती शाळा त्या जिल्ह्यातली सर्वोत्तम होती. एकदा तिथे काम मिळाल्यावर तिनं मुलांना त्याच शाळेत दाखल करून घेतलं.

चार वेगवेगळ्या वयोगटांतील मुलं आणि त्यांच्या गरजा भागवताना तिला फारच कसरत करावी लागे. स्वयंपाकघरातल्या गोष्टी, दैनंदिन गरजा आणि शाळेतलं काम करताना तिचं उत्पन्न पुरे पडत नव्हतं, पण तिच्यापुढे दुसरा कोणताच पर्याय नव्हता. बिलंही भागवायची असायची. कुटुंबाची काळजीही असायचीच. केतननं विचार करून भविष्याची तरतूद केली होती. वाचवलेले पैसे आत्ता हाताशी येत होते, पण हा पैसा किती आणि कसा पुरणार ह्याची काळजी अमृताला लागून राही.

मोठा मुलगा कपिल आता कॉलेजात जाणार होता. स्पर्धा परीक्षांत त्यानं चांगले गुण मिळवावेत म्हणून अमृता त्याला प्रोत्साहन देई, त्यासाठी तिनं क्लास आणि पुस्तकांवर खर्च करताना मागे-पुढे पाहिलं नाही. उत्तम गुण मिळवून दुसऱ्या शहरातल्या कॉलेजमध्ये कपिलनं विज्ञान शाखेत प्रवेश मिळवला. आपल्या भविष्यासाठी तो घर सोडून दूर जाणार ह्यात आनंदही होता आणि दुःखही.

अनुष्का प्रथमपासूनच एक तरतरीत, हुशार मुलगी होती. राज्यातल्या नामांकित मेडिकल कॉलेजात तिनं प्रवेश मिळवला. अमृता तिच्या यशानं सुखावून गेली. मोठी मुलगी असल्यानं घरात आईला मदत करून तिनं आईचे कष्ट कमी केले, पण आता तीही दूर गेली होती.

घरातली मदत कमी झाली होती, पण खर्च मात्र वाढले होते. अमृताचे केस अकाली पिकले. घर, शाळा, मुलं, इतर जबाबदाऱ्या आपलं घेणं वसूल करून घेत होते. तिनं मग स्वेटर्स विणून दुकानदारांना विकायला सुरुवात केली. थोडा जास्त पैसा घरात येऊ लागला.

अर्पिता कलाकार होती. अभ्यासापेक्षा तिला कलेत जास्त गती होती. तिच्या कलेला उत्तेजन देण्यासाठी अमृतानं तिला नृत्य शिकवायचं ठरवलं, पण अभ्यासही चांगला करण्याच्या अटीवरच.

काही वर्षांनी कपिलला उत्तम नोकरी लागली. अनुष्काही अभ्यासात सतत पुढेच होती. अर्पिताची नृत्यकला बहरली. तिनं धाकट्या कार्तिकलाही प्रेमानं वाढवलं, एकटी पालक असल्याच्या जबाबदारीनं. कपिलच्या नोकरीनं कुटुंबाची ओढाताण थोडी कमी झाली. सगळ्या गोष्टी आता मनासारख्या होऊ लागल्या होत्या. लवकरच अनुष्काला शासकीय हॉस्पिटलमध्ये नोकरी लागली. काही वर्षांतच अर्पिता उत्कृष्ट नर्तिका म्हणून नावारूपाला आली; तिनं अनेक पुरस्कार मिळवले. जोडीला तिनं अभ्यासातही उत्तम यश मिळवलं. कॉम्प्युटरच्या डिग्री कोर्सला तिनं प्रवेश घेतला.

कपिल आता लग्न करून संसार थाटायच्या वयात होता. बऱ्याच साधक बाधक चर्चेनंतर कपिलचं लग्न ठरलं. अनुष्कानं पण आपल्या मनासारखा जोडीदार निवडला. अर्पिता चांगल्या कंपनीत सॉफ्टवेअर इंजिनिअर म्हणून काम करू लागली. इंजिनिअरींगचा अभ्यास पूर्ण करून कार्तिकनं एम.बी.ए. केलं, मग एका स्पोर्ट्स कंपनीत तो मार्केटिंग एक्झिक्युटिव्ह म्हणून नोकरी करू लागला.

अमृतानं आपल्या जबाबदाऱ्या पूर्ण केल्या होत्या. स्वेटर विणून पुरा झाला होता. अमृताच्या चेहऱ्यावर समाधान होतं. स्वेटरप्रमाणेच तिनं आपलं आणि मुलांचं आयुष्य सुंदर केलं होतं. आज प्रथमच आपल्या जीवनातला लांबलेला हिवाळा संपलाय असं तिला वाटून गेलं. आता तिला वसंत ऋतूची ओढ लागली होती. हा तिच्या आयुष्यातला समृद्धीचा, उत्सवाचा मौसम होता. ही वेळ होती कष्टपूर्वक मिळवलेल्या उबेची आणि कौशल्यानं विणलेल्या आनंदाची!

– आदित्य प्रसाद

पुन्हा भरारी

२८ ऑक्टोबर, २००९

भागीरथी निओशिया हॉस्पिटल, कोलकाता

ऑपरेशन थिएटर मधून मला बाहेर आणत असल्याचं अंधूकसं आठवतंय. कोणीतरी माझ्याशी बोलायचा प्रयत्न करत होतं. काही सेकंद मी डोळे उघडले ते परत मिटण्यासाठीच. मळमळत असल्याची भावना होत होती. त्या क्षणी दर्शन माझा नवरा जवळ हवासा वाटत होता.

काही क्षणांतच नर्सेसनी माझी गाडी खोलीपाशी आणली. आणखी चार स्त्री पेशंट्स खोलीत होते. एकीला त्याच दिवशी जुळं झालं होतं. दुसरीला प्रसववेदना होत होत्या. तिसरी गर्भवती होती, पण तिला अकाली रक्तस्राव सुरू झाला होता. आमच्यापैकी माझीच फक्त प्रसूती होणार नव्हती.

माझ्या पलंगावर झोपायला मला कुणीतरी मदत केली, पण त्या अर्धवट गुंगीतही मला असं नग्न असणं म्हणजे कोणीही सहज हल्ला करू शकेल अशी चमत्कारिक भावना आली होती. माझ्यावर पांघरूण घाला असं मला कोणालातरी सांगावंसं वाटत होतं. प्रयत्न करूनही डोळे उघडत नव्हते; शेवटी एकीनं माझ्यावर ब्लँकेट टाकलं आणि ती निघून गेली.

माझ्या कपाळाला कोणीतरी स्पर्श केला. दर्शन असावा असं वाटून मी डोळे उघडले. मी त्याच्याकडे पाहून तोंडभर हसले. प्रत्युत्तरादाखल तोही हसला आणि 'सगळं ठीक आहे' म्हणाला. मी नुसतीच मान हलवली. 'काय झालंय?' असं मी काही क्षणांतच विचारलं.

त्यानं माझ्या नजरेला नजर भिडवली. क्षणभर वाटलं हा काहीतरी वाईट बातमी देणार, मग क्षणात वाटलं की हा काहीतरी लपवायला बघतोय माझ्यापासून. त्याच्या गप्प राहण्याची मला भीती वाटली, मग एकदम हसून तो म्हणाला, 'अगं सगळं ठीक आहे.'

मी प्रश्नार्थक नजरेनं पाहिलं. मला स्पष्टीकरण हवं होतं आणि ते कोणीच का देत नव्हतं?

'डॉ. रोहित काय म्हणाले?' मी विचारलं. दर्शनच्या लक्षात आलं की खरं बोलण्याची हीच वेळ आहे.

त्यानं क्षणभर माझ्याकडे बघितलं, मग हात हातात घेऊन तो म्हणाला, 'तुझी उजवी ओव्हरी गर्भाशयाला चिकटली आहे. उजवी ट्यूब त्यामुळे बंद आहे. म्हणजे तुझी उजवी बाजू आता दोन्ही बाजूंमध्ये 'उजवी' राहिलेली नाही, पण डॉ. म्हणाले, की डावी ओव्हरी आणि ट्यूब चांगल्या आहेत. त्यामुळे गर्भधारणेला अडचण नाही.'

हे कानावर पडताच धक्का बसला आणि मी नि:स्तब्ध झाले. गर्भधारणा होत नसल्याचं कारण सापडल्यानं सुटका झाल्यासारखं वाटावं, का हे सगळं सोसण्यासाठी देवानं माझीच निवड का बरं करावी याचं दु:ख करावं?

काही वेळानं मला सोडून दर्शन निघाला ते दुसऱ्या दिवशी पेशंट्सना भेटण्याच्या वेळात येऊन भेटण्याचं वचन देऊनच. आता विचार करायला मी एकटीच मागे राहिले होते. मला रडूच येईना. आश्चर्याचीच गोष्ट होती. वास्तव स्वीकारणं एका मनाला अवघड वाटत होतं, तर दुसरं मन सकारात्मक होतं. आई होण्यापासून आता आपल्याला कोणी अडवू शकत नाही असं म्हणत होतं. म्हणजे ही किमया हृदयाच्या एका ठोक्याइतक्याच क्षणांवर होती तर!

गेल्या सहा महिन्यांतल्या आठवणींनी मनात गर्दी केली. मी प्रथमच जीनोम या फर्टिलिटी क्लिनिकमध्ये आले होते, खूप घाबरले होते. योनिमार्गाचं स्कॅन प्रथम केलं, त्याची आठवण झाली. तपासणीसाठी ते हत्यार डॉक्टरांनी माझ्या शरीरात खुपसलं तेव्हा मी वेदनेनं कळवळले. एका अपरिचितासमोर– माझ्या डॉक्टरसमोर– मी खरोखर अगदी नग्न होते, ते आठवलं. गर्भनलिकेची पहिली चाचणी आठवली. मी घाबरून अंग चोरून घेतल्याचं आठवलं. किती तरी इंजेक्शन्स मला दिली गेली. पहिली आय. यू. आय. ती अयशस्वी ठरली, मग त्यानंतर असंख्य वेळा झाली. पुन्हा पीरियडच्या पहिल्या दिवशी दर्शनला रात्रभर घट्ट पकडून केलेला आरडाओरडा आणि रडारड, मग रक्त तपासणीचे रिपोर्ट्स आणायच्या वेळी आलेली उद्विग्नता, विविध वयाच्या स्त्रियांच्यात बसून कधी तरी आई होऊ शकू अशी बाळगलेली आशा, नवऱ्याचं प्रेम, त्यानं दिलेला आधार, त्याचा समजूतदारपणा जो मला पुढे जायला उद्युक्त करत होता ते सगळं मला आठवलं. डॉक्टरांचा आत्मविश्वास, दु:खाशी लढण्याची त्यांनी दिलेली शक्ती आणि हिंमत आणि जिवंत ठेवलेली माझी आशा हे सगळं मला आठवलं. ह्याच जागेनं मला आत्मविश्वास दिला. माझी भीती नष्ट करून लढण्याची ताकद दिली. सगळ्यात विशेष म्हणजे 'जीव' नावाची

चिमुकली अद्‌भुत गोष्ट– ज्याचं अस्तित्व बहुतांश लोकांनी गृहीतच धरलेलं असतं. ज्याच्यासाठी माझी अंतिम क्षणापर्यंत लढाई चालणार होती. त्याचं मोल मला कळलं होतं. काही जरी झालं असलं, कितीही वेळा मला अपयश आलं असलं तरी प्रत्येक वेळी मी सर्वशक्तीनिशी त्याला तोंड द्यायला तयार झाले.

२८ ऑक्टोबर, २००९ या दिवशी माझी लॅप्रोस्कोपी केली गेली. मला कुठेतरी आत जाणीव झाली की ह्या सगळ्या काळात परमेश्वरानं मला लढण्याची हिंमत दिली. तो कुठे तरी होताच माझ्या पाठीशी काळजी घ्यायला. खोल, आत कुठेतरी जाणीव झाली की विखरून जाण्याचा जो क्षण असतो तोच पुन्हा एकसंध होण्याचा असतो.

आणि म्हणूनच कडेलोटाच्या क्षणाला पुन्हा पुन्हा सामोरी जाण्याची माझी तयारी असते, कारण म्हणूनच पुन्हा भरारी घेता येणार असते.

– बाली डी. संघवी

आल इज वेल

अगदी अलीकडेच माझ्या जीवनातील खडतर काळाविषयी मी चिंतन करत असताना मनात आलं, की आयुष्य किती अस्थिर असतं; त्याचवेळी माझ्या नाकात काहीतरी हुळहुळलं आणि जोरदार शिंक येण्यापूर्वीच मी झडप घालून रुमाल घेतला. बाहेर रस्त्यावर जोराजोरात खराटा घासल्याचे आवाज येत होते. शंभराव्यांदा माझ्या मनात आलं की गोदाबाईंनी त्यांचं काम जरा कमी उत्साहानं करावं. मला दमा आहे आणि धूळ, परागकण हे माझे जन्मजात शत्रू आहेत, पण तो विचार मनात येताक्षणीच मी खोडून काढला आणि गोदाबाईंना त्यांची कामं पार पाडण्यासाठी पैशाचं पाठबळ दिल्याबद्दल जगन्नियंत्याचे आभार मानले. गोदाबाईंचा भूतकाळ आठवल्यावर माझं वैयक्तिक दुःख क्षुल्लक वाटू लागलं, जणू काही रांचो अमीर स्पेशल एण्ट्री घेऊन सांगत होता 'आल इज वेल, दादू.'

मराठवाड्यातल्या एका छोट्या गावातल्या हॉस्पिटलमध्ये गोदाबाई काम करत असे. त्याच हॉस्पिटलमध्ये मीही काम करत होते आणि राहतही होते. फार क्वचित तिची माझी भेट होत असे. तिला पाहिल्यावर मला त्या तपकिरी, अस्ताव्यस्त केसांच्या, चपट्या नाकाच्या गोड बाहुल्यांचीच आठवण होई. बाहुल्या सगळ्या गोडच असतात. तिथलं माझं ठरलेलं काम संपल्यावर मी ती जागा सोडली आणि बऱ्याच वर्षांनी पुन्हा तिथे आले. एकदा रात्री आम्ही टी.व्ही. पाहात असताना आमच्या कामवाल्यांपैकी सुनीताबाई अगदी नाटकी हातवारे करत आल्या आणि 'काही तरी करा' म्हणू लागल्या. 'आमच्या व्हरांड्यातून गोदाबाईंना हटवा' असं त्या कर्कश्शपणे सांगत होत्या. कामावरून घरी परतताना त्यांना व्हरांड्यात गोदाबाईंनी आपलं बस्तान बसवलेलं दिसलं होतं. ही शेजारणीची सौजन्यभेट मानता येणार नव्हती, कारण गोदाबाईनं नुकतंच आपल्या नवऱ्याला आणि मुलीला नखांनी ओरबाडलं होतं आणि चावलंही होतं. सुनीताबाई आणि त्यांच्या आणखी शेजारणीही ठरवल्यासारख्या उगवल्या. त्यांचं संगनमतच असावं. त्यांना गोदाबाईची सावलीही

नको होती. 'साहेब काही तरी उपाय करून गोदाबाईंचा बंदोबस्त करा.' त्या शब्दांचा अर्थ माहीतगारांना फार झोंबणारा आहे, पण तिथे जाऊन पाहिलं तर गोदाबाई नाहीशी झालेली होती. सगळ्यांनाच हायसं वाटलं आणि त्या आपापल्या घरी परतल्या.

दुसऱ्या दिवशी सुनीताबाईंनी गोदाबाई म्हणजे 'समाजातली कीडच आहे' अशी जाहिरात करायला सुरुवात केली. एका विशिष्ट वळणापर्यंत गोदाबाईचं आयुष्य ठीक चाललं होतं. तिचा नवरा बेकार होता आणि दारूच्या आहारी गेलेला होता. जोडीला जुगारही खेळत असे. अतिशय कष्ट करून तीच कुटुंबाचा चरितार्थ चालवत असे, पण त्याने तिच्या परिस्थितीत काहीही बदल झाला नाही. त्याच्या व्यसनांसाठी तिचा पैसा पुरत नाही म्हणून ती कायम त्याचा मार खात असे. आसपास शेजारी पाजारी याहून काही वेगळी परिस्थिती नव्हती, पण एके दिवशी सकाळी तिनं उचल खाल्ली. झालं इतकं पुरं झाले असं म्हणून तिनं घर सोडलं. आई-बाप कधीच गेले होते त्यामुळे माहेरी जाण्याचा प्रश्नच नव्हता आणि दुसराही काही आसरा नव्हताच. उघड्यावर, शांत रस्त्यावर आसरा घेण्याखेरीज पर्यायच नव्हता. गावातल्या कुत्र्या, डुकरांबरोबरच ती बेघर होऊन राहू लागली, खाऊ लागली. तेच तिचं घर झालं. 'वेडी वेडी' म्हणून गावातली मुलं दगड मारत. त्यांना घालवून द्यायला तीही दगडानं उत्तर देई, त्यामुळे तिचं वेडेपण आणखीनच पक्कं होई.

काही दिवसांनी हॉस्पिटलमधल्या लोकांच्या कानावर तिच्या बिकट अवस्थेच्या या गोष्टी गेल्यावर त्यांनी यात पडायचं ठरवलं. पुण्यातल्या वेड्यांच्या हॉस्पिटलमध्ये तिला दाखल केलं गेलं. एक महिनाभर ती तिथे होती. नवऱ्यानं मध्यस्थी करून तिची सुटका केली. तिला वेळेवर औषधं देण्याच्या आणि तपासायला आणायच्या अटीवर! आपल्या मूळ स्वभावाला अनुसरून तिची औषधं संपल्यावर त्यानं कधी तिला हॉस्पिटलला परत नेलंच नाही.

'कामावर हजर होण्यासारखी तिची प्रकृती नाही' या कारणास्तव तिला पेन्शन मिळू लागलं. तिची मानसिक अवस्था बघून नवऱ्यानं आपलं धोरण बदललं. पैसे हवे असतील त्यावेळी तिला थपडा मारण्यापेक्षा तो चक्क तिच्या छातीवर बसू लागला. एका क्षणी जीव गुदमरल्यावर पैसे काढायच्या फॉर्मवर तिनं बिचारीनं अंगठा उठवला. त्याच्या दृष्टीनं विचार केला तर हा त्यानं तिच्या बाबतीत दाखवलेला दयाळूपणाच होता. एक दिवस मुलाच्या लग्नासाठी त्यानं तिला प्रॉव्हिडंट फंडातून पैसे काढायला लावले. मुलगा मुंबईत रंगाऱ्याचं काम करीत असे. एका मुलीच्या आई-वडिलांनी त्याला लग्नासाठी मागणी घातली. नवऱ्यानं गोदाबाईला 'तू फक्त पैसे दे मी लग्नाची सगळी तयारी करतो' असं सांगितलं.

नवऱ्याच्या हातून घडलेली एकमेव चांगली गोष्ट असं समजून तिनं त्याची मागणी पुरी केली. गोदाबाई लग्नाच्या तयारीची स्वप्नं बघू लागली. खूप दिवस झाले तरी काही हालचाल दिसेना, म्हणून तिनं नवऱ्याकडे विचारणा केली. सत्य पचवायला अवघडच होतं. गोदाबाईची मानसिक स्थिती कशी आहे हे मुलीकडच्यांना कळू नये आणि शेवटच्या क्षणी काही विपरीत घडू नये म्हणून त्यानं लग्नाची व्यवस्था कुठे दुसरीकडेच केली होती. खरी गोष्ट अशी की लग्न केव्हाच पार पडलं होतं आणि नवरानवरी मुंबईला चालते झाले होते, तिच्या पायासुद्धा न पडता! जणू काही ती अस्तित्वातच नव्हती. ती मेलेलीच होती!

गोदाबाईला संताप आला, तिनं तो व्यक्तही केला. दुसऱ्यांदा विश्वासघात झाला होता तिचा. काही काळ विश्वासाचं नाटक आणि मग हा घाव. माणूस पहिल्यापेक्षाही जास्त दुखावलं जातं. तिनं नवऱ्यावर, मुलीवर हल्ला चढवला. हातात दंडुका घेऊन ती घर उद्ध्वस्त करायला निघाली. घरातली प्रत्येक गोष्ट ज्याला लबाडी आणि विश्वासघाताचा वास येत होता ती तिने नष्ट केली. ती घर सोडून निघाली. 'वेडी बाई' म्हणून पुन्हा अधिक काळासाठी रस्त्यावर आली. काही लोकांना तिची दया आली. ते तिला अन्न, वस्त्र देऊ लागले; बदल्यात ती खराट्यानं त्यांची आवारं पाला, पाचोळा, काटक्या, गवत झाडून साफ करू लागली. हिवाळ्यात झोपण्यासाठी उघड्यावर तिला आडोसा लागे आणि पाच वर्षांनंतर अशीच ती सुनीताच्या व्हरांड्यात विसावली.

तिची सगळी कहाणी इतकी अमानुष, दर्दभरी होती की तिच्या नवऱ्यानं, मुलीनं तिला हॉस्पिटलमध्ये टाकू नये इतकंच काही मी करू शकले असते. तोही तात्पुरता उपाय होता. यावर कायमचा तोडगा निघायला हवा होता. मग आम्ही तिच्या आजारावर उपचार करण्याचं ठरवलं. अनेक वर्षे तिची प्रकृती ठीक नसताना ती त्या उपचारांना किती प्रतिसाद देईल ही एक शंकाच होती, पण काहीच धाडस केलं नाही तर काहीच पदरात पडणार नाही आणि तिच्या बाबतीत थोडंसं काही होणंही उपयुक्तच होतं. तिचा ज्यांच्यावर विश्वास होता अशा लोकांमार्फत आम्ही तिला आम्हाला भेटायला तयार केली. आमचं म्हणणं तिनं ऐकून घेतलं. डोळे मिटले, डोकं झुकवलं आणि हात जोडले. आवाज न करता तिचे ओठ हलत होते. आम्ही चकित झालो. ती खरंच प्रार्थना करत होती का? ह्या अशा नरकयातना भोगल्यावर देवावर कोणी विश्वास ठेवील का? जणू काही एखादा महत्त्वाचा निर्णय घेण्यापूर्वी ती कोणा नातेवाइकाचा सल्लाच घेत होती. थोड्या वेळानं डोळे उघडून तिनं उपचाराला संमती दिली, पण तिची अट होती की कोणत्याही सरकारी इस्पितळात ती जाणार नाही, कारण मागच्यावेळी तेथले लोक तिच्याशी फार दुष्टपणे वागले होते. आमचे उपचार तिला मान्य होते. आम्ही चांगल्या, योग्य

ठिकाणी तिला नेण्याची तयारी दाखवली. एका खाजगी दवाखान्यात आम्ही तिला दाखल केलं आम्ही खर्चाची हमी घेतली.

आम्ही तिचा कैवार घेतल्यावर तिचे नातेवाईक आणि विश्वासघातकी नवरा यांना तिला मान द्यावाच लागला. मेंटल हॉस्पिटलमध्ये तिची काळजी घेण्यासाठी तिची मुलगी आली. आपल्या घराच्या जबाबदाऱ्या दूर ठेवून ती सहा आठवडे तिथे राहिली. उपचार घेऊन ती बाहेर पडली आणि आपल्या कुटुंबाला तिनं माफ करून टाकलं. तिच्या कुटुंबानं तिला आधार दिला ही यातली चांगली गोष्ट होती.

हॉस्पिटलमधून बाहेर पडल्यावर तिला ऑक्युपेशनल थेरेपी दिली. तिला सकस आहार दिला. तिची नियमित तपासणी केली. तिचा प्रतिसाद चांगला होता. मानसोपचारतज्ज्ञही थक्क झाले.

आणखीही काही चांगल्या गोष्टी झाल्या. तिच्या पेन्शनची एक हाती रक्कम तिच्या हातात पडली. तिचे ग्रह उच्चीचे होते. बँकेनं हिशेबात काही चूक केल्यामुळे तिची पेन्शन कित्येकपट वाढली! मग काय, लोकांनी तिचा उदोउदोच केला. एक वर्षानं बँकेच्या लक्षात ही चूक आली ती रक्कम पुन्हा वसूल करायला तिचं पेन्शन बँकेत काही काळासाठी पूर्ण थांबवलं, पण तोपर्यंत तिचं पुनर्वसन झालेलं होतं. भूदान चळवळीत मिळालेला जमिनीचा तुकडा तिनं मशागतीखाली आणला. उत्पन्नाला जोड मिळेल असं काही तिच्या हातात आलं.

जन्मभर औषधं घेण्याचा सल्ला डॉक्टरांनी दिला असूनसुद्धा तिनं दोन वर्षांनी औषधं थांबवली, कारण त्यानं तिला फार अशक्तपणा वाटत असे. उपचार घ्यायचे की नाही हे तिच्यावर अवलंबून होतं, पण गरज पडल्यास उचार पुन्हा सुरू करण्याचं आश्वासन आम्ही तिच्याकडून घेतलं. पण आता गेली दोन वर्षे तिचं छान चालू आहे. ह्या काळात तिचा नवराही मेला; म्हणजे तिचं मानसिक स्वास्थ्य सुधारण्यात त्या घटनेचा मोठाच सहभाग होता असं मला वाटतं, आजकाल अधूनमधून तिचा मुलगाही तिला भेटायला येतो आणि पैशाचीही मदत करतो. आवारात हिंडणं तिला आवडतं आणि सुरक्षितही वाटतं.

इतर उपचारांच्या तुलनेत तिनं ह्या उपचारांना जो प्रतिसाद दिला त्याला तोडच नाही. हे कसं घडलं असेल? मला वाटतं जो क्रूरपणा तिच्या बाबतीत तिच्या कुटुंबानं दाखवला, त्याच्यामुळेच आपण भटकं जनावर आहोत असं तिला वाटू लागलं होतं, या उलट आमच्याकडून तिला जो आधार मिळाला त्यानं तिला आंतरिक शक्ती आणि मानसिक शांती मिळाली. तिची देवावरची श्रद्धाही अढळ राहिली. त्या श्रद्धेनं तिला कसोटीच्या क्षणी तारून नेलं, त्यामुळे बरं होण्याच्या प्रक्रियेस चालना मिळाली.

यापासून आपल्याला काही शिकायला मिळतं. गोदाबाईचं प्रकरण म्हणजे फार

टोकाचं उदाहरण झालं, पण आपण सर्वच ज्याच्यावर प्रेम करतो त्याचा गैरफायदाही घेतो. छोट्या-मोठ्या गोष्टींत त्यांना कमी लेखतो. आयुष्यात त्यांना दबून राहायला लावतो, त्याबद्दल खरे तर आपण सगळेच दोषी असतो. काही वेळा माणसं स्वत:च्या कुटुंबापेक्षा इतरांच्या बाबतीत दयाळू असतात. आपल्या जोडीदाराला, मुलांना, आई-वडिलांना, भावंडांना आपण एखादा जरी प्रेमाचा शब्द दिला तरी त्यांच्यात सुरक्षिततेची भावना निर्माण होते. आयुष्यातली आव्हानं ते आत्मविश्वासानं पेलू शकतात. हा प्रेमाचा शब्द, कित्येक घरात अस्तित्वात असलेलं पण दडवलेलं नैराश्य, कमी करू शकेल आणि मोठ्या दुर्घटना टळू शकतील.

दुसरं म्हणजे आपण अनेक प्रसंगांना तोंड देत असतो, ज्यात दुसऱ्या कोणी कृती करण्याची आवश्यकता असते. काही वेळा आपल्या समोरची आव्हानं खूप मोठी असतात आणि त्यातून निश्चित असं काही निष्पन्न होण्याची खात्री नसते. पण तरीही पहिलं पाऊल टाकणं गरजेचं असतं. जी शक्ती आपल्याला प्रतिसाद देण्यास उद्युक्त करते ती इतरांकडेही असू शकते, त्यातला आपला वाटा आपण योग्य वेळी उचलला तर अशक्य गोष्टीही साध्य होऊ शकतात, हे अनेकदा सिद्ध झालेलं आहे. आपण आपली कृती करत राहिलो तर प्रत्येक वेळी ती अधिक सोपी वाटेल.

रांचो अमीर खाननं आणखी एक मंत्र द्यायला हवा 'सगळ्याच गोष्टी होतील उत्तम, जर टाकलेत पाऊल प्रथम.'

– रेणू दयालचंद

स्त्री मनोगुणांचा शोध घेणाऱ्या कथा

चिकन सूप फॉर द वुमन्स सोल

लेखन व संकलन

जॅक कॅनफिल्ड / मार्क व्हिक्टर हॅन्सन

जेनिफर रीड हॉर्थॉर्न । मार्सी शिमॉफ

अनुवाद

श्यामला घारपुरे

स्त्रीची व्याख्या अनेक प्रकारांनी करता येईल.
विद्यार्थिनी, कन्या, मैत्रीण, पत्नी, आई, गृहिणी, व्यावसायी!
प्रत्येक रूप हे खास व अलौकिक असे असते. तरी त्यांतही एक असा सामान्य धागा असतो. तो प्रत्येकीच्या स्वभावात असतो.
प्रेमाचे बंध हळुवारपणे जपणारी, आजीवन मैत्री किंवा नाते निभावणारी, निवडलेल्या क्षेत्रांशी बांधिलकी घट्ट करणारी ही स्त्री! कौटुंबिक जीवनात फुलोरा फुलवणारी, त्याचबरोबर सामाजिक जीवनही सुसह्य करणारी!
New York Times च्या Chicken Soup for the Soul ह्या मालिकेत वेगवेगळ्या शीर्षकांखाली भावभावनांचे खास मिश्रण आहे!
या पुस्तकामध्ये स्त्रीशी निगडित असलेल्या साऱ्या गुणवैशिष्ट्यांचे मार्मिक चित्रण आढळते.
स्त्रीच्या आत्म्याची मंगलता व सौंदर्य इथे प्रगट होते!
व्यावसायिक असो की गृहिणी, बालिकेपासून वृद्ध स्त्री पर्यंत सगळ्यांना हे अनुभव भावतील. ह्यातून त्यांना स्फूर्ती, आनंद मिळेल. इतकेच नव्हे; तर स्वत:चीही ओळख होऊ शकेल.
ह्या अनुभवांची सोबत दीर्घकालपर्यंत स्त्रियांना मिळू शकेल.